இலையுதிராக் காடு

கட்டுரைகள்

பிரம்மராஜன்

எதிர் வெளியீடு

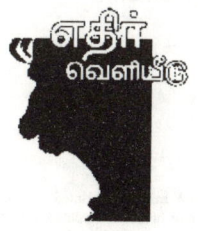

இலையுதிராக் காடு
பிரம்மராஜன்

முதல் பதிப்பு: டிசம்பர் 2016
எதிர் வெளியீடு
96, நியூ ஸ்கீம் ரோடு, பொள்ளாச்சி-642002
தொலைபேசி: 04259 - 226012, 99425 11302

விலை: ₹ 290

Ilaiyuthira kaadu
Brammarajan

© Brammarajan

First Edition: December 2016
Published by Ethir Veliyedu,
96, New Scheme Road. Pollachi - 642 002.
Phone: 04259 - 226012, 99425 11302.
Email: ethirveliyedu@gmail.com
www.ethirveliyedu.in

Price: ₹ 290

All rights reserved. No part of this book may be reprinted or reproduced or utilised in any form or by any electronic, mechanical or other means, now known or hereafter invented, including photocoping and recording, or in any information storage or retrieval system, without permission in writing from the Publisher.

பிரம்மராஜன்

பிரம்மராஜன் - கவிஞர், கட்டுரையாளர், மொழிபெயர்ப்பாளர், விமர்சகர் மற்றும் இதழாசிரியர். இதுவரை 6 கவிதைத் தொகுப்புகள் வெளிவந்திருக்கின்றன. 1989ஆம் ஆண்டு வெளிவந்த 'உலகக்கவிதை' என்ற நூலின் தொகுப்பாசிரியர். 35 இதழ்கள் வெளிவந்த 'மீட்சி' என்ற இலக்கியச் சிற்றேட்டின் ஆசிரியர். கவிதைப் பட்டறைகள் சிலவற்றை நடத்திய அனுபவம் உண்டு. முதல் கவிதைத் தொகுப்பு 'அறிந்த நிரந்தரம்' (1980). கடைசியாக வெளிவந்த கவிதைத் தொகுப்பு 'ஜென் மயில்'.(2007)

எஸ்ரா பவுண்ட் பற்றி அறிமுக நூல் 1985ஆம் ஆண்டு வெளிவந்தது. ப்ரக்ட் கவிதைகளின் வெளியீட்டு ஆண்டு 1987. தற்கால உலகக் கவிதை(2007) நூலின் தொகுப்பாசிரியர்.

ஆங்கிலத்திலிருந்து தமிழிலுக்கும் தமிழிலிருந்து ஆங்கிலத்திற்கும் மொழிபெயர்க்கிறார். சித்தர்பாடல்களிலிருந்து அவர் தேர்ந்தெடுத்த 64 கவிதைகளின் ஆங்கில மொழிபெயர்ப்பை சாகித்ய அகாடெமியின் இதழான இந்தியன் லிட்டரேச்சர்(பெப்-2000) வெளியிட்டிருக்கிறது.

போர்ஹே கதைகள் (2000) மற்றும் கால்வினோவின் சிறுகதைகள் (2003) ஆகியவை அவரது புனைகதை மொழிபெயர்ப்புகளில் குறிப்பிடத்தகுந்தவை.

மியூஸ் இந்தியா (http://museindia.com)என்ற இணைய இலக்கிய மின் இதழுக்கு தமிழுக்கான ஆலோசனை எடிட்டராக இருக்கிறார்.

1953ஆம் ஆண்டு சேலத்தில் ஒரு விவசாயக் குடும்பத்தில் பிறந்த பிரம்மராஜனின் இயற்பெயர் ஆ.ராஜாராம். ஆங்கில இலக்கியத்தில் பட்டம் பெற்றவர். கல்லூரிப் பணியிலிருந்து ஓய்வுபெற்று தன் பண்ணை வீட்டில் வசிக்கிறார்.

முன்னுரைக்குப் பதிலாக

இந்நூலில் இடம்பெறும் கட்டுரைகளில் சில மிகக்கச்சிதமான அளவில் எழுதப்பட்டவை. பிறகு அவசியம் கருதி விஸ்தரிக்கப்பட்டவை. பெரும்பாலும் விஷயங்களின் பரபரப்புத்தன்மைக்காகவன்றி அவற்றின் நிலைத்த 'கிளாஸிக்'தன்மைக்காக எழுதப்பட்டவை. மேற்கு நாடுகளில் 50 உலகக்கவிஞர்கள்(அ)50உலக நாவலாசிரியர்கள் போன்ற தலைப்பில் நூல்கள் வெளிவந்து கொண்டிருக்கின்றன. அத்தகைய தொகுப்பாசிரியர்கள் சிறந்த வாசிப்பனுபவம்மிக்கவர்களாகவும், உயர்ந்த ரசனை அளவுகோள்களைக் கொண்டவர்களாகவும் உள்ளனர். எடுத்துக்காட்டாக விமர்சகர் ஹெரால்ட் ப்ளூம். நீங்கள் நல்ல வாசகராக இருந்தால் அவரது The Anxiety of Influence என்ற கிளாஸிக்கை மறந்திருக்க முடியாது. அவர் எழுதிய 'ஜீனியஸ்' போன்ற நூல்கள் தமிழில் வரும் காலம் எப்போதென்று மட்டும் தெரியவில்லை.

பெரும்பாலும் மேற்கில் இப்படிப்பட்ட அறிமுகங்களைச் செய்பவர்களும் கட்டுரைகளைத் தொகுப்பவர்களும் தன்னலமற்றவர்களாக இருக்கிறார்கள். அல்லது தங்கள் சொந்த படைப்புகளுக்குத் தரும் மரியாதைக்கு நிகரான மரியாதையை இதுபோன்ற அயல் உலக இலக்கிய ஆளுமைகளை அறிமுகப்படுத்துவதற்கு அளிக்கின்றனர். இதற்கான எடுத்துக்காட்டாக நோபல் பரிசு பெற்ற ஆப்பிரிக்க நாவலாசிரியரான ஜே.எம்.குட்ஸிய (J.M.Coetzee)வைச் சொல்லலாம். அவரது குறிப்பிடத்தக்க புத்தகம் 'ஸ்ட்ரேஞ்-சர் ஷோர்ஸ்'.(2001)இது போன்ற செயல்பாடுகள் தனிநபரை விட ஒரு கலாச்சாரச் சூழலுக்கும் அதற்குரிய மொழிக்கும் செய்யும் எதிர்காலத்தை நோக்கிய சேவையாகக் கருதப்பட வேண்டும். ஸ்ட்ரேஞ்சர் ஷோர்ஸ் தவிர குட்ஸிய நிறைய இலக்கிய ஆளுமைகளையும் படைப்புகளையும்

அறிமுகமும் செய்திருக்கிறார்: அவற்றில் சில:

Introduction to Robinson Crusoe by Daniel Defoe, Introduction to Brighton Rock by Graham Greene,Introduction to Dangling Man by Saul Bellow, Introduction to The Vivisector by Patrick White, Introduction to The Confusions of Young Törless by Robert Musil

இப்படியும் ஒரு படைப்பாளி என்று வியக்கத்தான் முடியும்.

இந்த இடத்தில் நாம் 'எது கிளாஸிக்' என்ற வரையறைக்கு வந்து சேர்கிறோம். மிக விரிவாக அவரே கேள்விகளையும் கேட்டு பதில்களையும் தந்திருக்கிறார் நவீன இதாலியப் புனைகதை ஆசிரியரான இடாலோ கால்வினோ. ஏன் கிளாஸிக்குகளைப் படிக்க வேண்டும்? என்ற அவரது கட்டுரை *1981* ஆம் ஆண்டு ரோம் நகரிலிருந்து வெளிவந்த எஸ்பிரசோ பத்திரிகையில் வெளியிடப்பட்டது. பின்னர் அந்தக் கட்டுரையே ஒரு கிளாஸிக் ஆயிற்று. அதிலிருந்து ஒரு சிறு பகுதியை இங்கு மேற்காட்டுவது பொருத்தமாய் இருக்கும்:

> "கிளாசிக்குகள் என்பவை ஒரு விநோதமான தாக்கத்தினை ஏற்படுத்துபவை, மனதிலிருந்து அகற்றியழிக்கப்பட மறுக்கும் போதும், ஞாபக மடிப்புகளில் தங்களை மறைத்துக் கொள்ளும் சமயத்திலும், கூட்டு அல்லது தனிமனித நினைவில்(collective and individual consciousness)என்று தங்களுக்கு மாறு வேடம் போட்டுக் கொண்டு உலவும் போதும்."

வால்ட்டர் பெஞ்சமினின் புத்தகமான 'இல்யூமினேஷன்ஸ்'*(1970)* ஏறத்தாழ நான் வகைப்பாடு செய்யும் ஒரு வகையில்தான் அடங்கும். பெஞ்சமினின் நூலில் ரஷ்ய சிறுகதை எழுத்தாளரான நிக்கோலேய் லெஸ்கோவ் பற்றிய ஒரு சிறந்த அறிமுகம் உள்ளது. மார்சல் ப்ரூஸ்த் பற்றிய ஒரு கட்டுரை, மற்றும் ஃபிரான்ஸ் காஃப்கா பற்றிய ஒரு கட்டுரை ஆகியவை குறிப்பிடத்தக்கவை. *40* கட்டுரைகளைக் கொண்ட கை தெவன்போர்ட் எழுதிய 'தி ஜியோக்கிரஃபி ஆஃப் தி இமேஜிஷேன்'*(1969)* நூலை இங்கு குறிப்பிட்டே ஆக வேண்டும்.

அநேகமாக இந்த புத்தகத்தில் இடம்பெற்றிருக்கும் அறிமுகங்களிலேயே சார்ல்ஸ் பூக்கோவ்ஸ்கி பற்றிய சிறு கட்டுரையும் அவரின் நீண்ட கவிதையின் மொழிபெயர்ப்பும்தான் என் மிக ஆரம்பகட்டக் கட்டுரையாக இருக்கும். அல்லது அந்தோனின் பார்த்துஸெக் பற்றியது அதற்கு முற்பட்டதாகவும் இருக்கலாம். சார்ல்ஸ் பூக்கோவ்ஸ்கியை நான் இன்று புதிததாகக் 'கண்டுபிடித்துக்' கொள்வில்லை. நான் சார்ல்ஸ் பூக்கோவ்ஸ்கியை மொழிபெயர்த்த ஆண்டு 1982. அவ்வளவு நீண்ட கவிதையை மொழிபெயர்ப்பது சாத்தியமா என நானும்

ஆத்மாநாமும் விவாதித்துக் கொண்டிருந்தபோது நான் அந்த சவாலை ஏற்றுக் கொண்டேன். அந்த சமயத்தில் திரு நந்தலாலாவை ஆசிரியராகக் கொண்டு உதகமண்டலத்திலிருந்து வெளிவந்து கொண்டிருந்த ஸ்வரம் இதழில் வெளியானது என் மொழிபெயர்ப்பும் அறிமுகமும்.

சால்வடார் டாலி பற்றிய கட்டுரை ஞானக்கூத்தன் ஆசிரியராக இருந்த கவனம் சிற்றிதழில் வெளிவந்தது.

ஆர்தர் கெஸ்லருக்கும் ஆல்பெர் காம்யூவிற்கும் மார்க்சீய எதிர்ப்பாளர்கள் என்ற ஒற்றுமை இருப்பினும் வேறுபாடுகள் நிறைய உண்டு. காம்யூவை ஸ்டாலினிய விமர்சகர் என்று கூறுவோமானால் கெஸ்லரை கம்யூனிச எதிர்ப்பாளர் என்று சொல்லலாம். 1949ஆம் ஆண்டு வெளிவந்த காட் தட் ஃபெய்ல்ட் Louis Fischer, André Gide, Arthur Koestler, Ignazio Silone, Stephen Spender, and Richard Wright ஆகிய 6 பேரின் மனந்திறப்புகளைப் பதிவுசெய்கிறது. ஒரு காலத்தில் தீவிர கம்யூனிஸ்டுகளாய் இருந்து கட்சியிலிருந்து வெளியேறியவர்கள் அதற்கான அனுபவ ரீதியான காரணங்களைப் பகிர்ந்து கொள் கின்றனர். இந்த வரிசையில் சேர்க்கப்படக்கூடிய தகுதி ரஷ்யக் கவிஞரும் நோபல் பரிசு பெற்றவருமான ஜோஸப் பிராட்ஸ்கிக்கு இருக்கிறதா என்ற கேள்வி சிலருக்கு எழக்கூடும். ஆனால் பிராட்ஸ்கி தன் தனிமனித கசப்பனுவங்களின் விளைவாக கம்யூனிச வெறுப்பாளராக மாறினார். பிராட்ஸ்கியை ரஷ்ய நீதிமன்றம் விசாரித்த விதம் குறித்து ஒவ்வொரு பிரக்ஞையுள்ள இளம் கவிஞனும் அறிந்து கொள்ள வேண்டிய அவசியம் இருப்பதால் அந்த 'விசாரணை'யை இதில் சேர்த்துள்ளேன். கவிதைக்கும் சமூகத்திற்குமுள்ள தொடர்புகள் மற்றும் கவிஞனுக்கும் சமூகத்திற்குமான முரண்நிலைகள் பற்றி மிகக் கூர்ந்த கருத்துக்கள் கொண்டிருந்தார் பிராட்ஸ்கி. சமூகம் தனக்குக் கவிதைகள் படிப்பதைத் தவிர வேறு அதிமுக்கிய கடமைகள் இருப்பதாகப் பாவனை செய்கிறதென்பதை பிராட்ஸ்கி பட்டவர்த்தனமாய் அறிவித்தவர். மேலும் கவிதையின் சமூகப் பயன்பாட்டு மதிப்பு குறித்தும் தெளிந்த புரிதல்கள் கொண்டிருந்தார். இந்த அம்சத்தில் பிராட்ஸ்கி அளவுக்கு கவிதை-சமூகம்-பயன்படுதன்மை குறித்த ஆழ்ந்த கருத்துக்களைப் பதிவு செய்திருப்பவர் நவீன ஜெர்மானியக் கவிஞரான குந்தர் கூநர்ட்.

பொதுவாக தமிழ் அறிவுஜீவிகள் படித்துவிட்டதாய்ப் பாவனை செய்யக் கூடிய இரண்டு முக்கியமான கிளாஸிக் ஆசிரியர்களான கொர்த்தஸார்(ஹாப்ஸ்காட்ச்) மற்றும் ஜேம்ஸ் ஜாய்ஸ் (ஊலிஸிஸ்) இந்த நூலில் இடம் பெறுகின்றனர்.

மிலோராட் பாவிச்சின் 'காஸார்களின் அகராதி' யைப் படித்துவிட்டீர்களா என்று கேட்போனமானால் மேல் வெர்ஷனா (அ)

ஃபீமேல் வெர்ஷனா? என்று பதில் கேள்வி கேட்பார்கள் நம் படைப்பாளி-படிப்பாளிகள். இரண்டுக்கும் ஒன்று அல்லது இரண்டு வரிகள்தான் வித்தியாசம். ஆனால் படித்திருக்க மாட்டார்கள். அந்த நாவலின் சாராம்-சத்தையோ அல்லது ஏதாவதொரு குறிப்பிடத்தக்க நிகழ்வையோ பகிர்ந்து கொள்வதைத் தவிர்த்துவிடுவார்கள். துரதிர்ஷ்டவசமாக நான் பாவிக்கின் நாவலை நான் படித்திருந்தாலும் என் பதிவுகளை சேர்க்க இங்கு போதிய இடமில்லை. இடப்பற்றாக்குறையினால் விடுபடும் இன்னொருவர் கனடாவின் நவீன புனைகதை எழுத்தாளரான மால்கம் லவ்ரி(எரிமலையின் அடியில்). அதற்கொரு சந்தர்ப்பம் மீண்டும் வர வேண்டும்.

தர்மபுரி,
15.10.2016

பிரம்மராஜன்

சமர்ப்பணம்...

நண்பரும்
புனைகதையாசிரியரும்
என் மென்உணர்வுகளின்
சம அலைவரிசைகளில்
இயங்குபவருமான
ஜீ.முருகனுக்கு...

1.	ஜோசப் ப்ராட்ஸ்கி	13
2.	டி.எஸ். எலியட்	43
3.	பாரம்பரியமும் தனித்துவத் திறனும்- டி.எஸ். எலியட்	57
4.	நான்கு குவார்ட்டெட்டுகள்- டி.எஸ். எலியட்	70
5.	ஆக்டேவியோ பாஸ்	79
6.	கவிதையும் வரலாறும்- ஆக்டேவியோ பாஸ்	88
7.	கவிதை உருவாக்கும் முறை-அமி லோவல்	94
8.	பால் வெலரி	100
9.	பால் வெலரியின் கவிதைக் கோட்பாடுகள்	102
10.	மிராஸ்லாவ் ஹோலுப்	112
11.	ஆந்தோனின் பார்த்துஸெக்	120
12.	சேஸரே பவேஸே	126
13.	சார்ல்ஸ் புக்கோவ்ஸ்கி	135
14.	இவான் கோன்ச்சரோவ்	141
15.	யாசுனாரி கவாபட்டா	148
16.	காப்ரியல் கார்சியா மார்க்வெஸ்	153
17.	ஹெர்மேன் ஹெஸ்	159
18.	ஆல்பெர் காம்யூ	165
19.	சாமுவெல் பெக்கட்	171
20.	வில்லியம் ஃபாக்னர்	176
21.	அலெக்ஸாண்டர் சோல்ஸெனிட்ஸின்	181
22.	ஆந்ரே ழீத்	188
23.	பிரைமோ லெவி	194
24.	ழீன் ஜெனே	204
25.	ஹென்ரிக் ப்யோல்	213
26.	சால்வடார் டாலி	217
27.	ஜேம்ஸ் ஜாய்ஸின் யூலிஸிஸ்	223
28.	ஹஉலியோ கொர்த்தஸாரின் ஹாப்ஸ்காட்ச்	255
29.	கவிதையின் மரணமும் வாழ்க்கையின் சாகசமும்	268
30.	கவிஞர்களும் காதலர்களும் பைத்தியக்காரர்களும்	278
31.	ஃபிரான்ஸ் காஃப்கா	290
32.	ஹோஸே சாரமாகோவின் ரெக்கார்டோ ரெய்ஸ்	299
33.	ஜாஸ் இசை- சில குறிப்புகள்	315

ஜோசப் ப்ராட்ஸ்கி

Joseph Brodsky *(1940-1996)*

"மௌனத்தின் முகத்தில் வீசப்பட்ட ஒரு பேச்சே வாழ்க்கை" என்று எழுதிய ஜோசப் ப்ராட்ஸ்கிக்கு ஸ்வீடிஷ் அகெடெமி நோபல் இலக்கிய விருதை 1987ஆம் ஆண்டு வழங்கி கௌரவப்படுத்தியது. பிரெஞ்சு நாவலாசிரியரான ஆல்பர் காம்யூவுக்கு அடுத்து மிக இளைய வயதில் இப்பரிசினைப் பெற்றவர் ப்ராட்ஸ்கிதான். பதினைந்தாம் வயதில் பள்ளிப் படிப்பை விட்டு நின்று விட்ட ப்ராட்ஸ்கி தனக்குத் தானே மொழி-இலக்கியக் கல்வியை போதித்துக் கொண்டார். எல்லா அம்சங்களிலும் அவர் தன்னைத் தானே உருவாக்கிக் கொண்ட மனிதர் ஆவார். தந்தையின் பெயர் அலெக்ஸாண்டர் ப்ராட்ஸ்கி. தாயாரின் பெயர் மரியா வோல்பொர்ட். அலெக்ஸாண்டர் ப்ராட்ஸ்கி பத்திரிக்கை புகைப்படக் கலைஞராகப் பணியாற்றினார். 1940ஆம் ஆண்டு ரஷ்யாவில் உள்ள லெனின்கிராடில் அவரது

பெற்றோருக்கு ஒரே மகனாகப் பிறந்த ப்ராட்ஸ்கி, பாரம்பரிய யூதக் குடும்பத்தை சேர்ந்தவர்.

இரண்டாம் உலகப் போருக்குப் பிற்பட்ட வருடங்களில் அவர் கண்ட ரஷ்யா போரின் சிதிலங்களில் இருந்து இன்னும் தன்னை சுதாரித்துக் கொள்ளாமல் இருந்தது. உடைமைகளுக்கான விருப்பம் அற்ற தலைமுறையினராக ப்ராட்ஸ்கியும் அவரது சமகாலத்தவர்களும் உருவாயினர். அவர்களின் கோட்டுகளும் உள்ளாடைகளும் தம் பெற்றோரின் சீருடைகளில் இருந்து வெட்டித் தைக்கப்பட்டிருந்தன. பிற்காலத்தில் அவர்கள் அடையத்தகுதியான பொருள்கள் அச்சமயத்தில் மோசமாக உருவாக்கப்பட்டு அசிங்கமாகத் தோற்றமளித்தன. பிள்ளைப் பருவம் என்ற ஒன்றே தனக்கு இருக்கவில்லை என்று எழுதுகிறார் ப்ராட்ஸ்கி. ("In a sense there never was such a thing as childhood") பள்ளியிலிருந்து நின்ற பின் ஒரு தொழிற்சாலையில் சிறிது காலம் வேலை பார்த்தார். பிறகு மொழிபெயர்ப்பாளராக பணியாற்றினார். நவீன ரஷ்யக் கவிதையின் முதிய தலைமுறையைச் சேர்ந்த பெண் கவிஞரான அன்னா அக்மதோவாவின் நண்பராக அக்மதோவாவின் கடைசி ஐந்து வருடங்களில் இருந்தார். ஓசிப் மெண்டல்ஷ்டாம், போரிஸ் பாஸ்டர்நாக், மரீனா ஸ்வெட்டயேவா, மற்றும் அக்மதோவா ஆகிய நால்வருமே ஸ்டாலினிய ரஷ்யா கட்டவிழ்த்துவிட்ட எழுத்தாளர்கள் மீதான அடக்குமுறையையும் துன்புறுத்தல்களையும் அனுபவித்தவர்கள். இவர்கள் கட்சி சாராத எழுத்தாளர்கள் என்பதையும் ரஷ்யா அரசு பிரபலப்படுத்திய சமூக-யதார்த்தக் கொள்கையை ஏற்றுக் கொள்ளாதவர்கள் என்பதையும் நாம் கருத்தில் கொள்ள வேண்டும். இந்த நால்வரின் கவிதைச் சாதனைகளைப் பற்றிய விரிவான கட்டுரைகளை ப்ராட்ஸ்கி எழுதியிருக்கிறார். நிறைய வாசகர்களுக்கு போரிஸ் பேஸ்டர்நாக் ஒரு நாவலாசிரியர் என்று தெரியுமே தவிர அவரது கவிதையின் முக்கியத்துவம் தெரியாது.

ஜோசப் ப்ராட்ஸ்கிக்கும் அவருக்கு முன் நோபல் பரிசு பெற்ற அலெக்ஸாண்டர் சோல்செனிட்ஸினுக்கும் சில ஒற்றுமைகள் உண்டு. இருவருமே எதிர்ப்பு (Dissident) எழுத்தாளர்கள். சோல்செனிட்ஸின் ரஷ்ய ராணுவத்தில் பணியாற்றிய போது ஸ்டாலினைப் பற்றி விமர்சனம் செய்ததற்காக கடும் உழைப்பு முகாமுக்கு அனுப்பட்டவர். ஒரு பாடலானது, மொழி மூலமாய் அனுசரிக்கப்படும் பணியமறுத்தலின் (Linguistic Disobedience) வடிவமாகிறது. ஸ்தூலமான ஒரு அரசியல் அமைப்பின் மீது சந்தேகங்களைக் கிளர்ந்தெழச் செய்யும் வலிமையும் அதற்கு உண்டு. அது வாழ்வின் ஒட்டுமொத்தமான ஒழுங்கினையும் கேள்விக்கு உட்படுத்துகிறது. ப்ராட்ஸ்கியின் மீது சுமத்தப்பட்ட

குற்றச்சாட்டுகள் அவரது ‘சமூக ஒட்டுண்ணித் தன்மையும்’ (Social Parasitism) காஸ்மாபாலிடனிசமும். ப்ராட்ஸ்கியின் மீதான இந்த வழக்கு விசாரனை மிகவும் பிரசித்தமானது. விசாரணை முடிந்து 5 வருட தண்டனை அளிக்கப்பட்டு ரஷ்யாவின் வடக்கு பகுதியில் நாடு கடத்தப்பட்டார். மொத்த தண்டனைக் காலத்தில் 18மாதங்கள் முடிவடையும் சமயத்தில் விடுதலை செய்யப் பட்டார். தண்டனைக் காலத்தின்போது அவர் மனம் தளரவில்லை. தனக்குத் தானே அளித்துக் கொண்ட சுயகல்வியை இன்னும் தீவிரப்படுத்திக் கொண்டார். 1972ஆம் ஆண்டு அப்போதைய சோவியத் யூனியனிலிருந்து வெளியேறும்படி சோவியத் அரசு அவருக்கு ‘அழைப்பு’ விடுத்தது.

சிறிது காலம் வியன்னாவிலும், லண்டனிலும் தங்கிய பின் அமெரிக்காவுக்குச் சென்றார். அப்பொழுது உயிருடன் இருந்த நவீன ஆங்கிலக் கவிஞர் ஆடனின் உதவியுடன்தான் அமெரிக்கா செல்ல முடிந்தது. ஆங்கிலத்தை ரஷ்ய மொழி அளவுக்கே சரளமாகவும், லகுவாகவும் எழுதத் தொடங்கினார். இந்த அம்சத்தில் இவருடைய முந்திய தலைமுறையினரான விளாதிமிர் நபக்கோவ் என்ற நவீன ரஷ்ய நாவலாசிரியருடன் ஒப்புமைப் படுகிறார். நபக்கோவ் ரஷ்யப்புரட்சி சமயத்தில் ஐரோப்பாவில் அடைக்கலம் தேடி இறுதியாக அமெரிக்கப் பிரஜையாக மாறினார். அமெரிக்கப் பல்கலைகழகம் ஒன்றில் ஐரோப்பிய இலக்கியம் போதித்தார். ப்ராட்ஸ்கி 1977ம் ஆண்டு அமெரிக்கப் பிரஜையானார். மிஷிகன் பல்கலைக் கழகத்தில் Visiting Professor ஆகவும் Poet in Residence ஆகவும் இருந்தார். 1981ஆம் ஆண்டு அவருக்கு அவருடைய மேதமைமிக்க படைப்புகளுக்காக Mac Arthur Foundation Award வழங்கப்பட்டது. 1987ஆம் ஆண்டு ப்ராட்ஸ்கியின் 47வது வயதில் இலக்கியத்திற்கான நோபல் பரிசு அளிக்கப்பட்டது. 1991-1992 வருடங்களில் அமெரிக்காவின் Poet-Laureateஆக இருந்தார்.

ப்ராட்ஸ்கி எழுதிய கவிதைகளில் நான்கு மட்டுமே சோவியத் ரஷ்யாவில் பிரசுரிக்கப்பட்டன. 10க்கும் மேற்பட்ட உலக மொழிகளில் ப்ராட்ஸ்கியின் கவிதைகள் மொழிபெயர்க்கப் பட்டுள்ளன. தொகுதியாக முதன்முதலில் வெளிவந்தது பென்குவின் நிறுவனம் 1973ஆம் ஆண்டு வெளியிட்ட Selecetd Poems ஆகும். A Part of Speech என்ற கவிதை தொகுதி 1980 ஆம் ஆண்டு வெளிவந்தது. 1986ஆம் ஆண்டு ப்ராட்ஸ்கியின் கட்டுரைகள் தொகுக்கப்பட்டு, Less than one என்ற பெயரில் பிரசுரமாயின. பென்குவின் நிறுவனம் Penguin International Poets வரிசையில் To Urania என்ற மூன்றாவது கவிதைத் தொகுதியை வெளியிட்டது. இரண்டாவது கட்டுரைத் தொகுதியான Watermark வெளியிடப்பட்ட வருடம் 1992.

இருபதாம் நூற்றாண்டு ரஷ்ய இலக்கியத்தைக் கடுமை-யான விமர்சனத்திற்கு உள்ளாக்கியவர் ப்ராட்ஸ்கி. Catastrophes in the Air என்ற கட்டுரையில் ரஷ்ய நாவலின் வளமும், உரைநடை சாதனைகளும் குன்றிப் போனதற்குக் காரணம் சோவியத்அரசினால் பிரபலப்படுத்தப்பட்ட சோஷலிஸ்ட் யதார்த்தமே என்றார். பத்தொன்பதாம் நூற்றாண்டில் தாஸ்தாயெவ்ஸ்கியையும், தால்ஸ்தாயையும் உருவாக்கிய ரஷ்யா,அப்படிப்பட்ட குறிப்பிடத்தகுந்த எவரையும் இருபதாம் நூற்றாண்டில் உருவாக்கவில்லை. ப்ராட்ஸ்கியின் கூற்றுப்படி 'கான்சர் வார்டு' என்ற நாவலுக்காக நோபல் பரிசு பெற்ற சோல்செனிட்ஸின் தனது நாவலில் ஒரு எல்லை வரை வந்து தோற்றுப் போகிறார். மிகைல் ஷோலகோவுக்கு நோபல் பரிசு கிடைத்ததின் மர்மமே சோவியத் ரஷ்யா, கப்பல் கட்டுவதற்கான பெரிய காண்ட்ராக்ட் ஒன்றை ஸ்வீடனுக்கு கொடுத்ததுதான் என்று ஐயப்படுகிறார். இந்த நூற்றாண்டின் மிகச்சிறந்த நாவலாசிரியர்களில் ஒருவர் என சாமுவேல் பெக்கெட்டைக் கருதுகிறார். மேலும் பெக்கெட்டின் Unnamable நாவல் இருபதாம் நூற்றாண்டின் தலைசிறந்த நாவல்களில் ஒன்று என்பது அவரின் கணிப்பு. பெக்கெட்டின் பாதிப்பு இருப்பதை ப்ராட்ஸ்கியின் மிக நீண்ட கவிதையான Gorbunov and Gorchakovவை படிப்பவர்கள் அறியவியலும். Gorbunovவும் Gorchakovவும் மனநோய் மருத்துவவிடுதியில் நோயாளிகள். ரஷ்ய உரைநடை எழுத்தாளர்களில் மிக முக்கியமானவர் என்று ப்ராட்ஸ்கி சிபாரிசு செய்யும் பிளாட்டா-னோவின் நாவல்கள் எதுவும் மொழிபெயர்ப்பில் கிடைப்பதில்லை. Joyce, Robert Musil, Kafka போன்ற நாவலாசிரியர்களுடன் பிளாட்டானோவை ஒப்பிடுவது முடியாது. இந்தக் குறிப்பும் இதே கட்டுரையில் உள்ளது.

கலையின் நவீனத்துவம் பற்றிய மிகவும் புரட்சிகரமான கருத்துக்களைக் கொண்டிருந்தவர் ப்ராட்ஸ்கி. கலையில் அறிமுகப்படுத்தப்படும் ஒவ்வொரு புதிய மனோவியல் மற்றும் அழகியல் யதார்த்தம் அதைக் கடைபிடிக்கும் அடுத்த தலைமுறை எழுத்தாளனுக்கு அது பழையதாகி விடுகிறது. இந்த ஒழுங்கினை மதிக்காத எழுத்தாளன் எவ்வளவு சிறந்த அச்சகத்தின் மூலமாக தன் படைப்பை வெளியீட்டுக்குக் கொண்டு வந்தாலும் அது காகிதக் கூழ் என்ற ஸ்தானத்தையே பெறும். அரசியலுக்கெதிரான ஒரு ஸ்தானத்தில் கலையை வைப்பது ப்ராட்ஸ்கிக்கு விருப்பமான ஒன்றாக இருந்தது: மனிதர்களின் சிந்தனையிலும், மனதிலும் கலை இல்லாமல் போவதால் உண்டாகும் வெற்றிடத்தை மட்டுமே அரசியலால் நிரப்ப முடியும்.

கவிஞன் சமூகத்திற்கு ஆற்ற வேண்டிய கடமை என்ற ஒன்று இருக்குமானால் அவனுடைய கவிதைகளை சரியாக எழுதுவதாகத்தான் இருக்க முடியும். அவனுக்கு வேறு எந்தத் தேர்வும் கிடையாது. இந்தக் கடமையிலிருந்து தவறுவதால் அவன் மீட்க முடியாத மறதியில் மூழ்கடிக்கப்படுகிறான். இதற்கு மாறாக சமூகமோ கவிஞனுக்காக எவ்விதப் பொறுப்பும் அற்றதாக இருக்கிறது. எவ்வளவு சிறப்பாக எழுதப்பட்டிருப்பினும் கூட கவிதைகள் படிப்பதைத் தவிர வேறு கடமைகள் தனக்கு இருப்பதாக சமுதாயம் பாவனை செய்து கொள்கிறது. இதனால் மீட்க முடியாத மறதியில் மூழ்கிவிடும் ஆபத்து சமுதாயத்திற்குத்தான் ஏற்படும்.

கவிஞர்கள் அடிப்படையில் டையரி எழுதுபவர்கள். அவர்களுடைய விருப்பத்திற்கு மாறாகவே என்ன நிகழ்கிறது என்பது பற்றிய நேர்மையான பதிவுகளைச் செய்பவர்களாக இருக்கின்றனர். தமது ஆன்மா சுருங்கிப் போகிறதா அல்லது விரிவடைகிறதா என்பதை கவிஞர்கள்தான் பதிவு செய் கின்றனர். தமது மொழி பற்றிய உணர்வுக்கு அவர்கள் நேர்மையாளர்களாக இருக்கின்றனர். வார்த்தைகள் சமரசம் அடைகின்றனவா அல்லது மதிப்புக் குறைவுபடுகின்றனவா என்பதை முதன் முதலில் உணர்பவர்கள் கவிஞர்கள்தான். இந்தக் கருத்துக்கு இன்னும் வலுவூட்டி சொல்லும் பொழுது ப்ராட்ஸ்கி கூறுகிறார்: 'கவிஞர்களின் வாயிலாகவே மொழி வாழ்கிறது'.

வேறு எந்த ஐரோப்பியக் கவிஞரையும் விட ஜோசப் ப்ராட்ஸ்கியின் உலக இலக்கிய அறிவு மிக விரிவானது, ஆழமானது. கரீபியக் கவிஞர் டெரக் வால்காட்டின் கவிதைத் தொகுதி ஒன்றுக்கு ("Poems of the Carribean") ப்ராட்ஸ்கி முன்னுரை ("The Sound Of the Tide"(1983) எழுதியிருக்கிறார். நவீன இதாலியக் கவிதை பற்றித் தெரியாத வாசகனுக்கு ப்ராட்ஸ்கியின் In the Shadow of Dante ஒரு விமர்சன முன்னுரையாக அமையும்.

அதிலும் குறிப்பாக, யூஜினியோ மான்ட்டேலின் கவிதை பற்றித் தெரிந்து கொள்ள விரும்பும் வாசகனுக்கு பரிந்துரை செய்யப்படக்கூடிய அளவு சிறப்பாக அமைந்திருக்கிறது. 1976 ஆம் வருடம் இலக்கியத்திற்கான நோபல் பரிசு பெற்றவர் யூஜினியோ மான்ட்டேல். Futurism த்திற்கும் Hermeticism த்திற்கும் உள்ள வேறுபாடுகள் என்னென்ன என்பதும் நவீன இதாலியக் கவிதைக்கும் இந்த இஸம்களுக்கும், மான்ட்டேலுக்கும் தொடர்பு என்ன என்பதும் விளக்கமாகக் கூறப்படுகிறது. நவீன ஆங்கிலக் கவிஞர் ஆடன் மற்றும் டி.எஸ். எலியட் ஆகியோரின் கவிதைகள் மீது பக்தி மிகுந்த மரியாதை கொண்டிருந்தார் ப்ராட்ஸ்கி. எலியட் இறந்த சமயம் ப்ராட்ஸ்கி தண்டனை முகாமில் இருந்தார். எலியட்

காலமான செய்தி அவருக்கு ஒரு வாரம் கழித்துத்தான் தெரிந்தது. எலியட் பற்றிய நினைவுக் கவிதையை சிறையிலேயே எழுதி முடித்தார். Verses On the death of T.S.Eliot என்ற ப்ராட்ஸ்கியின் கவிதை ஆடன் எழுதிய "In Memory of W.B.Yeats" நினைவுக் கவிதையின் வடிவத்தையும் ஒழுங்கினையும் முன்மாதிரியாக கடைபிடித்து எழுதப்பட்டது. ப்ராட்ஸ்கியின் 'கிறிஸ்துமஸ் கவிதை' (1 ஜனவரி 1965) தால்ஸ்தாயின் War and Peace நாவலில் இருந்து ஆன்ட்ரி என்ற கதாபாத்திரத்தை நினைவுபடுத்துகிறது. இக்கவிதையில் சாகும் தறுவாயில் இருக்கும் இளவரசன் ஆன்ட்ரிக்கும் குழந்தை ஏசுவுக்கும் மறைமுகக் குறிப்பின் மூலமாக தொடர்பு ஏற்படுத்தப்படுகிறது. அற்புதங்களுக்கு இது தாமதமான காலம் என்பதை உணர்ந்தும் கூட அவன் தன் பார்வையை விண்ணோக்கி உயர்த்துகிறான்-தனக்குத் தரப்பட்ட வாழ்வே ஒரு பரிசென உணர்ந்து.

அமெரிக்கா ப்ராட்ஸ்கிக்கு இரண்டாம் தாய்நாடாக இருந்த போதிலும், தன் சொந்த நாட்டிலிருந்து வெளியேற்றப்பட்டு, தன் சொந்த மொழியை பேசாத மனிதர்களிடையே வாழும் அந்நிய உணர்வினை ப்ராட்ஸ்கியின் கவிதைகள் வெளிப்படுத்தவே செய்கின்றன. நிறைய ஐரோப்பியத் தன்மைகள் கொண்ட நகரான லெனின்கிராடில் வசித்த அவருக்கு கட்டாய இடப் பெயர்வு என்பது அமெரிக்காவில் அதிகம் உணர வேண்டிய அனுபவமாயிற்று. ப்ராட்ஸ்கி ஒரு முறை குறிப்பிட்டார்: "பிரிவு இனி ஒரு போதும் மனிதத் தேர்வாக இருக்காது. அது சரித்திரத்தாலும், பூகோள அமைப்பினாலும் நிர்ணயம் செய்யப்படும்". அவரது கவிதைகளில் மையமான இடத்தைப் பெறுவது 'பிரிவு'. இப்பிரிவு மனிதன் கடவுளிடமிருந்தும், மனிதன் சக மனிதனிடத்திலிருந்தும், ஆண் தனக்கான பெண்ணிடமிருந்தும் என பல வகைமையில் காணப்படுகிறது. எடுத்துக்காட்டாக:

> நம் விடைபெறுதல் மௌனமாய் நிகழட்டும்
> இசைத்தட்டினை நிறுத்தி விடு.
> இவ்வுலகில் தனிமைப்படுதல்
> அப்பால் வரும் பிரிவுகளின் குறிப்பு.
> இந்த நாட்களில் நாம்
> பிரிந்து உறங்குவது மட்டுமல்ல
> சாவும் நம்மை ஒன்றாய் இணைக்காது
> பிரியத்தின் காயத்தினை போக்கவும் செய்யாது.

உக்கிரமான இந்த வரிகள் ஒரு பெண்ணை விளித்து எழுதப் பட்டிருக்கின்றன. வாழ்வின் கசப்பு ஒவ்வொரு வரியிலும் தோய்ந்திருக்கிறது. வாழ்வனுபவங்களால் கசந்து போன

தன்மையும், தனிமைப்படுதலும் இணையும்பொழுது இன்னும் கூடுதலான உக்கிரத்தை அடைகின்றன அவரின் கவிதைகள்:

இரண்டு சமுத்திரங்கள்
மற்றும் அதைப் போல இரண்டு கண்டங்களை
அனுபவம் கொண்ட பின்
இப்பூமிக் கோளம் முழுவதும் எப்படி இருக்கும்
என்று உணர்கிறேன்.
போவதற்கு எங்கும்
எவ்விடம் இல்லை.

ப்ராட்ஸ்கி எளிமையான கவிஞர் அல்லர். பொதுமையான அர்த்தத்தில் அவரைச் சமூகக் கவிஞர் என்றும் சொல்லிவிட முடியாது. இம்ப்ரஷனிச ஓவியன் வின்செென்ட் வான்கோவைப் போலவும் ஆங்கில நாவலாசிரியை வர்ஜீனியா வுஃல்ப் போலவும் சாதாரண ஸ்தூலப் பொருட்களை புனிதக் குறியீட்டுப் பொருள்களாய் மாற்றிப் பார்க்கச் செய்யும் தீட்சண்யம் அவரிடத்தில் உண்டு. எடுத்துக்காட்டாக The Tenant என்ற கவிதையிலிருந்து சில வரிகள்:

ஆனால் இந்த வீடு தன் வெறுமையைத் தாங்காது.
இந்தப் பூட்டு மட்டுமே
எப்படியோ ஒரு விதத்தில் கம்பீரமற்றிருக்கிறது.
குடித்தனக்காரனின் தொடுதலை அடையாளம் காணத் தாமதித்து
இருளில் சிறிது நேரம் தன் எதிர்ப்பைத் தெரிவிக்கிறது.

“வண்ணாத்திப் பாலத்தின் மீது” என்ற கவிதை கசப்பு தொனிக்காத சந்தோஷமான காதல் கவிதை:

வண்ணாத்திப் பாலத்தின் மீது, அங்கே நீயும் நானும்
நள்ளிரவு கடிகாரத்தின் இரண்டு முட்களைப் போல
நின்றிருந்தோம்
அணைத்தபடி, விரைவில் பிரிவதற்கு, ஒரு நாளைக்கு
மட்டுமல்ல சகல நாட்களுக்கும்.
இன்று காலை நம் பாலத்தின் மீது
தன்னைத் தானே காமுறும் மீனவன் ஒருவன்
தன் கார்க் தூண்டிலை மறந்து, விரிந்த கண்களுடன்
வெறித்துப் பார்க்கிறான்
தன் அலையுறும் நதியின் பிம்பத்தை.
அலைச் சுருக்கங்கள் அனைத்தும் வயோதிகனாக்கி பிறகு
இளைஞனாக்குகின்றன.
சுருக்கங்களின் வலை ஒன்று அவனது புருவத்தின் குறுக்காக
அவன் இமையின் அங்கங்களுடன் உருகுகிறது.
அவன் நம் இடத்தை பிடித்துக் கொண்டிருக்கிறான்.
ஏன் கூடாது? அது அவன் உரிமை.
சமீப வருடங்களில் தனித்து நிற்கும் எது ஒன்றும்

வேறு ஒரு காலத்தின் குறியீடாக நிற்கிறது.
இடத்திற்கானது அவனது கோருதல்.
எனவே அவன் உற்றுப்பார்க்கட்டும்
நமது நீர்களுக்குள்ளாக, அமைதியாக,
தன்னையே அவன் அறிந்து கொள்ளக் கூட இயலும்.
அந்த நதி
இன்று உரிமைப்படி அவனுடையது.
அது ஒரு வீட்டைப் போல இருக்கிறது:
அதில் புதியக் குடித்தனக்காரர்கள் நிலைக்கண்ணாடியை
வைத்து விட்டனர்
ஆனால் இன்னும் குடிபுகவில்லை.

(On Washerwoman's Bridge)

Spring Season of Muddy Roads என்ற மற்றொரு கவிதையிலிருந்து சில வரிகள்:

இது வசந்த காலமல்ல. ஆனால் அதைப் போன்ற ஒன்று
உலகம் சிதைந்து கிடக்கிறது இப்போது
கோணிக்கொண்டு கிழிந்த கிராமங்கள் நொண்டுகின்றன.
சலித்த பார்வையில் மாத்திரமே
நேரான பார்வை இருக்கிறது.

மனித அனுபவத்தில், மனிதத் துயரங்களுக்கு அதிகபட்ச அழுத்தம் தருவது அவரது மதம் சார்ந்த கவிதைகளுக்கு வலிமை மிகுந்த அழகினை அளிக்கின்றது:

மேரி இப்போது பேசுகிறாள் கிறிஸ்துவிடம்
நீ என் புதல்வனா? அல்லது கடவுளா?
சிலுவையில் அறையப்பட்டிருக்கிறாய்
எங்கே இருக்கிறது எனது வீடு நோக்கிய பாதை?
நிச்சயமின்றியும் பயந்தும்
எவ்வாறு நான் கண்களை மூடுவது?
இறந்து விட்டாயா? அல்லது உயிர்த்திருக்கிறாயா?
நீ என் புதல்வனா? அல்லது கடவுளா?
கிறிஸ்து பேசுகிறார் அவளிடம்:
மரித்திருப்பதோ அல்லது உயிருடனிருப்பதோ
பெண்ணே, எல்லாம் ஒன்றுதான்!
புதல்வனோ கடவுளோ நான் உன்னவன்.

(Nature Morte)

இந்த வரிகளில் கிறிஸ்து புனித மனிதனாக, ஆனால் நிலைப்படுத்தப்பட்ட சித்திரமாகக் காட்சிப்படுத்தப்படுகிறார்.

இரண்டுவிதமான காதல் அனுபவங்கள் இங்கே ஆராயப்படுகின்றன. முதலாவது உணர்ச்சிபூர்வமானது உடல்சார்ந்தது. தன்னை அர்ப்பணிப்பதும் அதனால் மீட்சி தருவதும் இரண்டாவது வகைப்பட்ட காதல்.

இலக்கியத்தை பொதுவிலும் கவிதையைப் பிரத்யேகமாயும் ஒருவிதமான சகித்துக் கொள்ளல் என்ற கோணத்தில் ப்ராட்ஸ்கி பார்க்கிறார். பொது வாழ்வு, தனி வாழ்வு ஆகியவற்றின் பேய்த்தன்மைகளைச் சந்திக்க சக்தி தரும் செயலாகிறது கவிதை. கவிதை எழுதும் செயல், வாழ்வின் இடர்ப்பாடுகளையும் மனஅவசங்களையும் கடந்து செல்வதற்கு உதவுகிறது. 'கலை கலைக்காக' என்ற கோட்பாட்டினை அவர் ஏற்பதில்லை. மேற்சொன்ன காரணத்தினாலயே 'கலை அரசியலுக்காக' என்ற கோட்பாட்டினையும் அடியோடு நிராகரிக்கிறார்.

தன் எழுத்துக்கள் மூலம் ஒரு புதிய ஆன்மீகக் கருத்துருவத்தினை துயரங்கள் நிறைந்த இந்த உலகுக்கு கொண்டு வர முடிந்த தாஸ்தாயெவ்ஸ்கி மற்றும் போரிஸ் பாஸ்டர்நாக் ஆகிய ரஷ்ய எழுத்தாளர்களுக்கு தனித்த இடம் ஒதுக்குகிறார் ப்ராட்ஸ்கி.

> இன்றின் எல்லா அணைப்புகளின் கூட்டுத் தொகையும்
> சிலுவை மீது அறையப்பட்ட கிறிஸ்துவின் அகட்டிய கைகளுக்குள்
> கிடைத்ததை விடவும் குறைவான காதலையே தருகிறது.

(Adieu, Mademoiselle Veronique)

இவ்வரிகளில் தாஸ்தாயெவ்ஸ்கி வலியுறுத்திய கருத்து வெளிப்படுகிறது. போரிஸ் பாஸ்டர்நாக் (Boris Pasternak) எழுதிய டாக்டர் ஷீவாகோ(Doctor Shivago) வரிசையில் வந்த கவிதை ஒன்றுக்கு மேற்குறிப்பிட்ட வரிகள் மறைமுகக் குறிப்புணர்த்தலையும் செய்கின்றன.

'கலை சுருக்கமாய் இருப்பதற்கும், பொய்கள் சொல்லாமல் இருப்பதற்கும் யத்தனிக்கிறது' என்கிறார் The Candlestick என்ற கவிதையில். வேறு வகையில் இதைச் சொல்வதானால் கவிஞன் ஒரு காலகட்டத்தின் அல்லது வரலாற்றின் மனசாட்சியாக இருக்க வேண்டும். 1960களின் இடைக்காலங்களில் லெனின்கிராடின் ஒரு பகுதியில் அமைந்த கிரேக்கக் கிறிஸ்தவக் கோயில் இடிக்கப்பட்டு அந்த இடத்தில் எஃகு மற்றும் கண்ணாடி அமைப்புகள் கொண்ட விஸ்தாரமான அக்டோபர் இசையரங்கம் நிர்மாணிக்கப்பட்டது. ப்ராட்ஸ்கி வாழ்ந்த குடியிருப்புக்கு மிக அருகாமையில் இது நிகழ்ந்தது. இந்நிகழ்வைப் பற்றிய நீண்ட கவிதையாக அமைகிறது A Halt in the Desert. மதம் மற்றும் வாழ்க்கை ஆகியவற்றை ஜடப் பொருளுடனும் யந்திரங்களுடனும் எதிர்ப்படுத்துவது இக்கவிதையின் தனித்தன்மை. கிறித்தவமும் கலாச்சாரமும் நவீனமயமாகும் ஒரு சமயத்தில், நவீனமயமாதலுடனும் இலக்கற்ற வளர்ச்சியுடனும் எப்படி முரண்பட வேண்டி வருகிறது என்பதற்குக் குறியீடாகிறது இக்கவிதை.

தண்டனை முகாமில் ப்ராட்ஸ்கிக்கு கிடைத்த அனுபவங்கள் தவிர்க்க இயலாதபடி அவரது ஒருமித்த கவனங்கள் எல்லாவற்றையும் தப்பிப் பிழைத்தலில் மையப்படுத்தியது. அவரது உள்ளார்ந்த வாழ்வானது தனக்குக் கிடைக்கக்கூடிய சின்னஞ்சிறு துணுக்கு ஆறுதல்களையும் இறுகப் பற்றிக் கொண்டது. மாலையில் வீடு திரும்பும் கொக்கு, குளிர்கால உறக்கத்தில் ஆழ்ந்திருக்கும் அந்துப்பூச்சி, நட்சத்திரக் கூட்டங்கள் போன்றவை இதில் சில. Spring Season of Muddy Roads, Sadly and Tenderly ஆகிய தலைப்பிலான கவிதைகளாக இவை உருவாகியுள்ளன. New Stanzas to Augusta என்ற கவிதையில் பிரிவின் இழப்பு மிகச் சிறப்பாக பதிவு செய்யப்பட்டிருக்கிறது. ப்ராட்ஸ்கி பைபிளிலிருந்து சொற்களையும் பதங்களையும் எடுத்தாள்கிறார். அவரது நிலைப்புறும் பிரிவுணர்வுக்கு பைபிள் வார்த்தைகள் கூடுதல் கூர்மை தருகின்றன. பெரும்பான்மைக் கவிதைகள் நினைவுகளுக்குள் வாழ்தல் என்ற விஷயத்தைப் பிரதான கவிப்பொருளாக ஆக்கிக் கொள்கின்றன.

History of the Twentieth Century (1980) என்ற நீண்ட கவிதை 1900-1914க்கு இடைப்பட்ட வருடங்களின் நடப்புகளை நினைவு கூறுகிறது. ப்ராட்ஸ்கி எழுதியவற்றிலேயே இக் கவிதை நகைச்சுவை உணர்வுடனும், சந்தோஷத்துடனும் எழுதப்பட்டிருக்கிறது. பிரதானமாகத் தென்படும் இன்னொரு அம்சம் வாழ்வு பற்றி கணக்கெடுத்துக் கொள்ளும் தன்மை. வாசகர்களுக்கு இளைப்பாறுதல் தரும் மற்றொரு அம்சம் ப்ராட்ஸ்கி கவிதைகளில் இடம் பெறும் புதிர்த்தன்மை மிக்க ஒற்றை வரிகள்:

யாருக்கு வேண்டும் முழுமையான பெண்
அவளின் கால்கள் கிடைத்து விடும் பொழுது?
அந்த விடுதியின் லெட்ஜர்களில் வருகையை விட புறப்பாடுகளே அதிகம் முக்கியப்படுகிறது
எல்லாவற்றிருக்கும் முடிவிருக்கிறது துயரம் உட்பட.

கவிதை வடிவம், மற்றும் கவிதை மொழிபெயர்ப்பு ஆகிய விஷயங்களில் ப்ராட்ஸ்கி சர்ச்சை மிகுந்த கருத்துக்களைக் கொண்டிருந்தார். அவர் ஒரு சிறந்த மொழிபெயர்ப்பாளர். போலிஷ் மொழியில் இருந்து ரஷ்ய மொழிக்கு இருபதாம் நூற்றாண்டின் நவீன கவிஞர்களை மொழிபெயர்த்துள்ளார். ஜான் டன் (John Donne) போன்ற ஆங்கில மெட்டபிஸிகல் கவிஞர்களை ரஷ்ய மொழியில் மொழிபெயர்த்திருக்கிறார்.

மொழிபெயர்ப்பிற்கும் சர்வாதிகாரத்திற்கும் ஒப்புமை இருப்-பதாகக் கருதியவர் ப்ராட்ஸ்கி. ஏனெனில் சர்வாதிகாரமும் மொழி பெயர்ப்பும் 'சாத்தியமாகக் கூடியது என்ன?' என்ற அடிப்படைக்

கொள்கையில் இயங்குகின்றன. சமமான விஷயங்களைத்தான் மொழிபெயர்ப்பாளன் தேட வேண்டுமே ஒழிய பதிலிகளை அல்ல. ஆனால் பெரும்பாலும் மொழிபெயர்ப்பாளர்கள் பதிலிகளைக் கண்டுபிடிக்கவே விரைகின்றனர். இதற்குக் காரணம் குறிப்பிட்ட மொழிபெயர்ப்பாளர்கள் கவிஞர்களாக இருப்பதுதான்.

எந்தக் கவிஞனும்-அவன் எழுதியிருக்கிற கவிதைகளின் எண்ணிக்கை கூடுதலோ குறைவோ- அவன் வாழ்ந்த வாழ்வின் யதார்த்தத்தில் பத்தில் ஒரு பங்கினை மாத்திரமே வெளிப்படுத்த முடியும் என்றார் ப்ராட்ஸ்கி. 1996ஆம் ஆண்டு ஜனவரி மாதம் 26 ஆம் தேதி காலமானார் ப்ராட்ஸ்கி.

ப்ராட்ஸ்கி அமெரிக்கப் பிரஜையான பிறகு கவிதைகளை ரஷ்ய மொழியிலும் கட்டுரைகளை ஆங்கிலத்திலும் எழுதினார். Less Than One என்ற கட்டுரைத் தொகுதிக்குப் பெயர்க்காரணம் உண்டு. ப்ராட்ஸ்கி ரஷ்யாவில் சிறைத்தண்டனை அனுபவித்த சமயத்தில் அரசாங்க ஆவணங்களில் அவரைப் பற்றிக் குறிப்பிட்ட சொற்கள்தான் Less Than One. On Grief and Reason என்ற உரைநடை நூல் 1995ஆம் ஆண்டு வெளியிடப்பட்டது. இதில் ப்ராட்ஸ்கி அமெரிக்கக் கவிஞரான ராபர்ட் ஃப்ராஸ்ட் மற்றும் ஆங்கிலக் கவிஞரான தாமஸ் ஹார்டி ஆகியோர் பற்றிய கட்டுரைகளில் மரபான அந்தக் கவிஞர்களை சிலாகித்துச் சொல்லி யிருக்கிறார்.ப்ராட்ஸ்கியின் கவிதைகள் அடிப்படையில் மரபான வையாகவும் செவ்வியல்தன்மை மிக்கனவாகவும் உள்ளன.◎

ஜோஸப் ப்ராட்ஸ்கியின் கவிதைகள்

1 ஜனவரி 1965

விவேக மனிதர்கள் உன்பெயரை மறந்துவிடுவார்கள்.
எந்த நட்க்ஷத்திரமும் உன் தலைக்கு மேல் ஒளி சிந்தாது;
கலைப்புற்ற ஒரு சப்தம் வேறுபாடற்றிருக்கும்
புயற்காற்றின் கரகரத்த பேரொலி.
உன் துணையற்ற படுக்கைப் பக்கத்து மெழுகுவர்த்தி
அணையும்போது
சோர்ந்து போன உன் கண்களிலிருந்து வீழ்கின்றன நிழல்கள்.
நிறைய மெழுகுவர்த்திகள் முடியும் வரை
இங்கு ஆண்டுக் குறிப்பேடு இரவுகளைப் பெருக்குகின்றது.

துயர்படிந்த பாடல் தொனியை எது நினைவூட்டுகிறது?
ஒரு நீண்ட பழகிப்போன இசை.
அது மறுபடியும் ஒலிக்கிறது. அது அவ்விதமே இருக்கட்டும்.
இன்றிரவிலிருந்து மீண்டும் ஒலிக்கட்டும்.
என் இறப்பின் சமயத்தில் ஒலிக்கட்டும் அது.
நம் நிலைபடிந்த பார்வையை தூரத்து வானத்தை நோக்கி
உயர்த்தச் செய்யும் அக்காரணத்திலான
கண்களின் உதடுகளின் நன்மையுடமை போல.
மௌனமாய் சுவரை நோக்குகிறது உன் வெறித்த பார்வை.
உன் காலுறையின் வாய் திறந்திருக்கிறது.
பரிசுப்பொருள்கள் ஒன்றுமே இல்லை
புனித நிக்கலஸின் மீது நம்பிக்கை இழக்கும் அளவுக்கு
வயது முதிர்ந்து விட்டாய் என்பது தெளிவாகிறது.
அற்புதங்களுக்கு இது மிகவும் தாமத காலம்.
ஆனால் திடீரென்று வான் உலகின் வெளிச்சத்திற்குப்
பார்வை உயர்த்தி உணர்கிறாய்.
உன் வாழ்க்கையே ஒரு அற்புதப் பரிசு.

ஏப்ரல் மாதத்தில் கவிதை வரிகள்

கடந்துவிட்ட இந்த குளிர் காலத்தில் மறுபடியும்
நான் பைத்தியமாகவில்லை குறிப்பாக குளிர்காலத்தைப்பற்றி:
ஒரு பார்வை மட்டுமே; சென்றுவிட்டது.
ஆனால் பூமியைப் போர்த்திய பசிய கோடித்துணியிலிருந்து
பனிக்கட்டிகள் பெரும் ஓசையில் உடைவதை
என்னால் தனிப்படுத்த முடிகிறது.
எனவே நான் ஸ்வாதீனத்தில் இருக்கிறேன்.
என் விருப்பம்
எதிர் வரும் வசந்தத்தில்
நான் ஆரோக்கியமானவனாய் இருப்பது.
ஃபோன்டெக்கா நதியின் பிரதிபலிப்பில் குருடாக்கப்பட்டு
உதிரிகளாக என்னுள் உடைபடுகிறேன்.
மேலும் கீழுமாய்
என் தட்டைக் கை முகத்தில் படர்கிறது.
பனிக்கட்டியின் கடினப் பகுதிகள் என் மூளையில்
காடுகளில் நின்று விடுவதைப் போன்றே தங்கி விடுகின்றன
தலையில் நரைபடியும் காலம்வரை வாழ்ந்து விட்ட நான்
தகடுகளாக மிதக்கும் பனிக்கட்டிகளின் இடையில்
வழிகாணும் சிறிய யந்திரப் படகு
திறந்த கடலை நோக்கிச் செல்வதைப் பார்க்கிறேன்.
உன்னை எழுத்தில் மன்னிப்பதென்பது

தவறுக்காக உன்னைக் குற்றம் சாட்டுவதற்கு
சமமாகும் கனிவற்ற நேர்மையற்ற செயல் மன்னிக்க வேண்டும்
தயை கூர்ந்து
இவ்வுயர்ந்த நடைக்காக:
நம் அதிருப்தி முடிவுற்றதாயினும்
நம் குளிர்காலங்களுக்கு முடிவு ஒன்றிருக்கிறது.
ஏன் எனின் மாறுதலின் சாரம் பொதிந்துள்ளது இதில்-
ஞாபகத்தின் பெருவிருந்தில் குழுமும்
கலைத் தேவதையின் உரத்த வாதாடலில்.

பாலைவனத்தில் ஒரு நிறுத்தம்[1]

வெகுசில கிரேக்கர்களே இன்று லெனின்கிராடில் வசிப்பதால்
தற்போதைய மகிழ்வுற்ற கருணைகாணாத பாணியில்
புதிய இசையரங்கினை நிர்மாணிக்க இடம்தர
கிரேக்கர்களின் கிறித்துவத் திருக்கோயிலை தரைமட்டமாய்
இடித்துவிட்டோம் நாம்.
மேலும்
பதினைந்தாயிரம் இருக்கைகள் கொண்டதொரு இசையரங்கம்
அவ்வளவு கருணையிழந்த பொருளல்ல.
புராதன நம்பிக்கைகளின் நைந்த தோரணங்களை விட
கலையின் அதி நுட்பம் கவர்ச்சியானதாயிருப்பின்
யாரைக் குறை சொல்ல?
இருப்பினும் இந்தத் தொலைவிலிருந்து நாம் பார்க்கும்போது
வருத்தமளிக்கிறது பழக்கப்பட்ட வெங்காய வடிவ
கோபுரங்களைக் காணாமல்

விசித்திரமான மழுங்கிய நிழல்வடிவம் தெரிவது.
எனினும்
இறுகலான சமநிலை அமைப்புகளின் அழகின்மைக்கு
மனிதர்கள்
சமமான அமைப்புகளின் அழகின்மையை விட
அவ்வளவு மிகுதியாக கடன் பட்டிருக்கவில்லை.
திருக்கோயில் எவ்வாறு சரணடைந்தது என்பது நன்கு
நினைவில் இருக்கிறது.
அப்போது நான் அருகாமையில் வாழ்ந்த
தார்த்தாரியக் குடும்பத்திற்கு வசந்த பருவத்திய பயணம்
செய்துகொண்டிருந்தேன்

அவ்வீட்டின் முகப்பு ஜன்னல்
கோயிலின் தெளிவான கோட்டுருவினைத் தந்தது பார்வைக்கு.
பேச்சின் இடையில் ஆரம்பித்தது அது.

ஆனால் குழப்பச் சப்தங்களின் உறுமல் வன்முறையாய்ப்
புகுந்து கலந்து, பின் நிதானமான மனித உரையாடலை
மூழ்கடித்தது.
மிகப் பெரிய தானியங்கி மண் தோண்டி
உலோகச் சொடுக்கல்களுடன்
இரும்புப் பந்து அதன் சங்கிலியில் தொங்க
திருக்கோயிலை நெருங்கியது.
உடனே சுவர்கள் அமைதியாய் வழிவிடத் தொடங்கின.
வெறும் சுவர் அப்படியொரு எதிரியின் முன்
வழிவிடாமற் போவது ஏளனத்திற்குரியது.
தானியங்கி மண் தோண்டி
தன்னைப் போலவே
சுவரும் உயிரற்ற ஆன்மாவிழந்த பொருள் என
எண்ணியிருக்கக் கூடும்.
உயிரற்ற ஆன்மாவற்ற பொருள்களின் பிரபஞ்சத்தில்
எதிர்ப்பு
தவறான முறைமை எனக்கருதப்படும்.
பின் வந்தன அள்ளிக் கொண்டு செல்லும் லாரிகள்
அதன்பின் நிலத்தை சமன் செய்யும் பெரும்ஊர்தி. . .
முடிவில்-பின்னிரவு நேரம்வரை அமர்ந்திருந்தேன்
திருக்கோயிலின் பன்முக ஒதுக்கிடத்தில்
புத்தம் புதிய சிதைவுகளுக்கிடையில்,
பீடத்தின் வாய்பிளந்த ஓட்டைகளின் பின்னால்
இரவு கொட்டாவி விட்டது.

திறந்த பீடத்தின் காயங்களின் வழியாக
சாவின் நிறமென வெளுத்து நிற்கும் போர்வீரர்களைப் போன்ற
தெருவிளக்குகளை மெதுவாய் மிதந்து கடந்து மறையும்
தெருக் கார்களை கவனித்தேன்.
திருக்கோயில்கள் ஒரு போதும் காட்டாத
பல பொருள்களின் திறளை
இத்திருக்கோயிலின் முப்பட்டகம் வழியாய்ப் பார்த்தேன்.

ஏதாவது ஒரு நாள்
இன்று வாழும் நாங்கள் இறந்த பின்
அல்லது நாங்கள் சென்ற பின்
எங்களை நன்கு அறிந்தவர்களுக்கு
பீதியை, கலவரத்தைக் கொணரும் தன்மையில்
முன்னால் எங்களின் வாழ்விடமாயிருந்த வெளியில்
ஒரு பொருள் தோற்றம் கொள்ளும்.
ஆனால் எங்களைத் தெரிந்தவர்கள் மிகக்குறைவாகவே
இருப்பார்கள்.

நாய்கள் பழைய நினைவினால் உந்தப்பட்டு
ஒரு சமயம் பழக்கப்பட்ட இடத்தில் பின்னங்கால்களைத்
தூக்குகின்றன.
திருக்கோயிலின் சுவர்கள் என்றோ பிய்த்தெரியப்பட்டுவிட்டன.
ஆனால் இந்த நாய்கள் திருக்கோயில் சுவர்களை
அவற்றின் கனவில் காண்கின்றன.
நாய்க்கனவுகள் நடப்புமெய்மையை ரத்துசெய்து விட்டன.
ஒரு வேளை இப்பூமி அப்பழமையின் வாசனையைக்
கொண்டிருக்கக் கூடும்.
நாய் முகரும் ஒன்றைத் தார் மூடிவிட முடியாது.
அத்தகைய நாய்களுக்கு இப்புதிய கட்டிடம்
என்னவாக முடியும்! அவைகளைப் பொருத்தவரை
திருக்கோயில் இன்னும் இருக்கிறது.
அவை தெளிவாகப் பார்க்கின்றன.
மனிதர்களுக்கு வெளிப்படையான உண்மையை
அவை நம்ப மறுக்கின்றன
இக்குணமே சில வேளைகளில்
'நாய்களின் விசுவாசம்' என்று அழைக்கப்படுகிறது.
மனித வரலாற்றின் தொடர்ஓட்டத்தைப் பற்றி
நான் மெய்யாக ஏதாவது சொல்வதானால்
இத்தொடர் ஓட்டத்தின் மீது மட்டுமே உறுதியளிக்கிறேன்,
இனி வரப் போகும் எல்லாத் தலைமுறைகளின்
இந்த ஓட்டத்தின் மீதும்.
வெகு சில கிரேக்கர்களே இன்று லெனின்கிராடில்
வசிக்கிறார்கள்
கிரேக்கத்திற்கு வெளியே, பொதுவாக வெகு சிலரே
அதில் மிகச் சிலரே நம்பிக்கையின் ஸ்தலங்களை காப்பாற்ற,
கட்டிடங்களில் நம்பிக்கை கொள்வது
யாரும் அதைக் கேட்பதில்லை.
கிறிஸ்துவிடம் மனிதர்களை அழைப்பது ஒரு பக்கம்.
ஆனால் அவர்களின் சிலுவையை சுமப்பது முற்றிலும்
வேறானது.
அவர்களின் கடமை தெளிவானது, ஒன்றை நோக்கியது.
எனினும் அக்கடமையை பூரணமாய் வாழ்வதற்குப்
பலவீனர்களாயிருந்தனர்.
அவர்களின் உழவுகாணா நிலங்கள்
பயனற்ற களைகளால் மண்டிக்கிடந்தன.
'விதைப்பவர்களே கூர்மையான கலப்பையைத் தயாராய்
வைத்திருங்கள்.'

'நாம் தெரிவிப்போம்
என்று உம் தானியம் விளைந்ததென'

அவர்கள் கையருகில் தயாராய் தங்கள் கூர்ந்த கலப்பையை
வைக்கத் தவறினர்.
இன்றிரவு இருண்ட ஜன்னலின் வழியாக வெறித்துப் பார்த்து
நாம் வந்து நிற்கிற அவ்விதம் பற்றிச் சிந்தித்து
என்னைக் கேட்டுக் கொள்கிறேன்:
எதிலிருந்து நாம் இன்று மிகவும் விலகியுள்ளோம்-
பழைய கிரேக்க உலகத்திலிருந்தா-இல்லை மதத்திலிருந்தா
எது இப்போது அருகாமை?
இனி வரப்போவது என்ன? ஒரு புதிய சகாப்தம்
நமக்காகக் காத்திருக்கிறதா?
அது அவ்வாராயின் நாம் எவ்வகையில்
கடமைப் பட்டிருக்கிறோம்?
நாம் அதற்காக எவற்றை இழக்க வேண்டும்.

[1].1960களின் மத்தியில் லெனின்கிராடின் ஒரு பகுதியில் அமைந்திருந்த கிரேக்க கிறித்தவக் கோயில் இடிக்கப்பட்டு எஃகு-கண்ணாடி அமைப்பு கொண்ட விஸ்தாரமான அக்டோபர் இசையரங்கம் எழுப்பப்பட்டது. ப்ராட்ஸ்கியின் குடியிருப்புக்கு மிக அருகிலேயே இது நிகழ்ந்தது.

கவிதை

1.

நம் விடைபெறதல் மௌனமாய் நிகழட்டும்
இசைத் தட்டினை நிறுத்தி விடு.
இவ்வுலகில் தனிப்படுதல்
அப்பால் வரும் பிரிவுகளின் குறிப்பு.
இந்த வாழ்நாட்களில் நாம்
பிரிந்து உறங்குவது மட்டுமல்ல
சாவு நம்மை ஒன்றாய் இணைக்காது
பிரியத்தின் காயத்தைப் போக்கவும் செய்யாது.

2.

எது குற்றமுள்ளதாயிருப்பினும்
இறுதித் தீர்ப்பு ஒலிக்கும் போது
பாவமறியாத ஒன்றினைப் போல் வரவேற்பினைப்
பெறமுடியாது.
நாம் சொர்க்கத்தில் சந்திக்க மாட்டோம்.
நரகத்திலும் அடுத்தடுத்து இருக்கப் போவதில்லை.
என்பதை உணர்ந்திருப்பதால்
நம் விடைபெறுதல் மிகவும் இறுதியானது.

3.

நாம் இருவருமே நேர்மையாளர்கள் என்னும் உண்மை

தழை மக்கிய மண்ணை கலப்பைப் பிளப்பதைப் போன்று
நம்மைப் பாவத்தை விடவும் பரிபூரணமாக இரண்டாக்குகிறது.
ஒரு கண்ணாடிக் கோப்பையை இடித்து உடைத்து விடுகையில்
நாம் கவனக் குறைவானவர்கள். குற்றவாளிகளல்ல.
கொட்டிச் சிதறிய மதுவின் மீதான கவலை
உடைத்துவிட்ட பின் என்ன நலம் பயக்கும்?

4.

நம் இணைவு எங்ஙனம் பூரணமாகியதோ
அவ்வாறே பிரிவும் முழுமையானது.
காமிராவின் பக்கவாட்டு அசைவோ முன்னோக்கிய நகர்தலோ
காட்சியின் தெளிவின்மையைத் தள்ளிப் போட முடியாது.
நம் கூட்டிணைவு இன்னும் நிஜம் என்பதில் அர்த்தமில்லை
ஆனால் திறமை மிகுந்த தனிப்பகுதி
பூரணம் எனப் பொய்த்தோற்றம் தரலாம்.

5.

நிரைந்து வழிதலில் மயக்கமுறு
வறட்சிவரை உன்னை இறைத்து ஊற்று.
நம் இரு பாதிகளும் மதுவின் பொருண்மையைக்
கொண்டிருக்கிறோம் அதன் வீரியத்தை அல்ல
ஆனால் என் உலகம் முடிந்துவிடாது
வருங்காலத்தில்
நாம் பிரிவுற்ற அந்த தாறுமாறாய்க் கிழிபட்ட
விளிம்புகளை மட்டுமே பகிர்ந்துக் கொண்டாலும்.

6.

மனிதன் எவனும் அந்நியனாகிப் போய்விடுவதில்லை.
ஆனால் ‘ஒரு போதுமில்லை மீண்டும்’ எனும்போது
நம் உணர்வுகளால் அவமானத்தின் நுழைவாயில்
வரையறுக்கப்படுகிறது.
இவ்வாறு வருந்திப் பின் புதைந்து
மீண்டும் நம் அக்கறைகளைத் துவங்கி
இரண்டு ஒருபொருட் சொற்களைப் போல்
சாவினை அதன் மையத்தில் துண்டிக்கிறோம்.

7.

இந்த நாடெங்கிலும் நாம்
இணைந்திருக்க இயலாதென்பது
பரந்த பிரபஞ்சத்தன்மையின் மாறுபட்ட வெளிப்பாடாகிறது.
பெருமைகளைக் கண்டு பொறாமை கொள்கிறது நம்நிலம்
எனினும் அது
மறதி நதியின் தூரப்பகுதியில் அதன் வறிய உடையற்றவர்களுடன்

எந்தச் சக்திக்கும் பணிந்து விடுவதில்லை.

8.
பின் எதற்கு
கடந்து போனவற்றை அழித்துவிட இந்தத் தோல்வியுறும்
முயற்சிகள்?
இந்த ஏழ்மை வரிகள் நாம் அறிந்த ஒரு விபத்தை
எதிரொலிக்க மட்டுமே செய்யும்.
தொடக்கங்களை விட காதலின் முடிவுகளே
அதிகம் கவனிக்கப்படுகின்றன என்பதற்கு ஆதாரங்கள்
திடீர் பூஞ்சைகளாய்க் கிளம்பும் இந்த வதந்திகள்.

9.
நம் விடைபெறுதல் மௌனமாய் நிகழட்டும்
நம் உடைந்த முகவரி
(உனது 'தேவதை, எனது துர்தேவன்')
சொர்க்கத்தின் வேட்டை நாய்களிடமிருந்து
ஒரு வருடலையும் பெற முடியாது.
கூட்டாக இசைக்கும் கலைத்தேவதைகள் வருந்துவர்
பின்வரவேண்டிய இடர்கள்
நாம் வாழும்போதே உறுத்தும் வலிகளைக் கொணர்வதால்.

வடக்கு பால்டிக் பிரதேசம்

ஒரு பனிப்புயல் இந்த துறைமுகத்தைத் தூளாக்கும் போது
கிரீச்சிடும் ஒரு பைன் மர இலைகள்
பனிச்சருக்கு வண்டியின் எஃகு ரன்னரை விட ஆழமாய்
காற்றில் தடம் பதிக்கையில்,
எந்தவித நீலநிறங்களின் அளவுகளை ஒரு விழியால்
அடையவியலும்?
கருமித்தனத்தில் என்னவிதமான சைகை மொழி முளைத்தெழ
முடியும்?
பார்வைக்குப் புலனாகாது வெளி உலகம்
தனது சிறைபிடிப்பாளரைப் பார்த்துப் பழிக்கிறது.
வெளிர்ந்து, பனிநிறைந்து, சாதாரணமாய்.
இவ்வாறுதான் ஒரு நத்தை சமுத்திரத்தரையினடியில் தொடர்ந்து
ஒளிர்கிறது.
இப்படித்தான் நிச்சலனம் ஒலியின் வேகமனைத்தையும்
உறிஞ்சிக்கொள்கிறது.

இவ்வாறே ஒரு தீக்குச்சி ஒரு அடுப்பினைப் பற்ற வைக்கப்
போதுமாகிறது.
தாத்தா காலத்துக் கடிகாரமொன்று-
அது இதயத்துடிப்பின் சகோதரன்-
கடலின் இந்தப்பக்கத்தில் நின்றுபோய் விட்டாலும்
இன்னும் அந்தப்பக்கத்தில் காலம் காட்ட ஒலியிடுகிறது
டிக்-டாக் என.

மீண்டும் ஒரு முறை

மீண்டும் ஒரு முறை நாம் வசிக்கிறோம்
நேப்பிள்ஸ் விரிகுடாவின் பக்கம்.
கரும்புகை மேகங்கள் கடக்கின்றன, தினமும், நமக்குமேல்.
நமது சொந்த வெசுவியஸ்
தொண்டையைச் செருமிக்கொண்டது;
பக்கவாட்டுத் தெருக்களில் படிகிறது எரிமலைச் சாம்பல்.
அதன் கர்ஜனையில் நம் கண்ணாடி ஜன்னலின் சட்டங்கள்
சடசடத்து விட்டன.
என்றாவது ஒரு நாள் நாமும் கூட சாம்பலால்
சுற்றப்படுவோம்.
மேலும் அது நிகழும்போது, அந்த பயங்கர கணத்தில்
நகரின் புறநகர்ப்பகுதிகளுக்கு ட்ராம் வண்டியில் வந்து
உன் வீட்டைக் கண்டுபிடிக்க விரும்புவேன்;
ஒரு ஆயிரம் ஆண்டுகளுக்குப் பிறகு
நமது நகரைத் தோண்டி எடுக்க
விஞ்ஞானிகளின் கூட்டமொன்று இங்கு வருமாயின்
நான் நம்புகிறேன் அவர்கள் கண்டெடுப்பார்கள்
நம் நவீன சகாப்தத்தின் சாம்பல்களால் சூழப்பட்டு-
மேலும் என்றென்றைக்குமாய் உனது அணைப்புக்குள்
என்னை.

நீ வீடு திரும்புகிறாய் மீண்டும்

நீ வீடு திரும்புகிறாய் மீண்டும். அதற்கென்ன பொருள்?
உன்னைத் தேவை என்று உணர்பவர்,
இன்னும் தன் நண்பர் என்று கருதுபவர் எவரும்
இருக்க முடியுமா?

வீட்டுக்கு வந்து விட்டாய், இரவு உணவுடன் அருந்த இனிப்பு
மது வாங்கி வந்திருக்கிறாய்,
மேலும், ஜன்னலின் வெளியில் வெறித்தபடி, சிறிது சிறிதாய்
நீ அறியத் தொடங்குகிறாய், 'நீ' மாத்திரமே குற்றம்
செய்தவனென்று.
ஒரே ஒருவன். அருமை அது. கடவுளுக்கு நன்றி சொல்.
அதற்கு மாறாக, 'சிறிய உதவிகளுக்கு நன்றிகள்',
என்று நீ ஒரு வேளை சொல்ல வேண்டியிருக்கலாம்.
அருமை,
வேறு எவரையும் குற்றம் சொல்ல முடியாதென்பது
அருமை
உறவுகள் யாவற்றிலிருந்தும் நீ விடுதலையானவன் என்பது
அருமை, உன்னைக் கவனம் சிதைக்கும் அளவு
காதலிக்கக் கடமைப்பட்டவர்
இந்த உலகில் எவரும் இல்லை என்பது.
அருமை, எவரும் உன் கையைப் பிடித்தபடி
ஒரு இருண்ட மாலைப்பொழுதில் கதவு வரை வந்து
வழியனுப்பவில்லை என்பது,
அருமை
தனியாக, இப்பரந்த உலகில், களேபரம் மிகுந்த
ரயில் நிலையத்திலிருந்து வீட்டை நோக்கி நடப்பது என்பது.
அருமை வீட்டுக்கு வேகமாய் செல்லும் போது
வெளிப்படையானதற்குச் சற்றுக் குறைவானதொரு
வார்த்தையை உச்சரித்தபடி உன்னை நீயே தடுத்துச் சந்திப்பது
நீ திடீரென்று உணர்கிறாய் என்ன நடந்தது என்பதை ஏற்க
உன் ஆன்மாவே மிகவும் விரைவற்றது.

குடித்தனக்காரன்

முற்றிலும் விநோதமாய்
முற்றிலும் விநோதமாய்த் தனது புதிய வீடிருப்பதை
பார்க்கிறான் குடித்தனக்காரன்.
அவனது விரைந்த பார்வை பரிச்சயமற்ற பொருள்களின்
மேல் விழுகிறது. அவற்றின் நிழல்கள் முழுமையற்றது
அவனில் பொருந்துவதால் அவையேகூட அதுபற்றி சிறிது
சஞ்சலம் கொள்கின்றன.
ஆனால் இந்த வீடு தன் வெறுமையைத் தாங்காது
இந்தப்பூட்டு மட்டுமே-அது மட்டும் எப்படியோ
கம்பீரமற்றிருக்கிறது.
குடித்தனக்காரனின் தொடுதலை உணரத் தாமதித்து
இருளில் தனது சிறிது நேர எதிர்ப்பைத் தெரிவிக்கிறது.

தான் என்றும் இந்த இடத்தை வீட்டு அகல வேண்டியதில்லை
என்ற நினைப்புடன் இவ்வீட்டுக்குள் இழுப்பறைகள்
கொண்ட பீரோவையும் மேஜையையும் கொண்டு வந்த
பழயவனைப் போலில்லை இந்தப் புதிய குடித்தனக்காரன்;
ஆனாலும் இவன் செய்தான்: இவன் வாழ்வின் துளிகள்
சாவுத்தரமாயின.
அவர்கள் இருவரையும் ஒருவராக்குவதற்கு ஒன்றுமே
இல்லை போலத் தோன்றும்:
தோற்றம், குண இயல்பு, மனம் சந்தித்த பேரதிர்ச்சி.
எனினும் வழக்கமான 'ஒரு வீடு' என அழைக்கப்படுவது
ஒன்றே இந்த இருவருக்கும் இடையில்
பொதுவானதாயிருக்கிறது.

◎

ஒரு இளம் கவிஞன் மீதான விசாரணை

லெனின்கிராட் பெருநகரின் தெர்ஷின்ஸ்கி மாவட்ட நீதி மன்றத்தின் அமர்வு. ஜோசப் ப்ராட்ஸ்கி மீதான முதல் விசாரணை. பிப்ரவரி 18, 1964.

தலைமை நீதிபதி திருமதி சாவ்லா

நீதிபதி : உங்களுடைய தொழில் எது?

ப்ராட்ஸ்கி : நான் கவிதைகள் எழுதுகிறேன். நான் மொழிபெயர்க்கிறேன். நான் கருதுவது-

நீதிபதி : நீங்கள் 'கருதுவதை'ப் பற்றிக் கவலைப்பட வேண்டாம். நீதிமன்றத்தைப் பாருங்கள். நீதிமன்றத்திற்குத் தெளிவான பதில் சொல்லுங்கள். உங்களுக்கு ஒரு முறையான வேலை இருக்கிறதா?.

ப்ராட்ஸ்கி : அதை ஒரு முறையான வேலை என்று நான் கருதுகிறேன்.

நீதிபதி : பதிலைத் தெளிவாகச் சொல்லுங்கள்.

ப்ராட்ஸ்கி : நான் கவிதைகள் எழுதினேன். அவை அச்சிடப்படும் என்று நினைத்தேன். நான் என்ன கருதுகிறேன் என்றால்.....

நீதிபதி	:	நீங்கள் என்ன 'கருதுகிறீர்கள்' என்பது பற்றி எங்களுக்கு அக்கறை இல்லை. நீங்கள் ஏன் வேலை செய்யவில்லை என்பதற்குப் பதில் சொல்லுங்கள்.
ப்ராட்ஸ்கி	:	நான் வேலை செய்யத்தான் செய்தேன். நான் கவிதைகள் எழுதினேன்.
நீதிபதி	:	அது எங்கள் கவனத்தை ஈர்க்கவில்லை. நீங்கள் எந்த நிறுவனத்துடன் தொடர்பு கொண்டிருந்தீர்கள் என்பதைத் தெரிந்து கொள்ள விரும்புகிறோம்.
ப்ராட்ஸ்கி	:	ஒரு வெளியீட்டு நிறுவனத்துடன் எனக்கு ஒப்பந்தங்கள் இருந்தன.
நீதிபதி	:	அப்படியானால் பதில் சொல்லுங்கள். உங்கள் தினசரி வாழ்க்கைக்குத் தேவையான ஒப்பந்தங்கள் இருந்தனவா? அவற்றுக்கான தொகைகளுடன், தேதிகளுடன் எங்களுக்கு ஒரு பட்டியல் கொடுங்கள்.
ப்ராட்ஸ்கி	:	எனக்கு சரியாக நினைவில்லை. எல்லா ஒப்பந்தங்களும் என் வழக்கறிஞரிடம் உள்ளன.
நீதிபதி	:	நான் கேட்பது உங்களை.
ப்ராட்ஸ்கி	:	மாஸ்கோவில், என் மொழி பெயர்ப்புக்களைக் கொண்ட இரண்டு புத்தகங்கள் வெளியிடப்பட்டிருக்கின்றன (பெயர்களை கூறுகிறார்.)
நீதிபதி	:	எவ்வளவு காலமாக நீங்கள் வேலை பார்க்கிறீர்கள்?
ப்ராட்ஸ்கி	:	ஏறத்தாழ. . .
நீதிபதி	:	உங்களின் 'ஏறத்தாழ' பற்றி எங்களுக்கு கவலையில்லை.
ப்ராட்ஸ்கி	:	ஐந்து வருடங்கள்.
நீதிபதி	:	எங்கே நீங்கள் வேலை செய்தீர்கள்?
ப்ராட்ஸ்கி	:	ஒரு தொழிற்சாலையில், புவியியல் ஆய்வுப் பயணங்களில். . .

நீதிபதி	:	தொழிற்சாலையில் எவ்வளவு காலமாக வேலை செய்தீர்கள்?
ப்ராட்ஸ்கி	:	ஒரு வருடம்.
நீதிபதி	:	என்னவாக?
ப்ராட்ஸ்கி	:	ஒரு மில்லிங்-மிஷினிஸ்ட்டாக.
நீதிபதி	:	உங்கள் உண்மையான தொழில் எது?
ப்ராட்ஸ்கி	:	நான் ஒரு கவிஞன். மேலும் கவிதைகளின் மொழிபெயர்ப்பாளர்.
நீதிபதி	:	யார் உங்களை ஒரு கவிஞராக அங்கீகாரம் செய்தது? கவிஞர்களுக்கு மத்தியில் உங்களுக்கு ஒரு இடம் அளித்தது யார்?.
ப்ராட்ஸ்கி	:	யாருமில்லை. மேலும் இந்த மனித இனத்தில் எனக்கொரு இடமளித்தது யார்?
நீதிபதி	:	அதை நீங்கள் படித்தீர்களா?
ப்ராட்ஸ்கி	:	எதை?
நீதிபதி	:	ஒரு கவிஞனாக இருப்பதை. மனிதர்களுக்குப் பயிற்சி அளிக்கப்படும் ஒரு பல்கலைக் கழகத்திற்கு நீங்கள் செல்ல முயற்சிக்கவில்லை. எங்கே அவர்களுக்கு சொல்லித் தரப்படுகிறதோ அங்கே...?
ப்ராட்ஸ்கி	:	நான் நினைக்கவில்லை... அதைப் பயிற்சியினால் செய்ய முடியும் என்று நான் நினைக்கவில்லை.
நீதிபதி	:	பின்னர் வேறு எதனால்?
ப்ராட்ஸ்கி	:	நான் நினைத்தேன்... கடவுளால்...
நீதிபதி	:	நீதிமன்றத்திடம் உங்களுக்கு ஏதும் விண்ணப்பம் செய்ய வேண்டி உள்ளதா?
ப்ராட்ஸ்கி	:	நான் ஏன் கைது செய்யப்பட்டேன் என்பதைத் தெரிந்து கொள்ள விரும்புகிறேன்.
நீதிபதி	:	அது ஒரு கேள்வி, விண்ணப்பம் அல்ல.
ப்ராட்ஸ்கி	:	அப்படியானால் நான் செய்து கொள்ள ஒருவிண்ணப்பமும் இல்லை.

நீதிபதி : எதிர்த்தரப்பிலிருந்து ஏதும் கேள்விகள் இருக்கிறதா ?.

எதிர்தரப்பு
வழக்கறிஞர் : ஆம், குடிமகன் ப்ராட்ஸ்கி, நீங்கள் சம்பாதிப்பதை உங்கள் குடும்பத்திற்கு கொடுக்கிறீர்களா ?

ப்ராட்ஸ்கி : ஆம்.

எ.த.வ : சிகிச்சைக்காக எந்த நிறுவனத்திலாவது நீங்கள் இருந்ததுண்டா ?

ப்ராட்ஸ்கி : ஆம். 1963ம் ஆண்டு டிசம்பர் இறுதியிலிருந்து ஜனவரி 5ம் தேதி, இந்த வருடம் வரை மாஸ்கோவின் காஷ்செங்கோ மருத்துவ விடுதியில் இருந்திருக்கிறேன்.

எ.த.வ : ஒரே இடத்தில் நீண்ட காலம் வேலை பார்க்க முடியாமல் உங்கள் நோய் உங்களைத் தடுத்தது என்று நீங்கள் நினைக்கவில்லையா ?

ப்ராட்ஸ்கி : இருக்கலாம். சாத்தியம். எனக்கு நிஜத்தில் தெரியவில்லை.

எ.த.வ : நீங்கள் க்யூபா நாட்டுக் கவிஞர்களின் தொகுதி ஒன்றிற்காக கவிதைகளை மொழி பெயர்த்ததுண்டா ?

ப்ராட்ஸ்கி : ஆம்.

எ.த.வ : வழக்கின் ஆவணங்களுடன் மொழிபெயர்ப்புத் துறை அலுவலகப் பிரிவின் தேர்ந்த கருத்துக்களைச் சேர்த்துக் கொள்ளும்படி கேட்டுக் கொள்கிறேன். மொழிபெயர்க்கப்பட்ட கவிதைகளின் பட்டியலை, ஒப்பந்தங்களின் பிரதிகளை, குடிமகன் ப்ராட்ஸ்கியின் ஆரோக்கியம் ஒரு நிலையான வேலையில் இருக்க விடாமல் தடுத்ததா என்பதை உறுதி செய்து கொள்ள, அவரை மருத்துவப் பரிசோதனை செய்யுமாறு அவர் சார்பில் கேட்டுக் கொள்கிறேன். அவர் எந்தக் குற்றமும் செய்யவில்லை. மேலும், அவரைக் கைது செய்தது சட்டத்துக்குப் புறம்பானது என்று நான் கருதுகிறேன். அவருக்கு ஒரு நிலையான இருப்பிடம் உள்ளது. அவர் எந்த நேரத்திலும் நீதிமன்றத்தின் முன் தன்னை ஆஜர்படுத்திக் கொள்ள முடியும்.

ஆலோசனைக்காக நீதிமன்றம் கலைந்து பின்னர் பின்வரும் முடிவு வாசிக்கப்படுகிறது.

பின்னரும் சந்தேகத்தை நிவர்த்தி செய்ய நீதி மன்ற
மனவியல் மருத்துவரின் அறிக்கைக்காக
அனுப்பப்பட வேண்டும். ப்ராட்ஸ்கி ஏதாவது
மனநோயினால் துன்புறுகிறாரா?
இந்நோய் ஒரு
தூரப்பிரதேசத்தில் கட்டாய
வேலைக்காக ப்ராட்ஸ்கி அனுப்பப்படுவதைத்
தடுக்கிறதா? ப்ராட்ஸ்கியின் வேலை

ஒப்பந்தங்களை சரி பார்க்க
விசாரணை தொடர்பான ஆவணங்களை
ராணுவத்திற்கு அனுப்ப வேண்டும்.

நீதிபதி : நீங்கள் ஏதும் கேள்விகள் கேட்க வேண்டுமா?

ப்ராட்ஸ்கி : என்னுடைய ஒரு வேண்டுகோள். என் சிறை அறையில் பேனாவும் பேப்பர்களும் தரப்பட வேண்டும்.

நீதிபதி : ராணுவத்தின் முதன்மை அதிகாரிக்கு இந்த வேண்டுதல் விண்ணப்பிக்கப்பட வேண்டும்.

ப்ராட்ஸ்கி : நான் கேட்டேன். ஆனால் அவர் மறுத்து விட்டார். நான் கேட்பது பேனாவும் பேப்பர்களும்.

நீதிபதி : உங்கள் வேண்டுகோளை அவர்களுக்கு அனுப்புகிறேன்.

ப்ராட்ஸ்கி : நன்றி.

(ஒரு பெரும் கூட்டம் நீதிமன்றத்தைச் சுற்றிக் கூடி இருக்கிறது. அநேகம் பேர் இளைஞர்கள்)

நீதிபதி : எவ்வளவு ஜனங்கள்! நான் நினைக்க வில்லை இவ்வளவு பேர் வருவார்கள் என்று.

குரல் : ஒவ்வொரு நாளும் நீதிமன்றத்தின் முன் ஒரு கவிஞன் வருவதில்லையே.

ஜோசப் ப்ராட்ஸ்கிக்கு எதிரான வழக்கின் மீது இரண்டாவது விசாரணை (ஃபோன்டென்கா 22, உழைப்பாளர்கள் கழகக் கட்டிடத்தின் கூடம், மார்ச் 31ம் தேதி 1964)

அறிவிப்பு : உழைப்புச் சோம்பேறி பிராட்ஸ்க்கிக்கு எதிரான சட்ட நடவடிக்கைகள்.

மனவியல் மருத்துவ அறிக்கையில் காணப்படுவது : 'மன நோயின் குணாம்சங்கள் கவனிக்கப்பட்டுள்ளன. ஆனாலும் வேலை செய்யும் திறமை இருக்கிறது. எனவே, நிர்வாக பூர்வமான நடவடிக்கைகள் எடுக்கப்படலாம்'.

நீதிமன்றத்திடம் என்ன வேண்டுகோள்கள் ப்ராட்ஸ்கி செய்ய வேண்டி இருக்கிறது என்று நீதிபதி கேட்கிறார். குற்றப்பத்திரங்களின் பிரதியை இன்னும் ப்ராட்ஸ்கி பார்க்கவில்லை என்பது தெரிகிறது. விசாரணை ஒத்திப் போடப்பட்டு, குற்றப்பத்திரிக்கையை அவர் படிக்கக் கேட்பதற்காக வெளியில் அழைத்துச் செல்லப் படுகிறார். மீண்டும் உள்ளே அழைத்து வரப்பட்ட பின், பல கவிதைகள் தன்னுடையதல்ல என்று அறிவிக்கிறார். மேலும், 1956ல் அவரின் 16வது வயதில் எழுதப்பட்ட குறிப்பேட்டினை விசாரணை ஆவணங்களுடன் சேர்க்க வேண்டாமென்று வேண்டுகிறார். குறிப்பேடு அகற்றப்படவில்லை. நீதிபதி, ப்ராட்ஸ்கி ஏன் 1956ம் ஆண்டிலிருந்து பணிபுரியும் இடங்களை 13முறை மாற்றினார் என்றும், இந்த இடைக் காலங்களில் ஏன் வேலை செய்யவில்லை என்றும் கேட்கிறார்.

சொரோகின் (அ.வழக்கறிஞர்) : நீங்கள் சம்பாதிக்கும் பணத்தில் வாழ முடியுமா?

ப்ராட்ஸ்கி : முடியும். ஏன் என்றால், நான் சிறையில் இருந்தபோது ஒவ்வொரு நாளும் எனக்கு 40 கோப்பெக்குகள் செலவழிக்கப் பட்டதாகக்கூறும் அறிவிப்பில் கையெழுத் திட்டிருக்கிறேன். மேலும் நான் ஒரு நாளைக்கு 40 கோப்பெக்குகளுக்கு அதிகமாக சம்பாதித்திருக்கிறேன்.

சொரோகின் : உங்களுக்குக் காலணிகளும், உடைகளும் தேவைப்படாதா?

ப்ராட்ஸ்கி : என்னிடம் ஒரு பழைய சூட் இருக்கிறது. ஒரு வகையான சூட். எனக்கு இரண்டாவது தேவையில்லை.

எ.த.வ. : துறையின் வல்லுநர்கள் உங்கள் கவிதைகளின் ஏற்பினைத் தெரிவித்தார்கள்.

ப்ராட்ஸ்கி : ஆம். For the First Time in the Russian Language என்ற இதழில் அச்சாகி உள்ளது. போலிஷ் மொழியிலிருந்து மொழி பெயர்க்கப்பட்ட கவிதைகளை நான் வாசித்திருக்கிறேன்.

நீதிபதி	:	(எ.த.வ.ரிடம்) அவர் என்ன உருப்படியான வேலை செய்திருக்கிறார் என்பதை கேட்க வேண்டிய நீங்கள் அவரின் கவிதை வாசிப்புகளைப் பற்றிக் கேட்டுக் கொண்டிருக்கிறீர்கள்.
எ.த.வ.	:	அவருடைய மொழிபெயர்ப்புகள் பயனுள்ள வேலைதான்.
நீதிபதி	:	ப்ராட்ஸ்கி, வேலை மாற்றங்களின் இடைவெளிக் காலங்களில் நீங்கள் ஏன் உழைக்கவில்லை என்பதை நீதிமன்றத் துக்கு விளக்கினால் நல்லது.
ப்ராட்ஸ்கி	:	நான் கவிதைகள் எழுதினேன். நான் உழைக்கத்தான் செய்தேன்.
நீதிபதி	:	ஆனால் அதே நேரத்தில் நீங்கள் உழைக்கவும் செய்திருக்கலாம்.
ப்ராட்ஸ்கி	:	நான் வேலை செய்தேன். நான் கவிதைகள் எழுதினேன்.
நீதிபதி	:	ஆனால் சிலர் தொழிற்சாலையில் வேலை செய்துகொண்டே கவிதைகள் எழுதியிருக்கிறார்கள். அதைச் செய்வதிலிருந்து உங்களை எது தடுத்தது.
ப்ராட்ஸ்கி	:	ஆனால் மனிதர்கள் எல்லோரும் ஒரே மாதிரியானவர்கள் அல்லர். அவர்களின் ரோமங்களின் நிறம், முகங்களின் வெளிப்பாடுகள் கூட. . .
நீதிபதி	:	அது உங்கள் கண்டுபிடிப்பல்ல. எல்லோருக்கும் அது தெரியும். கம்யூனிசத் திற்கான முன்னோக்கிய பயணத்தில் உங்கள் பங்கினை எவ்வாறு மதிப்பீடு செய்வீர்கள் என்பதை நீங்கள் விளக்கினால் நல்லது.
ப்ராட்ஸ்கி	:	கம்யூனிசத்தின் கட்டுமானம்- அது வேலை மேஜைக்கு எதிரில் நிற்பது மட்டுமோ அல்லது மண்ணை உழவு செய்வது மட்டுமோ அல்ல. அது அறிவு ரீதியான வேலைகளையும் அர்த்தப்படுத்துகிறது-

நீதிபதி	:	வார்த்தைகளின் உரத்த தன்மைகளைப் பற்றிக் கவலைப்பட வேண்டாம். எதிர் காலத்தில் நீங்கள் வேலை செய்யும் முறையை எவ்வாறு ஒழுங்கு படுத்திக்கொள்ள எண்ணியிருக்கிறீர்கள் என்பதை எங்களிடம் சொல்லுங்கள்.
ப்ராட்ஸ்கி	:	எழுதவும், கவிதைகளை மொழி பெயர்க்கவும் நான் விரும்பினேன். ஆனால் அது ஒரு பொது நியதியை முரண்படுத்து மானால் நான் ஒரு நிலையான வேலையை ஏற்றுக்கொண்டு அதற்கு அப்பாற்பட்டும் கவிதைகள் எழுதுவதாக இருக்கிறேன்.
நீதிபதி	:	நம்நாட்டில் எல்லோரும் உழைக்கிறார்கள்.
டியாக்லி	:	இவ்வளவு காலமாக எப்படி உங்களால் சோம்பித் திரிய முடிந்தது?.
ப்ராட்ஸ்கி	:	நீங்கள் என் உழைப்பை, உழைப்பாக பார்க்கவில்லை-

நீதிபதி, Vercheniny Leningrad என்ற இதழில் வெளியாகியுள்ள A Literary Parasite என்ற கட்டுரையை ப்ராட்ஸ்கியிடம் நீட்டுகிறார் அது ப்ராட்ஸ்கியைப் பற்றியது. கட்டுரை ஆசிரியரான Lerner பொய் சொல்வதாக அறிவிக்கிறார் ப்ராட்ஸ்கி. ப்ராட்ஸ்கியின் வயது தவறாகக் கொடுக்கப்பட்டிருக்கிறது. கவிதைகள் அவருடையவை அல்ல. அவரின் நண்பர்கள் எனக் கருதப்படுபவர்கள் அவருக்கு அநேகமாக அறிமுகமற்றவர்கள், அல்லது பார்த்தே இருக்காதவர்கள். பல சாட்சிகள் அழைக்கப்படுகிறார்கள். இலக்கிய சிருஷ்டியின் வேறுபட்ட அம்சங்களில், குறிப்பாக கவிதைத்துறையிலும், மொழிபெயர்ப்பிலும் அவர்கள் வல்லுநர்கள். எல்லோரும் ப்ராட்ஸ்கியின் திறன் பற்றியும் உயர்வாகப் பேசுகிறார்கள்.

சொரோகின் : (அரசாங்க வழக்கறிஞர்) நமது மாபெரும் தேசம் கம்யூனிசத்தைக் கட்டும் பணியில் இருக்கிறது. சோவியத் மனிதனுக்குள் குறிப்பிட்டுச் சொல்லும்படியான ஒரு குணாம்-சம் வளர்ந்து வருகிறது. சமுதாய ரீதியான பயன்பாடுள்ள வேலையில் மகிழ்ச்சிஅடைதல், எந்த சோம்பலும் வளராத சமுதாயம். ப்ராட்ஸ்கிக்கும் நாட்டுப் பற்றுக்கும் சம்மந்தமில்லை. அவர் ஒரு மிக முக்கியமான கொள்கையை மறந்து விட்டிருக்கிறார். ஒருவர் உழைக்கவில்லை என்றால் அவருக்கு உண்ணும் தகுதி இல்லை. ஆனால் பல ஆண்டுகளாக ஒரு உழைப்புச் சோம்பேறியின் வாழ்க்கையை வாழ்ந்து வந்திருக்கிறார். 1956இல்

அவர் பள்ளியை விட்டு ஒரு தொழிற்சாலையில் சேர்ந்தார். அப்போது அவருக்கு வயது பதினைந்து. அதே வருடத்தில் அவர் வேலை நீக்கம் செய்யப்பட்டார் (ப்ராட்ஸ்கி வேலை செய்த இடங்களின் பட்டியலை மீண்டும் வாசிக்கிறார். தொடர்ச்சியான வேலைகளுக்கு இடையிலான காலத்தை சும்மா இருந்த காலமாக அறிவிக்கிறார்) ஒரு வேலைக்கு ப்ராட்ஸ்கி 37 ரூபிள்கள் மட்டுமே பெற்றதை நாங்கள் சோதித்து கண்டுபிடித்தோம். மாறாக அவர் 150 ரூபிள்கள் வாங்கியதாகச் சொன்னார்.

ப்ராட்ஸ்கி : அது ஒரு முன்பணம். அது முன்பணம் மட்டுமே! நான் பின்னால் வாங்கிக்கொள்ள வேண்டியதில் ஒரு பகுதி.

நீதிபதி : சப்தம் போடாதீர்கள் ப்ராட்ஸ்கி.

சொரோகின் : ப்ராட்ஸ்கி வேலை செய்த இடங்களில் தன் ஒழுங்கின்மையாலும் வேலை மீதான வெறுப்பினாலும் பலரை அதிர்ச்சி அடையச் செய்தார். Vecherniny Leningrad இதழில் வெளிவந்த கட்டுரை நல்ல வரவேற்பினைப் பெற்றது. குறிப்பிட்டுச் சொல்லும்படியாக நிறைய கடிதங்கள் இளைஞர்களிடமிருந்து வந்திருந்தன. (கடிதங்களைப் படிக்கிறார்) ப்ராட்ஸ்கியின் நடத்தையை வன்மையாய் அவர்கள் கண்டித்தனர். லெனின் கிராடில் அவருக்கு எந்த இடமும் இல்லையென்றும் அவர் கண்டிப்பாகத் தண்டிக்கப் பட வேண்டும் என்றும் இளம் சமுதாயம் கருதுகிறது, மனசாட்சி பற்றியும், உழைப்பு பற்றியும் எந்தப் புரிந்துகொள்ளலும் இல்லாதவ-ராக இருக்கிறார். எல்லோருமே ராணுவத்தில் பணிபுரிவதை ஒரு சந்தோஷமாகக் கருதுகிறார்கள். ஆனால் ப்ராட்ஸ்கி இதைத் தவிர்த்திருக்கிறார். ப்ராட்ஸ்கியின் தந்தை அவரை, வெளி நோயாளிகளின் மருத்துவப் பிரிவுக்கு சோதனைக்கு அனுப்பினார். ப்ராட்ஸ்கி அங்கிருந்து பெற்ற சான்றிதழை ஒரு எளிதில் நம்பிவிடும் ராணுவக் கமிஷன் ஏற்றுக் கொண்டது. ராணுவக் கமிசராட்டின் முன் ஆஜர்ப்படுத்திக்கொள்வதற்கு முன்பு தன் நண்பரான ஷக்மதோவுக்கு அவர் எழுதினார் ‘I am about to keep a date with the Defence Committee, your table will be a reliable refuge for my iambics’. ஒரு சைத்தானின் சிரிப்புடன் ‘உழைப்பு’ என்ற வார்த்தையை வரவேற்ற நண்பர்களுடன் கூட்டமாக இருந்தார். மற்றும் அவர்களின் ‘தலைவரான’ யுமான்ஸ்கியின் பேச்சை பயபக்தியுடன் கேட்டார். உழைப்பின் மீது வெறுப்பாலும் ப்ராட்ஸ்கி அவரின் கூட்டாளி. . . ப்ராட்ஸ்கி ஒரு கவிஞனல்ல, ஆனால் சிறுபிள்ளைத்தனமான செய்யுள்கள் எழுதும் ஒரு மனிதன். நமது நாட்டில் மனிதன் உழைக்க வேண்டும் என்பதையும் மதிப்பீடுகள் உருவாக்க வேண்டும் என்பதையும் அவர் மறந்துவிட்டார். நம் வீரமிக்க நகரத்திலிருந்து

அவரை வெளியேற்றம் செய்யவேண்டும். அவர் ஒரு உழைப்புச் சோம்பேறி. மரியாதை தெரியாதவர், ஒரு திறமையான ஏமாற்றுக்காரர். ஆன்மீகமாகவும் கறைபடிந்த ஒரு மனிதர். அவர் தன் கவிதைகளில் எழுதியிருக்கிறார். 'நான் ஒரு அந்நியத் தாய்நாட்டினை விரும்புகிறேன்'. பல காலங்களாக நான் இந்த சிவப்பு எல்லையைத் தாண்டிவிட வேண்டும் என்று நினைத்துக் கொண்டிருக்கிறேன். சிவப்பு முடியுடைய என் தலையில் சிந்தனைகள் முதிர்கின்றன...' மேலும் அவர் எழுதினார் 'The Town Hall in Stockholm inspires more respect in me than the Kremlin in Prague...' அவர் மார்க்சைப் பற்றிக் குறிப்பிட்டது. 'An Old Greedy guts framed by a wreath of fir-cones'. ஒரு கடிதத்தில் அவர் எழுதினார். 'நான் மாஸ்கோ மீது காறித்துப்ப விரும்புகிறேன். ப்ராட்ஸ்கிக்கும் அவருக்கு ஆதரவளிப் பவர்களுக்கும் முன் சொன்னதே தகுதியாகும்.

எதிர்த்தரப்பு வழக்கறிஞரின் இறுதியான வாத சாராம்சங்களின் ஆவணங்கள் தொலைந்திருக்கின்றன. அதன் முடிவுகளாவன: ப்ராட்ஸ்கியின் குற்றம் நிரூபணம் செய்யப்படவில்லை. ப்ராட்ஸ்கி ஒரு உழைப்புச் சோம்பேறி அல்ல. எனவே, 'நிர்வாக முறைகளின் தூண்டுதல்' அவருக்குப் பொருந்தாது. மே மாதம் 4ம் தேதிய ஆணையின் முக்கியத்துவம் அதிகம். நிஜமான ஒட்டுண்ணிகளையும் உழைப்புச் சோம்பேறிகளையும் நகரத்திலிருந்து வெளியேற்ற இது ஒரு ஆயுதமாகும். இதன் ஆதாரபூர்வமற்ற பயன்பாடு ஆணையின் நோக்கத்திற்குக் கேடு விளைவிக்கும். 1963ம் ஆண்டு மார்ச் மாதம் 10ம் தேதிய சோவியத் யூனியனின் தலைமை நீதி மன்றத்தின் முடிவு, சமர்ப்பிக்கப்பட்ட ஆதாரங்களின் மீது விமர்சனப்பார்வை கொள்வதைக் கடமையாக்குகிறது. உழைப்-பவர்களுக்கு எதிரான விசாரணை முடிவுகளை அனுமதிக்கக் கூடாதென்றும், குற்றம் சாட்டப்பட்டவர் தன் வழக்கின் ஆவணங்களைத் தெரிந்து கொள்வதற்கான உரிமையை மதிக்க வேண்டுமென்றும், மேலும் அவர்களின் குற்றமின்மையின் ஆதாரத்தைச் சமர்ப்பிக்கவேண்டும் என்றும் கூறுகிறது. ப்ராட்ஸ்கி சட்டத்திற்குப் புறம்பாக பெப்ருவரி 1964ம் ஆண்டு 13ம் தேதியிலிருந்து காவலில் வைக்கப்பட்டிருந்தார். இதனால் அவர் பல ஆதாரங்களை சமர்ப்பிக்கும் சாத்தியத்தை இழந்தார். இருப்பினும் சமர்ப்பிக்கப்பட்ட ஆதாரங்கள் மட்டுமே ப்ராட்ஸ்கி ஒரு உழைப்புச் சோம்பேறி அல்ல என முடிவுக்கு வரப் போதுமானவை. ⊚

(நீதி மன்றம் ஆலோசனைக்காகக் கலைந்தது. ஜோசப் ப்ராட்ஸ்கிக்கு 5வருட கட்டாய உழைப்பு தண்டனையாக வழங்கப்பட்டது)(Rebels என்ற தலைப்பில் 1969ஆம் ஆண்டு Routledge & Kegan Paul நிறுவனம் வெளியிட்ட புத்தகத்தில் இவ்விசாரணை இடம் பெறுகிறது)

டி.எஸ். எலியட்

T.S.Eliot *(1888-1965)*

டாமஸ் ஸ்டெர்ன்ஸ் எலியட் (Thomas Stearns Eliot) அமெரிக்காவில், செயின்ட் லூயியில் 1888-ல் செப்டம்பர் 6-ம் தேதி பிறந்தார். ஒரு வணிகனுக்கும், பள்ளி ஆசிரியைக்கும் பிறந்த குழந்தைகளில் டி.எஸ். எலியட் கடைசி மகன். அவருடைய தாயார் கவிதைகள் எழுதுவார். அவர்தான் எலியட்டுக்கு எழுதுவதற்கு தூண்டுகோலாக இருந்தார்.

1906இல் எலியட் ஹார்வர்டு பல்கலைக் கழகத்தில் சேர்ந்தார். எலியட்டின் ஆரம்பகால முயற்சிகளை அங்கிருந்த ஒரு இலக்கியப் பத்திரிக்கை வெளியிட்டது. 1910-11இல் எலியட் ஹார்வர்டிலிருந்து விடுப்பு எடுத்துக் கொண்டு பாரிஸில் தங்கியிருந்த போது எழுதிய சில கவிதைகள் 1915ல் தான் பத்திரிகைகளில் வெளியாகின. இந்த வருடங்களில்தான் எலியட் நகரவாழ்க்கையின் அசிங்கத்திலிருந்து பெறப்பட்ட படிமங்களால் ஈர்க்கப்பட்டார். பின்னால் அவை

அவருடைய கவித்துவ முத்திரைகளாயின. 1914-ல் அவர் மறுபடியும் ஐரோப்பாவில் மார்பர்க் பல்கலைக்கழகத்தில் சிறிது காலம் படிப்பதற்காக வந்தார். முதல் உலகப்போர் துவங்கியவுடன் ஆக்ஸ்ஃபோர்டு சென்று விட்டார்.

Selected Poems முதல் நான்கு கவிதைகளை வெளியிட்ட வருடம் (1915), லண்டனில் குடியேறி விவியன் ஹை-வுட்டை (Viviene Haigh-Wood) மணந்து கொண்டார். திருமணம் மிகக் கசப்பான தாக இருந்தது. இரண்டு பக்கத்தினரும் பலமுறை Nervous break down அடைந்து சட்டப்படி விவாகரத்து வாங்கிக் கொண்டார்.

எலியட் திருமணத்துக்குப் பின் ஒன்றரை வருடம் பள்ளி ஆசிரியராக வேலை பார்த்தார். 1917-ல் லண்டனில் ஒரு வங்கியில் குமாஸ்தாவாகச் சேர்ந்தார். அதே வருடம் அவர் தனது முதல் கவிதைத் தொகுப்பான Prufrock and Other Observations-ஐ வெளியிட்டார். Egoist என்ற பத்திரிக்கைக்கு எடிட்டர் ஆனார். அவர் வங்கியில் வேலை செய்த எட்டு வருடங்களும் தொடர்ந்து கவிதைகளை வெளியிட்டார். மேலும் ஒரு விமர்சகராகவும் பெயர் பெற்றுக் கொண்டிருந்தார். 1921-ன் இறுதியில் எழுதிய The Waste Land பவுண்டின் எடிட்டிங்குப் பிறகு 1922-ல் வெளியானது. அந்த ஆண்டுதான் அவர் ஒரு பணம் படைத்தவரின் ஆதரவில் 'The Criterion' என்ற பத்திரிக்கையைத் தொடங்கினார். 1939ம் ஆண்டு வரை அ வரே அதற்கு எடிட்டராக இருந்தார். 1925ல் அவர் வங்கி வேலையை விட்டுவிட்டு Faber&Faber என்ற வெளியீட்டு நிறுவனத்திற்கு டைரக்டர் ஆனார்.

1927ல் அமெரிக்கா பிரஜையாக இருந்ததிலிருந்து பிரிட்டிஷ் பிரஜையாக மாறினார். மேலும் ஆங்கில கத்தோலிக்கராக ஞான ஸ்நானம் பெற்றார். இதற்கு முன்னுள்ள 5 வருடங்களில் அவர் The Hollow Men இல் உள்ள கவிதைகளை மட்டுமே எழுதியிருந்தார். Selected Poems தொகுதியில் உள்ள கிறிஸ்துவக் கருப்பொருளுடைய கவிதைகள் அதன் பிறகுதான் எழுதப்பட்டன. Ariel Poems இல் இரண்டு கவிதைகள்

1.Journey of the Magi (1927)
2.A Song for Simeon (1928)
3.Ash Wednesday (1930)
4.The Choruses from the Rock (1934)

மற்றும் Ariel Poems இன் மற்ற இரு கவிதைகளான 'மரீனா'வும் 'அனிமுலா'வும் கூட சாரத்தில் மதம் சார்ந்த கவிதைகளே. Selected Poems-ன் இறுதியில் ஆரம்ப கவிதைகளில்

நையாண்டித்தன்மையிலிருந்தும், அழுக்கிலிருந்தும் நாம் வெகு தூரம் வந்திருப்பதைப் பார்க்க முடியும்.

எலியட்டின் ஆன்மீகப் பற்றானது அவருடைய Murder in the Cathedral (1935)இல் தொடங்கி 5 கவிதை நாடகங்களிலும் மீண்டும் வெளிப்படுகின்றது. மதம் சார்ந்த தியானங்கள் Four Quartets (1943) கவிதைகளாக உருப்பெற்றன. 1948-ல் எலியட் Order of Merit-ஐயும், இலக்கியத்திற்கான நோபல்பரிசையும் பெற்றார். 1957-ல் நடந்த இரண்டாவது திருமணம் அவருடைய கடைசி எட்டு வருடங்களை மகிழ்ச்சிகரமானதாக ஆக்கியது. 1965ம் ஆண்டு ஜனவரி 4ஆம் தேதி எலியட் லண்டனில் இறந்தார்.◉

டி.எஸ். எலியட் கவிதைகளின் நவீனத்துவம்

I

1910 ஆம் ஆண்டுக்கும் 1930க்கும் இடையே நிகழ்ந்த இந்த நூற்றாண்டின் மிகச் சக்திவாய்ந்த இயக்கமான 'நவீனத்துவ இயக்கத்திற்கு' எலியட் அளித்த பங்களிப்பு சர்ச்சைக்கு அப்பாற்பட்டது. தனது சக அமெரிக்கரான எஸ்ரா பவுண்டுடன் (1885-1972) இணைந்து ஒரு புதிய புத்தம் கவிதை எழுதும் முறையைத் தொடங்கி வைத்தார் எலியட். முதல் உலகப்போர் நடந்த பிறகும் இயற்கை பற்றிப் பாடிக் கொண்டிருந்த ஜார்ஜிய ஆங்கிலக் கவிஞர்களின் தேய்ந்து போன, காலாவதியான கவிதை வெளிப்பாட்டு முறையையும், அவர்களின் கவிதைப் பொருள்களையும் எலியட் முற்றாக நிராகரணம் செய்தார். இது போன்ற புரட்சிகள் இதே சமயத்தில் பிறகலைகளிலும் நிகழ்ந்து கொண்டிருந்தன. 'நவீனத்துவ கலைஞர்கள்' முன்பு ஏற்கப்பட்ட கலை பற்றிய வரையறையை உடைத்தெறிந்தனர். உரைநடையில் James Joyce (1882-1941) என்ற ஐரிஷ் நாவலாசிரியராலும், ஓவியத்தில் பாப்லோ பிக்காசோ (1881-1973) வாலும், இசையில் Igor Stravinsky (1892-1971) யாலும் இத்தகைய புதுமையாக்கல் சாத்தியமானது. பவுண்டின் மிகப் பிரபலமான "Make it new" என்ற கொள்கையை பவுண்டைச் சந்திக்கும் முன்பிலிருந்தே எலியட் செய்து வந்திருந்தார். ஆனால் இருவரின் சந்திப்புக்குப் பிறகு எலியட்டின் கவிதைகள் மேலும் இறுக்கமடைந்தன. புதிய படிமங்களையும், புதிய லயங்களையும் கவிதையில் வெளிப்படுத்துவதோடன்றி தினசரிப் பேச்சின் மொழியைக் கவிதையில் கையாள வேண்டும் என்றனர் 'நவீனர்கள்'. மேலும் கவிதை ஒரு கவனச்செறிவை நோக்கமாகக் கொண்டு, தெளிவற்ற பல வரிகளுக்குப் பதிலாய் ஒரே ஒரு கச்சிதமான சொல்லை, படிமத்தைப் பயன்படுத்துவதாக இருந்தால் நன்மை பயக்கும் என்றனர்.

II

எலியட்டின் கவிதைகளை முதலில் படிக்கும் வாசகர்கள் சந்திப்பது இரண்டு பிணைந்த அம்சங்கள்:

1. அசாத்தியத்தன்மை

2. புரியாமை.

வேர்ட்ஸ்வெர்த்தைப் படித்த வாசகர்களுக்கு நிச்சயமாக எலியட்டின் கவித்துவ வெளிப்பாட்டு முறையும், கவிதைப்பொருளும் விநோதமாய்த் தெரிவதில் ஆச்சரியமில்லை. கிராமத்து மடையர்களையும் பிச்சைக்காரர்களையும் தனது கவிதையில் இடம்பெறச் செய்த வேர்ட்ஸ்வெர்த் பதினெட்டாம் நூற்றாண்டின் ஏற்றுக் கொள்ளப்பட்ட இலக்கிய தராதரங்களுக்கு எதிர்வினை தந்தவர். எலியட்டும் இம்மாதியாகவே "நாற்றச் சாக்கடைகள்" மற்றும் "எரிந்து போன சிகரெட் முனைகள்" பற்றியும் தினசரி மொழியில் கவிதைகள் எழுதியதற்காக கடுமையாக விமர்சிக்கப்பட்டவர். எலியட்டின் கவிதைகளில் அழகு என்கிற அம்சமே இல்லை என்றும் சில விமசகர்கள் நிறுவ முயற்சி செய்தனர். மேலும் புரூஃபிராக் கவிதைகளில் வரும் இந்த வரிகளுக்கு வாசகன் எந்த மாதிரி எதிர்வினை தர வேண்டும் என்றே புரியாமலிருந்தது:

நான் மூப்படைகிறேன். . . நான் மூப்படைகிறேன். . .
என் காற்சட்டைகளின் அடிப்பகுதியைச் சுருட்டி அணிவேன்.

தன் பெரும்பாலான வாழ்நாட்களை பிரிட்டனில் கழித்த போதிலும், பிரிட்டீஷ் பிரஜையாக மாறிய போதும் தன்னை ஒரு அமெரிக்கக் கவிஞன் என்று கருதுவதை எலியட் நிறுத்தவில்லை. 1959ஆம் ஆண்டு கொடுத்த ஒரு பேட்டியில் எலியட் கூறினார்

"My poetry has obviously more in common with my distinguished contemporaries in America than with anything written in England".

எலியட்டின் மீதான ஆரம்ப, உயிரோட்டமான பாதிப்புகள் இரு அமெரிக்கர்களாலேயே ஏற்பட்டன. அவர்கள் ஹார்வார்டு பல்கலைக் கலகத்தில் ஆசியர்களாக இருந்த Irving Babbit-ம் George Santayana-வும். நிகழ்காலத்தை வெளிப்படுத்துவதற்கு கடந்த காலத்தைப் பயன்படுத்துவதோடு மட்டுமின்றி, நிகழினை (Present) அர்த்தம் தெரிந்ததாக மாற்றவும் கடந்த காலத்தைப் பயன்படுத்த எலியட் Babbit இடம் இருந்து கற்றுக் கொண்டார். ஹார்வர்டில் படிக்கும் போதே Arthur Symons இன் 'The Symbolist Movement in French Literature' என்ற நூல் அவருக்கு கிடைத்தது. பிரெஞ்சு ஸிம்பலிஸ்டுகளில் Jules Laforgue இன் கவிதைகள் எலியட் மீது குறிப்பிடத் தகுந்த தாக்கத்தை உண்டாக்கின. Laforgueஇன் கவிதைகள் எலியட்டின் கவிதை நடையைத் தெளிவுப்படுத்திக் கொள்ள உதவின. குறிப்பாக Laforgue பயன்படுத்திய ஒரு வகையான விடுதலைக் கவிதை (Vers Libre). மேலும் Laforgue இன் நெகிழ்வான Blank Verse ஷேக்ஸ்பியரின் பிற்காலத்திய கவிதை நடையை ஒத்திருந்தது எலியட்டுக்குப் பிடித்திருந்தது. எலியட் ஆரம்பத்தில் எழுதிய பல கவிதைகளில் (Conversation Galante, Spleen) Laforgueஇன் பாதிப்பை நம்மால் பார்க்க முடியும். எனினும் எலியட் என்கிற Major Poet, Laforgue என்கிற சாதாரணமான முக்கியத்துவம் உள்ள கவிஞனிடம் கற்றுக் கொண்டதை, எலியட்டின் வளர்ச்சியில் ஒரு நிலையாகவே கணிக்க வேண்டும். மேலும் Laforgueஇன் தாக்கத்தை மீறி வளர்ந்துவிட முடிந்த எலியட்டுக்கு ஒரு முன் மாதிரியாக இருந்தார் என்று கூற முடியாது. அமெரிக்க விமர்சகர் பின்வருமாறு குறிப்பிட்டார் எலியட்டை:

"a superior artist... more mature than Laforgue ever was"

(Edmund Wilson, Axel's Castle, Fantana Paperbaks, Collins, London(1961) P.85.)

சில திசைகாட்டிகளை மாத்திரமே Laforgueஇடமிருந்து எலியட் பெற்றுக் கொண்டார். பிறகு தனக்கென தனித்துவ கவித்துவக் குரலை உருவாக்கினார். எலியட்டின் தனித்தன்மை "ஒரு மேதைக்கான அளவுக்கு" இருப்பதை பிற்காலத்தில் F.R.Leavis தனது "New Bearings in English Poetry" என்கிற நூலில் எழுதினார்.

III

எவ்வளவு படித்திருப்பவர்களுக்கும் எலியட்டின் கவிதைகள் எளிதில் புரிந்து விடுவதில்லை. எலியட் மேற்கோள்கள், மறைமுகக் குறிப்பீடுகள் மற்றும் வேற்றுமொழி இலக்கியங்களின் பகுதிகளைப் பயன்படுத்தி ஒரு மொசைக் அமைப்பை உருவாக்குகிறார். இந்த உத்தி சில சமயங்களில் முன் தயாரிப்பில்லாத வாசகனுக்கு, புரிதலுக்குத் தடையாக, கவிதையின் மையத்தை அணுக முடியாத அளவுக்கு சிக்கல்களை உண்டாக்கி விடுகிறது.

"A large part of any poet's "inspiration" must comes from his reading and from his knowledge of history".

என்று ஒரு விமர்சனக் கட்டுரையில் எழுதுகிறார் எலியட். இந்த நவீனக் கவிஞர்கள் எல்லோருக்குமே பொருந்தக் கூடியது. கடினமான கவிதைகளை எழுதுபவர் என்றும், புரியாமைக்கு முதலிடம் தருபவர் என்றும் எலியட் குற்றம் சாட்டப் பட்டிருக்கிறார். நவீன வாழ்க்கையின் சிக்கலான அனுபவங்களுக்கு ஆளாகும் கவிஞனின் வெளிப்பாடும் சிக்கலாகவே இருக்கும். நவீன கவிதை பற்றிய புரியாமையை ஆராய்ந்த எலியட், இது குறிப்பிட்ட சில கவிஞர்களுக்கு மட்டுமே உரித்தானதல்ல என்றும், தற்கால உலகின் வாழ்நிலையில் உருவாகும் எழுத்துக்கள் எல்லாவற்றுக்கும் பொதுவானதுதான் என்றும் கூறியுள்ளார்.

எஸ்ராபவுண்டின் மூலமே எலியட்டுக்கு இமேஜிஸ்டுகளுடன் தொடர்பு ஏற்பட்டது. எலியட் என்றும் இமேஜிஸ்டாக இருந்ததில்லை. ஆனாலும் இமேஜிஸ்டுகளின் திட்டங்களினால் பயனடைந்தார். பிறகு ஒரு முறை எலியட் எழுதினார்:

"எந்த ஒரு நவீன கவிதையின் ஆய்வுக்கும் இமேஜிஸமே அளவீட்டுப் புள்ளியாக அமைய முடியும்."

தாக்கத்திற்காக மொழியை சிக்கனமாகப் பயன்படுத்தும் முறையை பவுண்டிடம் கற்றுக் கொண்டார். மிக முக்கியமாக, அருகருகே அமைத்தல்(Juxtaposition) என்பது கவிதையை ஒருங்கிணைக்கும் கொள்கைகளில் மதிப்பு வாய்ந்தது என்பதையும் பவுண்டிடமிருந்தே அறிந்தார். கவிதையில் அறிவுரை கூறாமல் நடாகீயமான தாக்கத்தை ஏற்படுத்த, வெளிப்படையாய் பொது அம்சங்கள், தொடர்புகள் ஏதுமற்ற படிமங்களையும், சொற்றொடர்களையும் அருகருகே வைக்கும் உத்தியையும் இமேஜிஸ்டுகளிடமிருந்து பெற்றுக் கொண்டார்.

எலியட்டின் கவித்துவ சாதனைகளை மூன்று பிரிவுகளாக பிரிக்கலாம்.

1. ஆரம்பகாலக் கவிதைகள்: இதில் தனிநபரின் பிரக்ஞை (புரூஃபிராக் மற்றும் யுவதியின் சித்திரத்தில் வரும் இளைஞன்) அவன் நிராகரிக்கும் அல்லது மறுக்க முயலும் ஒரு எல்லைப் படுத்தப்பட்ட சமுதாயத்தில் நிலை பெற்றிருக்கிறது. இந்தத் தனிநபர் எந்த சமுதாயத்தின் பகுதியாக இருக்கிறானோ அதிலிருந்து ஒரு ஆன்மீக 'வெளி ஆளாக' உணர்கிறான். இச்சமூகத்தில் அவன் பங்கு சாதாரணமானது எனினும் அவனது தனிமனித மதிப்பீடுகள் உயர்வானவை. இந்த மதிப்பீடுகள், அவனைச் சுற்றி வாழ்பவர்கள் கொண்டிருக்கும் மேம்போக்கான கருத்துக்களையும், பொய்யான பாசாங்கான நடவடிக்கைகளையும் ஊடுருவிப் பார்க்க உதவுகின்றன.

2. பாழ்நிலம் (The Waste Land) பல குரல்களின் கவிதை: இதில் பிரக்ஞையானது முற்றிலும் கலாச்சாரம் தொடர்பான சூழ்நிலைகளினால் ஒரு நிலையில் பிணைக்கப்பட்டிருக்கிறது. இச்சூழ்நிலைகளிலிருந்து பிரக்ஞை தப்பிக்க முடியாத நிலையில் உள்ளது. பண்பாடு சிதிலமடைந்திருக்கிறது. பாழ்நிலத்தில் முழுமையான பிரக்ஞையுடன் இருப்பது என்னவென்றால் தான் இயங்கும் வரலாற்றுச் சூழ்நிலைகளால் உருவாக்கப்பட்ட பொருள்தான் பிரக்ஞை என்பதை உணர்வதாகும்.

3. Ash Wednesday மற்றும் Four Quartetsஆகிய கவிதைகள்: இவற்றில் தனிநபர், தன்னந்தனியனாய் கடவுளுடன் இருக்கிறான். இக்கதைகளில் வரும் தனிநபர் நித்தியமும் காலமும் சந்திக்கும் ஒரு வாழ்க்கைக்கான சாத்தியத்தை தன் அனுபவங்களில் ஆராய்ந்து கொண்டிருக்கின்றான்.

எலியட்டின் இந்த வேறுபாடுகளும் கவித்துவ வளர்ச்சிக் கட்டங்களும் ஒரு சுயசரிதைதன்மையான ஆளுமையின் வெளிப்பாட்டினால் இணைக்கப்பட்டிருக்கவில்லை. இக் கவிதையில் வெளிப்படும் 'தான்' களை வாசகன் எலியட் என்ற கவிஞனின் சித்திரத்தை உருவாக்கிக் கொள்ள முடியாது.

எலியட் முன் நோக்கத்துடனும், திட்டமிட்டும் தனது கவிதையில் சுயமற்ற(Impersonality)நிலையை உருவாக்கினார். எலியட்டின் கருத்துப்படி, கவிஞனின் நோக்கம் சொற்களிலிருந்து ஒரு பொருளை உருவாக்க வேண்டும். அந்த பொருளான கவிதை தன்னளவில் வேறு ஒரு பெரிய முழுமையின் பகுதியாக இருந்திருக்கும். தன் அனுபவங்களை எலியட் கவிதையாக மாற்றுவதற்கு ஏற்ற கச்சாப் பொருளாகவே மதித்தார்.

தனிமைப்பட்டுப் போதல், செய்திப் பரிமாற்றம் செய்து கொள்வதின் சாத்தியமின்மை, புரிந்து கொள்வதில் சிரமங்கள் போன்ற அம்சங்கள் எலியட்டின் கவிதை வெளிப்பாட்டு முறையின் மீது நேரடியான பாதிப்புகளை உண்டாக்கின. மேலும் ஒரு தனிநபர் மற்றொரு தனிநபரிடம் ஏற்படுத்தும் செய்திப் பரிமாற்றத்தின் பிரச்சனை மட்டுமல்லாது ஒருங்கிணைந்து வெளியில் சொல்லுதல் என்பதும் எலியட் கவிதைகளுக்கு முக்கியமான அம்சங்கள். கவிதையின் இறுதியில் புரூஃபிராக் கூறுகிறான்:

நான் நினைப்பதை அப்படியே சொல்வது இயலாது!
ஆனால் ஒரு மந்திரவிளக்கு, நரம்புகளைக் கோளங்களாக

தரைமீது எறிந்தது போல. . .

இந்தக் கூற்று புரூஃப்ராக்கினுடையது. மேலும் புரூஃப்ராக் என்ற முகமூடியின் வழியாக எலியட் கூறியதும் ஆகும். புரூஃப்ராக் கவிதை வெளியான காலத்தில் அக்கவிதையின் புரியாமை குறித்து நிறைய புகார்கள் வந்தன. புரூஃப்ராக் கவிதை தெளிவாகவும் நேரடியாகவும் சொல்ல வந்ததைச் சொல்லவில்லை என்பதால், புரூஃப்ராக் கவிதை வியூகார்டு களின் அடுக்கு போன்றிருக்கிறது. ஒவ்வொரு வியூகார்டிலும் தனித்த, மற்றவர்களுக்குத் தொந்தரவு இல்லாத படிமம் தன்னுடைய தாக்கத்தை ஏற்படுத்திக் கொண்டிருக்கிறது. இது மட்டுமல்லாது ஒரு பெரிய செயலின் உறைந்த கணம் என்பதையும் அப்படிமம் சுட்டுவதால் அது தொடர்ச்சியின் ஒரு படிமம் என்றும் ஆகிறது. புரூஃப்ராக் எங்கும் போவதில்லை. எதையும் செய்வதில்லை. அவன் மனதிற்குள்ளாக ஒரு தனிமொழியை (Interior Monologue)உள்வயமாக நிகழ்த்துகிறான். கவிதையின் உட்புற மற்றும் வெளிப்புற காட்சி விரிவுகள் எல்லாம் புரூஃப்ராக் என்ற தனிநபரின் மனோவியல் நிலக்காட்சிகளே. தெருக்கள், அறைகள், மனிதர்கள், கவிதையின் கற்பனைகள் எல்லாம் புரூஃப்ராக்கின் மனோநிலை என்பது அக்கவிதையின் அர்த்தத்திற்கு சமம் ஆகிவிடுகிறது.

'தொடக்க இசைகள்' (Preludes) என்ற கவிதை குளிர்காலத்தில் பெருநகர் ஒன்றின் நான்கு வேறுபட்ட காட்சிகளை படம் பிடிக்கிறது. முடிவில் விளித்துச் செல்லும் நான்கு வரிகள் சேர்க்கப் பட்டுள்ளன:

இந்த படிமங்களின் மீது சுழன்றிருக்கும்
கற்பனைகளால் நான் உணர்ச்சி மிகுந்து போகிறேன்;
அதைப்பற்றிக் கொண்டு;
ஏதோ ஒரு எல்லையற்ற மென்மையான
எல்லையற்றுத் துன்புறும் விஷயத்தின் கருதல்.

"இந்தப் படிமங்களே" கவிதையின் பிரதான பகுதியாகின்றன. படிமங்களைத் தொடரும் "கற்பனைகளை"க் குறிப்பிட்டு, அவற்றின் மூலமாய்க் கவிதையின் "அர்த்தத்திற்கு" வாசகனை அழைத்துச் செல்ல எலியட் முயல்கிறார். பிறகு அந்தக் குறிப்பிட்ட "கருதலை" விவரிக்கிறார். இந்தக் கவிதையின் தனித்தன்மையே, அது துப்புரவாய் இணைக்கப்படாமல் தனிப்பகுதிகளாய் விரிவதுதான்.

ஆரம்பகாலக் கவிதையில் முக்கிய சாதனையாக புரூஃப்ராக் கவிதை தவிர, Gerontionயும் சேர்க்கலாம். புரூஃப்ராக்

சொல்கிறான்: தான் நினைத்ததை கச்சிதமாகச் சொல்ல இயலாது என்று. Gerontion சொல்கிறான், உணர்புலன்கள் சகலத்தையும் தான் இழந்துவிட்டதாய்:

கண்டு, உயிர்த்து, கேட்டு, உண்டு உற்றறியும்
என் புலன்களை நான் இழந்துவிட்டேன்.
உம்மை அண்டி அடைய அவற்றை
நான் எவ்வாறு பயன் படுத்துவேன்?

Gerontionம் ஒரு உள்மனத் தனிமொழி (Interior Monologue). தனிமொழியின் பிரத்தியேகமான வரிகளாய் வருகின்றன அக்கிழவன் கூறும் கடைசி வரிகள்:

வாடகை வீட்டில் குடியிருப்பவர்களே!
வறண்ட ஒரு பருவகாலத்தில்
வறண்ட ஒரு மூளையின் எண்ணங்கள் இவை.

கவிதையின் ஆரம்பத்தில் தன்னைக் "காற்றோடும் வெளியிடங்களில் ஒரு மடையன்" என்று கூறிக்கொள்கிறான் கிழவன். எனவே கவிதையின் ஆரம்பத்திலும் முடிவிலும் கவிதையின் தன்மைக்கான நியாயப்படுத்தல்கள் இருக்கின்றன. அதாவது சம்பிரதாயத்தனமான தொடர்ச்சியின்மைக்கும், ஒருங்கிணைப்பு இன்மைக்கும்.

பாழ்நிலம் (The Waste Land) பொருத்தவரை சில குறிப்புகள் அடிப்படை நினைவூட்டல்களாக அமைகின்றன:

ஒரு உடைந்த படிமக் குவியல்
பேச்சிழந்தேன்
உன் தலையில் ஒன்றுமே இல்லையா
ஒவ்வொருவரும்
அவரவர் சிறையில் திறவுகோல் பற்றிய சிந்தனையுடன்

கவிதையின் இடையில் சிதிலங்கள் பற்றிய குறிப்பு வருகிறது. ஒரு வகையில் பார்ப்போமானால் பாழ்நிலம் முழுக்கவிதையும் மேற்கோள்களின், சிதிலங்களின் ஒருங்கிணைப்பாக இருக்கிறது. ஆரம்பத்தில் உரையாடலின் சில பிய்ந்த பகுதிகள் வருகின்றன. பிறகு பழைய இலக்கியங்களிலிருந்தும் நிகழ் இலக்கியங்களிலிருந்தும் எடுத்துப் பின்னப்பட்ட சிதிலங்கள்.

பாழ்நிலம் ஒரு கவிதைப் புதிராகவே இன்றும் இருக்கிறது. நவீன கவிதையின் நுண்ணிய படைப்பான இதில் சாவும், புத்துயிர்ப்பும், சடங்கின் தீவிரத்துடன் திரும்பத் திரும்ப வருகின்றன. ஒருங்கிணைக்கப்பட்ட மனித அனுபவத்தையும்,

அறிவையும் பாழ்நிலம் மறுதலிப்பதாக சில விமர்சகர்கள் கருதுகின்றனர். பாழ்நிலத்தின் விவரணைமுறை இயல்பான தொடர்ச்சியற்றது. அவ்வாறே யதார்த்த வாழ்வின் குழப்பங் களையும், முழுமையற்ற அனுபவங்களையும் நவீன மனிதனின் நம்பிக்கை இழப்பையும் பிரதிபலிக்கிறது. கலாச்சாரம் ஏதுமற்ற கருவறையைக் கொண்ட இருபதாம் நூற்றாண்டு நாகரீகத்தைப் பற்றியதொரு பிரதான செய்தியாக இந்த மொசைக் கவிதை, நவீனக் கவிதை வரலாற்றில் பதிவாகி இருக்கிறது. முற்றிலும் அர்த்தமிழந்த, உடைந்த சில்லுகளை ஒத்த கலாச்சாரம் மிடில்டன் (Middleton) ரிச்சட் வேக்னர் (Richard Wagner), பெட்ரோனியஸ் (Petronius), ஷேக்ஸ்பியர், நெர்வால்(Nerval) போன்றவர்களின் கலைகளிலிருந்து எடுக்கப்பட்ட மேற்கோள்களின் மூலம் வெளிப்படுத்தப் பட்டிருக்கிறது.

இரட்டைப் பாடுபொருளாக பாழ்நிலத்தில் அமைந்த தேடலும் தூய்மைப்படுத்தலும் தாந்தேவை நோக்கியவை. தாந்தேவைப் பற்றித் தெரியாமல் எலியட்டைப் படிப்பது என்பது, அவரது பிரதான எழுத்துக்கள் முற்றிலும் எலியட் பயன்படுத்தும் அர்த்தப்பரிமாணங்களில் ஒன்றைப் புறக்கணிப்பதற்குச் சமம். புரூஃப்ராக் கவிதையின் முகப்பு வரிகள் தாந்தேவிடம் இருந்து பெறப்பட்டவை.

பாழ்நிலத்தின் பெரும் பகுதி 1921ஆம் ஆண்டு டிசம்பரில் எழுதப்பட்டது. எலியட் தன் கைப்பிரதிகளை எடுத்துக் கொண்டு பாரிஸில் இருந்த எஸ்ரா பவுண்டிடம் சென்றார். பல பெரிய பகுதிகளைப் பவுண்ட் நீக்கி விட்டார்-எலியட் ஒப்புக் கொள்ளாவிட்டாலும் கூட. பிரதானமாகப் பவுண்ட் செய்தது இதுதான்: கவனத்தை திசை திரும்பும் மேலோட்டமான பகுதிகள் மற்றும் படிம ரீதியான விவரணைக்குத் தடையாக அமைந்த பகுதிகள் ஆகியவற்றை நீக்கி விட்டு கவிதையின் சக்தியை விடுவித்தது. பவுண்ட்-எலியட்டின் இணைந்த செயலாக்கம் விளைவித்த எடிட்டிங் குறிப்பாக மூன்றாவது பகுதியில் (அக்னிப் பிரசங்கம்) அற்புதமாகத் தெரிகிறது. இதன் இறுதி வடிவத்தின் கூர்மையும் தெளிவும் ஒரு முதிர்ந்த கலை சிருஷ்டிக்கான எடுத்துக்காட்டு. எலியட்டின் கைப்பிரதியில் தேவையற்ற விவரணைகள் இருந்திருக்கின்றன. அதில் பெண் டைப்பிஸ்டுக்கு ஒரு பின்னணி தரப்பட்டிருந்தது. அவளை யந்திர கதியில் புணர்ந்து செல்லும், பருக்கள் நிறைந்த இளைஞன் எச்சில் துப்பிவிட்டு, சிறுநீர் கழித்து விட்டுச் செல்கிறான். இந்த விவரங்கள் இறுதி வடிவத்தில் இருந்திருக்குமானால் பாழ்நிலம் இன்றைய மதிப்பீட்டைப் பெற்றிருக்குமா என்பது சந்தேகம்தான்.

எலியட் இறந்து (1965) ஐந்து வருடங்கள் கழித்து எலியட்டின் இரண்டாவது மனைவி Valerie Eliot பாழ்நிலம் கவிதையின் மூலப் பிரதியை பவுண்ட்டின் திருத்தங்களுடன் வெளியிட்டார்: Facsimile and Transcript of the Original Draft of the Waste Land. பல வருடங்களாக நிறையப்பேர் பவுண்ட் செய்த எடிட்டிங் மிக அதிகமானது என்ற எண்ணத்தில் இருந்ததைப் இந்தப் புத்தகம் மாற்றியது. பவுண்ட் பாழ்நிலத்தின் 'அமைப்பைத்' தொடவே இல்லை. சில குறிப்பிட்ட பகுதிகளை பற்றியே எலியட்டுக்கு அறிவுரை வழங்கி இருக்கிறார். அதை எலியட் ஏற்றிருக்கிறார். ஆனால் இவ்வளவு மகத்தான நவீனப் படைப்பை எலியட் தன் சொற்களிலேயே

"just a piece of rhythmical grumbing"

என்று கூறி இருப்பது நிறைய வாசகர்களுக்கு ஆச்சரியத்தைத் தரக் கூடும்.

IV

கவிதையைப் பற்றி எலியட் கொண்டிருந்த கோட்பாடுகளை அவருடைய சிந்தனை வளர்ச்சிக்கேற்ப மாற்றி அமைத்துக் கொண்டார். கலைஞனை ஒரு தொழில் நுட்பன் என்று கூறினார். அவனுடையதாகவே இருப்பினும் அவனுடைய வாழ்க்கை தொடர்பான உணர்ச்சிகளை, தொழில் நுட்பன் கச்சாப் பொருளை அணுகும் விதத்திலேயே அணுக வேண்டும். கலைஞன் நேரடியாகத் தனது ஆளுமையை வெளிப்படுத்துவதில்லை. ஒரு திறமைமிக்க எஞ்சினை உருவாக்குவது போலவோ, அல்லது ஒரு மேஜையின் காலைச் செதுக்குவது போலவோ மறைமுகமாகவே தன் கவனத்தைச் செலுத்துகிறான். கலைஞன் தனது கலைப்பொருளை நோக்கிய அணுகலை விவரிக்கும் போது, நிகழ்வின் போது மாத்திரமே உயிர்த்திருக்கும் ஒரு ரஷ்ய பாலே நடனக்காரனை எடுத்துக்காட்டாகத் தருகிறார். இதை மேலும் வலுப்படுத்திக் கூறுகையில் ஒரு கவிஞன் வாழ்க்கையின் தத்துவம் அல்லது நம்பிக்கை பற்றி எழுதும் போது, அவனுடைய கவிதை மதத்திற்கோ, கருத்துருவங்களுக்கோ கருவியாவதில்லை என்றார் எலியட். மதமும் கருத்துருவங்களும் கலைக்கான கச்சாப்பொருளைத் தரும் சந்தர்ப்பங்கள் மாத்திரமே.

கவிதை கவிதையைத் தவிர வேறு எதையும் வெளிப்படுத்து வதில்லை என்ற கோட்பாட்டிலிருந்து எலியட் பின் கண்ட கருத்துக்கு மாறினார். கவிதை "ஒரு பண்படுத்தப்பட்ட மொழியில், ஏதாவது ஒரு நித்திய மானிட உணர்ச்சித் தூண்டலை"

வெளிப்படுத்துகிறது என்றார். கவிதையின் தன்னாட்சி (autonomy) பற்றிய வலுவான கருத்துக்களை எலியட் என்றும் கைவிடவும் இல்லை. கவிதை தன்னை வெளிப்படுத்துவதைத் தவிர வேறு பொறுப்புகளை ஏற்க வேண்டியதில்லை என்றார். கவிதை மதத்திற்கோ, தத்துவத்திற்கோ ஒரு பதிலி இல்லை. கவிதை தனக்கான வேலைகளைக் கொண்டிருக்கிறது என்றும், அது ஆறுதல் தரும் என்றும் கூறுகிறார். இங்கு தான் கவிதை பற்றிய எலியட்டின் இரட்டை அணுகுமுறை வெளிப்படுகிறது.

1.கவிதையை சிருஷ்டிக்கும் கணத்தில் வேறு எந்த மதிப்பீடு களையும் கவிஞன் விளக்கிக் கொண்டிருக்க வேண்டியதில்லை. அப்படி விளக்கமூட்டப்படும் மதிப்பீடுகள் ஏதுமிருக்குமானால் அவை முழுக்க முழுக்க கவிதை சாந்தவையே.

2.முழுமுற்றான மதிப்பீடுகள். இறுதிக்காரணங்கள் இவற்றுக்கும் கவிதைக்கும் தொடர்பு உண்டு.

மேற்கூறப்பட்ட கவிதைக் கோட்பாடு பற்றிய ‘பிளவு’ எலியட் ஆங்கில கத்தோலிக்கராக மாறிய பிறகும், Four Quartets என்ற அவருடைய இறுதி கவித்துவ சாதனையை நிகழ்த்தும் போதும் தொடர்ந்திருந்தது. எலியட் Four Quartetsஐ தனது செம்மைப் பட்ட கவிதைகளில் முக்கியமானதெனக் கருதினார். இந்தக் கவிதைகளில் எலியட்டின் தொழில் நுட்பமும், கவிதைப் பொருள் மீதான கட்டுப்பாடும் அவ்வளவு துள்ளியமாக இருப்பதால் கவிதையின் ஊடாக அவற்றைப் பார்த்துவிட முடிகிறது. ஒரு தத்துவ பொருந்து சட்டகத்தைத் தயாரித்துக் கொண்ட பிறகு அதற்கு ஏற்றாற்போல் தனது கவித்துவக் கருப்பொருளை தயாரித்துக் கொண்டது மாதிரி தெரிகிறது. கவிதையும் தத்துவமும் Four Quartets கவிதைகளில் பொருந்தவே செய்கின்றன. ஆனால் ஆரம்பகாலக் கவிதைகளின் தீவிரத்தை எலியட் இழந்து விட்டார் என்பது நிரூபணமாகிறது. Four Quartets, காலத்தின் நகர்வு, பொருள் சார்ந்த உலகின் அநித்தியம் இவை பற்றிய மாறுபாடுகளையும் தியானங்களையும் வெளிப்படுத்துகிறது. ஒவ்வொரு Quartet-ம் நான்கு மூலத் தத்துவங்கள் பற்றியது. Burnt Norton காற்றைப் பற்றிய கவிதை. East Coker நிலத்தைப் பற்றியது. Dry Salvages நீரைப்பற்றியது. Little Gidding தீயைப் பற்றியது. நான்கு Quartet-களின் முதற்பகுதிகள் காலம், மரணம், காலத்திற்குள்ளாக நிகழும் மறுபிறப்பு போன்ற அம்சங்களை ஆராய்கின்றன. வடிவமைப்பில் முழுக்க முழுக்க இசையை அடி ஒற்றி Four Quartets-ஐ எழுதியிருக்கிறார் எலியட்.

The Hippopotamus *(1917)* மற்றும் Mr. Eliot’s Sundy Morning Service*(1918)* ஆகிய கவிதைகளின் மூலம் திருச்சபையையும், கிறித்துவத்தையும்

தாக்கி எழுதிய எலியட் 1927ஆம் ஆண்டு ஆங்கில கத்தோலிக்கராக மாறினார். எலியட்டின் மதத்தைப் பற்றிக் குறிப்பிட்ட E.M. Forster என்ற ஆங்கில நாவலாசிரியர்,

" What he seeks is not revelation but Stability."

என்றார். ஸ்திரத்தை நோக்கிய தேடல் எலியட்டின் படைப்புகளுக்கு மையமானது. எல்லாவித ஸ்திரமின்மைகளுக்கும் எதிர்வினையானவைதான் பாழ்நிலத்தில் வரும் சமூக தனிமனித அவசமும், புரூஃபிராக்கின் தனிமைப்பட்ட அவசமும். எலியட்டின் மதம் சார்ந்த கவிதைகளின் சக்தி அவற்றின் நம்பிக்கைகளில் இன்றி, நம்பிக்கைக்காக துன்புறுத்தும் விருப்பத்தில் இருக்கிறது. ஸ்திரம் அடையப்படாமல் போகும் போது கவிதைத் தொனி கிண்டலாக மாறுகிறது அல்லது நம்பிக்கை இழப்பில் முடிகிறது. பழைய ஒழுங்குகளின் மீது அமைந்த ஸ்திரத்தை அடைய விரும்பும் ஒரு எழுத்தாளன் 'நிகழில்' பழைய மதிப்பீடுகளை உள்ளடக்கும் ஒரு வடிவத்தை உருவாக்குகிறான். இது தான் எலியட்டுக்கு நடந்தது.

கவிதைகளின் மொழியைப் புனருத்தாரணம் செய்த எழுத்தாளர்களை விரல் விட்டு எண்ணி விடலாம். எலியட் கவிதையின் மொழியை மட்டுமின்றி, விமர்சன அணுகல், மென் உணர்வுகள் எல்லாவற்றையும் புதுமையாய் மாற்றிய நவீன கவிஞர்.◎

பாரம்பரியமும் தனித்துவத் திறனும்

ஆங்கில இலக்கியத்தில் நாம் பாரம்பரியத்தைப் பற்றிப் பேசுவதேயில்லை. சில சமயங்களில் அச்சொல்லை அதன் இன்மையைக் குறித்து வருந்தும் போது மட்டுமே பிரயோகிக்கிறோம். நாம் 'நம் பாரம்பரியம்' என்றோ அல்லது 'ஒரு பாரம்பரியம்' என்றோ குறிப்பிட்டுச் சொல்லமுடியாது. அதிகபட்சமாக இந்தக் குணச்சொல்லை இன்னாரின் கவிதை 'சம்பிரதாயமாக' இருக்கிறது அல்லது 'மிகவும் சம்பிரதாயமாக' இருக்கிறது என்ற பொருளில்தான் உபயோகிக்கிறோம். கண்டனத்துக்குரியதாக இல்லாமல், இச்சொல் தோன்றுவதே இல்லை எனலாம். இல்லையெனில் இது ஒரு தெளிவற்ற அங்கீகாரமாக, அங்கீகரிக்கப்பட்ட படைப்பு திருப்தி தரும் பழம்பொருள் ஒன்றின் மறு அமைப்பு என்பது போலான உணர்த்தலுடன் வெளிப்படுகிறது. உறுதிப்பாடு தரும் அறிவியலான தொல்பொருளியல் பற்றிய உணர்த்தல் இன்றி இந்த வார்த்தையை ஆங்கிலேயர்களுக்கு ஏற்றுக் கொள்ளக் கூடியதாக ஆக்கவே முடியாது.

வாழ்ந்து கொண்டிருக்கும் அல்லது இறந்துவிட்ட எழுத்தாளர்களைப் பற்றிய நம்முடைய மதிப்பீடுகளில் இச்சொல் கண்டிப்பாக இடம் பெறுவதில்லை. ஒவ்வொரு நாடும், ஒவ்வொரு இனமும் தனக்கான படைப்பு மனங்களை மட்டுமன்றி தனக்கான விமர்சன மனங்களையும் பெற்றுள்ளது. மேலும் படைப்பு மேதைமையை விட விமர்சன வழக்கங்களின் குறைபாடுகளையும் எல்லைகளையும் பற்றி அதிகம் நினைவற்று இருக்கிறது. ஃபிரெஞ்சு இலக்கியத்தில் பெரும் அளவில் தோன்றியுள்ள விமர்சன எழுத்துக்களிலிருந்த, ஃபிரெஞ்சு விமர்சன முறைகளை அல்லது வழக்கங்களை நாம் அறிகிறோம். நாம் அதிலிருந்து ஃபிரெஞ்சு நாட்டவர்கள் நம்மைவிட அதிகம் விமர்சிப்பவர்கள் என்ற முடிவுக்கு மட்டுமே வருகிறோம் (நாம் அவ்வளவு பிரக்ஞையற்றவர்கள்). சில சமயங்களில் ஃபிரெஞ்சுக்காரர்கள் நம்மளவு இயல்பானவர்கள் இல்லை என்ற நினைப்பில் இதைச் சிறிது பெருமைக்குரிய விஷயமாகக் கூட நினைக்கிறோம். ஒருவேளை அவர்கள் நம்மளவு இயல்பாக இல்லாமலும் கூட இருக்கலாம். ஆனால் சுவாசிப்பது எவ்வளவு இன்றியமையாததோ அவ்வளவு இன்றியமையாதது விமர்சனம் என்பதை நாம் நினைவுபடுத்திக் கொள்ள

வேண்டும். நாம் உணரும் உணர்ச்சியைத் தெளிவாகக் கூறுவதால், நம் மனதையே அவர்களின் விமர்சனங்களில் விமர்சித்துக் கொள்வதால், நாம் ஒன்றும் குறைந்துவிடப் போவதில்லை. இந்தச் செயல்முறையில், நாம் ஒரு கவிஞனைப் புகழும் போது, அவனுடைய படைப்பில் அவன் எந்த அம்சங்களில் மற்ற எவருடைய சாயலும் இல்லாமல் இருக்கிறானோ, அவற்றை வலியுறுத்தும் போக்கு நம்மிடம் இருப்பது வெளிச்சத்துக்கு வரும் உண்மைகளில் ஒன்று. அவனுடைய படைப்பில் இந்த அம்சங்களில் அல்லது பகுதிகளில் நாம் அம்மனிதனின் வித்தியாசமான சாரத்தை, தனித்துவத்தைக் காண்பதாக பாசாங்கு செய்கிறோம். ஒரு கவிஞன் தன் முன்னோடிகளிலிருந்து, குறிப்பாக சற்றே முந்தியவர்களிலிருந்து வேறுபடுவதை நாம் திருப்தியுடன் விவரிக்கிறோம். ரசிப்பதற்காகத் தனிமைப்படுத்தக் கூடிய ஏதாவது ஒன்றை பெருமுயற்சி செய்து தேடுகிறோம். ஆனால் நாம் இந்த முன் முடிவு (Prejudice) இல்லாமல் ஒரு கவிஞனை அணுகினால் அவனுடைய படைப்பின் மிகச் சிறந்த பகுதிகள் மட்டுமல்ல, மிகவும் தனித்துவம் வாய்ந்த பகுதிகளும் கூட, இறந்த கவிஞர்கள், அவன் மூதாதையர்கள் தங்களின் அழியாத்தன்மையைத் தீவிரமாக நிலைநாட்டும் பகுதிகளாக இருக்கும். நான் கவிஞனின் முழுவதும் முதிர்ச்சியடைந்த பருவத்தைக் குறிப்பிடுகிறேன், எளிதில் மாறக்கூடிய வளர் பருவத்தை அல்ல.

பாரம்பரியம் அல்லது கையளித்துச் செல்லுதலின் ஒரே வடிவம் நமக்கு சற்றே முந்தைய பரம்பரையின் வெற்றிகளைக் கண்மூடித் தனத்துடன் பின்பற்றுதல், அல்லது பயத்துடன் கடைப்பிடித்தலையே உள்ளடக்கி இருந்தால் அப்‘‘பாரம்பரியத்தை’’ நாம் கட்டாயமாக மறுக்க வேண்டும். அத்தகைய சிறிய நீரோட்டங்கள் விரைவில் மணலில் காணாமல் போனதை நாம் பார்த்திருக் கிறோம். மேலும், திரும்பக் கூறுதலை விட புதுமை மேலானது. பாரம்பரியம் இன்னும் பரந்த அளவில் முக்கியத்துவம் வாய்ந்தது. அது வாரிசுமையாகப் பெறமுடியாதது: மேலும் அது தேவை என்றால் பெரிதும் உழைத்துத்தான் பெற வேண்டும். முதலாவதாக அது ஒரு வரலாற்றியல் அறிவை உள்ளடக்கி இருக்கிறது. இது தனது இருபத்தைந்து வயதுக்கு மேலும் தொடர்ந்து கவிஞனாக இருக்கும் எவனும் தவிர்த்து விட முடியாதது. இந்த வரலாற்றியல் அறிவு, கடந்த காலத்தின் முடிவுற்ற தன்மையை மட்டுமன்றி அதன் நிகழ் இருப்பைக் குறித்து அறிந்துகொள்ளலையும் கொண்டிருக்கிறது. வரலாற்றியல் அறிவுடன் எழுதும் ஒருவன் தனது பரம்பரை பற்றிய அறிவுடன் மட்டும் எழுதினால் போதாது. மாறாக, ஹோமரில் இருந்து தொடங்கி ஐரோப்பாவின் முழு இலக்கியமும் அதற்குள் அவனுடைய நாட்டின் முழு இலக்கியமும்

உடன் நிழ்வாக 'இருத்தலை'யும் (Simultaneous Existence) அந்த இலக்கியம் உடன் நிகழ்வான ஓர் ஒழுங்கைப் (Simultaneous Order) பெற்றிருப்பதையும் பற்றிய உணர்வுடன் எழுத வேண்டும். வரலாற்றியல் அறிவு என்பது காலம் கடந்தவற்றையும், நிலையற்ற வற்றையும் பிரித்துணரும் அறிவையும், அவ்விரண்டையும் சேர்த்துணரும் அறிவையும் கொண்டது. இதுதான் ஒரு எழுத்தாளனைப் பாரம்பரியம் உள்ளவனாக்குகிறது. மேலும், அதுவே அவனை, காலத்தில் அவனுக்கான இடம் பற்றிய, அவனுடைய சமகாலத்தன்மை பற்றிய கூர்மையான பிரக்ஞையுள்ளவனாக்குகிறது.

எந்தக் கவிஞனும், எந்தக் கலைஞனும் அவனுக்கான முழு அர்த்தத்தை அவன் மட்டுமாகப் பெறுவதில்லை. அவனுடைய முக்கியத்துவம், அவன் பற்றிய மதிப்பீடு என்பது, அவனுக்கும் மறைந்த கவிஞர்கள், கலைஞர்களுக்கும் இடையிலான உறவைப் பற்றிய மதிப்பீடுதான். தனியாக அவனை மட்டும் மதிப்பிட முடியாது. மறைந்த கலைஞர்களின் மத்தியில் வைத்துத்தான் அவனை ஒப்பிட்டு வேறுபடுத்திக் காட்ட முடியும். இதை வெறும் வரலாற்று ரீதியான விமர்சனமாக மட்டுமின்றி, அழகியல் சார்ந்த கோட்பாடாக நான் அர்த்தப்படுத்துகிறேன். அவன் பாரம்பரியத்துடன் ஒத்துப்போவதும் ஒன்றிணைவதும் ஒருபுறம் மட்டும் நிகழ் வதல்ல. ஒரு புதிய கலைப்படைப்பு உருவாக்கப்படும்போது ஏற்படும் நிகழ்வு, அதற்கு முந்தைய எல்லாப் படைப்புகளுக்கும் அதே நேரத்தில் நிகழ்கிறது. இருக்கிற படைப்புகள் தமக்குள் ஒரு சீரான ஒழுங்கைப் பெற்றுள்ளன. ஒரு புதிய (உண்மையிலேயே புதிய) கலைப் படைப்பு அதற்குள் அறிமுகப்படுத்தப்படும்போது அவ்வொழுங்கில் மாறுதல் ஏற்படுகிறது. புதிய படைப்பு வருவதற்கு முன் இருந்த ஒழுங்கு முழுமையாக இருக்கிறது. புதிய படைப்பு நுழைக்கப்பட்ட பின்னும் ஒழுங்கு தொடர வேண்டுமானால் அதற்கு முன் இருந்த 'முழுமையான (Whole) ஒழுங்கு, சற்றே ஒரு சிறிய அளவாவது மாற்றம் அடைய வேண்டும்.' அதனால் ஒவ்வொரு படைப்பும் 'முழுமையுடன்' கொண்டுள்ள உறவுகள், விகிதாசாரங்கள், மதிப்பீடுகள் எல்லாம் மறுபடியும் சரிப்படுத்திக் கொள்கின்றன. இப்படித்தான் பழமையும் புதுமையும் ஒத்துப் போகின்றன. ஐரோப்பிய ஆங்கில இலக்கியத்தில் ஒழுங்கு பற்றிய இந்தக் கருத்தை ஒப்புக்கொள்ளும் எவரும், இதை முரணான தாகக் கருதமாட்டார்கள்.

அதாவது நிகழ்காலத்துக்கு, கடந்தகாலம் திசைகாட்டும் அளவு, கடந்த காலம் நிகழ்காலத்தால் மாறுதலடைகிறது. இதுபற்றி உணர்கிற கவிஞன் தனக்கான பெரும் இடர்ப்பாடுகளையும், பொறுப்புகளையும் உணர்ந்திருப்பான்.

வினோதமான முறையில், தவிர்க்க முடியாதபடி கடந்த காலத்தின் அளவுகோல்களைக் கொண்டுதான் தன்னை மதிப்பிட முடியும் என்பதையும் அவன் உணர்ந்திருப்பான். நான் அவற்றைக் கொண்டு மதிப்பிடுதலைக் கூறுகிறேன். வெட்டித் துண்டாக்குதலை அல்ல. அவன் மறைந்தவர்கள் அளவுக்கு நன்றாகவோ அல்லது அவர்களை விட மோசமாகவோ அல்லது உயர்வாகவோ இருப்பதற்காக மதிப்பிடப்படுவதில்லை. மேலும் இறந்து போய்விட்ட விமர்சகர்களின் விதிகளைக் கொண்டும் மதிப்பிடப்படுவதில்லை. அது ஒரு மதிப்பீடு: ஒரு ஒப்பீடு: அதில் இரண்டு விஷயங்கள் ஒன்றினால் ஒன்று அளவிடப்படுகின்றன. வெறுமனே ஒரு புதிய படைப்பு பழமையுடன் இணங்கிச் செல்லுமானால் உண்மையில் அது இணங்குதலே (Conformity) அல்ல. அது புதியதாய் இருக்காது, அதனால் அது ஒரு கலைப் படைப்பாக இருக்க முடியாது. புதியது பொருந்துவதால் அதிக மதிப்புடையது என்று நாம் சொல்லவில்லை. ஆனால் பொருந்துவது என்பதே அதனுடைய மதிப்புக்கான சோதனை. உண்மையில் நிதானத்துடனும், எச்சரிக்கையுடனும் செயல்படுத்தக் கூடிய சோதனை. ஏனெனில் நம்மில் யாருமே இணங்குதல் குறித்துத் தவறு செய்ய முடியாத மதிப்பாளர்கள் இல்லை. இது இணங்குவது போலத் தோன்றுகிறது, மற்றும் தனித்துவமுள்ளதாகவும் இருக்கலாம். அல்லது இது தனித்துவமுள்ளதாய்த் தோன்றுகிறது. மற்றும் இணங்கியும் போகக் கூடும் என்று நாம் சொல்லலாம். ஆனால் அது அதுதான், மற்றொன்று இல்லை என்று கண்டுபிடிப்பது சாத்தியமில்லை.

கடந்த காலத்துடன், கவிஞனுக்குள்ள உறவைப் பற்றிய இன்னமும் தெளிவான விளக்கத்தை நோக்கிச் செல்ல: அவன் கடந்த காலத்தை ஒரு மொத்தையான, பிரித்துணர முடியாத உருண்டையாக எடுத்துக்கொள்ள முடியாது. தனக்கு அந்தரங்கமாகப் பாராட்டத் தோன்றிய ஒன்றிரண்டு விஷயங்களைக் கொண்டே தன்னை உருவாக்கிக் கொள்ள முடியாது. அல்லது தனக்கு விருப்பமான ஒரு காலகட்டத்தை மட்டுமே கொண்டு முழுமையாகத் தன்னை உருவாக்கிக் கொள்ள முடியாது. முதல் வழியை அனுமதிப்பதற்கில்லை, இரண்டாவது இளமையின் முக்கியமான அனுவபம், மூன்றாவது இனிமையான மிகவும் விரும்பத்தக்க இணைப்பு. கவிஞன் என்பவன் பிரதான போக்கைப் பற்றிய பிரக்ஞையுடன் இருக்க வேண்டும். அப்போக்கு மிகவும் புகழ்பெற்ற, மதிக்கத்தக்க படைப்புகள் வழியாகத்தான் செல்ல வேண்டும் என்றில்லை. அவன் கலை என்பது என்றுமே முன்னேற்றம் அடைவதில்லை. ஆனால் கலைக்கான செய்பொருள் என்றும் ஒன்றாகவே இருப்பதில்லை என்ற வெளிப்படையான உண்மையை அறிந்திருக்க வேண்டும். ஐரோப்பாவின் மனதும்

(the mind of Europe) அவனுடைய நாட்டின் மனதும், தன்னுடைய அந்தரங்கமான மனதை விடவும் அதிக முக்கியத்துவம் வாய்ந்தது என்பதைக் காலப் போக்கில் அவன் அறிந்து கொள்கிறான். அந்த மனது மாறுதல் அடைகிறது. அந்த மாற்றம் ஒரு வளர்ச்சி: போகும் வழியில் எதையும் கைவிட்டுச் செல்லாமல், ஷேக்ஸ்பியரையோ, ஹோமரையோ அல்லது மெக்டலனிய வரைவாளர்களின் பாறைச் சித்திரங்களையோ பழமையானவை என்று ஒதுக்கிவிடாமல் ஏற்படுகிற ஒரு வளர்ச்சி. இந்த வளர்ச்சி ஒருவேளை பண்படுதல், கண்டிப்பாக சிக்கலாதல் என்பது கவிஞனின் பார்வையில் எந்தவகையிலும் முன்னேற்றம் இல்லை. ஒரு மனோவியலாளரின் பார்வையில் கூட நாம் கற்பனை செய்யும் அளவுக்கு அது முன்னேற்றமாக இல்லாதிருக்கலாம். ஒருவேளை, கடைசியில் பொருளாதாரத்திலும், இயந்திரங்களிலும் உள்ள சிக்கலை மட்டுமே அது அடிப்படையாகக் கொண்டதாய் இருக்கலாம். ஆனால் கடந்த காலத்திற்கும், நிகழ்காலத்திற்கும் உள்ள வேறுபாடு என்னவென்றால் பிரக்ஞையுள்ள நிகழ்காலம் என்பது, கடந்தகாலத்தைப் பற்றிய உணர்வுநிலை (awareness): ஒரு வகையில், ஓரளவுக்கு, கடந்தகாலம் தன்னைப்பற்றிக் கொண்டிருந்த உணர்வுநிலை அதை வெளிப்படுத்த முடியாது.

யாரோ கூறினார்கள்: "இறந்துபோன எழுத்தாளர்கள் நமக்கு வெகு தொலைவில் இருக்கிறார்கள். ஏனென்றால் அவர்கள் அறிந்திருந்ததைவிட நாம் அறிபவை அதிகம்" மிகச்சரிதான். நாம் அறிந்திருப்பது என்பது அவர்களைத்தான்.

கவிதை எழுதும் தொழிலுக்கு(me'tier), நான் வைக்கும் செயல் திட்டத்தின் ஒரு பகுதிக்கு, எப்பொழுதும் எழுகிற ஆட்சேபணையை நான் உணர்கிறேன். பரிகாசத்துக்குரிய அளவுக்கு ஆசிரியத்தனமான புத்தக அறிவு இக்கோட்பாட்டுக்குத் தேவை என்பதுதான் அந்த ஆட்சேபணை. எந்த வரலாற்றிலும் புகழ்பெற்ற கவிஞர்களின் வாழ்க்கையைப் பார்த்தால், இந்தக் கூற்றை நாம் நிராகரித்து விடலாம். அதிகமான படிப்பறிவு கவித்துவ உணர்வை மரத்துப்போகச் செய்கிறது அல்லது வக்கிரமடையச் செய்கிறது என்று நாம் உறுதிப்படுத்தப் படலாம். ஆனால் நாம் தொடர்ந்து நம்புகிறோம்: ஒரு கவிஞனுக்கு இன்றியமையாததான ஏற்புத்திறனையும், சோம்பேறித்தனத்தையும் கெடுத்துவிடாத அளவுக்காவது, அவனுக்குக் கண்டிப்பாக புத்தக அறிவு வேண்டும். தேர்வுக்கும், வரவேற்பறைகளுக்கும், போலியான சுயவிளம்பர முறைகளுக்கும் உபயோகப்படும் வடிவத்திற்குள், அறிவை அடைப்பது விரும்பத்தக்கதல்ல. சிலரால் அறிவை ஈர்த்துக் கொள்ள முடியும். மந்தமானவர்கள் அதற்கென கடுமையாக உழைத்தாக வேண்டும். பிரிட்டிஷ் மியூசியம் முழுவதிலிருந்தும் பலர் அறிந்து

கொள்ளக் கூடியதை விட அதிகமாக, ஷேக்ஸ்பியர், வரலாற்றின் சாராம்சத்தை புளூடார்க் என்ற ஒரே வரலாற்றாசிரியரிடமிருந்து பெற்றார். நாம் வலியுறுத்த வேண்டியது: ஒரு கவிஞன் கடந்த காலம் பற்றிய பிரக்ஞையை உருவாக்கிக் கொள்ள வேண்டும், அல்லது அடைய வேண்டும்: அப்பிரக்ஞையைத் தொடர்ந்து தன் வாழ்நாள் முழுவதும் வளர்க்க வேண்டும்.

கவிஞன் 'இப்பொழுது' என்னவாக இருக்கிறானோ, அதைத் தன்னைவிட அதிக மதிப்பு வாய்ந்த ஒன்றுக்குத் தொடர்ந்து சரணடையவைப்பது இதனால் நிகழ்கிறது. ஒரு கலைஞனின் முன்னேற்றம் என்பது ஒரு தொடர்ச்சியான சுயஅற்பணிப்பு: தன்ஆளுமையைத் தொடர்ந்து அழித்துக்கொள்ளல்தான் (Continual Extinction of Personality).

சுயம் அழித்தலின் நிகழ்வு (the process of depersonalization), பாரம்பரியம் பற்றிய உணர்வு, இவை இரண்டுக்கும் உள்ள தொடர்பை நாம் வரையறுக்க வேண்டும். இந்த சுயம்-அழித்தலில்தான் கலையானது அறிவியலின் நிலையை நோக்கி நகர்கிறது. அதனால் ஒரு ஒப்புமைக்காக ஆக்ஸிஜனும், சல்ஃபர்டையாக்ஸைடும் உள்ள ஒரு அறையில் மெல்லிய பிளாட்டின இழையை நுழைத்தால் என்ன நிகழ்கிறது பாருங்கள்.

II

நேர்மையான விமர்சனமும் கூர்மையான மதிப்பீடும், கவிதையை நோக்கித்தான் இருக்க வேண்டும். கவிஞனை நோக்கி அல்ல. செய்தித்தாள் விமர்சகர்களின் கூச்சலையும் அதைத் தொடர்ந்து அதிகம் திரும்பக் கூறப்படுகிற முணுமுணுப்புகளையும் கவனித்தால் நிறைய கவிஞர்களின் பெயர்களை நாம் கேட்கலாம். ஆனால் பட்டியலிடப்பட்ட அறிவை அல்லாது, அனுபவிக்கத்தக்க ஒரு கவிதையை வேண்டி, நாம் கேட்போமானால் அது நமக்குக் கிடைக்காது. கவிதை மற்ற எழுத்தாளர்களின் கவிதைகளுடன் கொண்ட உறவின் முக்கியத்துவத்தைச் சுட்டிக்காட்டி இதுவரை எழுதப்பட்ட எல்லா கவிதைகளின் வாழும் முழுமையாக (Living whole) நாம் கவிதையைக் கருத வேண்டும் என்பதையும் நான் சுட்டிக்காட்டி இருக்கிறேன். கவிதையின் "சுயம்-அழித்தல்" கோட்பாட்டின் இன்னொரு முக்கிய அம்சம் கவிதைக்கும் அதை எழுதுபவனுக்கும் இடையிலான உறவாகும்.

நான் முன்பே ஒரு ஒப்புமை மூலம் குறிப்பிட்டபடி, ஒரு முதிர்ச்சியடைந்த கவிஞனின் மனம், முதிர்ச்சியடையாத கவிஞனின் மனதிலிருந்து வேறுபடுவது, 'ஆளுமை' (Personality) பற்றிய மதிப்பீட்டினாலோ, இன்னமும் அதிகம் சுவாரஸ்யமாக இருப்பதாலோ, அல்லது சொல்வதற்கு நிறைய வைத்திருப்பதாலோ

இல்லை. அந்த மனம் நுண்மையான சீராக்கப்பட்ட ஊடகம் (Medium). அதில் பிரத்யேகமானதும், வேறுபட்டதுமான உணர்ச்சிகள் நுழைந்து புதிய அமைப்புகள் கொள்ள சுதந்திரம் உண்டு.

அந்த ஒப்புமை ஒரு கிரியா ஊக்கி (catalyst) பற்றியது. முன் கூறிய இரண்டு வாயுக்களை பிளாட்டின இழை இருக்கும் இடத்தில் கலந்தால் அவை சல்ஃபரஸ் அமிலமாக மாறுகின்றன. இந்த இணைதல் பிளாட்டினம் இருந்தால் மட்டுமே நிகழ்கிறது. ஆனால் புதிதாக உருவாக்கப்பட்ட அமிலத்தில் பிளாட்டினத்தின் சுவடு எள்ளளவும் இருப்பதில்லை. அதே போல பிளாட்டின இழையும் வெளிப்படையான பாதிப்புறுவதில்லை. அது செயலற்று, நடு நிலைமையுடன், மாற்றம் அடையாமல் இருந்திருக்கிறது. கவிஞனின் மனம் அப்பிளாட்டின இழையைப் போன்றது. அது பகுதியாக, அல்லது முழுதாக அம்மனிதனின் அனுபவத்தின் மீது செயல்படக் கூடும். ஆனால் கலைஞன் எவ்வளவு பூரணமாக இருக்கிறானோ அந்த அளவுக்கு அவனுள் இருக்கும் துயருறும் மனிதனும், படைக்கும் மனமும் முற்றிலும் தனித்தன்மையாக இருக்கும். மேலும் முழுமையாக அந்த மனம் தனது செய்-பொருளான உணர்ச்சிகளை ஜீரணித்து உருமாற்றம் அளிக்கும்.

மாற்றத்தை ஏற்படுத்துகிற கிரியா ஊக்கியின் முன்னிலையில் இணைகிற மூலப்பொருள் ஆன அனுபவம் இரண்டு வகைப் படும். அவை உணர்ச்சிகள் (emotions) மற்றும் உணர்வுகள் (feelings). கலைப்படைப்பு ஒன்று அதனை அனுபவிக்கும் நபர் மீது ஏற்படுத்தும் தாக்கமானது, கலையில்லாத ஒன்றினால் ஏற்படும் அனுபவத்திலிருந்து வேறுபடுகிறது. அது ஒரு உணர்ச்சியிலிருந்தோ, அல்லது பல உணர்ச்சிகளின் கலவையிலிருந்தோ உருப் பெறலாம். குறிப்பிட்ட வார்த்தைகள், சொற்றொடர்கள், அல்லது படிமங்களால் எழுத்தாளனுக்குள் ஏற்படும் பல்வேறு உணர்வுகளும் ஒன்றுகூடி முடிவுப்பொருள் தோன்றியிருக்கலாம். அல்லது ஒரு "மகா கவிதை" நேரடியான உணர்ச்சிகள் ஏதுமின்றி வெறும் உணர்வுகளின் உபயோகத்தாலேயே உருவாக்கப்படலாம். Inferno வின் 15வது Canto (ப்ரூநெட்டோ லாட்டினி பற்றியது), அந்தச் சூழ்நிலையால் வெளிப்படையாகத் தெரியும் உணர்ச்சியின் மீதான மனச் செயல்பாட்டைக் காட்டுகிறது. ஆனால் அதனால் ஏற்படும் விளைவு எந்த ஒரு கலைப்படைப்பையும் ஏற்படுத்துவதைப் போலத் தனித்துவம் வாய்ந்திருந்தாலும், மிகச் சிக்கலான விவரங்களினால் பெறப்படுகிறது. கடைசி நான்கு வரிகள் ஒரு படிமத்தையும், அதனுடன் தொடர்புள்ள ஒரு உணர்வையும் அளிக்கிறது. அவ்வுணர்வு, அதற்கு முன்

சொல்லப்பட்டவற்றிலிருந்து சுலபமாய் வெளிப்படுவதல்ல. அது சேர்வதற்கான, சரியான இணையுமிடம் வரும் வரையில் அது கவிஞனின் மனதில் தீர்வுக்கு வராமல் இருந்து அப்பொழுதுதான் உதித்திருக்க வேண்டும். சொல்லப்போனால் கவிஞனின் எண்ணற்ற உணர்வுகளை, சொற்றொடர்களை, படிமங்களை சேமித்து வைப்பதற்கான பாத்திரம். இவையெல்லாம் ஒரு புதிய கூட்டுப் பொருளை உருவாக்கத் தேவையான கூறுகள் அனைத்தும் அங்கு வரும் வரையில் அப்படியே இருக்கின்றன.

மிகச் சிறந்த கவிதைகளிலிருந்து தனிச் சிறப்பு வாய்ந்த பகுதி களை ஒப்பிட்டுப் பார்த்தால், எவ்வளவு வேறுபட்ட வகைப்பாடு களின் ஒன்று சேர்த்தல்கள் இருக்கின்றன என்பதைக் காணலாம். மேலும் அவை அறைகுறை ஒழுக்க நெறி சார்ந்த 'உன்னதம்' பற்றிய தர அடிப்படையால் எட்டிவிட முடியாத உயரத்தில் இருப்பதையும் காணலாம். இதற்கு படைப்பின் கூறுகளான உணர்ச்சிகளின் மேன்மையோ அல்லது தீவிரமோ முக்கியமல்ல. படைப்பாக்க முறையின் (artistic process) தீவிரம், ஒருமித்தலின் போது ஏற்படும் அழுத்தம் இவைதான் கணக்கிலெடுத்துக் கொள்ளப்பட வேண்டும். பாவ்லோ மற்றும் ஃபிரான்செஸ்காவின் கதை ஒரு குறிப்பிட்ட உணர்ச்சியை பயன்படுத்துகிறது. ஆனால் கவிதையின் தீவிரம், அது ஏற்படுத்தக்கூடிய கற்பனை அனுபவத்தின் பதிவுக்கு என்ன தீவிரம் இருந்தாலும் அதிலிருந்து வேறுபட்டதுதான். எந்த உணர்ச்சியின் மீதும் நேரடியான சார்பு இல்லாத யுலிஸிஸின் பயணத்தை விவரிக்கும் Canto-26ஐ விட அது ஒன்றும் அதிகம் தீவிரமானது அல்ல. உணர்ச்சியை உருமாற்றம் செய்தலில் விரிவான வகைகளுக்கான சாத்தியங்கள் இருக்கின்றன. அகமெம்னானின் (Agamemnon) கொலை, அல்லது ஒத்தெல்லோவின் அவசம் இவை தாந்தேவின் காட்சிகளை விட, உண்மையாயிருக்கக் கூடியதற்கு நெருக்கமான, கலாபூர்வமான தாக்கத்தை ஏற்படுத்துகின்றன. 'அகமெம்னானில்' கலை தரும் உணர்ச்சி, கிட்டத்தட்ட, பார்வையாளனின் உணர்ச்சிக்கு சமமாக இருக்கிறது: 'ஒத்தெல்லோ'வில் கிட்டதட்ட கதாநாயகனின் உணர்ச்சியைப் போலவே. ஆனால் கலைக்கும் நிகழ்வுக்கும் (event) இடையிலான வித்தியாசம் முழுமுற்றானது. அகமெம்னானின் கொலைக்கான ஒன்று சேர்தல்கள். யுலிஸிஸின் பயணமளவுக்கே சிக்கலானதாய் இருக்கக்கூடும். இரண்டு சந்தர்ப்பங்களிலும் கூறுகளின் ஒன்றிணைவு (fusion of elements) இருந்திருக்கிறது. கீட்ஸின் Ode இல் பிரத்யேகமாக நைட்டிங்கேலுடன் தொடர்பு ஏதுமில்லாத உணர்வுகள் பல உள்ளன. நைட்டிக்கேல் பறவை, ஓரளவுக்கு அதனுடைய கவர்ச்சியான பெயரினாலும் ஓரளவுக்கு அதனுடைய புகழினாலும் அந்த உணர்வுகளை இணைப்பதற்கு பயன்பட்டுள்ளது.

நான் இவ்வளவு பிரயத்தனப்பட்டு தாக்க முயற்சிக்கிற நோக்கு, பொருளுடன் ஆன்மா ஒன்றிணையும் உடல்கடந்த மெய்ம்மைக் (metaphysical) கோட்பாட்டுடன், ஒருவேளை, தொடர்புள்ளதாக இருக்கலாம். நான் அர்த்தப்படுத்துவது: கவிஞன் வெளிப் பாட்டிற்கென வைத்திருப்பது 'ஒரு ஆளுமை' அல்ல, பிரத்யேகமான 'ஊடகம்' (medium) தான். அது ஒரு ஊடகம் மட்டுமே, ஆளுமை இல்லை. அவ்வூடகத்தில் மனப்பதிவுகளும், அனுபவங்களும் வினோதமான, எதிர்பார்க்க முடியாத வகைகளில் ஒன்றிணைகின்றன. கலைஞனில் உள்ள மனிதனுக்கு முக்கியமான தாகப்படக்கூடிய மனப்பதிவுகளும், அனுபவங்களும் கவிதையில் ஒரு இடத்தையும் பெறாமல் போகலாம். அதே போல கவிதையில் முக்கியமானவை, அம் மனிதனில் அல்லது ஆளுமையில் அற்பமான பங்கு மட்டுமே வகிக்கக் கூடும்.

மேற்கண்டவற்றினால் கிடைக்கும் தெளிவில்-அல்லது குழப்பத்தில்- புது கவனத்துடன் நோக்கத்தக்க அளவு பரிச்சயமற்ற ஒரு பகுதியை இங்கு மேற்கோளாகத் தருகிறேன்:

நான் இப்போது என்னையே கண்டனம் செய்து கொள்ள
முடியும் என நினைக்கிறேன்
அவள் அழகில் பித்துப் பிடித்துப் போனதற்காய்--
அவளுடைய இறப்பு
பழிதீர்க்கப்படுமானாலும் எவ்வித சாதாரண செயலும் மாறி-
உன் பொருட்டா தன் பொருட்டா தன்னை
அழித்துக்கொள்கிறது?
சீமான்களின் மேன்மை விற்கப்படுவது
சீமாட்டிகளை நிலைநிறுத்தவா
மனங்குழப்பும் நிமிஷத்தின் அற்ப லாபத்திற்காகவா?
ஏன் அந்த மனிதன் வழிப்பறி செய்து
தன் வாழ்வின் முடிவை நீதிபதியின் தீர்ப்பில் வைக்கிறான்?
அவ்விஷயத்தை சுத்தமாய்ச் சொன்னால்--
வீரர்களை போர்க்கு திரைகளை வைத்து
அவர்களின் பராக்கிரமங்களைத் தோற்கடிப்பது
அவளுக்காகவா?

இந்தப் பகுதியில் அதனுடைய சூழலில் எடுத்துக் கொண்டால் நேரடியான மற்றும் எதிர்மறையான உணர்ச்சிகள் கலந்து வருகின்றன. ஒன்று அழகை நோக்கிய தீவிரமான வலுவான ஈர்ப்பு, இரண்டாவது அதற்கு இணையாக, அழகை அழகுடன் வேறுபடுத்திக் காட்டப்படும் அசிங்கத்தின் மீதான, தீவிரமான கவர்ச்சி. வேறுபடுத்திக் காட்டப்படும் உணர்ச்சிகளின் சமநிலை, இந்தப் பேச்சுக்குத் தொடர்பான நாடகச் சூழ்நிலையில் இருக்கிறது. ஆனால் அந்தச் சூழ்நிலை மட்டுமே அதற்குப் போதாது. சொல்லப் போனால் அது நாடகத்தால் ஏற்படுத்தப்படும் அமைப்பாக்கம்

(structural) சார்ந்த உணர்ச்சி. ஆனால் இந்த உணர்ச்சியை நெருங்கி வருகிற, எந்த வகையிலும் மேலோட்டமாகத் தெரியாத, மிதக்கும் பல உணர்வுகள் அதனுடன் இணைந்து ஒரு புதிய கலை உணர்ச்சியைக் கொடுப்பதால்தான் முழுத்தாக்கமும், மேலோங்கும் தொனியும் கிடைக்கின்றன.

தன் சொந்த உணர்ச்சிகளாலோ, தன் வாழ்வில் சில சம்பவங்களால் தூண்டப்படும் உணர்ச்சிகளாலோ, ஒரு கவிஞன் குறிப்பிடத்தக்கவனாகவும், சுவாரஸ்யமானவனாகவும் ஆவதில்லை. அவனுடைய உணர்ச்சிகள் எளிமையானவை யாகவோ, அல்லது பண்படாததாகவோ, அல்லது தட்டை யாகவோ இருக்கக்கூடும். ஆனால் அவனுடைய கவிதையில் வெளிப்படும் உணர்ச்சி மிகவும் சிக்கலானதாக மனிதர்களின் சிக்கலான உணர்ச்சிகளுக்கு சமமானது அல்ல. கவிதையில் வெளிப்படுத்த புதிய மனித உணர்ச்சிகளைத் தேடுவது ஒரு தவறு: உண்மையில் அது விலகிச் செல்லும் போக்குதான். புதுமையைத் தேடுவதில் அது தவறான இடத்தில், மனோவக்கிரத்தைத்தான் (preverse) கண்டுபிடிக்கிறது. கவிஞனின் வேலை புதிய உணர்ச்சி களைக் கண்டுபிடிப்பது இல்லை. சாதாரணமானவற்றை உபயோகிப்பதும் அவற்றைக் கவிதைக்குள் உருமாற்றும் போதும், உணர்ச்சிகளே இல்லாத உணர்வுகளை வெளிப்படுத்துவதும் தான் கவிஞனின் வேலை. அவன் அனுபவப்படாத உணர்ச்சிகளும் அவனுக்குப் பரிச்சயமான உணர்ச்சிகளின் அளவுக்கே அவனுக்கு உதவியாக இருக்கும். ஆதலால் "அமைதியில் நினைவுபடுத்தப்பட்ட உணர்ச்சிகள்" என்பது துல்லியமற்ற கோட்பாடு என்றே நாம் நம்பவேண்டும். ஏனெனில் அது உணர்ச்சியும் இல்லை, நினைவு கொள்ளுதலும் இல்லை. அர்த்த-த்தைத் திரிக்காதவரையில் அது அமைதியும் இல்லை. அது ஒரு கவனச்செறிவு (concentration). அது அதீத அளவிலான அனுபவங்களின் செறிவினால் உண்டாகும் ஒரு புதிய விஷயம். இவை யதார்த்தம் சார்ந்த சுறுசுறுப்பான மனிதனுக்கு அனுபவங்கள் என்றே தோன்றாது. அந்தக் கவனச்செறிவு பிரக்ஞையறிந்து, வேண்டுமென்றே நிகழ்வதில்லை. இந்த அனுபவங்கள் "நினைவு படுத்தப்பட்டவை" அல்ல. நிகழ்ச்சியின் மீதான உணர்வற்ற கவனம் என்கிற அளவில் மட்டுமே, அவை இறுதியில் ஒன்றிணையும் சூழல் அமைதியானது வாஸ்தவமாக முழுக்கதை இதுமட்டும் இல்லை. கவிதை எழுதும்போது, பிரக்ஞையுடன், வேண்டு மென்றே செய்ய வேண்டிய ஏராளமான விஷயங்கள் உள்ளன. உண்மையில் வேண்டிய இடத்தில் பிரக்ஞையற்றும், பிரக்ஞையே இல்லாமல் இருக்க வேண்டிய இடத்தில் பிரக்ஞையுடனும் இருக்கிறான். இவ்விரண்டு தவறுகளும் அவனை "சொந்த விஷயம்"

(personal) சார்ந்தவனாக்குகிறது. கவிதை என்பது உணர்ச்சிகளைக் கட்டவிழ்த்து விடுவதல்ல: உணர்ச்சியிலிருந்து தப்பித்தல். அது ஒரு 'ஆளுமை'யின் வெளிப்பாடு அல்ல: ஆளுமையிலிருந்து தப்பித்தல், ஆனால் வாஸ்தவத்தில், உணர்ச்சிகளும், ஆளுமையும் உள்ளவர்களுக்குத்தான் அதிலிருந்து தப்பிக்க விரும்புவது என்ன வென்று தெரியும்.

III

"மனம் என்பது மேலும் தெய்வீகமானது பாதிக்கப்படாதது எனக்கருதலாம்".

இந்தக் கட்டுரை உடல்கடந்த மெய்மை அல்லது ஆன்மீகத்தின் (mysticism) எல்லையில் முடிவுற இருக்கிறது. கவிதையில் ஈடுபாடுள்ள பொறுப்புள்ள ஒரு நபர் உபயோகிக்க ஏற்ற நடைமுறை சார்ந்த முடிவுகளுக்குள் தன்னை எல்லைப்படுத்திக் கொள்கிறது. கவிஞனிலிருந்து, கவிதையை நோக்கி ஈடுபாடுகளைத் திருப்புவது என்பது மெச்சத்தக்க நோக்கம். ஏனெனில் அது நல்ல அல்லது மோசமான கவிதைகளைப் பற்றிய நியாயமான மதிப்பீட்டை அளிக்கும். கவிதையில் நேர்மையான உணர்ச்சியின் வெளிப்பாட்டைப் பாராட்டுபவர் நிறையபேர் இருக்கிறார்கள். கலை நுட்ப நேர்த்தியை உணர்ந்து பாராட்டு-பவர்கள் குறைவு: ஆனால் வெகுசிலர் மட்டுமே, கவிஞனின் வாழ்க்கைச் சரித்திரத்தில் இல்லாத, கவிதையில் மட்டுமே இடம்பெறுகிற உணர்ச்சியைப் புரிந்து கொள்கிறார்கள் - இது குறிப்பிடத்தகுந்த உணர்ச்சி வெளிப்பாடாகும். கலையின் உணர்ச்சி ஆளுமையற்றது. செய்ய வேண்டிய படைப்புக்குத் தன்னை முழுதும் அர்ப்பணிக்காமல் கவிஞன் இந்த ஆளுமையற்ற நிலையை அடையமுடியாது. வெறும் நிகழ்காலத்தில் மட்டுமன்றி, செய்ய வேண்டியது என்ன என்று அவன் அறிய முடியாது. அவன் இறந்தவற்றைப்பற்றிப் பிரக்ஞையோடு இருப்பதோடு மட்டுமல்லாது, ஏற்கனவே வாழ்ந்து கொண்டிருப்பவற்றைப் பற்றிய பிரக்ஞையுடன் இருத்தல் அவசியம்.☉

குறிப்புகள்:

1. மெக்டலனிய பழைய கற்காலம் சார்ந்த.

2. இங்கு எலியட் அறிவியலுடன் கலையை ஒப்புமைப்படுத்துவதைப் பல விமர்சகர்கள் எதிர்த்துள்ளனர். கலைஞனின் மனம் எப்படிச் செயல்படுகிறது என்பது பற்றி இந்த ஒப்புமை எந்தத் தெளிவையும் அளிக்கவில்லை என்பது பிரதான குற்றச்சாட்டு. எலியட் நடத்திய பத்திரிக்கையான The Criterion இல் 1932ல் ஒரு பெயர் தெரிவிக்காத விமர்சகர் இதிலுள்ள அறிவியல் ரீதியான தவறைச் சுட்டிக்

காட்டியிருக்கிறார். ஆக்ஸிஜனும், சல்ஃபர் டையாக்ஸைடும் இணையும் போது சல்ஃபர் ட்ரையாக்ஸைடு உருவாகிறது. அதை நீரில் கரைத்தால் சல்ஃப்யூரிக் அமிலம்தான் கிடைக்கும், சல்ஃபரஸ் அமிலம் அல்ல.

3. 15வது Canto-வில் தாந்தே (Dante)தன்னுடைய ஆசிரியரான ப்ருநெட்டோ லாட்டினியை (Brunetto Latini) நரகத்தில் (inferno) சந்திக்க நேரிடுகிறது. கடைசி நான்கு வரிகள்:

> And seemed like one of those who over the flat
> And open Course in the fields of Verona
> Run for the green cloth, and he seemed at that,
> Not like a loser, But the winning runner

வெரோனாவின் வெற்றியைக் கொண்டாடுவதற்கென அமைக்கப்பட்ட ஓட்டப்பந்தயத்தில், வெற்றியாளருக்கு பச்சை நிறத்துணி ஒன்று பரிசாக அளிக்கப்படும். அது இங்கு படிமமாக ஆகியுள்ளது.

4.-5. எலியட் தொடர்ந்து தாந்தேவின் Divine comedyஐக் குறிப்பிடுகிறார்.

6. "அகமெம்னான்"- ஈஸ்கிலஸின் (Aeschylus) Oresteia என்ற மூன்று தொடர் நாடகங்களுள் முதல் நாடகம். கிரேக்கப் படை, ட்ராய்க்கு எதிராகப் புறப்பட்டுச் செல்லும் போது ஆலீஸ் (Aulis) என்ற இடத்தில் தடங்கல் ஏற்படுகிறது. அத்தடங்கலை நீக்க அகமெம்னானின் மகள் இஃபிஜினையாவைப் (Iphigeneia) பலியிட நேருகிறது. அகமெம்னானின் மனைவி கிளைடெம்னெஸ்ட்ரா (Clytemnestra) தன் மகளின் சாவை பழிதீர்ப்பதற்காக அகமெம்னானின் சகோதரன் ஈஜிஸ்தஸினுடன் (Aegisthus) சேர்ந்து திட்டமிடுகிறாள். அகமெம்னான் போர் முடிந்து திரும்பியவுடன் தன் சகோதரனாலும், மனைவியாலும் கொல்லப்படுகிறான்.

7. ஷேக்ஸ்பியரின் துன்பியல் நாடகம். ஒத்தெல்லோ, இயாகோவின் விஷமூட்டும் அறிவுரைகளால் தன் மனைவி டெஸ்டெமோனாவின் ஒழுக்கத்தைச் சந்தேகிக்கிறான். இயாகோவினால் வேண்டுமென்றே உருவாக்கப்படும் சூழ்நிலை களினாலும், அதற்கு நிரூபணமாக டெஸ்டெமோனாவின் கைக்குட்டை காணாமல் போவதாலும், ஒத்தெல்லோ சந்தேகத்திலும், பொறாமையிலும் மன அவதிப்பட்டு டெஸ்டெமோனாவைக் கொலை செய்கிறான். பிறகு இயாகோவின் மனைவி ஏமிலியா மூலம் கைக்குட்டை திருடப்பட்டதை அறிந்து இயாகோவைக் கொன்றுவிட்டுத் தன்னையும் அழித்துக் கொள்கிறான்.

8. ஸிரில் டர்னரின் (Cyril Tourner) "The Revenger's Tragedy" யில் அங்கம் III, காட்சி 5ல் முக்கிய கதாபாத்திரமான வின்டிஸ் தனது கையில் தன் முன்னாள் காதலியின் மண்டையோட்டை வைத்துக் கொண்டு பேசும் வரிகள் இவை. அப்பிரதேசத்தின் Duke வின்டிஸின் காதலி அவனது விருப்பத்திற்கு இணங்க மறுத்ததால் அவளை விஷம் வைத்துக் கொன்றுவிடுகிறார். இதற்கு பழிதீர்க்க வின்டிஸ், பியாடோ என்ற மாறுவேடத்தில் Duke-இன் மகனுக்கு அடியாளாக அமர்கிறான். Duke தன்னுடைய இச்சைகளுக்காகக் கன்னி ஒருத்தியை ஏற்பாடு செய்ய பியாடோவின் உதவியை நாடும்போது. அவரை ஒரு ரகசியச் சந்திக்குமிடத்திற்கு வரச் செய்து, தன் காதலியின் மண்டையோட்டை வெல்வெட்டால் முகம் போலாக்கி, அதற்குள் விஷம் வைத்து. அதனை முத்தமிடச் செய்வதன் மூலம் Duke ஐக் கொல்கிறான். நாடகம் இதற்குமேலும் பழிவாங்கும் படலங்களுடன் தொடர்கிறது. பழிவாங்குபவனான வின்டிஸ்

தன் காதலி இறந்தது பற்றி உணர்ச்சிபூர்வமான ஈடுபாடு கொள்வதே இல்லை. அவனைப் பொறுத்தவரை சதையின் அவசரத் தேவைகள் அனைத்தும் சதையற்ற மண்டையோடு அளிக்கும் பார்வையில் அடங்கிவிடுகின்றன. சதை தருவது "குழப்பும் நிமிடத்தின் அற்பப்பயன்" தானே! இந்தப் பிரயோகம் எலியட்டை மிகவும் பாதித்த ஒன்று. இதை அவர் தனது கவிதைகள் பலவற்றில் உபயோகிக்கிறார். (உம். பாழ்நிலம்).

9. "அமைதியில் நினைவுபடுத்தப்பட்ட உணர்ச்சிகள்" ஆங்கில ரொமான்டிக் கவியான வோர்ட்ஸ்வொர்த் (WordsWorth) தனது Preface to Lyrical Ballads இல் "Poetry is the spontaneous overflow of Powerful feelings: it takes its origin from emotions recollected in tranquility" என கவிதையை வரையறுக்கிறார். இந்த வரையறை துல்லியமானது அல்ல என்பது எலியட்டின் கருத்து.

10. அரிஸ்டாடில், "ஆன்மாவைப் பற்றி" (On Soul).

நான்கு குவார்ட்டெட்டுகள்

*1934*ஆம் ஆண்டு கோடை காலத்தில் க்ளஸ்டர்ஷியர் (Gloucestershire) என்ற பிரதேசத்தில் ஓய்வெடுத்துக் கொண்டிருந்தபோது எலியட் Chipping Campden என்ற புராதன வீட்டிற்குச் சென்றார். பதினேழாம் நூற்றாண்டில் கட்டப்பட்ட இந்த வீடு எரிந்தும் சிதிலமடைந்தும் கிடந்தது. இந்த வீட்டை அவரும் அவருடைய நண்பர்களும் அதன் ரோஜாத் தோட்டத்தின் வழியே திரிந்து சென்று பார்வையிட்டனர். இந்த அனுபவங்களில் ஒன்றை ஏற்கனவே எலியட் Murder in the Cathedral என்ற நாடகத்தில் எழுதி விட்டார். பிறகு உதித்ததுதான் Burnt Norton -'கரிந்த கிராமம்.'

Burnt Norton நான்கு குவார்ட்டெட்டுகளில் முதலாவது குவார்ட்டெட்டாக அமைகிறது. எலியட்டின் மிக லகுவான கவித்துவக் காலங்களின் முடிவினை நாம் Burnt Norton - இல் காண முடியும். சாராம்சத்திலும் சரி, வரி அமைப்பாக்கத்திலும் சரி 'பாழ்நிலம்' கவிதையிலிருந்து இக்கவிதை முற்றாக வேறுபடுகிறது.

"மெல்லிய நிலா ஒளியில் பாடுகிறது புல்"

என்ற 'பாழ்நிலம்' கவிதையின் வரியை நம்மால் நினைவுபடுத்த முடியும். அந்த வரி நம் கவனத்தைத் தாக்குகிறது.

"பின்னும் கண்ணொளிக்கற்றை" என்ற 'கரிந்த கிராமத்தின்' வரியால் நாம் திகைப்படைவதில்லை. பாழ்நிலம் கவிதையின் வாசகன் ஒரு வரியைப் படித்துவிட்டு அடுத்த வரிக்குக் கவனம் செல்லும் முன் ஓய்வு கொண்டுவிட முடியாது. ஆனால் 'கரிந்த கிராமத்தில்' நாம் கவிதையை இயல்பாகப் படித்துச் செல்கிறோம்.

"அவர்கள்" என்ற குறிப்பு அந்த புராதன வீட்டில் வாழ்ந்தவர்களின் ஆவிகளாக இருக்கலாம். அல்லது ஆதாம்-ஏவாள் பற்றிய மறைமுகக் குறிப்பீடாக இருக்கலாம். ஆனால் சொற்களே இக்கவிதையில் பாசாங்கின்றியும், ஊடுருவித் தெரியும்படியும் இருக்கின்றன. "ஆரம்ப" என்ற சொல் ஒரு அர்த்தமுள்ள அழுத்தத்தை வெளிப்பாடு செய்கிறது. விவரணையும், அமைப்பும் முழுமையாக, எந்த ஒட்டவைப்பும் இல்லாதிருக்கின்றன. ஆனால் கவிதையை முழுமையாகப் படித்த அனுபவம் ஒரு அற்புத உரையாடலை அரைகுறையாகக் கேட்ட மாதிரி இருக்கிறது.

இந்தக் கவிதையில் பேசும் குரல் தன்சுயமற்றது. புரூஃப்ராக், சின்னக் கிழவன், டைரீசியஸ் போன்ற எந்த ஒரு முகமூடியையும்

எலியட் இக்கவிதையில் பயன்படுத்துவதில்லை. சொற்கள் தாமாகவே எழுதிக் கொள்வதுபோல் தெரிகின்றன:

என் சொற்கள்
இவ்வாறு, உன் மனதில் எதிரொலிக்கின்றன.
ஆனால் என்ன நோக்கத்திற்காக. . .
எனக்குத் தெரியாது.

புரூஃபிராக்கின் குற்றவியல் ஆய்வுத்தன்மையான (forensic) சொற்களுடனான விளையாட்டு

'நேரமிருக்கும், நேரமிருக்கும்'

இந்தக் கவிதையில் இல்லை. "இறந்த காலமும், இருக்கும் காலமும்" என்ற வரி நமக்கு ஒரு உயர்ந்த நோக்கத்திற்காகக் கவிதை எழுதும் கவிஞனை நம் கண்முன் கொண்டு வருகிறது.

கவிதையில் நாம் எந்த இடத்தில் இருக்கிறோம் என்பதைக் கணக்கிட்டுச் சொல்ல முடியாது. காரணம் எந்தத் தொடர்பு படுத்தும் அனுபவங்களும் எல்லா இடங்களிலும் பிணைந்து விடுகின்றன:

காலடி ஓசைகள் நினைவில் எதிரொலிக்கின்றன
நாம் போகாத பாதையின் வழியாய்
நாம் திறக்காத கதவினை நோக்கி
ரோஜாத் தோட்டத்தினுள்

என்ற காட்சிபூர்வமான எழுச்சி "இருந்திருக்கலாம்" என்னும் உலகத்தைச் சேர்ந்ததாக இருக்க முடியும். Lewis Carrolஇன் Alice in the Wonderlandஇல் Wonderland பிரதேச முழுமையையும் கடந்து நடந்து வெள்ளை முயலின் காலடி ஓசைகளைக் கேட்கச் சென்ற Alice இன் அனுபவத்தை நமக்கு நினைவூட்டலாம். ஒரு கணம் கழித்து, சம்பிரதாயமான தோட்டத்தில், எரிந்த வீட்டின் வறண்ட குளத்தில் நாம் பார்க்கிறோம். இதில் தோன்றும் தாமரை Diaghlieve இன் ஒரு பாலே நடனத்தில் தோன்றும் Ballerina -வைப் போலிருக்கிறது. இந்த நீர் கற்பனையானது, தாமரையும் கற்பனையில் உதித்தது. இந்தத் தோட்டத்தினை நாம் ஏதேன் என்றும் சொல்லலாம்.

ஒரு சுழலும் சக்கரத்தின் புள்ளி நிச்சலனப் புள்ளி என்கிறார்கள் தத்துவாதிகள். ஆனால் இதில் ஒரு புதிர் இருக்கிறது. செயலும் இருந்து, நிச்சலனமும் எப்படி இருக்க முடியும்? அரிஸ்டாடில், De Anima-வில் (On Soul) கூறியதை எலியட் இவ்வாறு பயன்படுத்துகிறார்:

அந்தப் புள்ளியைத் தவிர

பிரக்ஞையுடன் இருப்பது காலத்தில் இல்லாதிருப்பது

என்பது F. H. Bradley-த்தன்மையான இந்த நிமிஷத்தின் "அனுபவம்" பற்றியது. 'கரிந்த கிராமத்தின்' மூன்றாவது பகுதி தோட்டத்தில் அல்லாமல் நகரத்தில், அதுவும் நகரத்தின் அடியில் செல்லும் பாதாள ரயில் பிளாட்பாரத்தில் அமைந்திருக்கிறது. இதில் Hugh Kenner கூறுவது போல லண்டனின் Circle Line ஆக இருக்க வாய்ப்பிருக்கிறது. இந்தப் பாதாள ரயில் பாதையில் ஒளியும் இருளும் யந்திரகதியிலான சமரசத்திற்கு மட்டுமே வருகின்றன. இந்தப் பயணிகளின் வறுமை "வெறுமை அல்ல, நிறைதலும் அல்ல." இங்கு சுழற்சி இருக்கிறது. ஆனால் சக்கரத்தின் சுழற்சியின் வாயிலாகக் கிடைக்கும் நித்தியம் இல்லை. இங்கே இருள் இருக்கிறது, ஆனால் அது எதையும் சுத்திகரிப்பதில்லை. இங்கே உள்ள ஒளி ஒன்றுமில்லாததை "தெளிந்த நிலைப்புடன்" தெரியச் செய்கிறது. சக்கரத்தின் இயக்கம் குறித்தும், அதன் நிலைப்புள்ளி குறித்தும் சீரான பரிகசிப்பு இருக்கிறது.

> காலத்தின் முன்னும் காலத்தின் பின்னும் வீசும்
> குளிர்காற்றினால் மனிதரும் கிழிந்த காகிதங்களும்
> சுழற்றி வீசப்படுகின்றனர்.

எலியட்டின் காலம் பற்றிய கருத்து Heraclitus-இடமிருந்து பெறப்பட்டது என்று பலர் கூறுகின்றனர். Heraclitusஇன் காலம் பற்றியக் கோட்பாடும் Henry Bergsonஇன் காலம் பற்றியக் கோட்பாடும் ஏறத்தாழ ஒரே தன்மையது. "ஒரே நதியின் ஓட்டத்தில் இரண்டு முறை கால் வைக்க முடியாது" என்கிறார் Heraclitus. ஆனால் Heraclitus-இன் கோட்பாடுகளை எலியட் ஏற்கவில்லை:

> மேல்செல்லும் வழியே கீழ் செல்லும் வழி,
> முன்செல்லும் வழியே பின்செல்லும் வழி

என்று Dry Salvages என்ற மூன்றாவது குவார்ட்டெட்டில் Heraclitus இன் தத்துவத்தை சொல்லி மறுதலிக்கிறார். Heraclitusஇன் மற்ற தத்துவங்களை எலியட் Four Quartets-இல் பயன்படுத்தினாலும் காலம் பற்றிய கோட்பாட்டை அவர் பயன்படுத்துவதில்லை. கிரேக்கர்களின் சுழல்காலம் (cyclic time)த்தையும் நிராகரிக்கிறார் எலியட். அவர் ஏற்றுக் கொண்டிருப்பது புனித அகஸ்டின் நம்பிய காலக் கோட்பாடு. இது புதிய-பிளாட்டோனிய (Neo-Platonist) தன்மைகளுடன் சிறிது சமரசம் செய்து கொள்கிறது. நினைவுக்கும் காலத்திற்கும் இடையிலான உறவு பற்றிச் சொல்லும் போதும் இக்கவிதையில் எலியட் புனித அகஸ்டினையே பின்பற்றுகிறார்.⊙

கரிந்த கிராமம்

ட்.டி.எஸ். எலியட்

இருக்கும் காலமும் இறந்த காலமும்
இருக்கலாம் ஒரு வேளை வருங்காலத்தில்,
இறந்த காலம் வருங்காலத்தின் உள்ளிருக்கும்
எல்லாக் காலமும் நித்தியத்தில் இருக்குமானால்
எல்லாக் காலமும் திரும்பப் பெற முடியாததாகிவிடும்.
இருந்திருக்கலாம் என்பது ஒரு அரூபம்
சாத்தியமாகலாம் எனும் உலகில் மாத்திரம்
இருந்து கொண்டு ஒரு மாறாத சாத்தியமாய்,
இருந்திருக்கலாம் என்பதும் நடந்திருப்பதும்
என்றுமே நிகழ்வதாய் இருப்பதின்
ஒரே முடிவினைச் சுட்டும்.
காலடி ஓசைகள் நினைவில் எதிரொலிக்கின்றன
நாம் போகாத பாதையின் வழியாய்
நாம் திறக்காத கதவினை நோக்கி
ரோஜாத் தோட்டத்தினுள்.
என் சொற்கள்
இவ்வாறு, உன் மனதில் எதிரொலிக்கின்றன
குவளையில் நிறையும் உலர்ந்த ரோஜா இலைகளின்
மீதான தூசியைச் சுண்டியபடி,
ஆனால் என்ன நோக்கத்திற்காக-
-எனக்குத் தெரியாது.

பிற எதிரொலிகள்
தோட்டத்தில் நிறைகின்றன. தொடர்வோமா நாம்?
சீக்கிரம் என்றது பறவை, கண்டுபிடி, கண்டுபிடி அவர்களை.
இந்த திருப்பத்தில் முதல் கதவின் வழியாக,
நமது முதல் உலகினுள், நாம் தொடர்வோமா
அந்தப் பாடும் பறவையின் ஏமாற்றை?
நம் ஆதி உலகிற்குள் அவர்கள் இருந்தனர்,
கம்பீரமாய், கண்ணுக்குப் புலனாகாது,
அழுத்தமின்றி உலர்ந்த இலைகளின் மேல் நகர்ந்தபடி

இலையுதிர்கால வெப்பத்தில், சலனிக்கும் காற்றின் வழியாய்,
மேலும் அந்தப் பறவை அழைத்தது, புதர்ப் பகுதிகளில்
மறைந்துள்ள கேட்கப்படாத இசைக்கு எதிர்வினை தந்து.
புலனாகாக் கண்ணொளிக் காற்றை பின்னியது,
அதனால் யாராலோ பார்க்கப்படுவதான தோற்றம்
தந்தன ரோஜாக்கள்.
அங்கே அவர்கள் நமது விருந்தினராய் இருந்தனர் ஏற்கப்பட்டு,
ஏற்றும்.
எனவே நாம் நகர்ந்தோம்,
அவர்கள் ஒரு மரபான அமைவில்,
ஆளற்ற முட்டுச் சந்தின் வழியாக, புதர் வேலிக்குள்
நீரற்ற குளத்தினுள் பார்ப்பதற்கு.
வறண்டிருந்தது குளம், வறண்டிருந்தது கான்க்ரீட்,
பழுப்பு நிறத்தில்,
மேலும் அந்தக் குளம் சூர்யக் கதிர் விளைத்த நீரினால்
நிரம்பியது.
எழும்பியது தாமரை, அமைதியாய், அமைதியாய்,
ஒளியின் இதயத்தின் வெளியாய் புறம் ஒளிர்ந்தது.
அவர்கள் நமக்குப் பின்னால் இருந்தனர்,
குளத்தில் எதிரொலிக்கப்பட்டு.
பிறகு ஒரு மேகம் கடந்தது, வறண்டது குளம்.
போ என்றது பறவை, இலைகளில் எல்லாம் குழந்தைகள்
சிரிப்பை அடக்கிக் கொண்டு பரபரப்பை மறைத்துக் கொண்டு
பதுங்கியுள்ளதால்.
போ, போ, போ என்றது பறவை
மனித இனம்
பொறுக்காது அதீத யதார்த்தத்தை.
இறந்த காலமும், வருங்காலமும்
இருந்திருக்கலாம் என்பதும் நிகழ்ந்திருப்பதும்
என்றுமே நிகழ்வதாய் இருப்பதின் ஒரே முடிவினைச் சுட்டும்.

II

மண்ணிலிருக்கும் பூண்டும் நீல மணிக்கற்களும்
பதிந்த ஆக்ஸல் மரத்தை இறுக்குகின்றன.
குருதிக்குள் ஒலியதிர்விக்கும் கம்பி-
மறையாத வடுக்களின் கீழே அது
என்றோ மறக்கப்பட்ட போர்களைச் சாந்தப்படுத்திப் பாடுகிறது.
நாளத்தின் வழியாய் நடனம்
ஊனீர் ஓட்டம் நட்சத்திரங்களின் சுழற்சியில் தோன்றும்.
அவை மரத்தில் உள்ள கோடையை நோக்கி எழுகின்றன

நாம் நகர்கிறோம் நகர்விலுள்ள மரத்தின் மேல்புறம்
உருவம் சமைந்த இலையின் மீது உள் ஒளியாய்
சகதித் தரையின் மீது செவியுற்று
கீழே, முன்னைப் போலவே
காட்டுப் பன்றியும் அதன் வேட்டை நாயும்
தம் அமைவினைத் தொடரும்
ஆனால் நட்சத்திரங்களுக்கிடையில் சமனமாகும்.

சுழலும் உலகின் நிச்சலனப் புள்ளி. தசையுமில்லை
தசையின்றியுமில்லை:
எங்கிருந்தும் எதை நோக்கியுமில்லை:
நிச்சலனப் புள்ளியில்,
அங்குதான் நடனம் உள்ளது,
ஆனால் இயக்கமோ அன்றி நிறுத்தலோ இல்லை.
நிலைப்பு என்றழைக்க வேண்டாம் அதை
அங்கே கடந்ததும் வருவதும் சேர்கின்றன. இயக்கம் எதிலிருந்தும்
எதை நோக்கியுமில்லை,
மேலேற்றமோ அல்லது சரிவோ இல்லை. அந்தப்
புள்ளியைத் தவிர, அந்த நிச்சலனப் புள்ளியைத் தவிர
நடனம் இருக்க முடியாது, அங்கு நடனம் மட்டுமே இருக்கும்.
அங்கே சென்றிருந்தோம் என்று மாத்திரம் சொல்ல முடியும்
என்னால்:
ஆனால் எங்கென்று சொல்லவியலாது
மேலும் எவ்வளவு காலமென்றும்,
ஏனெனில்
அப்படிச் சொல்வது அதை காலத்திற்குள் வைப்பதாகும்
நடைமுறை ஆசையிலிருந்து உள்நோக்கிய விடுதலை,
செயலிலிருந்தும் துயரத்திலிருந்தும் விடுதலை,
உள் மற்றும் புறக்கட்டாயங்களிலிருந்து விடுதலை
ஆனாலும் அறிவின் அருளாள் சூழப்பட்டு
இன்னும் கூட நகரும் சலனமற்ற வெண்மை ஒளி
இயக்கமற்ற நிலைப்புள்ளி,
தவிர்த்தலற்ற கவனச் செறிவு
புதிய உலகும் புராதன உலகும் அதன் தெளிவில் துலங்கி
பகுதிப் பேரானந்தம் பூரணமாகி,
அதன் பகுதிப் பயங்கரத்தில் ஐயம் தெளியும்
வெளிப்படையாய்
எனினும் கடந்ததும் எதிர்காலமும் ஆன சங்கிலிப்
பிணைப்பு
மாறும் தேகத்தின் நலிவில் நெய்யப்பட்டு,
உடலம் தாங்கவொன்னாத
சொர்க்கத்திலிருந்தும் நாசத்திலிருந்தும் காக்கிறது.

இறந்தகாலமும் எதிர்காலமும்
குறுகிய பிரக்ஞையையே தருகின்றன.
பிரக்ஞையில் இருப்பது காலத்தில் இருப்பதாகாது
ஆனால் காலத்தினுள் மாத்திரமே இருக்க முடியும் அந்த
ரோஜாத் தோட்ட அனுபவக் கணம்,
மழை அடிக்கும் கொடி படர்ந்த வீட்டின் கணமும்-
புகை கிளம்பும் நேரம் காற்றுமிகும்
தேவாலயத்தில் ஒரு கணம்-
எல்லாம் நினைக்கப்படட்டும்:
இறந்த காலத்துடன், வருங்காலத்துடன் இணைந்து.
காலம் காலத்தின் வழியாகவே ஜெயிக்கப்படுகிறது.

III

இங்குதான் அந்த நேசமின்மையின் இடம்
முன்னிருந்த காலமும், பிந்திவரும் காலமும்
ஒரு மங்கிய ஒளியில்:
தெள்ளிய நிச்சலனத்துடன் உருவம் கொடுத்து
மெதுவான சுழற்சியில் சாசுவதம் ஒன்றுடன்
நிழலை நிலையற்ற அழகாய் மாற்றும்
பகல் ஒளியும் இல்லை
இழத்தலைக் கொண்டு உணர்ச்சியில் ஆனதை
வெறுமையாக்கவும்
உலகியலிலிருந்து அன்பைத் தூய்மையாக்கவும்
ஆன்மாவைப் பரிசுத்தமாக்க இருளும் கூட இல்லை.
காலம் கோடிட்டுச் சுருங்கிய இம்முகங்கள் மீது
ஒரு சிமிட்டும் ஒளி மட்டுமே.
கவனச்சிதைவினால் கவனச்சிதைவிலிருந்து
கவனஞ்சிதைந்து
வெற்றுக் கற்பனைகளால் நிரம்பி
அர்த்தங்கள் காலியாகி
கவனச் செறிவின்றி, ஊதிப் பெருத்த உணராமை.

காகிதத் துண்டுகளும் மனிதரும்
காலத்தின் முன்னும் காலத்தின் பின்னும் வீசும்
குளிர் காற்றினால்
சுழற்றி வீசப்படுகின்றனர்.
க்ஷீணித்த நுரையீரல்களின் வழியாய்
உள்ளும் வெளியுமாய் வீசுகிறது.
வெளிர்ந்த காற்றில் வெளியே உமிழ்கிறது ரயில்

நோயுற்ற ஆன்மாக்களை, லண்டனின் இருண்ட மலைகளின்
மீது வீசிச் செல்லும் காற்று மோதுகிறது உணர்ச்சியின்மையை,
ஹாம்ப்ஸ்டெட், கிளார்க்கன்வெல், கேம்டன், புட்னி,
ஹைகேட், பிரிம்ரோஸ் மற்றும் லட்கேட்.
இங்கு இல்லை இங்கு இல்லை
அந்த இருள், இந்தக் கீச்சொலியிடும் உலகில் இல்லை.
அதலத்தில் இறங்கு,
நித்தியத்தனிமையின் உலகினுள் மாத்திரம் இறங்கு,
உலகமாய் இருப்பதற்குள் அல்ல, உலகம் அல்லாத உலகில்,
உள் இருளில், துறத்தலில்,
எல்லா உடைமைகளும் இழக்கப்பட்ட ஏழ்மையில்
உணர்வுலகின் உலர்ந்து போதலில்
கற்பனை உலகின் வெறுமையாதலில்
ஆன்ம உலகின் இயக்கமின்மையில்:
இதுதான் அந்த ஒற்றை வழி, மற்றதும் அதுபோன்றதே
இயக்கத்தில் அல்ல
இயக்கத்தின் விலக்கில்,
இறந்த காலத்திலும், வருங்காலத்திலும்
உலகம் தனது உலோகப் பாதைகளில்
பேருணர்ச்சியில் நகர்கையில்.

IV

காலமும் மணியும் நாளைப் புதைத்து விட்டன,
கருத்த மேகம் சூர்யனைத் தூக்கிச் செல்கிறது.
சூர்யகாந்தி நம்மை நோக்கித் திரும்புமா,
கிளிமேட்டிஸ் கொடி திசை மாறி
நம்மை நோக்கி வளையுமா: தளிர்க்கிளையும்,
பற்றும் இழையும் பற்றிக் கொண்டு தொங்குமா?
உறைகுளிர்
யூவ் மர விரல்கள் நம்மீது சுருளுமா?
ஒளியிலிருந்து ஒளி வரை பதில் அளித்த
மீன் கொத்தி சிறகசைப்புக்குப்பின்
மௌனமாய், வெளிச்சம் நிலைத்திருக்கிறது
சுழலும் உலகின் நிச்சலனப் புள்ளியில்.
சொற்கள் நகரும், இசை இயங்கும்
காலத்தினுள் மாத்திரமே: ஆனால் வெறும் வாழ்தலை
மட்டும் செய்யும் ஒன்று சாகவே செய்யும்.
சொற்கள், பேச்சின் முடிவில் மௌனத்தில் சேறும்.
உருவம், அமைவு
மூலமாய் மட்டுமே சொற்களோ

இசையோ
நிச்சலனத்தை அடையும், ஒரு சீன ஜாடியின் நிச்சலனம்
முடிவற்று நிச்சலனத்தில் இயங்குவது போல்.
அதன் ஸ்வரம் முடிவதற்குள் வயலினின் மௌனம் அல்ல,
அதுமட்டுமல்ல, ஆனால் அந்த உடன் நிகழ்வும்
அல்லது தொடக்கம் ஆரம்பத்தின் முன்னுக்கு இருக்கிறது
மேலும் முடிவும் ஆரம்பமும் எப்போதும்
அங்கேயே இருந்தன-
துவக்கத்திற்கு முன்பும் முடிவுக்குப் பின்பும்.
எல்லாமும் எப்பொழுதும் இப்பொழுது.
சொற்கள் நலிந்து சோர்கின்றன,
விரிசலடைகின்றன, சில சமயம் உடைகின்றன சுமையின் கீழ்
அழுத்தத்தின் அடியில் நழுவிப் பிறழ்ந்து, இறந்து
கச்சிதமின்மையால் சிதைவுறுகின்றன,
உரிய இடத்தில் நிற்பதில்லை, அமைதியாய் நிலைப்பதில்லை.
அலறும் குரல்கள் வசைபாடியோ, பரிகசித்தோ,
வெற்று வம்பளந்தோ அவற்றை எப்போதும்
தாக்கும். பாலைவனத்தில் சொல்
கூடுதலாய் சபலத்தின் குரல்களால் தாக்குறும்
சவ ஊர்வல நடனத்தில் கதறும் நிழல்
அமைதியறுக்கும் பயங்கரத்தின் பலத்த ஓலம்.

அமைப்பின் விவரணைகள்தான் இயக்கம்,
பத்துப்படிகளின் சித்திரத்தில் போல.
ஆசையே இயக்கம்தான்
அது அதனளவில் விரும்ப முடியாதது:
காதல் அதுவே இயக்கம் இல்லாததுதான்,
அது இயக்கத்தின் காரணமும் விளைவும் மட்டுமே,
காலமற்று, ஆசையற்று
காலம் எனும் அம்சத்தில் தவிர
ஒரு எல்லையின் வடிவத்தில் சிக்கிக்கொண்டு
இருத்தலுக்கும் இல்லாமைக்கும் இடையே
திடீரென ஒரு சூரியக்கதிரின் ஒளியில்
புழுதி நகரும் போதும் கூட
அங்கே எழுகிறது இலையடுக்குகளில்
ஒளிந்திருக்கும் குழந்தைகளின் மறைந்த சிரிப்பொலி
சீக்கிரம், உடனே, இப்போது, இங்கு, எப்போதும்-
அபத்தமான வீணாகும் சோகமான காலம்
பரவிக் கிடக்கிறது
முன்னும் பின்னுமாய்.

ஆக்டேவியோ பாஸ்

Octavio Paz *(1914-1998)*

1990-ஆம் ஆண்டுக்கான நோபல் பரிசினைப் பெற்ற ஆக்டேவியோ பாஸ், *1914* ஆம் ஆண்டு மெக்ஸிகோ நகரில் பிறந்தார். Quevedo, Gongora, Sor Juana Ines de la Cruz போன்ற ஸ்பானியக் கவிஞர்களின் பாதிப்பில் கவிதை எழுதத் தொடங்கினார். *1937ஆம்* ஆண்டு ஸ்பெயினின் ரிபப்ளிகன் பகுதிக்கு சென்று திரும்பிய பாஸ், Taller என்ற இலக்கிய இதழைத் தொடங்கினார். மெக்ஸிகோவின் இளம் எழுத்தாளர்களும், ஸ்பானிய எழுத்தாளர்களும் தங்கள் எழுத்துக்களை Taller (Workshop) இதழில் வெளியிட்டனர். *1943-45* வருடங்களில், பாஸ் அமெரிக்காவில் வாழ்ந்தபோது மெக்ஸிகோவின் வெளியுறவுத்துறையில் சேர்ந்தார். அமெரிக்காவில் இருந்த சமயத்தில்தான் ஆங்கில-அமெரிக்கக் கவிதை, நவீனத்துவக் கவிதை போன்ற இயக்கங்களுடன் அவருக்குத் தேவையான பரிச்சயத்தை ஏற்படுத்திக் கொண்டார். பல பதவிகளை

வெளிதேசங்களில் வகித்தார். மெக்ஸிகோவின் தூதராக ஃபிரான்ஸுக்கு சென்றவர் ஸர்ரியலிஸத்தின் பிதாமகரான ஆந்ரே ப்ரெத்தனுடன் உறவு ஏற்படுத்திக் கொண்டார். ஸர்ரியலிஸ ஓவியர்களுடன் நட்பானார். *1949*ஆம் ஆண்டு The Labyrinth of Solitude என்ற புகழ் பெற்ற நூலை எழுதினார். Eagle or sun (1951) அவருடைய உரைநடை எழுத்துக்களையும் கவிதைகளையும் ஒருங்கே வெளிக் கொணர்ந்தது. அவரின் பிற எழுத்துக்களை விட இந்நூலில் உள்ளவை ஸர்ரியலிஸத்திற்கு மிக நெருக்கமானவை.

மெக்ஸிகோவின் இந்தியத்தூதராக *1962*ம் ஆண்டு பதவி அமர்த்தப்பட்டார். கிழக்குநாடுகளின் கலை மற்றும் தத்துவத்தால் பெரிதும் ஈர்க்கப்பட்டார். Salamandra (1962), Laedra Este (1969) ஆகிய தொகுதிகளில் பாஸ் தனது கிழக்கு நாட்டு அனுபவங்களை கவிதையின் பாடுபொருளாகப் பயன்படுத்தினார். இந்தியாவில் இருந்த காலத்தில் எழுதிய *2* நூல்கள் பாஸ்-க்கும் பொதுவான இலக்கியத்திற்கும் மிக முக்கியமானவை. அவை:

1. The Monkey Grammarian (1974)
2. Eastern Slope (1969).

மானுடவியல், அழகியல், அரசியல், இலக்கியக் கோட்பாடு போன்ற தளங்களிலும் தனித்துவத்துடன் இயங்கினார். Alternating Current (1973), Conjunctions and Disjunctions போன்ற நூல்கள் பாஸின் இலக்கிய விவாதங்கள் அடங்கியவை.

*1968*ஆம் ஆண்டு இந்தியாவில் அவர் வகித்த தூதர் பதவியை ராஜினாமா செய்தார். அந்த வருடம் மாணவக் கிளர்ச்சி யாளர்களை மெக்ஸிகோ அரசு படுகொலை செய்ததைக் கண்டித்து பாஸ் இதைச் செய்தார். கேம்பிரிட்ஜ் பல்கலைக்கழகத்தில் *1970* ஆம் ஆண்டு Professor of Latin American Studies ஆகஇருந்தார். *1971* ஆம் ஆண்டு மெக்ஸிகோ திரும்பியவுடன் Plural என்ற ஏட்டினை தொடங்கினார். ஸர்ரியலிஸ ஓவியரான Marcel Duchamp பற்றி எழுதிய நூல் (Marcel Duchamp: Appearence Stripped Bare) *1976*இல் வெளிவந்தது. பத்திரிக்கை சுதந்திரத்தில் மெக்ஸிகோ அரசின் தலையீட்டுக்கு எதிர்ப்பு தெரிவிக்கும் வகையில் Plural ஏட்டின் ஆசிரியர் குழுவிலிருந்து விலகினார். பிறகு Vuelta என்ற கலாச்சார-விமர்சன மாத ஏட்டிற்கு ஆசிரியரானார்.

*1985*ஆம் ஆண்டு Partisan Review க்கு கொடுத்த பேட்டியில் நிகாரகுவாவில் அமெரிக்கத் தலையீட்டைக் கண்டித்திருக்கிறார். பாஸ் *1998*இல் காலமானார்.

ஆக்டோவியோ பாஸின் கவிதைச் சாதனை பாப்லோ நெரூதா ஒருவரைத் தவிர பிற லத்தீன்அமெரிக்கக் கவிஞர்களை

பின் ஒதுக்கி வளர்ந்திருக்கிறது. பாஸின் உரைநடை எழுத்துக்கள் அவரை சக ஸ்பானியரான Ortega y Gassetவுடன் ஒப்பிட்டுப் பேச வைத்திருக்கிறது. எனினும் ஓர்த்தேகா ஒரு கல்வியாளர். பாஸ் கவிஞர். பாஸின் கவிதைகள் சர்வதேசத்தன்மைகள் கொண்டவை. வேறுபட்ட கலாச்சாரங்களை ஒன்றிணைப் பவை. பிரெஞ்சு ஸர்ரியலிஸம், அமெரிக்க கவிதை, ஜெர்மன் ரொமாண்டிசிசம், மார்க்சிய விவாதம், ஸ்ட்ரக்சுரலிசம், இந்திய தாந்த்ரீகம், புத்த தத்துவம் இவை யாவும் அவருடைய ஆளுமையில் இயல்பாகப் பிணைந்து நிற்கின்றன. ஸ்பானிய போரின் போது ஸ்பெயினுக்கு விஜயம் செய்த பாஸின் கவிதைகள் சரியான முதிர்ச்சி பெற ஸ்பெயினின் நேரடி அனுபவங்கள் தேவைப்பட்டன. அவர் பிறந்த மெக்ஸிகோவின் பழமையை வருங்காலத்துடன் முரண்படாது ஒன்றிணைப்பதும், தனது பன்முக ஆளுமையை ஒருங்கிணைப்பதும் பாஸின் கவிதைச் செயல்பாடுகளில் முக்கியமாகின. கவிதையைப் பற்றி தனது கருத்தை இப்படித் தெரிவிக்கிறார்:

> ''கவிதையானது வேற்றுக்குரல். அது வரலாற்றின் குரலோ, அல்லது எதிர்வரலாற்றின் குரலோ அல்ல. எனினும் கவிதையில் வரலாறு எப்போதும் வேறுபட்ட ஒன்றையே சொல்லிக் கொண்டிருக்கும்''.

தத்துவார்த்த அடிமைத்துவத்திற்கான இந்த எதிர்ப்பு நமக்கு Andre Bretonஐயும் ஸர்ரியலிஸ்டுகளையும் நினைவுக்குக் கொண்டு வருகிறது. ஒரு காலத்தில் பாஸ் a telluric surrealist என்றும் அழைக்கப்பட்டார். இந்த பூமியுடன் இணைந்த ஸர்ரியலிஸ்ட் எனினும் இந்த லேபிள் பாஸின் எழுத்துக்களை ஏகமாய்ச் சுருக்கி எளிமைப்படுத்திய ஒன்று. 17ஆம் நூற்றாண்டு ஸ்பானிய கவிஞர்களான Gongora மற்றும் Quevedo ஆகியோரிடமிருந்து தனது கவிதைக்கான உந்தங்களைக் கடன் பெற்றிருக்கிறார். இருபதாம் நூற்றாண்டின் பாதிப்புகளாக இருப்பவர்கள் Jorge Guillen மற்றும் Luis Cernuda *(1902-1963)* Jorge Guillen ஸ்பெயினின் "தூய கவிதை"க் கோட்பாட்டாளர்களில் முக்கியமானவர். செர்னூடாவின் நட்பினால்தான் பாஸுக்கு பிரெஞ்சுக் கலாச்சாரத்திலும், பிரெஞ்சுக் கவிஞர்களான Apollinaire, Reverdy, Andre Breton ஆகியோரின் எழுத்துக்களிலும் ஈடுபாடு ஏற்பட்டது. புவித்தள, இசைக் கட்டுமானத்துடன் எழுதப்பட்ட T.S.எலியட்டின் "பாழ் நிலம்" பாஸுக்கு பிடித்தமான கவிதையாயிற்று. காலம் பற்றிய பாஸின் தியானங்கள் எலியட்டின் காலச் சிந்தனையுடன் ஒப்புதல் பெறக் கூடியவை:

"Moments in and out of time" என்கிறார் T.S.எலியட்.

"Interpenetration of the timeless with time"என்கிறார் பாஸ்.

பாஸின் உரைநடை எழுத்து அவரது கவிதைக்கு இன்றியமையாத அங்கமாகும். 1974இல் எழுதப்பட்ட Children of the Mire என்ற நூல் நவீனகவிதை பற்றிய பாஸின் உரைத்தொகுப்பு. ஒவ்வொரு புதிய அறிவார்த்த இயக்கத்தையும் ஒரு சந்தர்ப்பவாதியின் தந்திரத்தோடு தனது ஆளுமைக்குள் பாஸ் ஸ்வீகரித்துக் கொண்டு தனதாக்கிக் கொண்டார். "நிகழ்காலம் நித்தியமானது" என்கிறார் பாஸ். இந்த பிரதானமான ஸர்ரியலிஸ உட்பார்வைக்கு இப்போது ஸ்ட்ரக்சுரலிஸ வர்ணமும் தந்திருக்கிறார். ஸர்ரியலிஸப் புரட்சியின் பங்காளர்களிலேயே தனது ஸர்ரியலிஸத்தைத் திறந்த மனத்தோடும், நெகிழ்வோடும் வைத்திருந்து, அதை சர்வத்தையும் உட்கிரகிக்கும் புத்தியின் மாறுதல்களுக்கு உட்படுத்திய மிகப்பிரதான கவியாகிறார் பாஸ்.

பாஸின் பிற்காலக் கவிதைகளே அவருக்கான சர்வதேச வாசகர்களையும் விமர்சன அங்கீகாரத்தையும் பெற்றுத் தந்தன. Sun Stone என்ற நீண்ட கவிதைக்கு முற்பட்ட கவிதைகளை அவரே ஒதுக்கி விடுகிறார். தொடக்ககாலக் கவிதைகளைத் தேர்ந் தெடுத்து Lebertad bayo palabra என்று தலைப்பிட்டு வெளியிட்டி ருக்கிறார். சுதந்திரம்-ஊடகம்-சொற்கள் என்று இது பொருள் தரும். 1930களிலும் 40களிலும் எழுதப்பட்ட இந்தக் கவிதைகளில் தனது தனிமையை, கிளர்ச்சி மிகுந்த காமத்துவத்தின் மூலமாகவே குறைக்கிறார். "என்னைத் தொடாமலேயே நான் மூழ்குகிறேன்" என்ற வரி Mirror என்ற கவிதையில் வருகிறது. 10 ஆண்டுகள் கழித்து "ஒளி ஊடுருவும் மதியத்தில்" அவரின் மனநிலை அமைதியாக இருக்கிறது. கவிதையிலிருந்து விடுதலை பெற்று பறவையின் மேலே எழும்புகிறது. The Bird என்ற கவிதை சாவில் முடிகிறது. இக்கவிதைகளின் திரவத்தன்மையை தனது பிரத்யேகமான சலுகைமிக்க படிமங்களுக்குப் பயன்படுத்துகிறார். இதில் கண் முக்கிய இடத்தைப் பெறுகிறது. இந்த திரவத்தன்மைமிக்க தெரிவிப்பின் வழியாகச் சாத்தியமாகும் விடுதலை கவிதையின் பொருட்கூறுகளை தனிமைப்படுத்திக் காட்டுவதில்லை. வைகறையை விட அந்தி முக்கியமான தென்றோ, கற்களைவிட மரங்கள் வலுவானவை என்றோ, பறவைகளை விட மரங்கள் பின்பற்றத் தகுந்தவை என்றோ பிரித்தல் ஏதும் இக்கவிதையில் இல்லை. சர்ச்சைமிகுந்த பாலியல் வாழ்வுமுறைகளைப் பின் பற்றிய Marquis de Sade என்ற பிரெஞ்சு எழுத்தாளரைப் சிறப்பித்து The Prisoner(1948) என்ற கவிதையை எழுதினார். தன்னையே தான் கடந்து செல்லமுடியாத Sade இன் இயலாமையை விமர்சிக்கவும் செய்கிறார். The Eagle or Sun (1949-50), தொகுதியில் உள்ள வசன கவிதைகள், பாஸ் எதிர்கொண்ட சிக்கலான காலகட்டத்தைப் பதிவு செய்கின்றன. இவற்றில் குறிப்பிடத் தகுந்தது Hymn among the Ruins என்ற

கவிதை. 1950களின் காலகட்டத்திய அமெரிக்க, ஸ்பானிய, லத்தீன் அமெரிக்க இலக்கியத்தின் மீது இக்கவிதை தொடர்ந்த, ஆழ்ந்த பாதிப்பைச் செலுத்தியது. 1948க்கும் 1954க்கும் இடைப்பட்ட காலக் கவிதைகள் ஒரு புறம் மெக்ஸிகோவில் இருக்கும் 'சூரியக்கல்' பற்றிய கவிதையாலும் மறுபுறம் The Labyrinth of Solitude என்ற கட்டுரைகள் அடங்கிய நூலாலும் சூழப்பட்டிருந்தன.

The Sun Stone பாஸின் கவிதைச் சாதனைகளில் மிக முக்கியமான ஒன்று மட்டுமின்றி இந்த நூற்றாண்டின் மிகச் சிறந்த நீள் கவிதைகளில் ஒன்றாகும். இக்கவிதையின் வேர்கள் இந்தியாவின் தொன்மங்களில் இருந்து பாஸ் பெற்ற அனுபவங்களில் இருக்கின்றன. இந்த வட்டச்சுழல் கவிதை ஒரே ஒரு சொல்லாடலில் எழுதப்பட்டிருக்கிறது. கண்டுபிடிப்புக்கும் மரபுக்கும் இடையிலான நீண்ட சச்சரவு என்ற அப்போலினேரின் கருத்தாக்கத்தால் உந்தப்பெற்ற தியானமாய் அமைகிறது. இதன் நீட்சி சுக்கிரனின் Synocal Periodஇன் நாள் எண்ணிக்கையால் கட்டுப்படுத்தப்படுகிறது. இக்கவிதை ஒரே சமயத்தில் திறந்த முனைக்கவிதையாயும், சரியாய் முற்றுப்பெற்றதாயும் இருக்கிறது. Sun Stone பயன்படுத்தும் அபரிமிதமான கவிதைப் பொருள்கள் ஒரு தீவிர ஸர்ரியலிஸ்டின் சக்திக்குக் கூட, ஏன், பாஸ் மீண்டும் மீண்டும் நமக்கு சிபாரிசு செய்யும் அந்ரே ப்ரெத்தோனின் சக்திக்கும் கூட அப்பாற்பட்டது என்கிறார் John Pilling என்ற விமர்சகர். Sun Stone தெரிவிப்பது, மொழியின் மீதான காதலும், காதலின் மொழியும் பிரிக்க முடியாதவை என்பதையே.

மூலாதார தொன்மவியல் விசாரங்களான சாவு-மறு பிறப்பு பற்றிய கவிதைகள் அடங்கியது Salamander(1962). "இரண்டு அடைப்புக் குறிகளுக்கிடையில்" இருக்கும் வாழ்க்கையைப் பற்றியும் இக்கவிதைகள் பிரஸ்தாபிக்கின்றன. Eastern Slope கவிதையும் அது தொடர்பான பிற கவிதைகளும் இந்தியாவில் எழுதப்பட்-டவை. படைப்பு-அழிப்பு தெய்வமான காளியே Eastern Slope கவிதைகளுக்கு ஆதர்சம். "பிருந்தாவனம்" என்ற நீண்ட கவிதையில் தனது கவிதைக் கோட்பாட்டினைச் சொல்கிறார் பாஸ்:

எனக்குத் தெரியும் என்ன தெரியும் எனக்கென்று
அதை எழுதுகிறேன் நான்
காலத்தின் திரள்வடிவம்

இந்தியாவில் வாழ்ந்த சமயத்தில்தான் பாஸின் வெளிப்படையான பரிசோதனைக் கவிதை Blanco(1966) வெளிவந்தது. தாந்த்ரீக பாலியல் சடங்குகளுக்கு ஒரு பாராட்-டாகவும் ஸ்ட்ரக்சுலிஸ்டுகளின் Intertextualityக்குப் புகழுரையாகவும் அமைகிறது. Blancoவில் பாஸ் தனது வட்டச்சுழல் தனிமையிலிருந்து

மீண்டிருக்கிறார் என்பது தெளிவாகிறது. A Draft of Shadows *(1975)* என்ற சுயசரிதைத் தன்மையான கவிதையில் இப்படி எழுதுகிறார்.
To die is to return.

இம்மாதிரியான சொல்லாடல் தனது தூண்டுதலை இந்திய சிந்தனையிலிருந்து பெற்றிருக்கிறது. இந்தக் கவிதையில் தனது பால்ய காலத்திற்கும், தனக்குப் பிரத்யேகமான அத்திமரத்திடமும் பாஸ் திரும்புகிறார். புதுப்பிக்கப்பட்ட ஒரு யத்தனத்தில் பிறப்புக்கும் சாவுக்கும் அப்பால் கடந்து செல்கையில் மூன்றாவது கட்டத்தை அடைகிறார். பாஸின் சொற்களில், "வெறுமைகளால் நிறையும் முழுமை", "வாழ்தல் இல்லாமலாகும் ஒரு வாழ்நிலை" என்றவாறு விவரிக்கலாம். Heideggerஇன் கருத்தாக்கத்தை (Language is the house of being) தனது இரங்கற்பாவினை புகழுரையாக மாற்றுகிறார்:

மரித்தவர் பேச்சற்றனர்
எனினும் நாம் சொல்வதை
அவர் சொல்வர்
பெரும் பாழின் விளிம்பில் தொங்கும்
மொழியே எல்லார் இல்லமும்
மனிதத்துவமே பேச்சு

காலம் பற்றிய நம்பிக்கை இழத்தல், புரட்சிகளின் தோல்விகள் ஆகியவற்றிலிருந்து பாஸ் தன்னை விடுவித்துக் கொள்ளும் முயற்சியும், இப்பூமியின் மீதிலான, காலத்தின் உள்ளான வாழ்வினை நியாயப்படுத்தலும் எனக் கவிதை விரிகிறது. பாஸ் Youth என்ற கவிதையில் எழுதியிருப்பது மிகச்சுருக்கமான அழகியல்-வாழ்வியல் தெரிவிப்பு:

அடிமையின் பாய்ச்சல்
வெண்மையாய்
மணிநேரம் ஒவ்வொன்றும்
இன்னும் பசுமையாய்
ஒவ்வொரு நாளும்
இன்னும் இளமையாய்
மரணம்
◎

ஆக்டேோவியோ பாஸின் கவிதைகள்

கன்னியாகுமரிக்கு அருகில்

ஒரு லேண்ட் ரோவர் ஜீப்
வெள்ளம் நிரம்பிய வயல்களுக்கு மத்தியில்
கிடக்கிறது.
புதிய பிறப்பெடுத்த வானத்தின் கீழே
கழுத்து வரை நீருக்குள் மரங்கள்.
வெளுத்த, ரத்தநிற பறவைகள்
கொக்குகள், நாரைகள், நிஷ்களங்கமாய்
இந்த நாடகத்தன்மையான பச்சைகளுக்கிடையில்,
மெலிந்த புத்தியற்ற எருமைகள்
நிஜமாகவே தூங்குவது போல்
நீராம்பல்களைத் தின்கின்றன.
பிச்சைக்காரக் குரங்குகளின் கூட்டம் ஒன்று.
ஒரு கூர்ந்த பாறையின் மீது
அசாத்திய சமனில் நிற்கிறது மஞ்சள் நிற ஆடு
அதன் மீது ஒரு அண்டங் காக்கை
கண்ணுக்குப் புலப்படா ஆனால் பீதி இருப்பு எப்போதும்,
சிலந்தியல்ல, நாகமல்ல பெயரற்றது
பிரபஞ்ச அசிரத்தை.
அதில் கீழ்மை வடிவமும் கடவுள் போன்றதும்
வாழ்ந்து ஒன்றை ஒன்று மறுதளிக்கும்: வெற்றுக்கூட்டம்
புவி வெளியின் நிலைப்பின் உள்ளே இரண்டு நாடித்துடிப்பு
சூரியன் சந்திரனின் கூடுதல். இருட்டாகிறது.
புஷ்பராகத்தின் ஒற்றை வீச்சொளியாய் மீன் கொத்தி.
கார்பன் மிஞ்சுகிறது.
மூழ்கிய நிலக்காட்சி கரைகிறது.
தான் தசையற்ற ஒரு ஆன்மாவா அன்றி திரியும் உடலா?
தடங்கிப் போன லேண்ட் ரோவரும்
கரைகிறது அவ்வாறே.

ஸ்பரிசம்

எனது கைகள்
உனது உயிரின் திரைகளைத் திறந்து
உடுத்துகிறது உன்னை.
இன்னும் கூடுதலாகும் நிர்வாணத்தில்
உனது உடல்களின் உடல்களைக் களைந்து
எனது கைகள்
கண்டுபிடிக்கின்றன உனது உடலுக்கென வேறொரு உடலை.

காதற்பாடல்

இந்த திராட்சைக் கொடியின்
பிணைந்த விரல்களுக்கு ஊடே ஊற்றும்
நீரைவிடக் கண்ணாடியாய்
உன்னில் தொடங்கி உன்னில் முடியும்
ஒரு பாலத்தை நீட்சிக்கிறது
என் எண்ணம்
உன்னைப் பார்
என் மனதின் மையப்புள்ளியில் நிலைபெற்று
நீ வாழும் உனது உடலை விட நிஜமாய்
நீ ஒரு தீவின் மீது வாழப் பிறந்திருக்கிறாய்.

நீரின் திறவு கோல்

ரிஷிகேஷிற்குப் பிறகு
கங்கை இன்னும் பசுமை.
கண்ணாடித் தொடுவானம்
உடைகிறது மலை முகடுகளில்.
நாம் நடக்கிறோம் படிமங்களின் மீது.
மேலும் கீழும்
அமைதியின் பெரு வெள்ளம்.
நீல வெளிகளில்
வெள்ளைப் பாறைகள் கறுப்பு மேகங்கள்
நீ சொன்னாய்:
இந்த கிழக்கு தேசம் நீரால் நிறைந்திருக்கிறது
அன்றிரவு நான் எனது கைகளை அலம்பினேன்

உனது முலைகளில்.

இங்கே
இந்தத் தெருவின் வழியாகும் எனது காலடிகள்
எதிரொலிக்கின்றன
மற்றொரு தெருவில்
அதில்
நான் கேட்கிறேன் எனது காலடிகளை
இந்தத் தெருவினைக் கடந்து செல்கையில்
இதில்
பனிப்புகை மட்டுமே நிஜமானது

மெக்ஸிகோவின் பள்ளத்தாக்கு

ஒளி ஊடுருவும் தனது உடலைத் திறக்கிறது பகல். கண்ணுக்குப் புலப்படாத சுத்தியல்களுடன் என்னைத் தாக்குகிறது சூரியக்கல்லுடன் கட்டப்பட்ட ஒளி. ஒரு அதிர்வுக்கும் அடுத்ததற்கும் நான் ஒரு நிறுத்தம் மட்டுமே: கூர்ந்த, உயிர்ப் புள்ளி. அமைதியாய் நிலை பெற்றிருக்கிறது ஒன்றை ஒன்று புறக்கணிப்பு செய்யும் இரு பார்வைகள் சந்திக்கும் புள்ளியில்- எனக்குள் சந்திக்கின்றன அவை? தூய வெளியும், போர்க்களமும் நான். என் உடல் வழியாக, என் வேறு உடலைப் பார்க்கிறேன். கல் பளிச்சிடுகிறது. சூரியன் என் கண்களைப் பிளந்தெடுக்கிறது. என் வெற்றுக் கண்குழிகளில் இரண்டு விண்மீன்கள் தம் சிவந்த சிறகுகளை மிருதுப்படுத்துகின்றன. சுழல் சிறகுகளின் அற்புதம் மற்றும் ஆக்ரோஷமான மூக்கு. இப்பொழுது பாடுகின்றன என் கண்கள். பாடலுக்குள் கூர்ந்து பார்த்து நெருப்புக்குள் வீழ்த்திக்கொள்.

கவிதையும் வரலாறும்

ஒவ்வொரு கவிதையும், கவிதையின் நலனுக்காக கவிதையையும் வரலாற்றையும் சமரசப்படுத்தும் ஒரு முயற்சியாகும். தான் வாழும் சமூகத்துடன் கவிஞன் தன்னை அடையாளப்படுத்திக் கொள்கிறபோதிலும் ‘காலத்தின் சுழல் ஓட்டம்’ என்பதில் அவன் பங்குகொள்கிறபோதிலும், வரலாற்றின் கொடுங்கோன்மையிலிருந்து எப்போதுமே தப்பிக்க முயல்கிறான்-இப்படிப்பட்ட தீவிர உதாரணங்களை நவீன உலகில் கற்பனை செய்வது அருகிவருகிறது. பெரும் கவித்துவ சோதனைகள் யாவும்--மந்திரச் சூத்திரங்கள், காவியக் கவிதையிலிருந்து ஆடோமேடிக் எழுத்து வரை, புராணிகம், தகவல் செய்தி, கொச்சைச் சொல் வழக்கு, படிமம், என்றுமே திரும்ப நிகழ முடியாத தேதி, கோலாகலம்--இவையும், கவிதைக்கும் வரலாற்றுக்கும் பொதுவான உலைக்களனாகப் பயன்படுத்தப்படுபவதாகக் கூறப்படுகிறது. உயிர்த்துடிப்பு மிக்க தேதி கருவளச் செறிவுடன், ஒரு புதிய காலகட்டத்தினை தொடக்கி வைக்க முடிவற்றுத் திரும்பிக் கொண்டிருக்கும். கவிதையின் தன்மையானது களிப்பூட்டும் விழாவுக்கு இணை யானது. அது காலண்டிரில் ஒரு தேதியாக இருப்பதோடன்றி காலத்தின் சீர் ஓட்டத்தில் ஒரு இடை வெட்டாகவும், நேற்றுமில்லாது, நாளையுமில்லாது, காலம் தவறாது நிகழ்காலத்தினுள் வெடித்துச் சிதறும் பொருளாகவும் இருக்கிறது. ஒவ்வொரு கவிதையும் ஒரு களியாட்ட விழா, தூய காலத்தின் திரட்சி.

மனிதர்களுக்கும் வரலாற்றுக்கும் இடையிலான உறவு அடிமைத்தனமும், சார்புநிலையும் உள்ளதாக இருக்கிறது. வரலாற்றின் முதன்மைப் பாத்திரங்கள் நாம் மட்டுமே எனினும் நாம் அதன் கச்சாப் பொருட்களாகவும், பலியாட்களாகவும் இருக்கிறோம். வரலாற்றின் நிறைவேற்றம் நம்மைக் கொண்டே நடக்கும். கவிதை இந்த உறவினை தீவிரமாக மாறுதல் அடையச் செய்கிறது. கவிதையின் நிறைவேற்றம் வரலாற்றின் ஏதுவில்தான் நடக்க முடியும். கவிதையின் விளைபொருட்கள்-நாயகன், கொலை-யாள், காதலன், நீதிக்கதை, பகுதியான ஒரு கல்வெட்டு, திரும்ப வரும் வரிகள், சூளுரை, விளையாடும் குழந்தையின் உதடுகளில்

தானாய் உருவாகும் ஒரு வியப்புக்குறி, சாவுத் தீர்ப்பளிக்கப்பட்ட குற்றவாளி, முதன் முதலாகக் காதல் செய்யும் பெண், காற்றில் மிதந்துவரும் சொற்றொடர், அலறலின் ஒரு இழை, புதிய சொல்லாக்கம் மற்றும் புராதன சொல்லாட்சி, மேற்கோள் வரிகள்--இவை யாவும் தம்மை சுவரில் மோதி நொறுங்கிப் போகவோ, இறந்துபோவதற்கு தம்மை இழந்து கொள்ளவோ அனுமதியாது. இவை முடிவின் முடிவிற்கு, இருத்தலின் உச்சத்திற்குக் காத்திருக்கின்றன. காரண காரியத்திலிருந்து தம்மை விடுவித்துக் கொள்கின்றன. அவை என்னவாக இருக்கின்றனவோ அவையாக தம்மை ஆக்கி மீட்டுத் தரும் கவிதைக்காகக் காத்திருக்கின்றன. வரலாறு இன்றி எந்தக் கவிதையும் இருக்கமுடியாது என்றாலும் வரலாற்றை உருவமாற்றம் செய்யும் பணியினைத் தவிர கவிதைக்கு வேறு பணி ஏதுமில்லை. எனவே நிஜமான புரட்சிகர கவிதை ஊழியிறுதி செய்தியுடைய கவிதையாகும்.

சரித்திரமும் சமுதாயமும் எப்பொருளினால் ஆக்கப் படுகிறதோ-மொழியாலான கவிதையும் அதனாலேயே ஆக்கப் படுகிறது. உரையாடல் மற்றும் தர்க்கரீதியான சொல்லாடல் போன்றவற்றை நிர்வகிக்கும் விதிகளைத் தவிர்த்த வேறு விதிகளால் மொழியை மறு உற்பத்தி செய்கிறது கவிதை. இந்தக் கவிதைப் பண்பு மாற்றம் மொழியின் ஆழ்ந்த உள்ளிடங்களில் நிகழ்கிறது. இந்த சொற்றொடர்-தனித்த சொல் அல்ல-மொழியின் மிக எளிய தனிமம் அல்லது அதன் செல் கூறு ஆகும். ஒரு சொல் பிற சொற்களின்றியோ, ஒரு சொற்றொடர் பிற சொல் தொடர்களின்றியோ நிலைக்க முடியாது.

அதாவது, ஒவ்வொரு வாக்கியமும் மற்றொன்றிற்கான தொக்கி நிற்கும் குறிப்பினையும் கொண்டுள்ளது. மற்றதினால் விளக்க மூட்டப்படுவதற்கு ஏற்புடனும் இருக்கிறது. ஒவ்வொரு சொல் தொடரும் எதையாவது 'சொல்லும் விருப்பத்தை' உள்ளடக்கி இருக்கிறது. தனக்கு அப்பாற்பட்டதை பட்டவர்த்தனமாகக் குறிக்கிறது. இயக்கம் மிகுந்ததும் இடம் மாற்றிக் கொள்ளக் கூடியதுமான குறியீடுகளால் ஆனதே மொழி. ஒவ்வொரு குறியீடும் எதை 'இலக்கு வைத்து' செல்கிறது என்பதைக் குறிக்கிறது. இந்த வகையில் அர்த்தம் என்பதும், செய்திப் பரிமாற்றம் என்பதும் சொற்களின் நோக்கத்தன்மை (Intentionality)யின் அடிப்படையில் அமைந்துள்ளன. ஆனால் கவிதை சொற்களைத் தொட்ட மாத்திரத்தில் லயமிக்க அலகுகளாகவும், படிமங்களாகவும் மாறிவிடுகின்றன. அவை தமக்குள்ளாகவே முழுமை அடைந்ததாயும் சுயாட்சிமிக்கதாயும் ஆகின்றன. உரைநடையில் ஒரு பொருளைச் சொல்வதற்கு நிறைய வழிகள் உள்ளன. ஆனால் கவிதையில் ஒரே வழிதான் உண்டு. கவித்துவமான சொல்லுக்கு

எந்த பதிலியும் கிடையாது. அது ஏதோ ஒன்றை சொல்லும் விருப்பம் அல்ல. மாறாக மாற்றமுடியாதபடிக்கு சொல்லப் பட்டிருக்கிறது. எதையோ ஒன்றினை நோக்கிச் செல்வதுமல்ல. இதையோ அதையோ பேசுவதும் அல்ல. பயங்கரத்தைப் பற்றியோ அல்லது காதலைப் பற்றியோ கவிஞன் பேசுவதில்லை. அவன் அவற்றைக் காண்பிக்கிறான். மாற்றமுடியாதபடியும், மாற்றீடு செய்வதற்கில்லாதபடியும் இருக்கும் கவிதை சொற்கள் தமது வகையில் தவிர வேறு எப்படியும் விளக்கத்திற்கு அப்பாற் பட்டவை. அவற்றின் அப்பால் இல்லை அவற்றின் அர்த்தம். மாறாக அவற்றுக்குள்ளேயே. அர்த்தத்திற்கு 'உள்' இருக்கிறது படிமம்.

குறுக்க முடியாதது போலவும், முரண்கள் நிறைந்தும் தோன்றுகிற யதார்த்தங்களைத் தீர்மானித்து ஒரே ஒருமை-யாக ஆக்குவது தான் கவிதைப் படிமத்தின் சரியான வேலை-யாகும். இந்தச் செயலினால் இரண்டு ஒருமைகளுக்கிடையே எழும்புகின்ற அல்லது மறுசிருஷ்டி செய்யப்படுகிற முரண்களும் எதிர்நிலைகளும் நீக்கப்பட்டுவிடாமலும், தியாகம் செய்யப்படாமலும் படிமம் இயங்குகிறது. இதன் காரணமாகத்தான் அதன் மிகச்சரியான அர்த்தத்தில் கவிதைப் படிமம் விளக்கபட முடியாதிருக்கிறது. எந்த இரு அர்த்தங்களுடன் யதார்த்தம் தன்னை நமக்கு வெளிப்படுத்திக் கொள்கிறதோ அதே அர்த்த நிச்சயமின்மையை கவிதை மொழியும் பங்கு பெற்றுக் கொள்கிறது. மொழியை பண்பு மாற்றம் செய்யும் போது, யதார்த்தத்தை அப்பட்டமாக்கி அதன் இறுதியான ஒருமையைக் காட்டுகிறது. சொல் தொடர் ஒரு படிமமாகிறது. கூட்டமாகிறது கவிதை. நாம் எதை யதார்த்தம் என்று அழைக்கிறோமோ அதன் மறைவினால் உண்டாகும் வெற்றிடம், முரண் கூறுகள் அல்லது எதிராகும் ஆழ்பார்வைகளின் கூட்டத்தினால் நிறைகிறது. இவை பகுக்க முடியாத மறைமுகக் குறிப்பீடுகளைத் தீர்க்கத் தேடுகின்றன. அதுவே கவிதை: ஒளி ஊடுருவ முடியாத அழிவுற கூடிய சொற்களின் பிரபஞ்சம். எனினும் இச்சொற்கள் எப்பொழு தெல்லாம் அவற்றைத் தொடக் கூடிய உதடுகள் வருகின்றனவோ அப்போது ஒளிபெற்று எரியத்தக்கவை. குறிப்பிட்ட சந்தர்ப்பங்களில் இந்த சொல் தொடர்--ஆலை பேசுபவர் சிலரின் வாய்களில், எவ்வித விரிவுரையும் தேவைப்ப-டாத தெளிவான உண்மைகளின் பிறப்பிடமாகிறது. அப்பொழுது நாம் காலத்தின் முழுமைக்குள் அனுப்பப்படுகிறோம். இயலும் உச்ச அளவுக்கு மொழியைப் பயன்படுத்திக் கொண்டு, கவிஞன் அதைக் கடந்து செல்கிறான். வரலாற்றுக்கு அழுத்தம் கொடுக்கும்போது அவன் அதையும் அப்பட்டமாக்கி, அதன் இருப்பைக் காட்டும்போது அதுவே காலம் என்பதாகிறது.

முடிவோ அர்த்தமோ இல்லாத பிசாசுத்தனமான ஊர்வலம் தவிர வேறு ஒன்றுமில்லை என வரலாறு தன்னைச் சந்தேகிக்கும் அனுமதியை நமக்குத் தரும்போது, மொழியின் இருபொருள் தன்மை கூர்மையடைந்து, நிஜமான உரையாடலைத் தடுக்கிறது. சொற்கள் தம் அர்த்தத்தை இழக்கின்றன. இதன் விளைவாக செய்திப் பரிமாற்றம் செய்யக்கூடிய ஆற்றலையும் மொழி இழக்கிறது. நிகழ்வுகளின் வெற்றுத் தொடர்ச்சியாக வரலாறு சீரழியும்போது மொழியின் சீரழிவும் அதனுடன் பிணைந்துவிடுகிறது. இந்நிலையில் சவமான குறியீடுகளின் தொகுதியாக மாறுகிறது மொழி. எல்லா மனிதர்களும் அதே சொற்களைப் பயன்படுத்தினாலும் அவர்கள் ஒருவரை ஒருவர் புரிந்துகொள்வதில்லை. சொற்களின் அர்த்தம் பற்றிய ஒரு 'உடன்பாட்டை அடைய' மனிதர்கள் முயல்வது பயனற்றது. மொழி ஒரு சம்பிரதாயமல்லவெனினும் அதிலிருந்து மனிதன் தன்னைப் பிரித்துக் கொள்ள முடியாத பரிமாணம். சொல்லின் துணிகரச் செயல் ஒவ்வொன்றும் முழுமையானது. தனது முழு சுயத்தையும், வாழ்க்கையையும் ஒரு தனிச் சொல்லின் மீது பணயம் வைக்கிறான் மனிதன். கவிஞன் என்ற மனிதனின் அடிப்படை வாழ்வு அவனது சொற்களுடன் ஒன்றிணைகிறது. எனவே கவிஞன் மாத்திரமே ஒரு புதிய உரையாடலை சாத்தியமாக்க வல்லவன். நமது காலம் போன்றதொன்றில் கவிஞனின் விதியானது "சொற்களின் கூட்டத்திற்கு மிகத் தூய்மையான அர்த்தத்தை வழங்குவதுதான்'' என்றாகிறது. இது உணர்த்துவது என்னவெனில் சாதாரண மொழியிலிருந்து சொற்கள் பிடுங்கப்பட்டு கவிதைக்குள் பிறப்படையச் செய்யப்படுகின்றன என்பதே. இந்த உண்மையிலிருந்தே நவீன கவிதையின் மூடுமந்திரத்தன்மை எழுகிறது. ஆனால் சொற்கள் மனிதனிலிருந்து பிரிக்க முடியாதவை. இதன் காரணமாக கவிதைச் செயல்பாடு என்பது கவிதையால் பிரதிநிதித்துவ மாகும் மந்திரப்பொருளில், அதாவது, கவிஞனுக்கு வெளியில் நிகழ முடியாது: மனிதனை மட்டுமே மையப்புள்ளி என கவிதை ஏற்பதுமில்லை. மனிதனுக்குள்ளாகவும் எதிரிடைகள் இணைக்கப்படுகின்றன. கவிதையில் மட்டும் அல்ல. இவை இரண்டும் இணை பிரியாதவை.

ரைம்போவின் கவிதைகள் ரைம்போ (Rimbaud) தான்-அவன் மீது இறங்கிய சொல்லின் காரணத்தால் அவனை ஒருவித மிருக மாக மாற்றும் அனைத்து முயற்சிகளையும் மீறி ஜொலிக்கும் அவதூறுகளுடன் கத்திச்சண்டையிடும் வளர்பிராயத்தவன். கவிஞனும் அவனது சொல்லும் ஒன்றேதான். கடந்த ஒரு நூற்றாண்டு காலமாகவே நமது கலாச்சாரத்தின் மாபெரும் கவிஞர்களின் நோக்கு இப்படியாகத்தான் இருந்திருக்கிறது. ஸர்ரியலிஸம் என்ற

இந்த நூற்றாண்டின் இறுதிப் பேரியக்கத்தின் அர்த்தமும் இதிலிருந்து மாறுபடவில்லை. இந்த முயற்சிகளின் பிரம்மாண்டம் நம்மைத் தனித் தனியாகக் கிழித்தெறியும் இருமையை இறுதியாகவும் அறுதியாகவும் ஒழித்துக்கட்டுவதில் தங்கி இருக்கிறது-தனது பெயருக்குத் தகைமையுள்ள எந்தக் கவிஞனும் இதிலிருந்து வேறுபட முடியாது. கவிதையானது, அறியாதவற்றின் உள்ளேயான பாய்ச்சல். அப்படியில்லையெனின் அது சூன்யம்.

இன்றைய சூழ்நிலையில் கவிதையின் மட்டுமீறிய கோரல்கள் பற்றிக் குறிப்பிடுவது அபத்தமாகத் தோன்றும். வரலாற்றின் ஆதிக்கம் இப்போதிருப்பதை விட கூடுதலாக எப்போதும் இருந்ததில்லை. “அடுத்து என்ன செய்ய வேண்டும்” என்பதின் கொடுங்கோன்மை மேன்மேலும் தாங்கிக் கொள்ள முடியாத தாகிறது. இதன் விகிதாச்சாரப்படி கவிதை எழுதுவது மேலும் ரகசியமானதாயும், அரிதாயும், தனிமைப்பட்டும் போகிறது. நடைமுறைப்படுத்தப்பட்டவைகளுக்கு நமது ஒப்புதல் கேட்கப்படவில்லை. இவை எப்போதுமே மனிதனின் அழிவை நோக்கியே திசைப்பட்டிருக்கின்றன. சமூக ஒழுங்கினை (order) அதன் இரட்டைக் குணாம்சத்துடன் சமரசப்படுத்தியபடி, கவிதை எழுதுவதோ அல்லது காதல் செய்வதோ பயங்கரவாத நடவடிக்கையாக ஆகிப்போனது நேற்றுதான். இன்று ஒழுங்கமைப்பு பற்றிய கருதுதலே மறைந்துவிட்டது. ஒழுங்கமைப்பின் இடம் பலவித கூட்டு சக்திகள், மக்கள் திரள்கள், எதிர்ப்பு இயக்கங்கள் ஆகியவற்றால் கைப்பற்றப்பட்டிருக்கிறது. யதார்த்தம் தனது மாறுவேஷத்தை கழற்றி அப்பால் எறிந்துவிட, தற்கால சமுதாயம் அதுவாகவே பார்க்கப்படுகிறது: பலதன்மைத்தாகிய பொருள்களின் தொகுதி சாட்டையின் மூலமோ, பிரச்சாரத்தின் மூலமோ “ஒருதன்மைத்தாக” ஆக்கப்படுகிறது. இச்செயலை இயக்கும் குழுக்கள் ஒன்றிலிருந்து மற்றது காட்டும் காட்டுமிராண்டித் தனத்தின் அளவு கொண்டு பிரித்து அடையாளம் காணப்படுகிறது. இம்மாதிரியான சூழ்நிலைகளில் கவிதைச் செயல்பாடு தனது பதுங்குமிடத்திற்குச் சென்றுவிடுகிறது. கவிதை என்பது விழாவாயின், அதிலும் புழங்கப்படாத தாவுகளில் பருவம் மாறி வெளிக் கொணரப்படுவதாயின் அது ஒரு தலைமறைவு விழா.

கவிதைச் செயல் தனது ரகசியத்தின் மூலம் அதன் புராதன காலத்து உடைப்புச் சக்திகளை மறு கண்டுபிடிப்பு செய்து கொண்டிருக்கிறது. இந்த ரகசியம் மறைபொருள் தன்மை மற்றும் உடல்கிளர்ச்சித்தன்மை ஆகியவற்றால் நிறைக்கப் பெற்று தடையீடுகளுக்கு ஒரு சவாலாகிறது. வெளிப்படையாக உருவாகாததால் கண்டனத்துக்கும் உட்படுகிறது. நேற்று பிரபஞ்ச பரிவர்த்தனையின் சுதந்திரக் காற்றினை சுவாசிக்க

வேண்டியிருந்த கவிதை இன்று நம்மை பலாத்காரம் மற்றும் தீயமந்திரத்திலிருந்து காத்துக் கொள்வதற்கான பேயோட்டலாய்த் தொடர வேண்டியிருக்கிறது. நமது வாழ்வுகளை நிர்வகிக்கும் முறைகளைத் தீர்மானிப்பதோடு திருப்தி அடையாது நமது மனசாட்சிகளையும் ஆட்சி செலுத்த விரும்பும் எல்லா சக்திகளுக்கும் 'இல்லை' என்று சொல்வதற்கான நவீன மனிதனின் வழிவகை, கவிதையே என்று சொல்லப்பட்டது. இந்த 'இல்லை', தனக்குள்ளாகவே தன்னை விடவும் சக்திமிக்க ஆம் என்பதையும் கொண்டிருக்கிறது.◎

ஸ்பானிய மொழியிலிருந்து ஆங்கிலத்தில்
சாமுவெல் பெக்கெட்.

(Anthology of Mexican Poetry, Thames & Hudson, 1959)

அமி லோவல்

Amy Lowell (1874-1925)

1914-ல் எஸ்ரா பவுண்டினால் துவங்கப்பட்ட படிம இயக்கம் (Imagist Movement) கவிதையில் சாதாரண மொழியின் பயன்பாட்டையும் புதிய ஓசைமைகளையும் துல்லியமான படிமங்களையும் வலியுறுத்தியது.

அமி லோவல் (1874-1925) என்ற பெண் கவிஞர் அமெரிக்க இமேஜிஸ்ட்டுகளில் மிக முதன்மையானவர். கவிஞர் என்பதை விடவும் அமெரிக்க கவிதை இயக்கத்தின் நடைமுறை யாளராகவே பிரபலமாக அறியப்பட்டிருக்கிறார். இவர் அமெரிக்கக் கவிதை இயக்கத்தின் மீது ஏற்படுத்திய பாதிப்பு, மிக பரந்துபட்டதாகவும் குறிப்பிடத்தகுந்ததாகவும் இருந்தது. எஸ்ரா பவுண்டின் கோபத்திற்கு உள்ளாகி இவ்வியக்கம் Amygists களின் இயக்கம் என்று பவுண்டால் பரிகாசத்துடன்

அழைக்கப்பட்டது. ஏனென்றால் இமேஜிஸ இயக்கத்தின் தேக்கத்தையும் எல்லைப்பாடுகளையும் ஏற்கனவே உணர்ந்தறிந்துவிட்ட பவுண்ட் வோர்ட்டிஸிஸம் என்ற இயக்கம் மிகுந்த படிமக் கவிதையை நோக்கிச் சென்றுவிட்டார். அ மிலோவல் எழுதிய புத்தகங்களில் முக்கியமானவை Tendencies in Modern American Poetry *மற்றும்* Poetry of John Keats.◎

கவிதை உருவாக்கும் முறை

கவிதைகள் எவ்வாறு உருவாக்கப்படுகின்றன என்ற கேள்விக்குப் பதில் அளிக்கும்போது என் உள்ளுணர்வு பூர்வமான பதில் ஒரு தட்டையான 'எனக்குத் தெரியாது' என்பதுதான். அவை எவ்வாறு உருவாகின்றன என்று சிறிதும் தெரியாதிருப்பினும் அதே போல் மற்றவர்களின் கவிதை உருவாக்கம் பற்றித் தெரியாத போதிலும், என்னைக் கேட்கப்பட்ட கேள்வி முழுவதும் என் கவிதைகள் சம்மந்தப்பட்டது என்றாலும் அவை எந்த வேறுபாட்டினையும் ஏற்படுத்துவதில்லை. அதைப் பற்றி எனக்குத் தெரிந்திருப்பது, தெரிந்து கொள்ளப்பட வேண்டியதின் ஒரு மில்லியன் பகுதியில் ஒரு பகுதிதான். என் பிரக்ஞைநிலையைத் தொடும்பொழுதுதான் நான் கவிதைகளைச் சந்திக்கிறேன். அது அதற்குள்ளாக அதன் பரிணாமப் பாதையில் வேண்டிய தூரம் வந்துவிட்டிருக்கும்.

திருவாளர் க்ரேவ்ஸ் கூறுவது போல கவிதை எதிரிடையான கருத்தாக்கங்களின் ஒருங்கிணைப்பு என்றாலும், உணர்ச்சிகளின் உறுத்தல்களுக்கும் Tensionக்கும் வடிகால் தருவதாய் ஏற்படும் விளைவு என்று Sara Teasdale கூறியபோதிலும், பகற்கனவின் எல்லைக் கோட்டினைத் தொடும் ஒரு மனோவியல் நிலைக்கு நம்மை உட்படுத்துதல் என்று (பேராசிரியர் ப்ரெஸ்காட்) ஒரு முழு புத்தகமே எழுதி நிரூபித்த போதிலும் இறுதியான வரையறை தருவதற்கு யாராலும் இயலாது. தன்னம்பிக்கையுடன் என்னுடைய அனுபவங்களிலிருந்து அழுத்தமாக நான் கூறுவதெல்லாம், கவிதை ஒரு பகற்கனவு அல்ல என்பதே-மாறாக மிகவும் வித்தியாசமான, தனக்கே உரித்தான ஒரு மனோவியல் நிலை.

உண்மை என்னவென்றால் ஒரு மர்மம் இங்கு இருக்கிறது. கவிஞன் அளவுக்கு இதைப்பற்றி பிரக்ஞை எவருக்கும் இருக்க

முடியாது. கவிஞன் ஒரு ரேடியோ ஏரியலைப் போன்றவன் என்பதை உடனே நாம் ஒப்புக்கொள்வோம்-ஒருவித அலைவரிசைகளில் செய்திகளைப் பெற்றுக்கொள்ளும் தகுதி அவனுக்கு இருக்கிறது. ஆனால் அவன் ஏரியல் என்பதற்கும் மேற்பட்டவன். இது ஏனெனின் இந்தச் செய்திகளை அந்த வார்த்தைகளின் அமைவுகள் என நாம் கூறும் கவிதைகளாக மாற்றும் சக்தி படைத்தவனாகவும் கவிஞன் இருக்கிறான்.

ஒரு கவிஞனைப் பற்றிய அறிவியல் ரீதியான வரையறையை ஏறத்தாழ நாம் இவ்வாறு கூறலாம் என்று நினைக்கிறேன்: அதீதமான உணர்வுமிக்க ஒரு மனிதன், இயக்க பூர்வமான அடிமன ஆளுமை உடையவன், எதிர்ப்பற்ற பிரக்ஞையால் போஷிக்கப்பட்டும் அதற்கு உயிரளித்தபடியும் இருப்பவன். கவிஞர்களிடையே ஒரு பொதுவான சொல் வழக்கு உண்டு. 'அது என்னிடம் வந்தது' என்பார்கள். இந்தப் சொற்பிரயோகம் சீரழிக்கப்பட்டுவிட்டதால் ஒருவர் கவனத்துடன் இதைத் தவிர்க்க முயல்கிறார். ஆனால் நிஜத்தில் ஒரு கவிதையின் பிரக்ஞைபூர்வமான வரவினைப் பற்றி எனக்குத் தெரிந்ததில் இதுதான் மிகச்சிறந்த விளக்கம்.

சிலசமயங்களில் ஒரு கவிதை உருவாக்கிய புறவயத் தூண்டுதல் தெரியும் அல்லது கண்டுபிடிக்கலாம். அது ஒரு காட்சியாகவோ, அது ஒரு சப்தமாகவோ, ஒரு சிந்தனையாகவோ அல்லது ஒரு உணர்ச்சியாகவோ இருக்கலாம். தொடக்கத் தூண்டுதலைப் பற்றி சில நேரங்களில் நினைவு-மனத்திற்கு ஒரு பிரக்ஞையும் இருக்காது. இந்தத் தூண்டுதல் மறக்கப்பட்டிருக்கலாம், அல்லது ஆழ்ந்த அறிந்து உணரப்பட்டிராத நினைவுகளிலிருந்து எழலாம். இது என்னவாக இருந்தபோதிலும், உணர்ச்சி அறியப்பட்டிருந்தாலும், மறைக்கப்பட்டிருந்தாலும், இது அதன் ஒரு பகுதி. ஏனெனில் உணர்ச்சி மட்டுமே அடிமனதைச் செயலுக்குத் தூண்டுவது. எவ்வளவு கவனமாகவும், கச்சிதமாகவும் அடிமனம் இயங்குகிறது என்பதற்கு நானே என் எழுத்துக்களில் ஒரு காட்சியாக இருந்திருக்கிறேன். எந்த வெளிப்படையான காரணத்துக்காகவுமின்றி ஒரு கருத்தாக்கம் என் சிந்தனைக்குள் வரும். எடுத்துக்காட்டாக The Bronze Horses குதிரைகளை ஒரு கவிதைக்கான விஷயமாக நான் மனதில் புரிந்து கொண்டேன். அவற்றை அவ்வாறு பதிவு செய்த பின்னர் இந்த விஷயம் பற்றி வேறு எதையும் நான் பிரக்ஞைபூர்வமாகச் சிந்திக்கவில்லை. ஆனால் உண்மையில் நான் செய்தது என்னவென்றால் என் கருப்பொருளை ஆழ்மனதிற்குள் போட்டு வைத்து விட்டதுதான்-தபால் பெட்டியில் ஒருவர் கடிதத்தைப் போடுவது போல. ஆறுமாதங்களுக்குப் பிறகு, அந்தக் கவிதையின் சொற்கள் என் மண்டைக்குள் வர ஆரம்பித்தன-

அந்தக் கவிதை என் தனிப்பட்ட சொற்களில் சொல்வதானால் ‘அங்கே இருந்தது’.

சில கவிஞர்கள் ஒரு குரல் அவர்களுடன் பேசுவதாகச் சொல்கிறார்கள். மேலும் அக்குரல் உச்சரிக்கும் வார்த்தைகளை அப்படியே எழுதுவதாகவும் கூறுகிறார்கள். இந்த முறை என்னுடையதிலிருந்து வேறுபடுவதாலோ அல்லது என் ஆரம்பகால அறிவியல் பயிற்சியின் காரணமாகவோ எனக்குத் தெரியவில்லை-எது குறைவான காட்சிபூர்வமான வார்த்தை களை பயன்படுத்துவதற்குக் காரணம் என- நான் குரல் எதையும் கேட்பதில்லை, ஆனால் வார்த்தைகள் உச்சரிக்கப்படுவதைக் கேட்கிறேன். உச்சரிப்பு மட்டுமே சப்தமற்றது. ஆனால் யாராலும் பேசப்படாமல் அவ்வார்த்தைகள் என் மண்டைக்குள் உச்சரிக்கப்படுகின்றன. இந்த விளைவு எனக்குப் பரிச்சயமான ஒன்று. ஏனென்றால் என் மனதிற்குள் நான் படிக்கும் பொழுது கூட நான் எப்போதும் வார்த்தைகளைக் கேட்கிறேன். கொஞ்சம் அதிகமாக நான் எழுதும் நேரத்தில் (இது அவசியமில்லை என்றாலும் கூட) எழுதும்போதும், பலசமயம் நான் எழுதியதை உரக்கப் படிப்பதற்கு நிறுத்தும் போதும். அவ்வளவு தெளிவாய் வார்த்தைகள் என் மண்டைக்குள் ஒலிக்கின்றன.

எனினும் இந்த ஆழ்மனம், மிகவும் தன் இஷ்டப்படி நடந்து கொள்ளும் ஒரு கூட்டாளி. நிறைய சமயங்களில் அது தீவிரமான சூழ்நிலையில் வேலை நிறுத்தம் செய்யும். அதற்குப் பின் எந்த ஒரு சொல்லையும் அதனிடமிருந்து பெறுவதற்கு இயலாது. இங்குதான் கவிஞனின் பிரக்ஞைபூர்வமான பயிற்சி தேவையாகிறது. காரணம் ஆழ்மனம் விட்டுவிட்ட விஷயங்களை அவன் நிரப்ப வேண்டும். மற்ற வார்த்தைகளின் தன்மைக்கு ஒத்தவாறு, முடிந்தவரை நிரப்பவேண்டும். ஒவ்வொரு நீண்ட கவிதையும் இம்மாதிரியான இடைவெளிகளால் தெளிக்கப்பட்டிருக்கும். இந்தக் காரணத் தினால்தான் பெரும்பாலான கவிதைகள் எண்ணற்ற திருத்தங்களுக்கு உள்ளாகின்றன. சில நேரங்களில் இந்த கள்ளத்தனமான ஆழ்மனக் கூட்டாளி சிரமப்படும் கவிஞன் மீது கருணை கொண்டு அவனின் உதவிக்குத் திரும்பும். அந்தக் குறிப்பிட்ட பகுதியுடன் பல சமயங்களில் மீண்டும் எந்தத் தொடர்பும் இருக்காது அதற்கு. இக்காரணத்தினால்தான் ஒரு கவிஞன் என்பவன் பிறக்கவும், உருவாக்கப்படவும் வேண்டும் என்று சொல்லப்படுகிறது. அவனுக்காக எப்போதும் உழைக்கக்கூடிய ஒரு ஆழ்மனத் தொழிற்சாலையுடன் அவன் பிறக்க வேண்டும். இல்லை யென்றால் அவன் என்றும் கவிஞனாக முடியாது. திருவாளர் க்ரேவ்ஸின் வெளிப்பாட்டு முறையைப் பயன்படுத்தினால்-அவனின் ஓட்டைகளை மெழுகி அடைக்க அறிவும் திறமையும் வேண்டிய

அளவுக்கு இருக்க வேண்டும். இந்த(மெழுகி)அடைக்கும் முறையை யாரும் தாழ்வாக மதிப்பிட்டுவிட வேண்டாம். நல்ல கவிதையில் ஒரு நிலை இது. கடந்த 25 ஆண்டுகளாக என் கைகளுக்கு எட்டிய பல பெரும் கவிஞர்களின் முதல் கையெழுத்துப் பிரதிகளில் நான் ஒன்றிலும் 'மெழுகி அடைத்தல்' பங்கினை பார்க்காமல் இல்லை. இதில் மிகவும் அடித்து எழுதப்பட்டிருந்தது கீட்ஸின் The Eve of St.Agnes.

நீண்ட கவிதைகள் ஆழ்மனதில் உருவாக மாதங்கள் ஆகும். சிறிய கவிதைகளைப் பொறுத்தவரை ஆழ்மனதில் கருக் கொள்ளும் காலம் ஒரு நாளாகவோ, ஒரு கணமாகவோ இருக்கலாம். திடீரென்று சில சொற்கள் அங்கே இருக்கும் ஒருவித ராஜரீகமான வற்புறுத்தலுடன் அவை எந்த தாமதத்தையும் பொறுக்காது. அவை உடனடியாக எழுதப்பட வேண்டும் இல்லையென்றால் ஒரு தீவிரமான துன்புறுதல் நேரும்--ஒரு உடல்ரீதியான வலி அளவுக்கு அது இருக்கும். கவிதைக்கு வழி கொடுத்தால் ஒழிய அந்த வலியிலிருந்து நிவாரணம் கிடைக்காது. கவிதைகள் வரும் காலத்தில் நான் அவற்றை நிராகரிப்பது கிடையாது. நான் என்ன செய்து கொண்டிருந்தாலும், நான் என்ன எழுதிக் கொண்டிருந்தாலும் அவற்றை விலக்கி வைத்துவிட்டு கவிதையின் வரவை நான் கவனிக்கிறேன். என்னுடைய இயல்பின் காரணமாக, நான் நண்பர்களுடன் இருக்கும்போதோ, வீட்டுக்கு வெளியில் உள்ளபோதோ கவிதைகள் வருவதில்லை. ஆனால் தனியாக இருக்கும்போது, நான் பார்த்த, அல்லது செய்த ஏதோ ஒன்றின் தொடர்பான கருத்தாக்கம்--வெளியில் இருந்த பொழுது தன்னை அறிவித்துக் கொள்ளும்--ஏதோ நான் மோனத்திலும், ஏற்புத்தகுதியுடனும் இருக்கும் காலத்திற்காகக் காத்திருந்தது போல்.

என் மண்டைக்குள் நான் உருவாக்குவது குறைவு. ஒரு கவிதையின் வருகை பற்றிய பிரக்ஞையை நான் அடையும்போது நான் செய்யும் முதல் காரியம் பேப்பரையும் பென்சிலையும் தேடிப் போவதுதான். ஒரு துண்டு வெள்ளைத் தாளை வெறுமனே கூர்ந்து பார்த்துக் கொண்டிருந்ததே ஆழ்மனம் பற்றிய பிரக்ஞைக்கு வசியப்படுத்துப்பட்டது போல் தோன்றுகிறது. அதே காரணத்துக்காக, நான் நடந்து கொண்டிருக்கும்போதோ, கார் ஓட்டிக்கொண்டிருக்கும் சமயத்திலோ கவிதைகளைத் திருத்தம் செய்வதில்லை. இதற்குத் தேவைப்படும் கூர்ந்த கவனம் ஒரு தியானத்தின் தன்மையதாய் இருக்கிறது. (இதற்கு இந்த வார்த்தை சற்று அதிகபட்சமானது என்றாலும் கூட) இந்தக் கூர்ந்த கவனம் (அ) தியானம் நான் எங்கே போகிறேன் அல்லது எந்த

நிலையத்தில் இறங்க வேண்டும் என்பது பற்றிய அக்கறைகளால் சிதைக்கப்படுகிறது.

இந்த அரைத்தியான நிலை நாம் சிறிய கவிதைகளைப் பற்றிச் சிந்திக்கும்பொழுது ஆச்சரியப்படுத்துவதில்லை. விநோதம் என்ன வெனில் இந்தத் தியானம் போன்ற நிலை நீண்ட கவிதைகளைப் பொறுத்தவரை, குறுக்கீடுகளுக்கு மேலாகத் தாக்குப் பிடிக்கக் கூடியது. பல நாட்கள் அல்லது வாரங்கள் எழுதத் தேவைப்படும் அளவுக்கு ஒரு கவிதை நீளமாக இருக்கும் போது, அதைத் தொடர உட்காரும் ஒரு செயலே அதற்குத் தேவையான மன நிலையை உருவாக்குகிறது-இந்நிலை (நான் குறிப்பிட்ட இடைவெளிகள் தவிர) கவிதையின் திருத்தங்கள் வரை தாங்குகிறது. அதற்கு மாறாக, ஆழ்மனநிலை மட்டும் தயாராக இல்லை என்றால் எந்த சக்தியாலும் அந்த நிலையை உருவாக்க முடியாது. எனவே சிருஷ்டி இல்லாத காலங்கள் எல்லாக் கவிஞர்களுக்கும் இருப்பது சகஜம்தான்.

கவிஞனால் முடிந்த எல்லாவற்றையும் அவன் அறிந்து வைத்திருக்க வேண்டும் என்றே நான் நினைக்கிறேன். எந்தத் துறையும் அவனுக்கு அந்நியமானதல்ல. எந்தத் திசையிலும் அவன் அறிவு ஆழமானதாக இருந்தால், அவனுடைய கவிதைக்கும் நல்ல ஆழமிருக்கும். புதிய மற்றும் பழைய கவிதை வடிவங்களில் அவனுக்கு முழுமையான, அடிப்படையான பரிச்சயம் இருக்க வேண்டும். ஆனால் தீர்மானமாக என் நம்பிக்கை என்ன வென்றால் பாரம்பரியத்திற்கு அவன் தன் உள்ளுணர்வின் சுயத்திற்கு மேலாக மரியாதை தரக்கூடாது. எல்லாவற்றுக்கும் மேலாக தன்னுடைய சுயநேர்மை பற்றி உறுதியாக இருக்க வேண்டும். பொது அங்கீகரிப்புகளுக்கு அவன் தலை பணியக்கூடாது-எவ்வளவு கவர்ச்சிகரமானவையாக அவை இருந்தபோதிலும். அதன் பின் அவனின் ஆழ்மனம் எதை உணர்த்துகிறதோ அதை அவன் சகல தைர்யத்துடன் எழுதட்டும்.
◎

பால் வெலரி

Paul Valery (1871-1945)

கவிதையை விட கவிதை உருவாகும் முறை பற்றிய ஓய்வற்ற சிந்தனைக்காகவும் மனம் இயங்கும் முறைக்காகவும் அதிகம் பேசப்பட்டிருக்கின்றன பால் வெலரியின் கருத்துக்கள். வெனிஸ் மற்றும் கார்சிகப் பாரம்பரியத்தில் வந்த குடும்பம் ஒன்றில் பிறந்தார் வெலரி. Montpelliers உள்ள Lyceeயில் படித்தார். கலை மற்றும் பண்டைய நாகரிகங்களில் ஈடுபாடு கொண்டார். தனது பதினேழாவது வயதில் சட்டம் பயிலச் சென்றார். ஆனால் பிரதான ஈடுபாடுகளாக அவருக்கு இருந்தவை கணிதம், இயற்பியல் மற்றும் இசை. முதன் முதலில் Mallarmeவை 1891ஆம் ஆண்டு பாரிஸில் சந்தித்த போது தீவிரமாய் பாதிக்கப்பட்டார். 1920ஆம் ஆண்டுவரை தொகுக்கப்படாமல் இருந்த இவர் கவிதைகள் பல ஏடுகளில் வெளிவந்தவை. 1892 ஆம் ஆண்டு

ஜெனோவாவில் வசிக்கும் போது மல்லார்மேவைப் பின்பற்றி எழுத முயன்று ஏற்பட்ட மனக்குலைவில் கவிதையைக் கைவிட்டார். அடுத்து இருபது வருடங்களை மிகக் கடுமையான அறிவார்த்தத் தேடல்களில் தன்னை மூழ்கடித்துக் கொண்டார். 1921 ஆம் ஆண்டு நாவலாசிரியர் Andre Gide, வெலரியின் கவிதைகளை மறுபிரசுரம் செய்ய அனுமதி கேட்டபொழுது கவிதைத் துறைக்குத் திரும்பும் உத்வேகம் மீண்டும் கிடைத்தது வெலரிக்கு. 1917இல் La Jeune Parque என்ற நீண்ட மிகக் கடினமான கவிதையை வெளியிட்டு மிகக் குறுகிய காலத்தில் பிரபலமானார். 1922இல் Charms கவிதைத் தொகுதியை வெளியிட்ட பொழுது தன் இலக்கிய ஸ்தானத்தை ஸ்திரமாக்கிக் கொண்டார். தன் இறுதி வாழ்வின் இருபத்தைந்து வருட காலத்தை உரைநடை, உரைநடைக் கவிதைகள் எழுதுவதிலும், மறைவிக்குப் பின் வெளிவந்த Note Book ஐ எழுதுவதிலும் செலவிட்டார். பிரெஞ்சு அகாடெமிக்கு 1927ஆம் ஆண்டு தேர்ந்தெடுக்கப்பட்டார். 1937ஆம் ஆண்டு College of France இல் முக்கியமான பதவியில் அமர்த்தப்பட்டார். இதற்குள் ஐரோப்பிய இலக்கியவாதிகளில் மிகவும் மதிக்கப்பட்ட ஒருவராக ஆகியிருந்தார். அவர் எழுத்துக்கள் சமகால பிரெஞ்சு அறிவுலக வாழ்க்கையின் மீது பாதிப்பு செலுத்தின. மிகத்தகுதியாகவும், பொருத்தமாகவும் அவருக்கு நோபல் பரிசு அளிக்கப்பட்டிருக்க வேண்டும். ஆனால் இவ்விருதைப் பெறாமலேயே 1945ல் வெலரி காலமானார். ⊙

பால் வெலரியின் கவிதைக் கோட்பாடுகள்

கவிதையில் சிந்தனையின் பங்கினைப் பிடிவாதத்துடன் வலியுறுத்திச் சொன்ன நவீன பிரெஞ்சுக் கவிஞர்களில் வெலரி முதன்மையானவர். டி. எஸ். எலியட் வெலரியைப் பற்றி இவ்வாறு குறிப்பிட்டார்:

" He is perpetually engaged in solving an insoluble puzzle - the puzzle of how poetry gets written"

வெலரியின் பிரதான சாதனை எனக் கருதப்படுவது 'கவிஞன்' என்ற நபரைப்பற்றி அவர் உருவாக்கிய புதிய சித்திரம்: கவிஞன் ஒரு இலக்கிய விஞ்ஞானி ஒரே சமயத்தில் கனவு காண்பவனாகவும், algebraist ஆகவும் இருப்பவன். தன் கவிதைகளுக்கான காரணங்களையும் சொல்பவன். அவன் தன் கவிதையைத் தற்காப்பவன்.

நவீன கவிதைக் கோட்பாட்டின் மையமான முரண் வெலரியிடம் விளக்கம் பெறுகிறது. வெலரி கவிதையை Versdonnes என்றும் Vers Calcules என்றும் பிரிக்கிறார். Vers donnes க்கு வெலரி அதிகம் சிறப்பளிப்பதில்லை. தானாகக் கிடைப்பது, அல்லது தரப்படுவது என்று Vers donnes கவிதையைக் குறிப்பிடலாம். Vers Calcules என்பதே கவிஞனின் மெய்யான செயலாக்கம் என்றும், இத்தகைய கவிதைகளையே கவிஞன் உணர்ச்சிபூர்வமாக ஆராய வேண்டும் என்றும் வெலரி கருதினார். Vers Calculesவகைக் கவிதையை புத்தியின் செயல்பாடு என்பது சரியாக இருக்கும். வெலரி இங்கு தனக்கு நேர்ந்த அனுபவத்தை அழுத்தமாகக் கூறுகிறார். அவருக்கு ஒரு சமயம் இசையின் உந்துதல் உணர்வு கிடைத்தது. இந்த உந்துதல் உணர்வை கலையாக்கும் அல்லது விரிவாக்கும் சக்தியும் திறனும் அப்போது அவருக்கு இருக்கவில்லை. இந்த மாதிரியான ஒரு "கச்சாப் பொருளை", அடித்துத் திருத்தி, எழுதப்பட்ட நூற்றுக்கணக்கான பிரதிகளின் வழியாக கவிதை உருப்பெறச் செய்யக்கூடிய சக்தி கவிஞனிடம் மாத்திரமே உள்ளது.

முடிவற்ற முறைகளில் முழுமையாக்கப்படக்கூடிய, ஆனால் என்றைக்குமே முழுமையடையாத கவிதையையும், அதன்

சொற்கள் பொருந்து முறைகளையும் தேடிக்கொண்டே இருப்பது கவிஞனின் வேலை என்றார் வெலரி.

இங்கு பிரயோகமாகும் பிரக்ஞைபூர்வமான 'தேர்வு' மற்றும் 'கணக்கிடுதல்' பற்றியும் நாம் கவனமாக இருக்க வேண்டும். தேர்வின் மூலம் (Choice) "குழப்பமான யதேச்சைத்தன்மை"யை கவிஞன் ''வெளிப்படையான நன்கு வரையறுக்கப்பட்ட யதேச்சைத்தன்மை''யாக மாற்றுகிறான். இதில் 'புத்தி'யின் செயல்பாடு கவிதையை வெறும் கனவு காணுதல் என்னும் வீழ்ச்சி நிலைக்குச் சரிந்து விடாமல் தடுக்கிறது. மேலும் அது கவிதைக்கு சுற்றுச்சுவர் போன்ற பாதுகாப்பளித்து, வேறு தவறான அறிவின் வகைகளிடமிருந்தும் வேறுபடுத்துகிறது.

கவிஞர்கள் மற்றும் கலைஞர்கள் உருவாக்கும் படைப்புலகம் அதற்குள்ளாகவே முழுமையுற்றதாக முடியும் போது அங்கே Impersonality உண்டாகிறது. அதாவது சுயத்தின் நசிவு நிலை. கவிதையிலிருந்து, அதை எழுதுகின்ற மனிதன் மறைந்துவிட வேண்டும். இங்கு ஸ்பெயின் நாட்டைச் சோந்த சமூக விமர்சகரும் தத்துவவாதியுமான Ortega Y Gasset வின் "de- humanisation of art" பற்றிய கருத்தாக்கத்தை நினைவுப்படுத்திக் கொள்வது அவசியம். எல்லாவிதமான அழகியல் தூய்மைப் படுத்தல்களும் "மனிதமை அற்றநிலை"யில் முடியும் என்றார் ஓர்த்தேகா. கவிதையில் கவிஞனின் தலையீடு இருக்கக் கூடாது. கவிஞனின் சோகத்திற்கு கவிதையில் இடமில்லை. அப்படிக் கவிதையில் நேரடியாகக் கவிஞன் இடம் பெறுவானால் அது "மனிதமை"யைக் உள்ளடக்கியதாகிவிடும் என்கிறார் வெலரி: 'I must declare myself inhuman' என்றும் கூறினார். கவிதைகளை எவ்வளவு சுத்தமாக உருவாக்க முடியுமோ அவ்வாறு செய்த பின் (இதை T.E. Hulme 'Exact curve of the thing' என்பார்.) அவற்றை எழுதிய கவிதை பற்றிய குறிப்பீடு எதுவும் இல்லாமல் முழுமையான தனிமையில் விட்டுவிட வேண்டும். ஒரு கலைப்படைப்பின் நிரந்தரம் அதன் ஆசிரியன் என்ன நினைத்து உருவாக்கினானோ அதற்கு மாறாக அது இயங்கும் சக்தியில்தான் உள்ளது. ஆசிரியனின் நோக்கத்தைப் புறக்கணித்தல் என்பது வெலரியின் கோட்பாட்டுக்கு மிக மையமானது. மேலும் அக்கலைப் படைப்பு 'விளக்கம் அளித்தலை'(Interpretation) பொறுத்துக் கொண்டாலும், என்றுமே விளக்கத்திற்கு உட்படாதது. ஒரே சமயத்தில் வெலரி விளக்கம் தரும் விமர்சகர்களைக் கண்டனம் செய்வதோடல்லாமல், கவிஞனின் கவிதை மீதான உரிமைகளையும் மறுக்கிறார். கவிஞன் சொல்வதில்லை. உருவாக்குகிறான். கவிதைக்கு அர்த்தம் என்பது இல்லை. அதற்கான வாழ்வு இருக்கிறது. இந்த இடத்தில் ஆர்க்கிபால்ட்

மேக்லீஷ் எழுதிய 'கவிதைக் கலை' என்ற கவிதை நம் நினைவுக்கு வரும். மேக்லீஷின் கவிதை:

ஒரு கவிதை இருக்க வேண்டும்
உணர முடிவதாய்
உருண்டு திரண்ட பழம் போல மௌனமாய்
பேச்சற்று
புராதனப் பதக்கங்கள் கட்டைவிரலுக்குத் தட்டுப்படுவது போல்
பாசி வளர்ந்து படிந்த
கைப்பகுதிகளால் தேய்ந்த ஜன்னல் விளிம்புகளைப்
போல மௌனமாய்

ஒரு கவிதை வார்த்தையற்றிருக்க வேண்டும்
பறவைகளின் பறத்தல் போல
நிலா உயர்வதைப் போல்
காலத்தினுள் கவிதை இயக்கமில்லாதிருக்க வேண்டும்

இரவு பின்னலிட்ட மரங்களை குறுங்கிளை அடுத்த குறுங்கிளையாக
நிலா விடுவிப்பது போல,
பனிக்காலத்து இலைகளின் பின்புறமிருந்து நிலா
ஞாபகம் ஞாபகமாக மனதை விடுவிப்பது போல

ஒரு கவிதை காலத்தினுள் சலனமில்லாதிருக்க வேண்டும்
நிலா உயர்வது போல்

ஒரு கவிதை சமானமாய் இருக்க வேண்டும்
நிஜத்திற்கு இணையாய் அல்ல
எல்லாத் துயரத்திற்கும்
ஒரு வெற்று வாசலைப் போல
மேப்பிள் மர இலையைப் போல

காதலுக்கு
தலைசாயும் புற்கள் மற்றும் கடலுக்கு மேலாக
இரண்டு வெளிச்சங்களைப் போல
ஒரு கவிதை அர்த்தம் தரக்கூடாது
கவிதையாக இருக்க வேண்டும்

கவிதைகளை உரத்து வாசிக்கும்போது அவற்றின் அர்த்தங்களை தவறாக்கிவிடாமல் வாசிக்க முடியுமா என்ற சந்தேகத்தையும் வெலரி எழுப்புகிறார். கவிதைகள் சொற்களை பயன்படுத்துகின்றன. இதன் காரணமாக உண்டாகும் பிரச்சனைகள் 19ஆம் நூற்றாண்டிலிருந்தே கவிதைக் கோட்பாடுகளைப் பின் தொடர்ந்து வருகின்றன. கவிஞன் இன்றொரு புராதன உருவமாகக் காட்சி தருகிறான்-மொழி எந்தெந்த நோக்கங்களுக்கு துல்லியமாகப் பொருந்தவில்லையோ

அவற்றுக்கும் கூட பயன்படுத்தியபடி. நவீன காலத்தில் கவிதை தன் வாழ்வை காப்பாற்றிக் கொண்டது சற்று அதிர்ஷ்டவசமான செயல் என்று வெலரி நினைத்தார். வியர்த்தமான உணர்வுகள் மேலோங்கி நிற்கிறபோதும் கவிதை எழுதுவதைத் தொடர்வது பயனுள்ள காரியமே. ஏனெனில் எப்போதாவது ஒரு மனிதன் ஒரு கவிதையின் மதிப்பீடுகளுக்கு உணர்வுபூர்வமாய் எதிர்வினை தந்து, நவீன உலகம் மறந்து போய்க் கொண்டிருக்கிற இனிமை யான நவீன அனுபவமொன்றில் பங்கேற்கலாம்.

ஆனால் இன்றைய சூழ்நிலையில் கவிதைத்துறையில் மொழியைக் கையாள்வது கொஞ்சம் அசாத்தியமான செயலாகத் தோன்றுகிறது. தினசரி வாழ்வின் மொழி என்பது பிரதானமாய் நடைமுறை சார்ந்தது: முடிவற்ற மாறுதலுக்கு உட்பட்டுக் கொண்டே இருக்கிறது. அசுத்தமடைகிறது: இருக்கும் துல்லியத்தையும் இழந்த வண்ணம் இருக்கிறது. எல்லா வேலைகளையும், காதுகளை உறுத்தாத, மிகவும் உறுத்தாத, 'மிகவும் எளிதில் சிதைந்து விடக்கூடிய கவித்துவ பிரபஞ்சத்தை உடைத்துவிடாத', கவிஞனின் சுயத்தை விட அதீத சுயம் கொண்டதான ஒரு மொழியை உருவாக்க வேண்டும் என்றார் வெலரி. கவிஞனின் மொழிப் பயன்பாட்டை non usage என்று குறிப்பிட்டார். இங்கு அவரின் பிரபலமான ஒப்புமையைப் பற்றிச் சொல்வது பொருத்தமாக இருக்கும். கவிதையின் தனித்துவ குணாம்சத்தையும், மதிப்பீட்டையும் அழுத்தமாகக் கூறவே இந்த ஒப்புமையை வெலரி உருவாக் கினார். உரைநடையை நடப்பது என்னும் மனிதச் செயலுக்கு ஒப்பிடலாம். கவிதையை நாட்டியத்திற்கு ஒப்பிடலாம். ஆனால் கவிதைக்கும் உரைநடைக்கும் இடையிலான முழுமுற்றான தொடர்ச்சியின்மை சர்ச்சைக்குரியது. ஆங்கில இலக்கிய உலகிற்கு வெலரியை அறிமுகப்படுத்தக் காரணமாக இருந்த ட்டி.எஸ்.எலியட் இந்த ஒப்புமையை ஏற்கவில்லை. வெலரியைப் பொருத்தவரை உரைநடை ஒரு கருவியைப் போன்றது. தன் செயலில் முடிவு கொண்டது. ஆனால் கவிதை நாட்டியத்தைப் போல தனக்கு வெளியில் எந்தப் பயனையோ, முடிவையோ கொண்டிருப்பதில்லை. usage என்பதிலிருந்து non-usageக்கு மொழியைக் கொண்டுவரும் முறையை சில சமயங்களில் வெலரி "இசைமயமாக்கல்" என்று அறிவித்தார். ஆனால் இந்தக் கோட்பாடு புதியதல்ல. பழைய ரொமாண்டிக்-சிம்பலிஸ்ட் இயக்கக் கவிஞர்கள், கவிதையை இசையைப் போல ஆக்க வேண்டுமென்று கொண்டிருந்த பேராவலையே வெலரி இங்கு தெளிவாக்கி, கூர்மைப்படுத்துவதாகத் தெரிகிறது.

இசையின் கருத்து வெளிப்பாட்டுச் செயலை (discourse) இசை அல்லாத கருத்து வெளிப்பாட்டுச் செயல்களுடன் குழப்பிக்

கொள்ள முடியாது. ஆனால் கவிதையின் மொழி அக்கவிதை எந்த நாட்டில் எழுதப்படுகிறதோ அந்த நாட்டின் பொது மொழியுடன் குழம்பிப் போவதற்கு சாத்தியங்கள் ஏராளமாய் உள்ளன. ஆனால் இசையை நம்மால் இயற்கையான சப்தங்களிலிருந்து வேறுபடுத்தி உணர முடியும். வெலரியைப் பொருத்தவரை கவிதைகள் ஓசைமைக்குள் ஒன்றுபட வேண்டும்-புறவயக் குறிப்பீடுகளின் உதவியின்றி. மேலும் இசைக்கலை தவிர, வெலரி கட்டிடக்கலையைப் பார்த்தும் பொறாமை கொண்டார். பார்வைக்குத் தெரிந்தபடி, தேய்மானங்களைச் சரிசெய்துவிட முடியக்கூடிய வடிவங்களாக, காலத்திலிருந்தும் பெருமளவு விடுதலையடைந்து நின்றது கட்டிடக்கலை.

மல்லார்மே(Mallarmae) வைப் போலவே, விரும்பத்தகுந்த கவிதையின் மிகத் திருப்தியான முத்திரையை நாட்டியத்தில் கண்டார். வெலரி தன் Dialogues நூலில் மீண்டும் மீண்டும் நாட்டியமாடுபவரின் பிரதிமைக்குத் திரும்பினார். ரிச்சர்ட் வேக்னருக்குப் பிற்பட்ட கவிதைக் கோட்பாட்டின் சாரம்சத்தை Dialogues நூலில் காணலாம். நவீன கவிதைக் கோட்பாடுகளுக்கு பாரிஸ் நகரின் நாட்டியக்காரர்கள் பெரிதும் பங்களிப்புச் செய்திருக்கிறார்கள். ஆனால் வெலரி நாட்டியமாடுபவரின் முத்திரை அல்லது சின்னத்தைத் தனக்கு உகந்த வகையில் மாற்றம் செய்து கொண்டார். இரவில் விளக்குகளுடன் நாட்டியமாடும் கலைஞர்களின் புகைப்படங்களின் தொடர் ஒன்றினைத் தன் மன விருப்பப்படி அமைத்தார். அவை பல வெள்ளைக் கோடுகளின் சுழற்சியினால் அமைந்த ஒரு அமைப்பைக் கொண்டிருந்தன. இந்த அமைவு பல நோக்கமற்ற கவிதைச் செயல்களின் அமைவுகளை நினைவூட்டியது.

இயல்பெழுச்சியை (spontaneity) மறுத்து, பிரக்ஞை -பூர்வமானதும், திட்டமிட்டுச் செய்யப்படுவதுமான கவிதையாக்கல் முறை பற்றிய கருத்துக்கள் அவரின் ஏனைய சிந்தனை களைப் போலவே முரண்பாடுகள் மிகுந்து காணப்படுகின்றன. திறன்கவிதை பற்றி(Skilled Verse) வெலரி பின்வருமாறு எழுதினார் :

"ஆழ்ந்த நம்பிக்கையின்மைவாதியின் கலை, நம் எல்லாக் கருத்துருவங்கள் மற்றும் உணர்வுகள் குறித்து அது ஒரு மாபெரும் சுதந்திரத்தை முன்தேவை ஆக்குகிறது. கடவுளர்கள் தம் பெரும் கனிவில் எப்போதாவது ஒரு முதல் வரியை இலவசமாக தருகிறார்கள்: முதலாவதின் ஓசையுடன் ஒருங்கிணைந்து ஒலிக்கும் படியும், இயற்கை கடந்த அவ்வரிக்கு தகுதியில் குறைவில்லாதபடியும் இரண்டாவது வரியை உருவாக்குவது நம் பொறுப்பு. பரிசு எனத் தரப்பட்ட வரியுடன் ஒப்பிடப்படும்

அளவுக்கு இரண்டாவது வரி எழுதப்பட, மனம் மற்றும் அனுபவத்தின் எல்லா சேகரங்களும் அதிகபட்சமானவையல்ல." இந்த மேற்கோள் வரிகளில் தொனிக்கும் நம்பிக்கையின்மையில் கட்டாயம் ஏதுமில்லை. மாறாக, விவாதிப்பதற்கும், அறிவார்த்தமாக்குவதற்கும் சுதந்திரம் இருக்கிறது. இந்த சுதந்திரமும், திறந்த மனமும், கவிதையின் விநோதக் கோரிக்கைகளுக்குத் தேவையாகும் என ஒருமையும் சேர்த்து நமக்கு ஒன்றைத் தெரிவிக்கின்றன. இயல்பெழுச்சி 'மனம் மற்றும் அனுபவத்தின் எல்லா சேகரங்களும்' என்று குறிப்பிடும் போது வெலரி இயல்பெழுச்சி பற்றி உணர்ந்திருக்க வேண்டும். மேற்கோளின் இந்த வரிகள் 'எழுதுவது'(writing) என்ற செயலின் நனவிலி (unconscious) அம்சங்களுக்கு மறைமுக பாராட்டுதலாய் அமைகின்றன. இந்த விஷயத்தை மறைமுகமாக வைக்கவேண்டிய அவசியம்? ஒரு சிந்தனையாளன் என்ற வகையிலும், விமர்சகன் என்ற முறையிலும் நனவிலி பற்றி வெலரிக்கு அச்சம் இருந்தது. கவிதையைப் பற்றி வெலரியின் வரையறை:

"a kind of machine for producing the poetic state of mind by means of words."

(Poetry and Abstract Thought. p. 79)

யந்திரங்கள் கண்டுபிடிக்கப்படுபவை. குறிப்பிட்ட வகையில் நிர்மானிக்கப்பட வேண்டுமென்று தயாரிக்கப்படுபவை. எனினும் வெலரியின் கவிதை மீதான ஈடுபாடு உணர்ச்சி மிக்கது. தர்க்கவியலாளனைப் பற்றியும், கவிஞனைப்பற்றியும் 1939ஆம் ஆண்டு Oxford Lectureஇல் பேசும்போது, அரூப சிந்தனையும் கவிதையும் ஒத்துபோகக் கூடியவையே என்று வாதிட்டார். 'ஒவ்வொரு மனிதனும் தன்னுடையதைத் தவிர பல வேறு வாழ்வுகளை வாழமுடியாமல் போகும்' என்று தான் நிஜமாக நம்புவதாகவும் கூறினார். வெலரியின் முதல் கட்டக் கவிதைகள் தந்த 'முகமூடிகள்' அவரின் வாழ்வைத்தவிர, பிறர் வாழ்வுகளையும் கற்பனையில் வாழ ஏதுவாக்கின. இதற்கு மேலும், தன் உரைநடை எழுத்துக்களில், தர்க்கக்காரனையும் (Logician)யும் கவிஞனை யும் ஒன்றுபடுத்தி விவாதிக்கிறார். அவருக்குள் இருக்கும் தர்க்கக்காரன், அரூப சிந்தனையாளனுடன் சில நேரங்களில் முரண்பாட்டால் இந்த முரண்பாட்டையும் வாழ்க்கைச் சரித்திரத்தை வைத்து புரிந்து கொள்ள முடியும் என்கிறார். இந்த சுயமுரண்பாடுகள், அரூப சிந்தயைாளனும், கவிஞனும் எந்தெந்த இடங்களில் ஒரே மாதிரியாக இருக்கவில்லையோ அந்த இடங்களில் தோன்றுகின்றன. ஆனால் வெலரியின் பிறர் வாழ்வுகள் பற்றிய குறைவான அறிதல் அவரை கலைஞன் மற்றும் அரூப சிந்தனையாளன் என்பதற்கும்

அப்பாற்பட்டு செல்ல அனுமதிக்கவில்லை. இந்த அம்சம் அவருடைய எழுத்துக்களை எல்லைப்படுத்துகிறது.

வெலரியின் கவிதையிலும், உரைநடையிலும் பிறர் வாழ்வுகள் பற்றிய அறிதல் எல்லைக்குட்பட்டதாயிருந்தது என்று கூறினோம். அவர் Oxford Lectureஇல் கூறியதைப் போலவே இதற்கான காரணத்தையும் 'வாழ்க்கைச் சரிதம்' மூலம் கண்டுபிடிக்கலாம். மல்லார்மே இலக்கிய அந்தஸ்தின் உச்சத்தில் இருந்த போது பல இளம் கவிஞர்கள் மீது பாதிப்பு செலுத்தினார். பாரிஸ் நகரில் செவ்வாய் மாலைக்கூட்டங்களில் மல்லார்மேவைப் பார்க்கச் சென்றார் இளம் வெலரி. சிம்பலிசக் கவிஞர்கள் எல்லாருமே பொதுவாகக் கொண்டிருந்த யதார்த்தத்தின் மீதான அதிருப்தியை வெலரியும் அப்போது பகிர்ந்து கொண்டிருந்தார்.

1892ஆம் ஆண்டு தன் இருபத்து ஒன்றாவது வயதில் வெலரி கவிதை எழுதுவதைக் கைவிட்டார். இதற்கு இரண்டு காரணங்கள் இருந்தன. முதலாவது: 'லட்சிய' கவிதையை சிருஷ்டிக்கும் பயணத்தில் மல்லார்மே நெடுந்தொலைவு சென்றுவிட்டார் என வெலரி நம்பினார். வெலரியின் ஆரம்பகாலக் கவிதைகள் புத்தி பூர்வமாய் இல்லாமல், உணர்ச்சியைச் சார்ந்தவையாய் இருந்தது இரண்டாவது காரணம் : கவிதை எழுதுவதைக் கைவிட்ட பிறகு தன் கவனங்களை கருத்துருவங்களின் உலகினை ஆராய்வதற்குத் திருப்பினார்.

தத்துவம், கணிதம், இயற்பியல் போன்ற துறைகள் அவரை ஈர்த்தன. இப்படிப்பட்ட ஈடுபாடுகளால் சுமார் 20 வருட காலத்திற்குப் பொது வாழ்விலிருந்தும், கவிதை எழுது வதிலிருந்தும், யதார்த்தத்திலிருந்தும் தன்னை முற்றிலுமாய்த் துண்டித்துக்கொண்டார். எனினும் இந்த காலகட்டம் சிருஷ்டியற்றதெனக் கூறிவிட முடியாது. இந்த காலகட்டத்தில் இரண்டு குறிப்பிடத்தகுந்த உரைநடை நூல்களை வெலரி எழுதினார். 1894ஆம் ஆண்டு தொடங்கப்பட்ட Monsieur Teste என்ற நூல் ஒன்பது பகுதிகளைக் கொண்டது. M.Teste என்ற பாத்திரத்தை இந்த நூலில் உருவாக்கினார். Teste என்ற பெயர் பிரெஞ்சு வார்த்தையான 'தலை' என்பதிலிருந்து பெறப்படுவது. M.Teste என்ற இந்த மனிதன் சக்தி வாய்ந்த அறிவைக் கொண்டவன். மனித மனம் இயங்கும் விதங்களின் விதிகளை முதன் முதலாகக் கண்டுபிடிக்கிறான். Testeவும் முற்றிலுமாய் தினசரி வாழ்வின் யதார்த்தங்களில் இருந்து தன்னைப் பிரித்துக் கொண்டவன். Testeவை முற்றிலும் வெலரியுடன் ஒப்புமைப்படுத்துவது முடியாதெனினும் கூட, வெலரியின் யதார்த்தத்திலிருந்து விலகல் மற்றும் அறிவுவாத தியானங்கள் போன்றவை Testeவுக்கு அளிக்கப்பட்டிருப்பது தெரிகிறது. 1920இல் வெளியிடப்பட்ட

கவிதை ஒன்று இந்தக் காலகட்டத்தின் மனோநிலையைச் சிறப்பாக விளக்குகிறது.

மகிழ்ச்சிக்குள் கனி கரைகையில்
ஈர்த்து இன்பமாய் மாறும்போது
வாயில் அங்கு அதன் இருத்தல் இல்லாமல் ஆக
சாம்பலும் தூசியுமாய் நான் ஆவேன்
எனும் முன் ருசியை அவ்வாறே அறிகிறேன்
நான் இங்கு

(Le Cimeterie Marin)

Testeஎன்ற பாத்திரத்திற்கும், அதன் படைப்பாளனுக்கும் வாழ்வின் உணர்ச்சி சார்ந்த பகுதி, யதார்த்தத்தினோடு தொடர்பு, புலன் உணர்வுகளின் உலகுடனான தொடர்பு போன்றவை என்றென்றைக்குமாக கைவிடப்படவோ, அடக்கப் படவோ முடியாது என்பது தெரிந்தது.

1895ஆம் ஆண்டு எழுதப்பட்ட உரைநடை நூல் Introduction to The Method of Leonardo da Vinci. இந்த நூலுக்கு இருபத்தைந்து வருடங்கள் கழித்து ஒரு முகவுரை எழுதினார். இந்த முன்னுரைகள் அவற்றின் உள்ளார்ந்த தகுதிகளுக்கு மேல், அவை பால் வெலரியின் முறைமைகளுக்கே (methods) முன்னுரைகளாக அமைகின்றன. இவை இயங்குமுறை மற்றும் அறிவுபூர்வமான செயல்பாடு ஆகியவை பற்றிய பிரத்யேகமான முன்மாதிரிகளை ஸ்தாபிக்கின்றன. இவற்றை வெற்றிகரமாக அடைதலின் சாத்தியமின்மை பற்றிய தொடச்சியான பிரக்ஞை இருந்த போதிலும் கவிஞன் எப்போதும் அதற்கான அதீத முயற்சிகளைச் செய்து கொண்டேயிருப்பான்.

தன் இருபது வருட கவித்துவ மௌன காலத்தில் மனக் குலைவும், தீர்மானமின்மைகளும் இருந்தன என்பதைப் பின்னர் வெலரி ஒப்புக் கொண்டார். இப்படிப்பட்ட மனோநிலைகள், அவர் மேற்கொண்டது போன்ற அதீத அறிவார்த்த நிலைப்பாட்டின் விளைவுகளேயாகும். நம்பிக்கையின்மையும் கூடவே தொடர்ந்து வந்திருக்கிறது. எனினும் 1921 ஆம் ஆண்டு பிரெஞ்சு நாலாசிரியர் Andre Gide, வெலரி தன் கவிதைகளைத் தொகுத்து வெளியிட வேண்டும் என்று வேண்டிய பிறகே கவிதைகளைத் தொகுக்க வேண்டும் என்ற உணர்வு வெலரிக்கு ஏற்பட்டது. மேலும் இந்த முடிவு அவருக்கு வேறு ஒரு கண்டுபிடிப்பையும் தந்தது. அவருக்கு மிக முதன்மையாய்த் தோன்றிய இரண்டு செயல்பாடுகளான கவிதையும் அரூப சிந்தனையும் அவர் முன்பு எண்ணியிருந்ததைவிடத் தற்போது மாறுபாடுகள் குறைந்து தெரிந்தன.

1880களில் மல்லார்மே இருந்ததுபோல அல்லாமல், வெலரி யதார்த்ததிற்குத் திரும்பினார். தனக்குள்ளாகவே இயங்குவதற்கு முடுக்கிவிடப்பட்ட மனம் அப்படியே இருக்க முடியாது என் பதை உணர்ந்து கொண்ட வெலரி, புலன் உணர்வுகளின் உலகின் முக்கியத்துவத்தை ஏற்றுக் கொண்டார். மல்லார்மே தன் கவிதை என்ற ஊடகத்தின் வழியாக நிர்மானிக்க நினைத்த 'லட்சிய' உலகம் பற்றிய இலக்கைக் கடைசியில் கைவிட்டார். வெலரியின் விநோதமாய் தூர விலகி நின்ற மனம் யதார்த்தத்தின் பால் ஈர்க்கப்பட்டதைவிட, யதார்த்தத்திற்கு மீண்டது என்றும் நிஜத்தின் பால் ஈர்க்கப்பட்டது என்றும் சொல்வதே சரியாக இருக்கும்.

1912ஆம் ஆண்டிற்குப் பிறகு உணர்வுகள் நிறைந்த உலகின் அனுபவத்தாக்குதல் வெலரியின் மீது அதிகரிக்தொடங்கியது. வெலரியின் உணர்வுகளால் ஆன சுயம் (emotional self) இயங்கு வதை அவரின் அறிவார்த்த சுயம், விலகி அப்பால் நின்று கவனிக்க முடிந்தது. தேவையான சமயங்களில் உணர்வின் சுயத்துடன் இணைந்து செயலாற்றி, அதன் போக்கைக் கட்டுப்படுத்தி, சில குறிப்பிட்ட வழிகளில் திசைப்படுத்தவும் செய்தது. 1917க்கும் 1922க்கும் இடைப்பட்ட காலத்தில் எழுதப்பட்ட கவிதைகளின் தொகுப்பான Charmes, பல வேறு கோணங்களில், சிக்கலான பிரச்சனையான மனம்-உடல் இரண்டும் இணைந்து படைப்பின் ஆக்கமுறைக்கு (creative process) பங்களிப்பு செய்கின்றன என்பது பற்றிய கவிதைகளும் Charmes தொகுதியில் உள்ளன. ஒரு விதத்தில் இந்த முழுத் தொகுதியும் Poetic Art என்று கூறப்படும் அளவுக்கு இருக்கின்றன. மேலும் அவை கவிதை எவ்வாறு எழுதப்படுகிறது என்கிற முறைமை பற்றியவையாகவும் அமைந்திருக்கின்றன. 'Hour', 'Eqiunox' 'Show' போன்ற கவிதைகளைக் குறிப்பிட்டுச் சொல்லலாம்.

கவிதைக்கு வெளியில் வெலரி ஒரு word-sceptic ஆக இருந்தார். கலை வெளிப்படுத்த விரும்பிய அதீதத்தன்மை பற்றிய அ தே பிரக்ஞையிலிருந்து தோன்றியதுதான் 'சொற்களைச் சந்தேகிக்கும் தன்மை'. சொற்களின் தப்பிக்கவியலாத சாதாரணத் துவத்தை வெளிப்படுத்த கலை முயலும் போதும் word-scepticism தோன்றுகிறது. இந்த நிலையை "வார்த்தைகள் வெளிப்பாடு செய்யக்கூடுமானால்" வெலரியின் Le Solitarie தன் இருப்பிடம் பற்றிப் பின்வருமாறு கூறுகிறான்:

"அது அதிகமாக இருக்காது. சொல்லப்படக் கூடியது எல்லாமே வெறுமை. வெளிப்படுத்தக் கூடியதை வைத்துக் கொண்டு மானுடர்கள் என்ன செய்கிறார்கள் என்று உங்களுக்குத் தெரியும். எல்லாமே மிகச் சிறப்பாக, அவர்கள் அதை கீழ்மையான நாணயங்களாக மாற்றுகிறார்கள்: துல்லியத்தைக்

காப்பாற்றாத கருவியாக: ஒரு ஏமாற்றும் கவர்ச்சியாக: சுரண்டலுக்கும் ஆள்வதற்காக சிக்க வைக்கும் ஒரு பொறியாக, யதார்த்தம் முழுமுற்றாய்ப் பரிமாற்றம் செய்யப்பட முடியாதது.."

தூய கவிதையின் (Pure Poetry) விசுவாசமான, நேர்மையான கவிதைக் கோட்பாட்டாளராகவும் இருந்தார் வெலரி. இருப்பினும் தன் சுயமுரண்பாடு காரணமாக 1928இல் இவ்வாறு அறிவித்தார்.

"Pure Poetry is in fact a fiction deduced from observation" ⊚

மிராஸ்லாவ் ஹோலுப்

Miroslav Holub (1923-1998)

செக்கஸ்லோவாக்கிய கவிஞர்களில் தனிச்சிறப்பு பெறுபவர் மிரோஸ்லாவ் ஹோலுப். இரண்டாம் உலகப் போர்க் காலத்தில் கவிதை எழுதத்தொடங்கிய ஹோலுப் தலை சிறந்த உலக விஞ்ஞானிகளில் ஒருவரும் ஆவார். அவருடைய வார்த்தைகளிலேயே சொல்வதானால் அவருடைய ஆரம்பகால உள்வயமான நிலக்காட்சியானது பிக்காஸோவின் Guernica ஓவியத்தின் ஒரு சிறிய மூலையைப் போல இருந்தது. ஜெர்மானியர்களின் கட்டாயவேலை முகாம்களிலிருந்தும், போரின் குண்டுகளிலிருந்தும், தப்பித்த கவிஞர்கள் தியோடர் அடோர்னோவின் மிகக் கடுமையான சமன்பாட்டிலிருந்து தப்பிக்க முடியாமல் இருந்தனர். Auschwitzஇல் ஏற்படுத்தப் பட்ட மனிதவதை முகாம்களுக்குப் பிறகு கவிதையே இருக்க முடியாது என்றார் அடோர்னா. இதைக்

கருத்தில் எடுத்துக் கொண்டு ஒரு மாற்றுக் கவிதைத்திட்டத்தை ஹோலுப் தனக்குத் தானே முன் மொழிந்து கொண்டார்: "வார்த்தைகளே கிடையாது, மிகக் கூர்மையான, ஸ்தூலமான, சென்று சேரக் கூடிய இரத்தம் ஒழுகும் படிமங்கள்; இதில் ஒரு பகுதி முப்பதுகளில் ஸர்ரியலிஸ படிமத்திலிருந்து ஸ்வீகரிக்கப்பட்டது".

அப்போதிருந்த சிவிலியன் கவிதைக்கான Group 42ஐ சேர்ந்த Josef Kainar ஐப் போல கவிதைகள் எழுத விரும்பினார் ஹோலுப். ஆனால் 1948இல் ரஷ்ய ஆக்கிரமிப்பிற்குப் பிறகு சிவிலியன் கவிதையே இல்லாமல் போய்விட்டது. அப்பொழுது வாயை மூடிக்கொண்டிருக்க வேண்டியிருப்பதே அவருடைய மாற்றுக் கவிதைத் திட்டமாக இருந்தது. எனவே ஹோலுப் நவீன இலக்கியத்தில் நுழையும் போது வாயை மூடிக்கொண்டும், பரிசுத்தமான மௌனத்திலும், பிறர் எல்லோரையும் ஒட்டுமொத்தமாக நம்பிக்கையற்றுப் பார்ப்பவராகவும் நுழைந்தார். அச்சமயத்தில் ஏற்கப்பட்டு வெளியிடப்பட்ட கவிதைகள் ரஷ்ய சோஷலிச யதார்த்தத்தின் வேடத்தை அணிந்திருந்தன. அக்கவிதைகளில் மிகக்குறைந்த அளவே தனிநபர் பற்றிய குறிப்பும், தனி மனித விலகல் அணுகு முறையும் சாத்தியமாகி இருந்தன. அப்பொழுது பிரதான நீரோட்டத்தின் கவிதையாக இருந்தவை யதார்த்தத்தை மூடி மறைத்தன. இக்கவிதைகளில் வாழும் மனிதர்களின் சந்தர்ப்பங்கள் குறைக்கப்பட்டு தலைவர்களின் சிலைகளுக்கான சந்தர்ப்பங்கள் விரிவாக்கப்பட்டன. இவ்வாறு தன்னிச்சையாக, எந்த விதமான இலக்கியத் திட்டங்களின் உதவியும் இல்லாமல் உள்ளும் புறமுமான அபத்த நிலை ஒன்று உருவாக்கப்பட்டிருந்தது. ஒரு ஒழுக்கமான சமுதாயத்தில் இலக்கியம் கட்டுக்கு அடங்காத-தாகவும் தலைமறைவுப் பிரதேசங்களில் வாழ்வதாகவும் மாறுகிறது. இதற்கு மாறாக ஒட்டுமொத்த குழப்பத்தில் இருக்கும் ஒரு சமுதாயத்தில் ஒழுங்கு அமைவையும், மதிப்பீடுகளையும் உருவாக்க விரும்புகிறது. அபத்தமான வாழ்நிலைகளில் இலக்கியம் ஒரு அறிவார்த்தமான திட்டத்ததை எடுத்துக் கொள்கிறது. 1947களின் காலகட்டத்தில் சுவற்றில் கிறுக்கப்பட்டவை முழுமையான கவிதைகளாக இல்லாமல் வெறும் உருவங்களாக இருந்தன. இப்படி எழுதுபவர்களில் முக்கியமானவர் என்று Jiri Kolar என்ற செக்கஸ்லோவாக்கிய கவிஞரை ஹோலுப் குறிப்பிடுகிறார்.

கவிதையையும், அறிவியலையும் ஒருங்கிணைத்த ஐரோப்பிய கவிஞர்களில் முக்கிய இடம் ஹோலுப்பிற்கு உண்டு. "அறிவியல் உருவாக்குதலும்", "கவிதை உருவாக்குதலும்" ஒரே மாதிரியான மனித அனுபவங்கள்தான் என்று நினைப்பவர் ஹோலுப்.

அவை இரண்டும் ஆரம்பிக்குமிடம், பொதுவாய் வேர் பிடிக்கும் இடம், சிருஷ்டியின் யத்தனமாகத்தான் இருக்கிறது. வரையறை, தூய்மைப்படுத்துதல், நேர்க்கோட்டு விளக்கஉரை மற்றும் திறந்தமுனைத்தன்மை ஆகியவை பொதுவாக இருப்பினும் இந்த விஷயங்களில் எந்த அளவிற்கு அறிவியல் வெளிச்சமிட்டு புலப்படுத்திக் காட்டுகிறதோ அதே அளவிற்கு நிழல்களை இட்டு கவிதைக் கருவை கவிதை மறைத்துவிடுகிறது. கவிதைக்கும், அறிவியலுக்கும் இடையிலான ஒப்புமைக்கு ஒரு உருவத்தைச் சொல்லும் பொழுது "நல்ல நிலையில் இயங்கும் ஒரு இயந்திரம்" என்று குறிப்பிடுகிறார் ஹோலுப்.

கவிதை பற்றிய மோசமான வரையறை இதுவென்று யாரும் நினைப்பார்களாயின் அவர்களுக்காக William Carlos Williams-இன் கருத்தை ஹோலுப் நினைவூட்டுகிறார். வில்லியம்ஸின் கருத்துப்படி கவிதை என்பது சொற்களால் செய்யப்பட்ட ஒரு யந்திரமாகும் (the poems is a machine made of words). ஒரு கவிதை உருவாக்கத்தின் போது நிறைய மனோவியல் தொழில் நுட்பங்கள் செயல்படுகின்றன. அதிகபட்ச ஒழுங்கு பற்றிய நினைவுடனும், சுயக்கட்டுப்பாட்டுடனும் ஒரு ஆராய்ச்சிக் கூடத்தை மண்டைக்குள் இயங்கச் செய்வதற்கு இணையானதாகிறது கவிதை அனுபவம். பிசகுகளும், தவறுகளும் ஏற்படுகின்றன. இவற்றை ஒரு ஆய்வுக்கூடத்தில் மீண்டும் மீண்டும் குறிப்பிட்ட சோதனையை நடத்திச் செல்லும் பொழுது நிவர்த்தி செய்து விடலாம். ஆனால் கவிதையில் ஏற்படும் தவறுகள் பெரும்பாலும் அது நாசப்படுவதிலும், கைவிடப்படுவதிலுமே சென்று முடிகின்றன. உணர்ச்சிரீதியான, அழகியல்ரீதியான, இருத்தலியல் ரீதியான மதிப்பீடுகள் கவிதைக்கும் அறிவியலுக்கும் ஒன்றாகவே இருக்கின்றன. பிரத்யேகமான மனம் சார்ந்த தீவிரத்தன்மை கவிதையையும் அறிவியலையும் இணைப்பதாக இருக்கிறது.

அறிவியல் துறைகளுக்கு வார்த்தைகள் என்பவை துணைக்கருவியாக மட்டுமே இருக்கின்றன. இதற்கு மாறாக நவீன கவிதையில் வார்த்தைகள் தம் அளவிலேயே ஸ்தூலப் பொருள்களாகின்றன. கவிதை என்பது சொல்லப்பட்ட விஷயமல்ல, மாறாக சொல்லுகிற விதத்தில் விஷயமாகிறது. கலாச்சாரத்திற்கான பொதுவான மொழி இல்லையென்று கருத்து தெரிவித்த Jacob Bronowski பற்றிக் குறிப்பிட்டு ஹோலுப் தன் மாற்றுக்கருத்தை கூறுகிறார்: "இந்த இல்லாமை என்பது மேலோட்டமானது. நமக்குப் பொதுவான மொழியும், பொதுவான உணர்நுட்பங்களும் இல்லாமல் இருக்கலாம். ஆனால், நம் எல்லோருமே பொதுவான ஒரு மௌனத்தையே பகிர்ந்து கொண்டிருக்கிறோம்."

ஹோலுப் 1923ஆம் ஆண்டு Plzen என்ற இடத்தில் ஜெர்மன்-பிரெஞ்சு பெற்றோருக்கு மகனாகப் பிறந்தார். 1942 ஆம் ஆண்டு பட்ட வகுப்பு முடித்தபின் Plzen ரயில்வே நிலையத்தில் ஒரு தொழிலாளியாக வேலை பார்த்தார். போர் முடிந்த பிறகு பிராக் நகரில் அறிவியலும், மருத்துவஇயலும் படித்து, அறிவியல் வரலாறு மற்றும் தத்துவத்துறைகளில் பயிற்றுவித்தார். Poetry of Every Day என்ற கவிதைக் குழுவில் முக்கியப் பங்கேற்றார். The Fly, Vanishing Lung Syndrome, Interferon போன்ற தொகுதிகள் ஆங்கில மொழிபெயர்ப்பில் கிடைக்கின்றன.

இங்கு மொழிபெயர்க்கப்பட்டுள்ள கவிதைகள் யாவும் Vanishing Lung Syndrome (Faber&Faber,1990) என்ற தொகுதியிலிருந்து தேர்ந்தெடுக்கப்பட்டவை.◎

இதயமாற்று அறுவை சிகிச்சை

ஒரு மணி நேரம் கழித்து
நெஞ்சில் அதலபாதாளம்
இல்லாமல் போன இதயத்தினால் உருவானது
மனிதர் அனைவரும் மடிந்து போன
மாதிரி நிலக்காட்சியினைப் போல.
சரீரத்திற்கு அப்பாற்பட்ட ரத்த ஓட்டத்தின் ட்ரம்கள்
காதுகளுக்குக் கேட்காத 'புதிய உலக சிம்பொனி'யை
அறிமுகம் செய்கின்றன.
அது ஒரு விமானத்திலிருந்து விழுவதைப் போன்றது,
காற்று மேன்மேலும் குளிர்ச்சியாகியபடி,
தவிர்க்க இயலாத நிலாஒளியில் உறைந்து போகும்வரை,
மேகங்கள் மிக நெருங்கி வர, இடது காலுக்குக் கீழே,
வலது காலுக்குக் கீழே
ஒரு மைக்ராஸ்கோப்பில் பார்க்கப்பட்ட நிலக்காட்சி
அதன் சாலைகள் எதிர்த்திசையில் துடிக்கும் நுண்ரத்தக்
குழாய்களைப் போல்
வலுவற்ற கைகள் குருதியின் அரசனைப்பற்றிக் கொள்ள
'தேவன் கிடைக்கும் பொழுதே அவனைத் தேடுங்கள்'.
ஏதோ வகையான பிரபஞ்ச அணில்களின் கீச்சொலிகள்
காதுகளில் எதிரொலிக்க
சிரத்தையற்ற வௌவாலின் சவ்வு
நரம்புகளின் இடையே படர

'மாபெரும் இதயங்கள் தம் சொந்தக் குழப்பத்தை
ஒலிப்பரப்பச் செய்வது தகுதியற்றது'
ரப்பர் கையுறைகளுடன் துப்புரவு அங்கி அணிந்த
முகமூடிமுகக் கடவுளுக்கு முன்னால்
அது விமானத்திலிருந்து விழுவதைப் போன்றது
இப்பொழுது அவர்கள் கொண்டுவருகிறார்கள்.
உருகும் ஐஸ்கட்டிகளின் படுக்கையில் பரப்பப்பட்ட
புதிய இதயத்தை
எண்பதாவது பேரழிவுகளின் ஒலிம்பிக்ஸிலிருந்து
ஏதோ ஒரு வெற்றிச் சின்னத்தைப் போல
அட்ரியம் அட்ரியத்துடன்
மகாதமனி மகாதமனியுடன்
தையலிடப்படுகிறது
மூன்று மணி நேர நித்தியத்துவம்
வந்தவண்ணமும் போன வண்ணமுமாய்
மேலும் இதயம் துடிக்கத் தொடங்கும் பொழுது
பச்சை நிற ஒளித்திரையில் வளைவுகள்
செயற்கை ஆடுகளைப் போலக் குதிக்க
அது ஒரு போர்க்களத்தின் முன்மாதிரியாகிறது
அங்கே வாழ்வும் ஆன்மாவும்
சண்டையிட்டுக் கொண்டிருந்தன
இரண்டுமே ஜெயித்து விட்டன.

பக்தி

அவர்கள் எப்பொழுதுமே
பூக்களை நேரடியாக ஜாடிக்குள் வைத்து
அந்த ஜாடியை கூடத்தின் இருண்ட, குளிர்ச்சியான இடத்தில்
பூச்செண்டு நீடித்திருக்கும் பொருட்டு,
வைக்கின்றனர்
அவர்கள் இறந்து விடுகின்றனர்
அந்த சிறிய சாம்பல் தாழிகள் தம் சாம்பலுடன் நிற்கின்றன
கூடத்தில் இருண்ட குளிர்ச்சியான இடத்தில்
ஒரு குருட்டுச் சிலந்தி
அவைகளைப் பார்த்துக் கொள்கிறது, அதன் பொருட்டு. . .
இல்லையென்றால்
இது எல்லாமும் மிகவும் சோகமானதாகிவிடும்.

யோகாசனம்

எல்லாக் கவிதையும் ஏறத்தாழ
ஐந்நூறு டிகிரி செண்டிகிரேட்
கவிஞர்கள் தீப்பற்றுவதில்
மாறுபடுகின்றனர்
எரிசாராயத்தில் நனைக்கப்பட்டவர்கள்
பற்றிக் கொள்கின்றனர் உடனே,
அவர்கள் என்னவாக இருப்பார்கள் அவர்களின் நோயின்றி
அவர்களின் நோயே அவர்களின் ஆரோக்கியம்.
வைக்கோல் வயிறுகள் அவர்கள் எரிகின்றனர்
நீட்ஷேவை அவர்கள் படிப்பதில்லை
உங்களை எது கொல்வதில்லையோ
அது திடப்படுத்துகிறது.
அவர்கள் கனல்கின்றனர்
ஓசையுடன் எரிகின்றனர்
இருப்பினும் ஒரு மோசமான யோகி மட்டுமே
தன் கால்களை
எரியும் கங்குகளில் சுட்டுக் கொள்கிறான்.

எலும்புக் கூடுகள்

பசுமையாகிக் கொண்டிருந்தவர் அனைவரும்
கெட்டிப்பனியாக மாற்றப்படுவர்.
பறக்கத் தயாராக இருந்தவர்கள் எல்லோரும்
லா ப்ரியாவின் ஓநாய்களைப் போல
தார்க்குழிகளில் உறங்கட்டும்
கூவி அழைத்தவர்கள்
பேசப்படாத விளக்க வாக்கியத்தின் இறுதியில்
ஒரு ஆச்சரியக்குறியாக மாற்றப்படட்டும்.
வருடிக் கொண்டிருந்தவர்கள்
முள்ளாள் கிழிக்கப்படட்டும்.
அதனால் பனிக்கு கூடுதலாக இன்னும் சில ஆயிரம்
பைட்டுகள்
அதனால் தாரின் மீது பச்சைப்பாசி உருவாகும்
ஒவ்வொரு பழத்தாங்கியிலும் ஒரு சிறிய ஆடு இருக்கும்படி
அதனால் மௌனம் சிறிது கீச்சொலியிடட்டும்
அதனால் முட்கள் வருந்தக் கூடும்.
பிரான்சிஸ்கோ பிசாரோ

தான் தோற்கடித்தவர்களின் தலைகளை
குச்சிகளில் குத்தி Plaza de Armasவில் காட்சிக்கு வைத்தான்
ஜுன் *26, 1541.*
கோடறிகளாலும் போர்வாள்களாலும்
முடமாக்கப்பட்டு இரத்தமிழந்து இறக்க
வெண்ணிற மேல் அங்கியில்
புனித ஜேம்ஸின் சிவப்புச் சிலுவையுடன்
ஒரு அவசர சவச்சடங்கினால்
தலை வெட்டப்படுவதிலிருந்து தப்பித்தான்.
நிகழ்ச்சி இறுதியில்
நூற்று இருபது வருடங்களுக்கு பிறகு
வகுக்கப்பட்டான்:
அவன் மண்டையோடு ஒரு காரியப் பெட்டியிலும்
அவன் எலும்புகள் குழந்தைகளின் எலும்புகளுடனும் கலந்து
போய் ஒரு மரச்சவப் பெட்டியில்
நிலவறை ஒன்றில் சுவர்களால் சூழப்பட்டது
திருச்சபையில் முன்னூறு வருடங்களாய்
பாடம் செய்யப்பட்ட வேறொரு சவம்
அவன் பெயரில் காட்சிக்கு வைக்கப்பட்டிருந்தது.
யார் ஜெயிக்கிறார்களோ அவர்கள்
ஞாபகத்திலிருந்து தொலைந்து போகட்டும்
மீண்டும் ஒவ்வொன்றும் நிகழும்பொருட்டு.

வெண்சஸ்லா சதுக்கம்

டிசம்பர் இரவு பதினொரு மணி
மௌனத்தின் பனிப்புகைப்படலம் சோடியம் ஒளியால்
மெருகிடப்பட்டு பூமியை அணைத்துக்கிடக்கிறது.
குதிரை மீதமர்ந்த இளவரசனின்
வெண்கலக்கண் நடந்து செல்லும் காவல்காரர்களைப்
பின் தொடர்கிறது
இங்குமங்கும் நிழல்வெளிக் கோட்டுருவம்
கடந்து செல்கிறது
சற்றே நிஜமற்றதைப் போன்றது.
ஆனால் தன் இலைகளை உதிர்க்க மறந்த லின்டன் மரத்திலிருந்து
ஒரு கருப்பு பறவையின் வலுவான குரல்.
பாடல் உயர்ந்து சுரங்கப்பாதையில் விழுகிறது.
டிசம்பரின் மனம் பிளவுபட்ட
ஒரே ஒரு கருப்புப் பறவையின் பாடல்
வலுவான என்றென்றும் நீடித்திருக்கக் கூடியது

ஒரே ஒரு மனம் பிளவுபட்ட கருப்புப் பறவை.
ஆம், வாஸ்தவமாக
ஒரு பாடல்.

நசுங்குதல் பற்றிய நோய்க்கூட்டுத் தொகுப்பு

ஒரு சமயம் அப்பொழுது, குளிர்கால இருட்டில்
கான்க்ரீட் கலவை இயந்திரத்தை சுத்தம் செய்து கொண்டிருந்தேன்
அதன் பல்சக்கரங்கள் இபடான் தேசத்து
சலித்துப் போன எலியின் பற்களைப் போல,
கையுறைக்குள் இருந்த கையை நசுக்கின. விரல் எலும்புகள்
நீங்கள் அடிக்கடி கேட்டிராத சில விஷங்களைக் கூறின
பிறகு அது அமைதியானது,
காரணம் அந்த எலி கூட பீதியடைந்துவிட்டது.
அந்த கணத்தில்
நான் உணர்ந்தேன் எனக்கொரு ஆன்மாயிருந்ததென்று.
அது மிருதுவாகவும், சிவப்பு பட்டைக்கோடுகளுடனும் இருந்தது
மேலும் காயத்திற்கான சல்லடைத் துணியால்
தன்னைச் சுற்றிக் கொள்ள விரும்பியது.
காரின் இருக்கையில் என்னருகே அதை வைத்துக் கொண்டு
ஆரோக்கியமான கையினால் காரைச் செலுத்தினேன்
மருந்தகத்தில் வலி தெரியாதிருப்பதற்கான ஊசிகள்
குத்தப்படும் பொழுதும்
தையலிடப்படும் பொழுதும்
மாற்றியமைத்துக் கொள்ளக்கூடிய மேஜையின்
துருப்பிடிக்காத எஃகுக் குமிழியினை
ஆன்மா தனது தாடைகளால் இறுகப்பற்றிக் கொண்டது.
இப்பொழுது வெண்ணிறப் படிகமாய் இருந்தது
ஒரு வெட்டுக்கிளியின் தலையுடன்.
விரல்கள் குணமாயின.
ஆன்மா மாறிற்று முதன்முதலில்
ஆறிவரும் புண்ணின் திசுவாக
பிறகு ஒரு வடுவாக,
அதிகம் புலப்படாமல்.
◎

அந்தோனின் பார்த்துஸெக்

Antonin Bartusek (1921-1974)

நவீன ஸெக் கவிதையில் ஃபான்டஸிக் கவிஞர் என்று சொல்லும் அளவுக்கு கவிதையில் ஃபான்டஸியைப் பயன்படுத்தியவர் அந்தோனின் பார்த்துஸெக். இவருடைய கவிதைகள் முதலில் 1940ன் மத்தியில் வெளியிடப்பட்டன. அதன் பிறகு ஸ்டாலின் காலத்தில் எழுதாமல் ஒரு நீண்ட மௌனம் நிலவியது. சுமார் 17 வருடங்களுக்குப்பின் 1965ல் மீண்டும் இவர் கவிதைகள் வெளிவந்தன.

உணரப்பட்ட வாழ்வின் அனுபவச் சேர்க்கையினாலோ, வாழும் காலத்தின் பாதிப்பினாலோ, இயல்பாகவே இறப்பு பற்றிய சிந்தனை, 'என்றும் தேவைப்படும் காலம்' போன்றவற்றின் தாக்கத்தினாலோ மற்ற இலக்கிய ஆசிரியர்களிலிருந்து தனித்துக் காணப்படுகிறார் பார்த்துஸெக்.

நவீன வாழ்க்கையைக் கூர்ந்து உணர்வதால் ஏற்படும் விமர்சன ரீதியான விலகலை இவரிடம் பார்க்க முடிகிறது. 'முழு நிலா' என்ற கவிதை நவீன வாழக்கையின் வெறுக்கத் தகுந்த அம்சங்களை வெளிப்படுத்துகிறது. இக்கவிதையைத் தனியே பிரித்துப் பார்த்தால் நகரத்திலிருந்து ரொமன்டிக்காக அந்நியப்படும் நிகழ்வாகத் தெரியும். ஆனால் நம் பார்வையை விரிவுபடுத்தி பார்த்துஸெக் இயற்கை உலகு அல்லது கிராமப்புற உலகு பற்றிய உணர்வைத் தெரிவிக்கும் மற்ற கவிதைகளுடன் சேர்த்துப் பார்க்கவேண்டியது அவசியம்.

கவிஞனின் தூய்மையடைதலை மாத்திரம் இக்கவிதைகள் பிரஸ்தாபிக்கவில்லை. இந்த உலகில் நகரம் தெருக்கள் எல்லாமே தூய்மைப்படத் தவிப்பவை. இழந்த பாடலுக்காகக் காத்திருக்கும் மனிதன், நகரத்தில்தான் காத்திருக்கிறான். 'கல்லறை வாசகம்' என்ற கவிதை நகரம் பயங்கர அனுபவங்களுக்கான இடம் என்பதை தெளிவாக நிறுவுகிறது.

'இருபதாம் நூற்றாண்டு' என்ற கவிதையின் கிராமப்புற காட்சியில், வெகுளித்தனமான எதிர்பார்ப்புகள் கொண்ட தாய்கள், குழந்தைகள் மற்றும் அரசியல் ரொமாண்டிக்குகள் ஆகியோரைக் குறியீடாக்கி, அதை ஒட்டிய பலவீனப்படுத்தும் பயங்கரங்களையும் இறுதி நான்கு வரிகளில் தெளிவு படுத்துகிறது. எனவே இதில் விலகல் என்பது தப்பித்தலுக்கு நேர்மாறானது. இது நோக்கி நகரும் இயற்கை உலகம் மனிதனின் பலவீனங்களை மீறுவதாகவே அமைந்து தன்னுடன் ஒரு உருவக சக்தியைத் தாங்கி நிற்கிறது. இதன் புத்துணர்ச்சி, தூய்மை, வெளி, ஒளி யாவும் ஒரு சமூக வாழ்விற்கான மதிப்பீடுகளாகின்ற போதிலும், நடைமுறைச் சமூக வாழ்வில் இக்குணங்கள் காணப்படுவதில்லை. பார்த்துஸெக்கின் சூரியன் மற்றும் காற்றுக்கான விருப்பம் வெறும் எழுத்துக்கு மேற்பட்டது என்பது 'சூரிய ஈர்ப்பு' என்ற கவிதையைப் படிக்கும்போது புரியும்.

தான், ஆங்கிலக் கவியான டி.எஸ்.எலியட்டிடமிருந்து கற்றுக்கொண்டதாகச் சொல்கிற போதும், காஃப்காவின் நாட்டில் பிறந்த கவிஞனிடம் இது நாம் எதிர்பார்க்காதது. பார்த்துஸெக் மனிதனையும் இயற்கையையும் எதிராக்கும் போது சார்பான ஒரு பாதுகாப்பு இருக்கிறது. முடிவில் நேரடியாக மனித அனுபவங்களைச் சொல்லும் போது, அதாவது நகரத்தைப்பற்றிக் கூறுகையில் எது நிஜம் எது கனவு என்பது தெளிவற்றுப்போகிறது அனுபவம் கனவுப் பிராந்தியத்தில் கலந்துவிடுகிறது. இருபதாம் நூற்றாண்டின் மனோவியல் விவரணைகள் தொந்தரவு விளைவிக்கக் கூடியவை. பார்த்துஸெக்கும் எலியட்டும் வேறுபடும் இடங்கள் உண்டு. மனிதஉறவுகளின் பால் அவருக்கு மென்மையும் புரிந்து கொள்ளலும் உண்டு. ஆனால் இவை இன்றைய நவீன உலகில்

பிழைக்குமா என்பதுதான் அவரின் கேள்வி. 'நான் ஜன்னலைத் திறக்கிறேன்' கவிதையில் பூங்கா, தெரு, மரங்கள், பறவைகள் மற்றும் மணற்குழி இவற்றின் அமைதிக்காட்சி ஒரு குழந்தையின் கனவை ஒத்திருக்கிறது. கனவும் நிஜமும் இக்கவிதையின் இறுதி வரிகளில் சமம் ஆகிவிடுவின்றன. முன்னதிலிருந்து பின்னதை வேறாக்குவது 'எலியைப்' போன்ற ஒரு பதற்றமே. நிஜவாழ்வில் இது எதன் குறியீடு என்பதை நாம் தீர்மானிக்கலாம்.

அந்தோனின் பார்த்துஸெக் 1921ல் மேற்கு மொராவியாவில் பிறந்தவர். பிராக் நகரில் பல்கலைக் கழகத்தில் படித்தவர். ஸெக் அரசின் சரித்திர நினைவுச் சின்னங்களுக்கான அலுவலகத்தில் பணிபுரிகிறார். பார்த்துஸெக் 1970வரை 6 கவிதை தொகுதிகளை வெளியிட்டுள்ளார். அமெரிக்க, பிரெஞ்சு மற்றும் ஜெர்மானியக் கவிதைகளை மொழிபெயர்த்திருக்கிறார். இலக்கிய விமர்சனம், சரித்திரம் போன்ற துறைகளிலும் கட்டுரைகள் எழுதியுள்ளார்.

முழுநிலா

தெருக்களுக்கு மத்தியில் தெருக்கள்
வெள்ளைப் பனிக்கான
சேற்றின் தூய மறு எதிர்ப்பக்கத்திற்கான
ஏக்கத்துடன்

அமைதியான இசைக்கு
காத்திருக்கும் மனிதன்
ட்ராம் வண்டியின் சக்கரங்களில்
அரைபட்டு இறக்கிறான்.

பீதோவனின் நழுவிச்செல்லும்
மனஇயக்கத்தை
மனப்பாடம் செய்தான பாவனையில் உலகம்

ஜன்னலுக்கு வெளியில்
மகிழ்ச்சியில் தனிமையாய் இளைஞர்கள்
திடீரென எழுந்து ஆவிகளின் இயக்கத்துடன்
பிரக்ஞையின்மை
காதல்
மற்றும் உணர்வின்மையால் ஆன அழிக்கவியலா
இளம்பெண்களால்
ஈர்க்கப்பட்டு நிலாக்களை நோக்கி
முன்னேறியபடி.

கல்லறை வாசகம்

இந்த நகரத்தில்
மனிதர்கள் உயிருடன் புதைக்கப்படுகிறார்கள்
வெகு நாட்களுக்கு முன்பே இறந்து விட்டதாகப்
பாசாங்கு செய்தோம் முதலில் நாங்கள்
அவர்கள் எங்களைப் பைத்தியம் என்று அறிவித்து
மற்ற எல்லாருடனும்
மற்ற எல்லாரின் ரத்தத்தையும்
கட்டாயமாய் குடிக்கச் செய்தார்கள்.
இனிமையாய் பயங்கரமாய் இருந்தது.
முடிவற்று மனிதர்கள் புதைக்கப்பட்டதால்
குமட்டியது.
வெதுவெதுப்பான ரத்தத்தில் நிறைத்துக்கொள்ள
மறுத்தோம்.
எங்கள் சவக்குழியை
எங்களையே தோண்டச் செய்து
தலையின் பின்புறம் எங்களைச் சுட்டனர்.
இப்போது நிஜமாய் இறந்து போனோம்.
உண்மையில் இது முடிவென நம்பினோம்.
ஆனால் மீண்டும் உயிரூட்டினர்
உயிருடன் புதைப்பதற்கு வசதியாய்.

குளிர்காலத்தில் தோட்டம்

மரங்களின் கிளைகளென
சிந்தனைகள் வளர விடுவதற்கு
பனி போர்த்தும் என்றாலுமென்ன?
எதிர்பார்ப்புடன் இறுகும் வேர்கள்.
உறைபனியில் ஆற்றுப்புறச் சமவெளியில்
நடுங்கும் வயோதிகர் கூட்டம்.
கைவிடப்பட்ட வீடொன்றில்
முழுவதும் நிறைந்த பேச்சொலி.
போய்க் கேள்
சிட்டுக்குருவிகள் கூச்சலுக்கு
ரோஜா இதழ் விரித்த போது
யாரெல்லாம் இருந்தனரென்று

நான் ஜன்னலைத் திறக்கிறேன்...

நான் தெருக்களைப் (அல்லது பூங்காவைப்) பார்த்த
ஜன்னலைத் திறக்கிறேன்.
அவை எங்கள் வீட்டை நோக்குகின்றன.
இந்தப் பூங்கா (அல்லது தெரு) இன்னும் தூங்குகிறது.
மரங்களின் மார்புகள்
பறவைகளின் மறைவிடத்தில் நிதானமாய் உயர்கின்றன.

தெருவாக இல்லாத தெரு முனையில் (பூங்காவும் இல்லை)
ஒரு மணற்குழி
அடுத்த அறையில் உறங்கும் குழந்தையின்
கனவைப் போல் தோன்றுகிறது.

இன்னும் இரவுதான். நான் விழித்திருக்கிறேன்.
ஒரு உருவமற்ற சாம்பல் நிற எலியைப் போல
விநோதப் பதற்றம் என் எண்ணங்களை
மனதின் ஒரு மூலையிலிருந்து அரித்துத் தின்கிறது.

இறுதியில் என் விழிக்கும் கனவுகள் போனபின்,
கொடிய அமைதியுடன் நான் ஜன்னலைத் திறக்கிறேன்.
பூங்கா (அல்லது தெரு) என் வாழ்வை நோக்குகிறது.

இருபதாம் நூற்றாண்டு

நாம் போகும்போதே புகைப்படங்கள் எடுத்துக் கொண்டிருந்தோம்
காமிரா இமைக்கும் ஓசை தூக்கத்தைக் கலைத்தது.
பழைய மரபுக்குப் புறம்பாய் குழந்தைகள்
தம் புன்முறுவலை பரவவிட்டிருந்தனர்.
ஆனால் அம்மாக்கள்
தம்மை மறந்து வெகுளியாய்
தூரத்து உண்மையொன்றில்
தங்களை ஈடுபடுத்திக்கொண்டனர்.
மிக வெப்பமாயிருந்தது.
பாதையெங்கும் பழங்கள் பழுத்திருந்தன.

தீரென கோடை எங்கள் ஏக்கத்திற்கானதாய்
பெயரற்று...
அங்கு வராமல் போன கடல்
ஆழ்ந்த நீலவானம் போன்ற உறக்கத்தில்
மயங்கிற்று.
ஆனால் நிஜமாய் அங்கு ஒரு வானமும்
இல்லாமல் போகவே

தென்படும் கைகாட்டி மரங்களை எல்லாம்
வழிகேட்டோம்
ஏரி ஒரு ஆழ்ந்த ஊதா மௌனத்தில்
முடிகிறதென்பதை அறிய. . .
நான் காடுகளைப் பற்றியும் சொல்ல முடியும். . .
அவையும் தம் நம்பும் முகங்களை
எங்கள் காமிராக்கண்களுக்குக் காட்டின. . .
நாங்கள் சென்றபடி புகைப்படங்கள் எடுத்தோம்
உண்மை வெளியானது நெகடிவ்வில்.
◎

சேஸரே பவேசே

Cesare Pavese (1908-1950)

அமரிக்க இலக்கியத்தின் மிகச்சிறந்த இதாலிய மொழிபெயர்ப்பாளராகவும், நவீன இதாலிய நாவலாசிரியர்களில் குறிப்பிடத் தகுந்தவராகவுமிருந்த சேஸரே பவேசே அடிப்படையில் ஒரு கவிஞர். அதிலும் இடதுசாரிக் கவிஞர். போருக்குப் பின்னான இதாலிய யதார்த்தத்தின் பிரதானமான தோற்றுவாய்களாக அவரது புனைகதைகள் கருதப்படுகின்றன. (The Moon and The Bonfire, The Devil in The Hills) சேஸரே பவேசேவைப் பொருத்தவரை யதார்த்தம் என்பது மீட்டுக் கண்டுபிடிக்கப்பட்ட ஒரு புராணிகமாக இருந்தது. அவரைப் பொருத்தவரை ஞாபகம் கொள்வதென்பதே ஒரு வஸ்துவை முதன்முதலாகப் பார்ப்பதைப் போன்றது என்றார். அதனால் தான் அவரது படைப்புகளில் திரும்பத் திரும்ப இடம் பெறும் படிமங்களான மலைகளும், நாட்டுப்புறச்

சாலைகளும், வெறிச்சோடிய நகரத்து சாலைகளும் யதார்த்த மல்லாத ஒரு இலக்கியப் பயன்பாட்டையே பெறுவதாகின்றன.

இதாலியின் பய்ட்மாண்ட் பகுதியில் பிறந்த சேஸரே பவேசேவின் தந்தை ஒரு நீதித்துறை அதிகாரி. ட்யூரின் பல்கலைக்கழகத்தில் பட்டம் பெற்ற சேஸரே பவேசே படித்தது ஆங்கிலம் மற்றும் அமெரிக்க இலக்கியம். வால்ட் விட்மேன் பற்றி ஆராய்ச்சிக் கட்டுரை எழுதினார். மாணவப் பருவத்திலிருந்தே தற்கொலை எண்ணங்கள் அவரை ஆட்டிப் படைத்துக் கொண்டிருந்தன. இதன் காரணமாக அவரால் அவர் சந்தித்த பெண்களுடன் மனநிறைவுள்ள, அர்த்தமுள்ள உறவுகளை ஏற்படுத்திக் கொள்ளவியலாது போயிற்று. அமெரிக்காவின் கொலம்பியப் பல்கலைக் கழகத்தில் படிப்பு ஊக்கத்தொகை பெற முயன்றது வீணாய்ப் போயிற்று. பிறகு பகுதி நேர ஆசிரியர் வேலை பார்க்கத் தொடங்கி அவர் திருமணம் செய்து கொள்ளலாம் என்று நினைத்த பெண்ணைக் கண்டுபிடித்து விருப்பத்தையும் சொன்னார்--திரும்பத் திரும்ப. ஒரு இலக்கியப் பத்திரிகையைத் தொடங்கி நடத்தி, பின் என்னவ்டி (Ennaudi) என்னும் பிரபல வெளியீட்டு நிறுவனத்தில் சிறிது காலம் பணியாற்றினார். பாஸிச எதிர்ப்புச் செயல்பாடுகளுக்காக 1935ஆம் ஆண்டு கைது செய்யப்பட்டார். கெலாப்ரியா என்னுமிடத்தில் ஓராண்டு சிறை வைக்கப்பட்டார். சேஸரே பவேசே தனது பெரும்பான்மை-யான கவிதைகளையும் டயரியையும் இந்த காலகட்டத்தில்தான் எழுதினார்.

அமெரிக்க நடிகை Constance Dowlingவுடனான உறவுச் சிக்கல்களின் விளைவாக ட்யூரின் ஹோட்டல் ஒன்றில் அளவுக்கதிகமான தூக்க மாத்திரைகளைச் சாப்பிட்டு தற்கொலை செய்து கொண்டார். இறப்பதற்கு முன்னால் தான் திருமணம் செய்து கொள்ள விரும்பிய பெண்ணுக்கு தொலை பேசியில் பேசியது ஒரு நாடகத்தை அவர் நிறைவூட்டுவது போல நிஜ வாழ்க்கையில் அமைந்து போயிற்று.

கவிதை மற்றும் புனைகதை ஆகிய இரு துறைகளிலும் இயங்கிய பலருக்கு நிகழ்ந்தது போல சேஸரே பவேசேவுக்கும் அவரின் கவிதை சார்ந்த முக்கியத்துவம் அளிக்கப்படவில்லை. அல்லது அவரது புனைகதைகள் அவரது கவிதைகளுக்கான புகழை அபகரித்துக் கொண்டன எனலாம். குறிப்பாக The Moon And The Bonfires, Among Women Only ஆகிய இரு நாவல்களும் நவீன ஐரோப்பிய நாவல்களில் முக்கிய இடத்தைப் பிடிக்கின்றன. அவர் 1935ஆம் ஆண்டிலிருந்து அவர் தற்கொலை செய்து கொண்ட 1950ஆம் ஆண்டு வரையில் எழுதிய டயரி இந்த நாவல்கள் அளவுக்கு பிரபலமடைந்தது.

ஆனால் சேஸரே பவேசேவின் ஆதி மற்றும் இறுதி படைப்புத் தூண்டல்கள் யாவும் கவிதை சார்ந்தவையே. இது மட்டுமின்றி கவிதைக்கலை பற்றி இரு முக்கிய கட்டுரைகளை எழுதி யிருக்கிறார். இதில் The Poet's Craft என்ற கட்டுரையில் வால்ட் விட்மனின் Leaves Of Grass பற்றியும் பாதலெரின் (Baudelaire) Flowers of Evil பற்றியும் கொண்ட ஆரம்ப காலப் பொறாமைகளை மனம் விட்டு ஒப்புக் கொள்கிறார். 'ஒவ்வொரு கவிதைத் தூண்டுதலும், அது எவ்வளவு உன்னதமானதாய் இருந்த போதிலும், அறம் சார்ந்த கோரிக்கைகளை எதிர் கொள்ளும் முயற்சியே' என்று குறிப்பிட்டார். அவரது கவிதை மொழி ஒரு தெளிவான, தனித்துத் தெரிகிற வலுவான மொழி. அவர் எந்த அம்சத்திற்காக வால்ட் விட்மனைச் சிறப்பித்து எழுதினாரோ அதே அம்சம் அவர் கவிதைகளினூடாய் வெளிப்பாடு காண்கிறது இரட்டை தீர்க்கதரிசன நோக்கு. ஐரோப்பிய மறை பொருள்தன்மையான தாக்கங்களிலிருந்து தப்பிக்கவே அவர் அமெரிக்க நேச்சுரலிஸ இயக்கத்து படைப்பாளிகளுடன் தன்னைப் பிணைத்துப் பார்த்துக் கொண்டார். இயற்கையை அனுபவம் கொள்வதன் மூலமாகக் கிடைக்கும் ஒரு ஆன்மீக உணர்வு அவருக்கு உவப்பாக இருந்தது. புராணிகமே அவரைப் பொருத்தவரை சாதாரண ஜட உலகத்திலிருந்துதான் உருவாகிறதென்ற கருத்துக் கொண்டிருந்தார் சேஸரே பவேசே. இந்த அனுபவத்தில் தனக்கு சோதனையாளர்கள் மற்றும் துணிகரச்செயல்காரர்களுடன் பகிர்ந்து கொள்ள ஏதுமில்லை என்றறிவித்தார். வியத்தலுணர்வு பெற்று ஒரு அற்புத அனுபவ கணத்தை அடைய ஒரு வஸ்துவை பயமின்றி வெறித்துப் பார்த்தலே போதுமானது என்றார்:

"I have nothing in common with experimentalists, adventurers, with those who travel in strange regions. The surest, and the quickest way for us to arouse the sense of wonder is to stare, unafraid, at a single object. Suddenly-miraculously-it will look like something we have never seen before".

இந்த மேற்கோளில் தெரிவது என்னவென்றால் சேஸரே பவேசே புனைவை விட நிஜத்திற்கு அதிக முக்கியத்துவம் அளிக்கிறார் என்பதே. ஆனால் அவரது நேச்சுரலிசம் தொடக்க காலத்தியது என்றால் அவரது முதிர்ச்சிக் கட்டம் ஸிம்பலிஸம் என்பதைத் தெளிவாக்கிவிட வேண்டிய அவசியமுள்ளது. அவரது இரட்டை தீர்க்கதரிசனப் பார்வைக்கும் இந்த நேச்சுரலிஸ-ஸிம்பலிஸ இருமைக்கும் தொடர்பிருப்பதை உணர முடியும். பெரும்பான்மைக் கவிதைகள் சேஸரே பவேசேவின் பிள்ளைப்பிராய நினைவுகளை அசைபோடுகின்றன. முதிர்ச்சிக் காலத்தவை ஒரு மனிதனின் முதிர்ச்சி பற்றிய கேள்விகளை உள்ளடக்கியவை.

பெரும்பாலும் எல்லாக் கவிதைகளும் கிராமப்புற நேச்சுரலிஸ பின்னணியில் விவரிக்கப்பட்டிருக்கின்றன.

காலத்தின் தொடர்ச்சி பற்றிய கூர்ந்த பிரக்ஞையும் அவர் கவிதைகளில் காணப்படுகின்றன. 'காலத்தின் வெளியிலாகப் பேசுவது' பற்றிய குறிப்பொன்று அவரது டயரியில் உள்ளது.

பெண்கள் குறித்தான சேஸரே பவேசேவின் அணுகு முறை பலத்த சர்ச்சைகளை ஏற்படுத்திய ஒன்று. ஒரு குறுகிய மனப்பான்மை கொண்ட பெண்ணியவாதிக்கு அவரது அணுகல் உவப்பானதாய் இருக்க முடியாது. எது எப்படி இருந்தாலும் கூட அவரது நாவலான (Among Women Only) 1931ஆம் ஆண்டு எழுதப்பட்ட கவிதையான (Fallen Women)யும் பெண்ணிய பலம் மற்றும் பலவீனங்களைப் பற்றிய கூர்மையான மதிப்பீடுகள் கொண்ட படைப்புகள். விலைமாதர்களைப் பற்றி அவர் எழுதிய கவிதைகள் (Deola's Thinking, Deola's Return) சுவைக்கேடு மிக்கவை என சில விமர்சகர்களால் அன்றைய காலகட்டத்தில் கருதப்பட்டவை. சேஸரே பவேசேவின் கவிதையில் இடம் பெறும் நபர்களும் சரி புனைகதை மாந்தர்களும் சரி தனிமையாகவே இருக்கின்றனர்.©

அசிரத்தை

இந்த வெறுப்பு மலர்ந்திருக்கிறது வாழும் காதலைப் போல,
துக்கித்துக் கொண்டு, தன் களைப்பை கவனித்தபடி.
அது ஒரு முகத்தைத் தேடுகிறது, அது தசையைத் தேடுகிறது,
ஏதோ அதுவே காதல் போல.
இந்த உலகியல் தசை மற்றும் பேசிய அந்தக் குரல்கள்
மரித்துவிட்டன, சகலமும் அஞ்சி நடுங்கி ஒதுங்கியாயிற்று,
சகல வாழ்வும் ஒரு குரலின் மீது தொங்கிக்கொண்டிருக்கிறது.
நாட்கள் செல்கின்றன ஒருவித சோகப் பெருமகிழ்வில்
அந்த துக்கக் குரலின் வருடலில் அது திரும்புகிறது
மற்றும் நமது முகங்களின் குருதியை வடித்தபடி.
இனிமை இல்லாமல் இல்லை
அந்தக் குரல் மனதிடம் வருகிறது களைத்துப் போய்
நடுக்கத்துடன். ஒரு முறை எனக்காய் நடுங்கிற்று.
ஆனால் தசை நடுங்குவதில்லை. காதல் மாத்திரமே
அதை ஒளிப்படுத்த முடியும்,
இந்த வெறுப்பு அதைத் தேடிப்பிடிக்கிறது.

உலகின் உடமை அனைத்தும், தசைகள் யாவும், குரல்கள் யாவும்
அவ்வுடல் மற்றும் கண்களின் எரிக்கும் அணைப்புக்கு இணையாக
முடியாது. அந்தக் கசந்த பெருமகிழ்வில்
அது தன்னையே மாய்க்கிறது,
இவ்வெறுப்பு இன்னும் கூட கண்டுபிடிக்கிறது
ஒவ்வொரு நாளும் ஒரு பார்வையை,
ஒரு உடைந்த வார்த்தையை.
பிறகு அவற்றைப் பற்றிக் கொள்கிறது,
பசியுடன், காதலைப் போல.

இரவு சந்தோஷங்கள்

நாங்களும் கூட இரவினை முகர்வதற்கு நிற்கிறோம்
காற்று மிகவும் மோசமாக இருக்கையில்.
சாலைகள் காற்றால் ஜில்லிட்டிருக்க,
ஒவ்வொரு வாசனையும் உலர்ந்து விட்டது.
எங்கள் நாசிகள் மினுங்கும் வெளிச்சத்திற்கு
உயர்த்தப் பட்டுள்ளன.
இருளில் காத்திருக்கும் ஒரு வீடு நம் அனைவருக்கும்
உண்டு திரும்புவதற்கு.
இருட்டில் ஒரு பெண் நமக்காகக் காத்திருக்கிறாள்
படுத்துறங்கியபடி வாசனைகளால் அறை வெதுவெதுக்கிறது.
உறங்கியபடி ஸ்வாசித்துக்கொண்டிருக்கும் பெண்
காற்றினைப் பற்றி ஏதும் அறிந்திலாள்,
அவள் உடலின் கதகதப்பு நமக்குள் முணுமுணுக்கும்
குருதியை ஒத்ததே.
காற்று நம்மைக் கழுவுகிறது, இருளில் திறந்தபடி
கிடக்கும் சாலைகளின் ஆழத்திலிருந்து வருகிறது அது.
மினுங்கும் வெளிச்சங்கள் மற்றும்
நமது விடைத்த நாசிகள் ஒன்றையொன்று
நேராக எதிர்கொள்கின்றன.
ஒவ்வொரு வாசனையும் ஒரு ஞாபகம்.
அப்பால் இருளிலிருந்து காற்று நகரில் கிடக்கும்
ஏதொன்றையும் இடம் மாற்றுகிறது.
கீழே வயல்கள் மற்றும் மலைகள்
அங்கே சூரியனால் எரிக்கப்பட்ட புல் மாத்திரமே உண்டு.
மற்றும் ஓதத்தால் கறுத்துப் போன மண்.
நம் ஞாபகம் ஒரு கசந்த சுவை, பிளக்கப்பட்ட பூமியால்
குளிர்காலத்தில் வெளியேற்றப்படும் ஒரு சிறு இனிமை
கீழிருந்து வரும் ஒரு மூச்சு.
எல்லா வாசனைகளும் உலர்ந்து விட்டன இருளில்

மற்றும் நகரினுள் காற்று மாத்திரமே நம்மை அடைய முடியும்.
இன்றிரவு நாம் திரும்பிச் செல்வோம்
உறங்கும் அந்தப் பெண்ணிடம்
சில்லிடும் விரல்களால் அவளின் உடலை ஆராய்ந்தபடி,
மேலும் வெப்பம் நமது குருதியை உலுக்கும்.
பூமியின் வெப்பம்
ஓதத்தால் கறுப்பாக்கப்பட்டு வாழ்வின் ஒரு மூச்சு.
அவளும் கூட சூரியனால் வெதுவெதுப்பாக்கப்பட்டிருக்கிறாள்
மேலும் இப்போது அவளது நிர்வாணத்தில்
அவளின் உச்ச இனிமை வாழ்வு
பகலில் அது மறைந்து விடுகிறது,
அது மண் ருசியுடன் இருக்கிறது.

சந்திப்பு

அந்தக் கடினமான மலைகள் என் உடலை உருவாக்கின
அவை அதை பலவிதமான ஞாபகங்களினால் உலுக்குகின்றன,
தந்தன எனக்கு
அந்தப் பெண்ணின் அற்புதத்தினை நான் சிருஷ்டிக்கிறேன்
எனபதை அவள் அறியாள்,
ஆனால் நான் அவளைப் புரிந்து கொள்ளவில்லை.
ஒரு நாள் மாலை அவளை நான் சந்தித்தேன்.
இரு அர்த்தம் கொண்ட நட்ஷத்திரங்களின் கீழே
அவள் ஒரு லேசான வடிவம்,
கோடையின் பனிப்படலத்தில்.
சுற்றிலுமாக இந்த மலைகளின் முணுமுணுப்பு,
நிழலை விட ஆழமாக,
ஒரே நேரத்தில் அந்த மலைகளிலிருந்து வருவது போல ஒரு ஓசை,
ஒரு குரல் ஒரே சமயம் தெளிவாகவும் கொடூரமாகவும்,
இழந்து போன காலங்களிலிருந்து வந்த ஒரு குரல்.
சில சமயங்களில் நான் காண்கிறேன் அவளை,
மேலும் அவள் என் முன்னே வாழ்கிறாள்
தெள்ளத் தெளிவாக, மாறுதலேயில்லாது,
ஒரு ஞாபகத்தைப் போல.
அவளை எப்போதும் என்னால் மறக்க முடிந்ததில்லை.
அவளின் நிஜம் எப்பொழுதுமே என்னிடமிருந்து நழுவுகிறது.
என்னை வெகு தொலைவிற்குக் கொண்டு செல்கிறது.
அவள் அழகானவளா என்று எனக்குத் தெரியாது.
பெண்களுக்கிடையில் அவள் இளையவள்.
அவள் பற்றிய சிந்தனை
ஒரு தூரத்து ஞாபகத்தினை நினைவு கூர்கிறது

மலைகளுக்கு இடையே வாழப்பட்ட குழந்தைப்பிராயம்,
அவள் அவ்வளவு இளையவள்.
அவள் விடியலைப் போலிருக்கிறாள்.
தொலைவான காலைகளின் எல்லா தூரத்து வானங்களும்
அவள் கண்களிலிருந்து எனக்கு அழைப்பு விடுக்கின்றன.
அந்தக் கண்கள் ஒரு தெளிவு கூடிய ஒளியை
வெளிப்படுத்துகின்றன
இந்த மலைகளின் மீது விடியல் வெளிப்படுத்தியதை விட.
எனக்கு அத்யந்தமான இந்த விஷயங்களின் ஆழங்களிலிருந்து
அவளை உருவாக்கினேன்,
நான் புரிந்து கொள்ளாத ஏதோ ஒன்றாகவே அவள் இருக்கிறாள்.

டி.க்கான இரு கவிதைகள்

ஏரி மருங்கின் மரங்கள் கண்டன
உன்னை ஒரு காலைப் போதில்
கூழாங்கற்கள் ஆடுகள் வியர்வை
எல்லாம் காலத்தின் வெளியில்,
ஏரியின் நீரைப் போல்.
நாட்களின் துக்கமும் குமுறலும்
ஏரியை அசங்குவதில்லை.
காலைப் போதுகள் கடந்து விடும்
துயரம் மறைந்து விடும்,
பிற கற்கள் வியர்வை
உன் குருதியுள் கடிக்கின்றன-இவை நீடிக்க மாட்டா.
நீ மீண்டும் எதையாவது கண்டுபிடிப்பாய்,
காலையொன்று வரும்
அப்போது குமுறலுக்கப்பால்
நீ தன்னந்தனியாய் ஏரி மீதிருப்பாய்

நீ காதலும் தான்
பிறரைப் போலவே குருதியாலும் மண்ணாலும்
ஆகியிருக்கிறாய்
வீட்டின் வாசலைக் கடக்காத யாரோ ஒருவரைப் போல
நீ நடக்கிறாய்
நீ காத்திருப்பது போல பார்க்கிறாய்
ஆனால் பார்ப்பதில்லை
துக்கித்து பேச்சற்றிருக்கும் பூமிதான் நீ
நொதித்தல் சோர்வு நீ அறிவாய்

உன்னிடம் சொற்களுண்டு--நீ நடக்கிறாய்
மற்றும் காத்திருக்கிறாய்.
காதல்தான் உன் குருதி--வேறெதுவுமல்ல.

வேசிப் பெண்கள்

அவர்களை அப்படி நடத்துவது சரியே.
நிச்சயமாக அவர்களுக்காகப் பரிதாபப்பட்டு
பின் படுக்கைக்கு அழைத்துச் செல்வதை விட.
'அது நம் வாழ்வனைத்திலும் மிக வலுவான தேவை'-
ஆனால் சொல்லுங்கள் பதிலாய் 'நாம் இதில் தீர்த்தொதுக்கப்
பட்டுள்ளோம் ஆயினும் தொழிலில் அந்தப் பெண் நுழைந்தால்
நான் கடுங்கோபத்தால் தொண்டை அடைத்துப் போவேன்
அல்லது வஞ்சந்தீர்ப்பேன்'
கருணை எப்போதும் கால வீணடிப்பு,
வாழ்க்கை பெரியது, கருணை அதை மாற்றாது,
மௌனத்தில் உங்கள் பற்களை நரநரத்துக் கடிப்பது மேல்.
ஒரு மாலைப்போதில்
பயணம் செய்தேன் ரெயிலொன்றில்
அதில் அமர்ந்திருந்தாள்
அந்த யுவதி, கௌரவமாய் உடையணிந்து, மேக்கப் செய்து,
முகத்தில் ஒரு தீவிர பார்வையுடன்.
வெளியில், வெளிர் விளக்குகளும் சாம்பல்-பச்சை பூமியும்
உலகினை தேய்த்தழித்தன. நாங்கள் தனித்திருந்தோம்
மூன்றாம் வகுப்புப் பெட்டியில், நானும் அந்தப் பெண்ணும்,
நான் இளையவனாய்.
அந்த பிராயத்தில் எப்படிப் பேசுவதென எனக்குத்
தெரியவில்லை
மேலும் நானழுதேன் பெண்களைப் பற்றி எண்ணும் போது.
இவ்வாறு நான்
பயணம் செய்தேன், கவனமாய் படபடப்புடன்,
மேலும் அவள்
சிலநேரம் என்னைப் பார்த்தாள் புகைத்தாள். நான்
பேசவில்லை,
நிச்சயமாய் நான் எண்ணவில்லை, ஆனால் என் குருதியில்
இன்னும் உணர்கிறேன் அந்த ஊடுருவும் பார்வையை,
கடுமையாய் உழைத்து வாழ்க்கையை
அது கிடைத்தவாறு ஏற்ற
யாரோ ஒருவரின் ஒரு கண நகைப்பை.

ஒரு நண்பன், சொல்ல ஏதாவது வைத்திருக்கும் ஒருவன்,

ஒரு பெண்ணைக் காப்பாற்ற விரும்புவான், அவள் கண்ணீரைத் துடைத்து, சந்தோஷப்படுத்துவான்.

'இல்லை, நம் வாழ்நாள் அனைத்திலும் அது வலுவான தேவை
கடின இதயம்தான் நம் ஒரே வலிமை என்றால்
மேலும் பயனற்றது எனின், நாம் நாசமாய்ப் போவோம்'.

நீங்கள் ஆயிரக்கணக்கில் பெண்களைக் காப்பாற்ற இயலும்,
ஆனால் நான் பார்த்த
புகைக்கும் அந்த எல்லோரும், தற்பெருமை கொண்ட பார்வை
அல்லது சலித்த புன்னகை--
என் நல்ல நண்பர்கள்--எப்போதும் இருப்பார்கள்
மௌனமாய் துன்பப்பட்டு எல்லோருக்காகவும் கடன்தீர்ப்பார்கள்

மரணம் வரும், உன் கண்களைக் கொண்டு

மரணம் வரும், உன் கண்களைக் கொண்டு-
காலையிலிருந்து இரவுவரை நம்முடனிருக்கும் மரணம், உறக்கமற்று,
மூடத்தனமான தீயொழுக்கம் அல்லது
பழைய கழிவிரக்கத்தைப் போலோ.
உன் கண்கள்
ஒரு வெற்றுச் சொல்லாகும்,
அமுக்கப்பட்ட ஒரு கதறலாகும்.
இப்படி ஒவ்வொரு நாள் காலையிலும்
நீ பார்க்கிறாய், நிலைக் கண்ணாடி மீது நீ சாய்கையில்.
போற்றிப் பேணிய நம்பிக்கையே,
அந்த நாளில் நாமும் கூட அறிவோம்
நீயேதான் வாழ்வும் வெறுமையும் என்பதை.

ஒவ்வொருவருக்கும் ஒரு தோற்றம் தருகிறது மரணம்.
மரணம் வரும், உன் கண்களைக் கொண்டு.
அது தீயொழுக்கத்தை நிறுத்துவது போலிருக்கும்,
கண்ணாடியிலிருந்து வெளிக்கிளம்பும்
ஒரு மரண முகத்தை கண்ணுறுவது போலிருக்கும்,
மூடிய உதடுகள் பேசுவது போலிருக்கும்.
நாம் மௌனத்தில் இறங்குவோம்.
◎

சார்ல்ஸ் புக்கோவ்ஸ்கி

Charles Bukowsky (1920-1994)

ழீன் ஜெனேவாலும் சார்த்தராலும் அமெரிக்காவின் தலைசிறந்த கவிஞர் என்று கருதப்பட்ட சார்ல்ஸ் புக்கோவ்ஸ்கி அமெரிக்காவின் இரண்டாம் அலை பீட் எழுத்தாளர் (second wave Beat Generaration). எழுத்து வாழ்க்கையைத் தொடங்கு முன் எடுபிடி வேலைகள் செய்பவராகவும் பத்திரிகைச் செய்தியாளராகவும் இருந்தார். அமெரிக்கத் தந்தைக்கும் ஜெர்மன் தாயாருக்கும் ஒரே மகனாகப் பிறந்த புக்கோவ்ஸ்கி அவரது பெற்றோர்கள் அமெரிக்காவுக்கு இடம் பெயர்ந்ததால் ஏறத்தாழ ஒரு அமெரிக்கராகவே இளம் வயதிலிருந்து வளர்ந்தார். அவரது குடிகாரத் தந்தையிடமிருந்து தப்பிப்பதற்காக தான் ஒரு குடிகாரராக மாறினார் புக்கோவ்ஸ்கி மிக இள வயதில். மாணவப்பருவத்திலேயே புத்தகங்களைப் படிக்கத் தொடங்கிய அவர் ஹெமிங்வே, டி.ஹெச்.லாரன்ஸ், நிக் ஆடம்ஸ் போன்ற ஆசிரியர்

களின் நூல்களை விரும்பிப் படித்தார். லாஸ் ஏஞ்சலஸ் சிட்டி கல்லூரியில் பத்திரிகைத் துறையில் பட்டம் பெற்றார். இரண்டாம் உலகப் போர்க் காலத்தில் நாடோடி வாழ்க்கை வாழத் தொடங்கினார். லிஃப்ட் ஆப்பரேட்டராக, லாரி ஓட்டுநராக, பெட்ரோல் நிலையப் பணியாளாக, நாய் பிஸ்கட் கம்பெனியில் மேலாளாராக பலவிதமான வேலைகளில் இருந்தார். அவரது 35வது வயதில்தான் எழுதத் தொடங்கினார் உள்ளூர் தலைமறைவு செய்தித்தாள்களில் சில பத்திகள் எழுதும் வழக்கத்தைக் கொண்டிருந்தார்.

1944ஆம் ஆண்டு லாஸ் ஏஞ்சலஸ் நகருக்குத் திரும்பிய புக்கோவ்ஸ்கி அவரை விட 10 வயது மூத்த பெண்ணான Janet Cooney Baker உடன் பத்து வருடங்கள் வாழ்ந்தார். ஜேனட் கூனி பேக்கர் புக்கோவ்ஸ்கி அளவுக்கே குடிகாரராய் இருந்தார். 1952 ஆம் ஆண்டிலிருந்து ஒரு தபால் நிலையத்தில் வேலை பார்த்தார். இந்த வேலையில் அவரால் 3 வருடங்கள் தாக்குப் பிடிக்க முடிந்தது. குடியின் காரணமாக உருவான குருதி ஒழுகும் குடல் புண் காரணமாக சாகும் தறுவாயிலிருந்து தப்பித்தார். Harlequin என்ற கவிதை ஏட்டின் ஆசிரியராக இருந்த செல்வச் சீமாட்டியான Barbara Frye யை திருமணம் செய்து கொண்டார். இதன் விளைவாக Harlequin பத்திரிகையில் புக்கோவ்ஸ்கியின் கவிதைகள் தொடர்ந்து வெளிவர ஆரம்பித்தன. Barbara Frye பற்றிப் பல கவிதைகள் எழுதினார். இரண்டு வருடங்கள்தான் பார்பரா ஃபிரை-வுடன் தாக்குப் பிடிக்க முடிந்தது புக்கோவ்ஸ்கியால். இதன் பிறகு 10 வருடங்கள் தபால் அலுவலக எழுத்தராகப் பணியாற்றினார். இந்த வேலையில் கிடைத்த ஊதியம் மிகக் குறைவாக இருந்த போதிலும் அந்தப் பணம் தேவைப் பட்டதால் அந்த வேலையில் தொடர்ந்திருந்தார். Frances Smith என்ற பெண்ணுடன் சில வருடங்கள் வாழ்ந்து அவள் மூலம் ஒரு குழந்தை பெற்றுக் கொண்டார்.

1955ஆம் ஆண்டிலிருந்து ஏறத்தாழ வருடம் ஒரு கவிதைத் தொகுதி என்ற ரீதியில் கவிதைகள் எழுதி வெளியிடத் தொடங்கினார். ஆயினும் அவரது முதல் கவிதைத் தொகுதியான Flower, Fist and Bestial Wail 1959இல்தான் அச்சானது. சுமார் 30 பக்கங்கள் கொண்ட அந்தத் தொகுதி வெறும் 200 பிரதிகள்தான் அச்சிடப்பட்டது. புக்கோவ்ஸ்கியின் தொடக்காலக் கவிதைகள் ராபின்சன் ஜெபர்ஸ்-என்பவரின் கவிதைகளுடன் ஒப்பிட்டுப் பேசும்படி இருந்தன.

புக்கோவ்ஸ்கியின் இந்தக் காலகட்டக் கவிதைகள் உள்மன யாத்திரைகளைத் தவிர்த்த எக்ஸ்பிரஷனிச வெளிப்பாடுகளாய் அமைந்தன. கவிதையின் பெரும்பகுதியைத் தகவல்களால் நிறை

த்து விடும் பழக்கம் புக்கோவ்ஸ்கிக்கு தொடக்கத்திலிருந்தே இருந்திருக்கிறது.

வில்லியம் பர்ரோஸ், லாரன்ஸ் ஃபெர்லிங்கட்டி, ஆலன் கின்ஸ்பர்க் ஆகியோரின் புத்தகங்களை வெளியிட்ட John Edgar Webb புக்கோவ்ஸ்கியின் முதல் கதைத் தொகுதியை 1960களில் வெளியிட்டார். இதற்குப் பிறகு புக்கோவ்ஸ்கியின் பிரத்யேக வாசகர்கள் உருவானார்கள். குறிப்பாக அவரது விளிம்புநிலை மனிதர்களின் சித்தரிப்பிற்காக. 1960களில் வெளிவந்த கவிதைத் தொகுதிகளில் கூட புக்கோவ்ஸ்கியின் எக்ஸ்பிரஷனிசமே தூக்கலாகத் தெரிந்தது. At Terror Street And Agony Way (1968), The Days Run Wild Like Horses Over the Hill (1969) போன்றவை எடுத்துக் காட்டுகள்.

The Notes of A Dirty Old Man என்ற தலைப்பில் அவர் எழுதிய செய்தித்தாள் பத்திகள் Open City, Los Angeles Free Press போன்ற செய்தித்தாள்களில் வெளிவந்தன. பிறகு புத்தகமாய்த் தொகுக்கப்பட்டன. அவரது வயோதிகக் காலங்களில் ஓரளவு வசதிகள் கிடைத்த போதிலும் அவரின் இறப்பு வரை சமூக வெளியாளாகவும் இலக்கிய உலகின் வெளியாளாகவும் இருந்தார். ◎

அவர்கள், அவர்கள் எல்லோரும் அறிவார்கள்

பாரிஸ் நகரின் நடைபாதை ஓவியர்களைக் கேள்
உறங்கும் நாய் மீதிருக்கும் சூரிய ஒளியைக் கேள்
மூன்று பன்றிகளைக் கேள்
பேப்பர் விற்கும் பையனைக் கேள்
டோனிஜெட்டின் இசையிடம் கேள்
நாவிதனிடம் கேள்
கொலைகாரனைக் கேள்
சுவர் மீது சாய்ந்திருக்கும் மனிதனைக் கேள்
கேபினெட்டுகள் செய்பவனிடம் கேள்
பிரச்சாரகனிடம் கேள்
ஜேப்படிக்காரனை அல்லது அடகு வட்டிக்காரனை
கண்ணாடி ஊதுபவனை அல்லது உரம் விற்பவனை
அல்லது பல் வைத்தியனைக் கேள்.
புரட்சிக்காரனைக் கேள்
சிங்கத்தின் வாயில் தலையை நுழைக்கும் மனிதனைக் கேள்

அடுத்த அணுகுண்டை வீசப்போகும் மனிதனைக் கேள்
தன்னைக் கிறிஸ்து என்று நினைத்திருக்கும் மனிதனைக் கேள்
இரவில் வீடு திரும்பும் நீலப்பறவையைக் கேள்
கதவிடுக்கில் பார்ப்பவனிடம் கேள்
புற்றுநோயில் இறக்கும் மனிதனைக் கேள்
ஒற்றைக் காலுடைய மனிதனைக் கேள்
பார்வையில்லாதவனிடம் கேள்
மழலை பேசும் மனிதனைக் கேள்
அபின் உண்பவனைக் கேள்
நடுங்கும் அறுவை மருத்துவரைக் கேள்
உன் காலடியில் மிதிபடும் இலைகளைக் கேள்
கற்பழிப்பவனைக் கேள்
ட்ராம் வண்டி ஓட்டுபவனை அல்லது
தன் தோட்டத்தில் களை பிடுங்கும் கிழவனைக் கேள்
ரத்தம் உறுஞ்சும் அட்டையைக் கேள்
ஈக்களைப் பயிற்றுவிப்பவனைக் கேள்
நெருப்பைத் தின்பவனைக் கேள்
நீ சந்திக்கும் மிகத்துயரமான மனிதனை
அவனின் மிகத்துயரமான நிமிஷத்தில் கேள்
ஜூடோ பயிற்சியாளனைக் கேள்
யானைகள் மீது செல்பவனைக் கேள்
ஒரு குஷ்டரோகியை, ஒரு ஆயுள் கைதியை,
பாய்ந்து தாக்குபவனைக் கேள்
ஒரு சரித்திரப் பேராசிரியரைக் கேள்
கைவிரல் நகங்களை என்றும் சுத்தம் செய்யாத
மனிதனைக் கேள்
ஒரு கோமாளியைக் கேள்
அல்லது ஒரு நாளின் துவக்கத்தில் சந்திக்கும்
முதல் முகத்தைக் கேள்
உன் தந்தையைக் கேள்
உன் மகனைக் கேள் அவனின் எதிர்கால மகனைக் கேள்
என்னைக் கேள்
காகிதப் பையில் கிடக்கும் எரிந்துபோன பல்லைக் கேள்
சபலப் பட்டவனை, சாபமிடப்பட்டவனை,
முட்டாளை, அறிஞனை, அடிமைகளை விற்பவனைக் கேள்
கோயில்கள் கட்டுபவனைக் கேள்
காலணிகளே என்றும் அணிந்திராத மனிதர்களைக் கேள்
யேசுவைக் கேள்
நிலாவைக் கேள்
ஒதுக்கிடத்து நிழல்களைக் கேள்
அந்துப் பூச்சியை, துறவியை, பைத்தியக்காரனை

நியூயார்க்கர் பத்திரிகைக்கு
கேலிச்சித்திரங்கள் வரையும் மனிதனைக் கேள்
தங்க மீனைக் கேள்
கால் தாளத்திற்கு நாட்டியமாடும் பெரணிச் செடியைக் கேள்
இந்திய தேசப்படத்தைக் கேள்
ஒரு கருணை முகத்தைக் கேள்
உன் படுக்கைக்கு அடியில் ஒளிந்திருக்கும் மனிதனைக் கேள்
இந்த உலகில் நீ அதிகம் வெறுக்கும் மனிதனைக் கேள்
டிலன் தாமஸுடன் மது அருந்திய மனிதனைக் கேள்
ஜாக் ஷார்க்கியின் கையுறைகளுக்கு
லேஸ் தைத்த மனிதனைக் கேள்
சோக முகத்துடன் காபி அருந்துபவனைக் கேள்
குழாய் ரிப்பேர்க்காரனைக் கேள்
ஒவ்வொரு இரவும் நெருப்புக் கோழிகளை
கனவில் காணும் மனிதனைக் கேள்
விநோதக் காட்சிக்கு டிக்கட் சேகரிப்பவனைக் கேள்
கள்ள நோட்டுக்காரனைக் கேள்
வீதிச் சந்தில் செய்தித்தாள் மீது உறங்கும் மனிதனைக் கேள்
நாடுகளை, கிரகங்களை ஜெயிப்பவர்களைக் கேள்
இப்போதுதான்
ஒரு விரலை வெட்டிக்கொண்ட மனிதனைக் கேள்
பைபிளில் ஒரு புத்தக அடையாளத்தைக் கேள்
தொலைபேசி மணி அடிக்கும்போது
சொட்டுச் சொட்டாய் தொட்டியிலிருந்து ஒழுகும்
நீரைக் கேள்
பொய்ச் சத்தியத்தைக் கேள்
ஆழ்ந்த நீல நிற பெய்ன்டைக் கேள்
பாராசூட்டிலிருந்து குதிப்பவனைக் கேள்
அழகிய, நீந்தும் தெய்வீகக் கண்ணைக் கேள்
விலைமிகுந்த அகாடெமியில்
இறுக்கமான கால்சட்டை அணிந்த பையனைக் கேள்
குளிக்கும் தொட்டியில் வழுக்கியவனைக் கேள்
சுறா மீனால் மெல்லப்பட்டவனைக் கேள்
ஜோடி சேராத கையுறைகளை
என்னிடம் விற்றவனைக் கேள்
இவர்கள் யாவரையும்
நான் சொல்லாமல் விட்டவர்களையும் கேள்
நெருப்பை, நெருப்பை, நெருப்பைக் கேள்--
பொய்யர்களைக் கூடக் கேள்
மழை பெய்கிறதோ இல்லையோ,
பனி விழுந்திருக்கிறதோ இல்லையோ

உனக்குப் பிடித்த
எந்த நாளிலாவது எந்த நேரத்திலும்
யாரை வேண்டுமானாலும் கேள்
வெப்பத்தில் வெது வெதுக்கும்
மஞ்சள் நிற வெராண்டாவில் நீ
கால் வைக்கும் போது
இதைக் கேள் அதைக் கேள்
தலைமயிரில் பறவை எச்சம் படிந்த மனிதனைக் கேள்
மிருகங்களைத் துன்புறுத்துபவனைக் கேள்
ஸ்பெயினில் பல காளைச் சண்டைகள் பார்த்த
மனிதனைக் கேள்
புதிய கடிலாக் கார்களின் சொந்தக்காரர்களைக் கேள்
பிரபலமானவர்களைக் கேள்
பயந்தவர்களைக் கேள்
தோல் முற்றிலும் வெளுத்தவர்களைக் கேள்
வீட்டுச் சொந்தக்காரர்களையும், அரசியல் மேதையையும்
முழுப்பணத்திற்கு சீட்டாடுபவர்களையும் கேள்
முழுப்போலிகளைக் கேள்
கொல்லும் அடியாட்களைக் கேள்
வழுக்கை மனிதர்களை, தடித்த மனிதர்களை
உயரமான மனிதர்களை, குள்ளமான மனிதர்களைக் கேள்
பாலுணர்வு குறைவான,
பாலுணர்வு மிதமிஞ்சிய மனிதர்களைக் கேள்
செய்தித் தாள்களில் எல்லா ஆசிரியர் பக்கங்களையும்
படிக்கும் மனிதர்களைக் கேள்
ரோஜாக்களை வளர்க்கும் மனிதர்களைக் கேள்
வலியே உணராத மனிதர்களைக் கேள்
செத்துக் கொண்டிருப்பவர்களைக் கேள்
புல் செதுக்குபவர்களை,
கால்பந்தாட்ட உதவியாளர்களைக் கேள்
இவர்கள் யாரையாவது அல்லது எல்லோரையும்
கேள் கேள் கேள் அவர்கள் எல்லோரும்
சொல்வார்கள் உன்னிடம்:
மாடிக் கைப்பிடிச் சுவரின்மீது உறுமும் பெண்டாட்டியை
ஒரு மனிதன் சகிப்பது அவனுக்கு அப்பாற்பட்டதென்று.
◎

இவான் கோன்ச்சரோவ்

Ivan Gonchorov (1812-1891)

ரஷ்யப் புதின இலக்கியத்தில் சில ஆசிரியர்களின் பெயர்கள் தேவைக்கதிகமாகவும், தகுதிக்கதிகமாகவும் தெரிய வந்த அளவுகே சில ஆளுமைகளின் பெயர்களும் அவர்களின் சாதனைகளும் தமிழ் வாசகனுக்கு தெரிவிக்கப்படாது மறைக்கப்பட்டிருக்கின்றன. இதற்குக் காரணம் அப்பொழுது கம்யுனிஸ்ட் கட்சியின் கருத்துக் கட்டுப்பாட்டிலிருந்த விமர்சகர்கள் மற்றும் ரஷ்ய இலக்கியத்தை ரஷ்யப் புரட்சியை ஒட்டிப்படித்த படிப்பாளிகளின் குறுகிய கண்ணோட்டமாக இருக்கலாம். ஏறத்தாழ பைத்தியமாகிப் போன ஸெர்ஜி யெஸனின் என்ற கவிஞரின் கவிதைகள் தமிழில் வெளிவரவில்லை-அல்லது தேவையான அளவு பேசப்படவில்லை. மாயக்கோவ்ஸ்கியைப் பற்றிப் பேசிய அளவுக்கு அலெக்சாண்டர் ப்ளாக் பேசப்படவில்லை. நோபல்பரிசு பெற்ற இவான்

பூனின் என்ற புனைகதை எழுத்தாளரைப் பற்றி நிறைய பேர் கேள்விப்பட்டதே இல்லை. கட்சிக் கருத்தோட்டம் விமர்சனப் பார்வைக்குத் திரையிட்டதே இதற்குக் காரணம். அப்படிப் புறக்கணிக்கப்பட்ட ஒரு மிக முக்கியமான ரஷ்யப் புனை கதை எழுத்தாளராக கோன்ச்சரோவ் பற்றிய அறிமுகமே இது.

அதிலும் குறிப்பாக கோன்ச்சரோவுக்கு உலகப் புகழ் ஈட்டித் தந்த ஓப்லமோவ் நாவல் பற்றி தமிழ் இலக்கியவாதிகள் எங்கும் குறிப்பிட்டதாகத் தெரியவில்லை. (காலம் சென்ற நாவாலாசிரியர் காசியபனைத் தவிர) கோன்ச்சரோவின் நாவலின் பாத்திரத்தின் முன்மாதிரியாக ஏற்கனவே ஷேக்ஸ்பியரின் ஹேம்லட் இருக்கிறான். ஹேம்லட்டின் சாதாரண அல்லது மகா பெரும் பிரச்சனை என்பதே செயல்படு முன் சிந்திப்பதுதான். இதில் ஆச்சரியப்பட ஒன்றுமில்லை என்று எண்ணலாம். ஆனால் சிந்தனையின் விளைவாக ஹேம்லட்டுக்கு நிகழ்வது செயல்பாட்டைத் தள்ளிப் போடும் காரியம். மனோவியல் சார்ந்த பிரச்சனையாக இது எல்லோருக்கும் வாழ்வின் சில கட்டங்களில் நடக்கக் கூடியது என்றாலும் பலர் செயலை நேரடியாகச் சந்தித்து விடுகின்றனர். ஆனால் ஹேம்லட் தான் செயல்படுவதை நாடகத்தின் இறுதிவரை தள்ளிப் போடுவதால் அசம்பாவித மரணங்களும், தற்கொலையும் ஏற்பட்டு இறுதியில் அது ஹேம்லட்டின் மரணத்தில் (தன் தந்தையின் கொலைக்கு வஞ்சம் தீர்க்க முடிந்தாலும் கூட) போய் முடிகிறது. ஆனால் ஹேம்லட் துன்பவியல் நாடகமாக இருந்த போதிலும் ஓப்லமோவ் நாவல் இறுதியில் சந்தோஷமாகவே முடிகிறது.

ஓப்லமோவ் வெளியிடப்பட்ட காலத்தில் ரஷ்ய இலக்கிய வாசகர்கள் யதார்த்தவியலுக்கு பரிச்சயமாகிக் கொண்டிருந்தனர். துர்கனேவின் 'தந்தையரும் தனயர்களும்' நாவலின் சமூகவியல் அலசல்களுக்கும் அறிமுகமாகி இருந்தனர். தொடக்கத்தில் ஓப்லமோவ் நாவல் அடிமைகளை உரிமை கொண்டாடிய ஒரு சமுதாயத்தில் ஏற்படக்கூடிய ஒரு கதாபாத்திரத்தின் சீரழிவாகத்தான் பார்க்கப்பட்டது. அதன் மனோவியல் பரிமாணம் பற்றிய பிரக்ஞை மிகத் தாமதமாகத்தான் உண்டாயிற்று.

இவான் அலெக்ஸான்ட்ரோவிச் கோன்ச்சரோவ் *(1812-1891)* மிக நிதானமாகவும் குறைவாகவும் எழுதிய நாவலாசிரியர். அவர் வாழ்நாளில் எழுதியவை மொத்தம் மூன்று நாவல்கள் மாத்திரமே. The Frigate Pallas (1857) என்ற பயணச் சரிதம் ஒன்றை எழுதினார். கோன்ச்சரோவின் இறுதி மற்றும் மூன்றாவது நாவலான The Precipice (1869) நாவலிலிருந்து துர்கனேவ் சில பகுதிகளை இலக்கியத் திருட்டு

(plagiarize) செய்துவிட்டார் என்று கடைசி வரை கோன்ச்சரோவ் எண்ணினார். இந்த விஷயம் அவரது வயோதிக காலத்திலும் அவரது மனநிலையையே பாதிக்கச் செய்தது. கோன்ச்சரோவ் இறுதி வரை திருமணம் செய்து கொள்ளாமலே வாழ்ந்தார். கோன்ச்சரோவ் தனது கடைசி வருடங்களை நீண்ட தனிமையிலும் ஓய்விலும் கழித்தார். இது அவரை ஒரு ஓப்லமோவாகவே மாற்றியது. கோன்ச்சரோவ் ரஷ்ய அரசாங்கத்தில் ஒரு பெரிய அதிகாரியாக வேண்டுமென்ற நோக்கத்தில் செயல்பட்டதால் தன் பெரும்பான்மையான நேரத்தை நிதியமைச்சகத்தில் கழித்தார். தன் ஓய்வு நேரத்தில் எழுதினார்-தாஸ்தயெவ்ஸ்கியைச் சீரழித்தது போன்ற பதிப்பாளர்களின் நெருக்கடிகளுக்கு தன்னை உட்படுத்திக் கொள்ளாமல். கோன்ச்சரோவின் முதல் நாவல் A Common Story. கள்ளமற்ற ஒரு கிராமப்புற ஐடியலிஸ்ட் தலைநகருக்கு வருகிறான். தான் கொண்டிருந்த நம்பிக்கைகள் தகர்ந்து போகவே ஒரு குரூரமான சந்தர்ப்பவாதியாக மாறுகிறான்.

அதிகம் மாறுதலற்ற ஒரு வாழ்க்கை வாழ்ந்து கொண்டிருந்த கோன்ச்சரோவின் நடைமுறையில் ஏற்பட்ட வித்தியாசமான அனுபவமாக ஆகியது அவர் மேற்கொண்ட ஜப்பான் கடல் பயணம். ஒரு ரஷ்ய வணிகக் குழுவுக்கு செயலாளராக தலைமை ஏற்று அந்தக் கடல் பயணத்தை அவர் மேற்கொண்டார். சூயெஸ் கால்வாய் திறப்பதற்கு முன்னர் அவர் செய்த இப்பயணம் அடிப்படையில் உட்கார்ந்தே இருந்த ஒரு மனிதனின் குணாம்சத்திற்கு அதிகபட்ச இயக்கச் சுமையயைத் தந்திருக்க வேண்டும். அவசர முடிவில் இந்தப் பயணத்திற்கு ஒப்புக் கொண்டு அப்புறம் அவரால் பின் வாங்க முடியாது போய்விட்டது என்று ஒரு சாரர் கருதினர். அவர் ஜப்பானிலிருந்து திரும்பிய பயணம் நிலம் வழியான ஒன்று. சைபீரியா வழியாக சாலை மார்க்கமாக, ரயில் பாதைகள் அமைக்கப்படுவதற்கு முன்பாய் நிகழ்ந்த பயணமது. ஓப்லமோவ் நாவலும் 1857லில்தான் வெளிவந்தது. வெளியிடப்பட்ட உடனேயே அது இலக்கிய உலகில் மிக முக்கியமான வரவாகவும் ரஷ்யப் புதின இயக்கத்திற்கு முக்கியப் பங்களிப்பாகவும் கருதப்பட்டது. 60 வருடங்கள் கழித்து 1915இல்தான் முதல் ஆங்கில மொழிபெயர்ப்பின் வழியாக உலக வாசகர்களுக்கு அறிமுகமாகியது. மிகவும் குறைபாடுகள் மிகுந்த இந்த முதல் மொழி பெயர்ப்பை முறையே 1929 (N.A.Duddington) மற்றும் 1960 (D.Magarshack)ஆம் வருடங்களில் வெளியிடப்பட்ட இரண்டு மொழிபெயர்ப்புகள் சரிசெய்தன. மாகர்ஷேக்கின் மொழிபெயர்ப்பு மிகச் சிறந்ததென பெயர் பெற்றிருக்கிறது.

இதே சமயத்தில்தான் கோன்ச்சரோவ் நிதியமைச்சகத்திலிருந்து விலகி கல்வியமைச்சகத்தில் ஒரு இலக்கியத் தணிக்கையாளராக

பணி மேற்கொண்டார். உப்புச் சப்பற்ற, ஈர்ப்பற்ற இந்த வேலை ஒரு நாவலாசிரியனுக்கு பொருந்தக் கூடியதாய் இருக்கவில்லை. ஆனால் வேறு தணிக்கையாளர்கள் செய்ததை விட சிறிது தாராள மனப்பான்மையுடன் அவர் இந்த வேலையில் ஈடுபட்டார்.

பிற மனிதர்களின் உழைப்பில் வாழ்கிற, தனக்கென்று எதையும் உருப்படியாகச் செய்து கொள்ளத் தெரியாத, பிறர் ஊழியத்தில் வாழ்ந்து பழகிப் போய்விட்ட ஒருவன்தான் நாவலின் நாயகனான இல்யா இல்யிச் ஓப்லமோவ். திருமணமாகாத அவன் புனித பீட்டர்ஸ்பர்க் நகரின் ஒரு அப்பார்ட்மென்டில் வசித்து வருகிறான். அவனைப் போஷிப்பது அவனது நடுத்தர பண்ணையில் வேலை பார்க்கும் முன்னூற்றைம்பது அடிமைகளின் கடும் உழைப்பிலிருந்து கிடைக்கும் பணம். இந்த வீட்டு நபர்களில் அவனது வேலைக்காரனான ஸாஹார் மற்றும் ஸாஹாரின் மனைவியும் சமையல்காரியுமான அனிஸ்யாவும் அடங்குவர். ஸாஹார் அசுத்தமானவன், கவனக் குறைவானவன், சண்டைபிடிக்கக் கூடியவன், நேர்மை யற்றவன். ஆயினும் அவனிடம் இன்னும் மிச்சமிருப்பது நிலப்பிரபுத்துவ எஜமான நேசம் மற்றும் விசுவாசம். ‘ஓப்லமோவ்கா’ என்கிற தன் பூர்வீக கிராமத்தை விட்டு ஓப்லமோவ் புறப்படுவதற்குக் காரணம் தலைநகரில் அரசாங்க வேலை தேடிக் கொண்டு ஒரு புதிய வாழ்க்கை அமைத்துக் கொள்ளவே. பொறுப்புகள் மிக்கதும் சலிப்பூட்டும் நியமமிக்கதுமான அந்த வாழ்க்கை அவனுக்கு உவப்பாக இல்லாது போகவே வேலையை விட்டுவிட்டு சும்மா இருப்பதே சுகம் என்று இருக்கத் தொடங்குகிறான். விடிந்த பின் மதியம் வரை தன் படுக்கையிலேயே கிடக்கும் ஓப்லமோவுக்கு மிக எளிய தீர்மானங்கள் செய்வதும் முடிவுகள் எடுப்பதும் கூட இயலாத காரியங்களாகின்றன. கடிதங்களுக்குப் பதில் எழுதாமலும் தன் பண்ணையைக் கவனிக்காமலும் காலம் கடத்துகிறான். அவனது பண்ணை திறமையற்ற, நேர்மையற்ற பிரதிநிதிகளால் சீர்கேடான வகையில் நிர்வாகிக்கப்படுகிறது.

ஓப்லமோவ் இனிமையானவனாகவும், யாரையும் புண்படுத்தாதவனாகவும், அதிகக் கோருதல் வைக்காத வனாகவுமிருப்பதால் அவனைத் தேடி நிறைய நண்பர்கள் வருகின்றனர். (அவன் அவர்களைச் சென்று பார்ப்பதற்கு அத்தனை சோம்பல் மிக்கவனாகவுமிருக்கிறான்) அவர்கள் அனைவரும் அவனது வேலையையும், உடல் நலத்தையும், சமூக வாழ்க்கையையும் சரி செய்ய ஈடுபாடு கொண்டவர்களாக இருக்கின்றனர். ஆனால் அவனது இளம்பிராயத் தோழனான இவானிச் ஸ்டோல்ஸ் தவிர எவராலும் ஓப்லமோவை செயல்படத் தூண்ட முடிவதில்லை. ரஷ்யத் தாய்க்கும் ஜெர்மானியத் தந்தைக்கும் பிறந்த ஸ்டோல்ஸ்

கடும் உழைப்பிலும், சீரிய முறையில் காரியமாற்றுவதிலும் நம்பிக்கை கொண்டவன். வாழ்க்கையைப் பற்றிய அவனது அணுகுமுறை ஓப்லமோவின் அணுகுமுறைக்கு நேரெதிரானது. இப்போது அவன் செல்வத்தையும் செல்வாக்கையும் நோக்கிய வாழ்வில் ஒரு இளம் தொழிலதிபராக இருப்பவன்.

ஸ்டோல்ஸ் ஓப்லமோவுக்கு ஒரு இளம்பெண்ணை அறிமுகப்படுத்துகிறான். அவள் பெயர் ஓல்கா ஸெர்ஜியேவ்னா. அவ்வளவு சோம்பல் மிக்க சலனமற்ற இதயத்திலும் காதலுணர்வைத் தூண்டுபவள் ஓல்காதான். ஓப்லமோவிடம் இனிமைச் சுபாவமிக்க, அன்புநிறைந்த ஒரு மனிதனை ஓல்கா கண்டதால் அவனது ஆளுமையை மாற்றியமைத்து அவனை சிருஷ்டிமிக்க வாழ்க்கை வாழத் தூண்ட எண்ணுகிறாள். ஓப்லமோவின் மூலம் சமுதாயத்தின் உயர்மட்ட வாழ்க்கைக்கு அவளால் தகுதிப்படுத்திக் கொள்ள முடியும்--ஆனால் ஓப்லாமோவ் அதற்கு ஓப்லமோவாக இல்லாமல் ஸ்டோல்ஸ் போல மாற வேண்டும். ஓல்காவின் தூண்டுதலினால் கடும் உழைப்புக்கும் நிச்சயமற்ற காரியத் தொடக்கங்களுக்குமிடையே அல்லாடுகிறான் ஓப்லமோவ். அவன் ஓல்காவை நேசிக்கிறான், அவள் காதலுக்கு தன்னைப் பொருத்தமானவனாய் ஆக்கிக் கொள்ளவும் எண்ணுகிறான். உணர்ச்சி மிக்க அறிவிப்புகள் செய்கிறான்.

ஓப்பலாமோவின் தீர்மானத்திற்கு சோதனை ஒன்று வருகிறது. அவன் ஓல்காவின் அத்தையிடம் ஓல்காவைப் பெண் கேட்டு தன் நிச்சயதார்த்தத்தை சகலரும் அறிய அறிவிக்க வேண்டும். காலவரையின்றி இந்த கணம் தள்ளிப் போடப்படுகிறது. ஒரு புதிய வீட்டுக்கான திட்டத்தை உருவாக்கி அதற்கான பணச் செலவுக்காக அவன் நிதிநிலையைப் பற்றி தகவல்களை கேட்டு அனுப்புகிறான். இறுதியில் ஓல்கா தன் சோம்பல் காதலன் என்றுமே எதையுமே செய்யப் போவதில்லை என்று முடிவெடுத்து நிச்சயதார்த்தத்தை நிறுத்தி விடுகிறாள். இதோடு நில்லாது தன் வெறுப்பையும் கோபத்தையும் ஏமாற்றத்தையும் மறைக்க ஐரோப்பிய பயணத்தை மேற்கொள்கிறாள். இறுதியில் ஸ்டோல்ஸை மணந்து கொள்கிறாள்.

ஓப்லமோவ் இன்னும் மோசமான சோம்பல் வாழ்க்கையில் மூழ்கிப் போகிறான். ஆனால் தன்னைப் பெயர்த்தெடுத்து ஒரு புறநகர் அபார்ட்மெண்ட் ஒன்றில் குடியேறுகிறான். அந்த அபார்ட்மெண்டின் சொந்தக்காரியான அகாஃப்யா மட்வேயெனா பிஷெனிட்ஸின் ஒரு விதவை. மனரீதியாக ஓப்லமோவை விட அகாஃப்யா சோம்பலாளியாக இருப்பினும் அவள் ஒரு துருதுருப்பான வீட்டுவேலைக்காரியாகவும்,

நல்ல தாயாகவும், அற்புதமான சமையல்காரியாகவு மிருக்கிறாள். அவளது சௌகரியமிக்க சேவைகளுக்கு தன்னை சரண் தருகிறான் ஓப்லமோவ்--தான் ஏதோ தன் தாயின் அரவணைப்பில் உறங்கிப் போகும் குழந்தையைப் போல. அகாஃப்யாவின் மனசாட்சியற்ற சகோதரன் இந்தச் சூழ்நிலையைப் பயன்படுத்தி ஓப்லமோவிடம் அவன் வாங்காத கடனுக்கு பல கடன் பத்திரங்களில் கையொப்பமிட வைக்கிறான். ஸ்டோல்ஸ் தெய்வாதீனமாய்த் தோன்றி இந்தப் பிரச்சனைக்கு முற்றுப் புள்ளி வைக்கிறான். ஓப்லமோவின் கடன்களைத் தீர்த்து 'ஓப்லமோவ்கா' பண்ணையின் நிர்வாகத்தை நேர் செய்து பணம் வரக்கூடிய ஒரு நிறுவனமாக ஆக்குகிறான். இறுதியில் அகாஃப்யாவைத் திருமணம் செய்து கொண்டு அவள் மூலம் ஒரு குழந்தையைப் பெற்றுக் கொள்கிறான் ஓப்லமோவ். நாவலின் இறுதி நெருங்க நெருங்க ஓப்லமோவின் இயக்கமின்மை மேலும் அதிகமாகி விடுகிறது. ஸ்டோல்ஸ் மற்றும் ஓல்காவைப் பார்க்கவும் அவன் செல்வதில்லை. தன் சொந்த ஊரான 'ஓப்லமாவ்கா'வையும் எட்டிப் பார்ப்பதில்லை. வாழ்க்கைப் போக்கில் அவனது செயல்பாடற்ற வாழ்க்கையால் உண்டான 'ஸ்ட்ரோக்' காரணமாய் தன் உறக்கத்திலேயே அமைதியாய் இறக்கிறான். அவனது இளம் மகனான ஆந்ரியை ஸ்டோல்ஸ் தத்தெடுத்து அவனை இன்னொரு ஓப்லமோவாக ஆகாமல் காக்கிறான்.

பல ஆளுமை வகைமைகளை நாம் உலக இலக்கிய வரலாற்றில் பார்க்க முடியும். எடுத்துக் காட்டாக டான் குவிக்ஸாட் மற்றும் மிஸ்டர்.பிக்விக். அந்த வகைமையின் முழு மொத்த வெளிப்பாடுகளாய் அவர்கள் அமைந்து விடுவதால் அதன் ஆதிவடிவமாகி அந்தப் பெயருக்கே அந்த வகைமையின் முழு குணாம்சத்தின் பரிமாணங்களும் கிடைத்து விடுகின்றன. ஓப்லமோவை இந்தப் பட்டியலில் எளிதாய் சேர்த்துக் கொள்ளலாம். ஓப்லமோவுக்கு இருப்பது Hamletian Dilemma என்றால் ஓப்லமோவில் நாம் ஹேம்லட் பாத்திரத்தையும் சேர்த்தே பார்க்கிறோம். ஹேம்லட் தன் தந்தையின் கொலையாளியை அடையாளம் கண்ட பிறகும் இறுதி வரை வஞ்சம் தீர்க்க முடியாதிருப்பது அவன் முடிவெடுத்தலில் இருக்கும் அல்லாட்டம். இந்த அல்லாட்டத்திலே ஹேம்லட் தன் காதலியை இழக்கிறான். வஞ்சம் தீர்க்க பல சந்தர்ப்பங்கள் வாகாக அமைந்தும் அவற்றைக் கை நழுவ விடுகிறான். அவனது செயலுக்கு முன்னான சிந்தனை அவனை செயலுக்கு லாயக்கற்றவனாய் ஆக்கிவிடுகிறது. ஓப்லமோவின் வேலைக்காரனான ஸாஹார் ஏறத்தாழ இன்னொரு ஓப்லமோவ் மாதிரி இருக்கிறான். ஐரோப்பிய நாகரீகம் இன்னும் தொடாத, தூங்கி வழியும் அழகான கிராமமாக இருக்கிறது 'ஓப்லமோவ்கா'

பிரதேசம். இந்த நாவலின் ஒரேயொரு வித்தியாசமான பாத்திரம் ஓப்லமோவுக்கு எதிர்நிலையிலிருக்கும் அவனது நண்பனான ஸ்டோல்ஸ். எவையெல்லாம் நடப்பு சாத்திய முள்ளதோ, நியம்முள்ளதோ, அறிவியல்பூர்வமாய் இருக்கிறதோ, முன்னேற்றம் சார்ந்திருக்கிறதோ அவற்றின் பிரதிநிதியாக இருக்கிறான் ஸ்டோல்ஸ். அவனிடம் எந்த ரொமான்ட்டிக் தன்மையும் இல்லை. அதனாலேயே அவன் நடை முறை வாழ்வில் வெற்றி பெற்ற மனிதனாய் விளங்குகிறான். அவனது காரியசாதகத்தன்மையே அவனது மத்திய வர்க்க முனைப்பின் காரணமாய் உருவாவதுதான். இந்தத் தன்மை ஓப்லமோவுக்கு உவப்பாக இருப்பதில்லை. ஏனென்றால் ஓப்லமோவ் உயர் குடியைச் சேர்ந்தவன். இவர்கள் இருவரும் பழையதன்மையான வாழ்க்கையையும் புதிய வாழ்க்கையையும் பிரதிநிதித்துவம் செய்கின்றனர்.

சுமார் 700 பக்கங்களைக் கொண்ட ஓப்லமோவ் நாவலை இன்று படிக்கக் கூடியவர்கள் குறைவாகத்தான் இருப்பார்கள். ராபர்ட் மியூஸில் எழுதிய 3 பகுதி நாவலான 'நிர்க்குண மனிதன்'-ஐ க.நா.சுவுக்குப் பிறகு யாரும் படித்ததாகத் தெரியவில்லை. இதே கதிதான் தாமஸ் மன் எழுதிய 'மந்திர மலை' நாவலுக்கும் நடந்திருக்கிறது. 'மந்திர மலை' நாவலும் கிட்டத்தட்ட ஓப்லமோவ் அளவு பெரிய நாவல்தான். ஜேம்ஸ் ஜாய்ஸின் யூலிஸிஸ் பேசப்பட்டு விவாதிக்கப்பட்ட அளவு படிக்கப்படவில்லை என்பதே நிஜம். பக்க அளவு கூடுதலாக இருப்பது ஒரு காரணம். ஓப்லமோவ் நாவலைப் படிக்க விரும்புபவர்களுக்கு இந்த அறிமுகம் பயனுள்ளதாய் அமையக் கூடும்.◎

யாசுனாரி கவாபட்டா

Yasunari Kawabata (1899-1972)

நவீன ஜப்பானிய இலக்கியத்தில் தனித்துவமான இடத்தைப் பெறும் யாசுனாரி கவாபட்டா *(1899-1972)*. "ஒரு குடும்பமோ வீடோ இன்றி" வளர்ந்தவர். இளையதலைமுறை நாவலாசிரியரான யூகியோ மிஷீமா, கவாபட்டாவை "நித்திய பயணி" என்று குறிப்பிட்டார். டோக்கியோ இம்பீரியல் பல்கலைகழகத்தில் படித்து பட்டம் பெற்றவர் கவாபட்டா. அவரின் நாவல் உலகு மனிதனின் தனிமைப்படுத்தலை சில்லிடும் கவித்துவத்துடன் வெளிப்படுத்துகிறது. *1968* ஆம் ஆண்டு இலக்கியத்திற்கான நோபல் பரிசு கவாபட்டாவுக்கு வழங்கப்பட்டது. ஐந்து நாவல்களையும் இரண்டு சிறுகதைத் தொகுதிகளையும் எழுதியிருக்கிறார். யூகியோ மிஷீமா, கவாபட்டாவின் 'தூங்கும் அழகிகளின் இல்லம்' நாவலை "esoteric masterpiece" என்று

சொன்னதோடன்றி, அதை நீர்மூழ்கிக் கப்பலுக்கு ஒப்பிடவும் செய்தார். பொய்யான கூச்சத்தையும், அசூயையையும் விலக்கிவிட்டு கவாபட்டா என்ற கலைஞன் எழுதிய மிகச் சிறந்த நாவல் இது. மிக நுண்ணிய விவரணைகள், மற்றும் கச்சிதத் தன்மை ஆகியவை இந்த நாவலை கவாபட்டாவின் பிற நாவல்களில் இருந்து வேறுப்பட்டுத் தெரியவைக்கின்றன. கழுத்தை நெரிக்கும் இறுக்கத்துடன் கதை சொல்லப்பட்டிருக்கிறது.

நூறு பக்கங்கள் கொண்ட இந்த நாவல் அலாதியான வாசிப்புத்தன்மை கொண்டது. தூங்கும் அழகிகளின் இல்லம் வயோதிகர்களுக்கான பிரத்யேகமான விடுதி. இதில் நிர்வாணமாய் ஆழ்ந்து தூங்கிக் கொண்டிருக்கும் அழகிய பெண்கள் இருப்பர். விடுதிக்கு வரும் வயோதிகர்கள், தூங்கும் பெண்களுடன் ஓர் இரவு தூங்கலாம். அவளை எழுப்புவதோ மோசமான ரசனையில் அவளை ஏதும் செய்ய முயல்வதோ கூடாது. சக்தி வாய்ந்த தூக்க மாத்திரையாலோ அல்லது போதைப் பொருளாலோ இந்தப் பெண்கள் உறங்க வைக்கப்படுகின்றனர். உறங்குவதற்கு முன் அவர்கள் என்னமாதிரி உடை அணிந்திருந்தனர் என்பதை அறிய முடியாது. எல்லோருமே கன்னிப் பெண்கள். நீங்கள் யாருடன் உறங்குறீர்களோ அந்தப் பெண்ணை அடுத்து ஏதோ ஒரு நாளில் சந்திக்க நேர்ந்தால் அவளை அடையாளம் கண்டு பேசுவது குற்றம். அந்தப் பெண்களும் தாங்கள் எவருடன் உறங்கினர் என்பதை அறியமாட்டார்கள். உறங்க வைப்பதற்குமுன் எந்த வயோதிகனும் அவர்களைப் பார்த்ததில்லை- பார்க்கவும் கூடாது என்பது விடுதியின் சட்ட திட்டங்களில் ஒன்று. விடுதியில் எவரும் மது அருந்தக்கூடாது.

67வயதாகும் எகுச்சி இந்த விடுதியைப் பற்றி அவருடைய நண்பரான கிகோ மூலமாக அறிகிறார். விடுதிக்கு வருகை தரும் வேறு நபர்களைப் பற்றிய விவரங்களைத் தெரிந்து கொள்ள முயற்சி செய்யக் கூடாது. நாவலில் எகுச்சி, கிகோ, மற்றொரு ஃபுக்குரோ தவிர வேறு எவருக்கும் பெயர் தரப்படவில்லை. எகுச்சியின் மூன்று மகள்கள், அவரது மனைவி, எகுச்சியின் காதலிகள், தூங்கும் பெண்கள் எவருக்குமே பெயரில்லை.

சாவின் அருகாமையால் உந்தப்பட்டு உருவாகும் காமத்தின் பயங்கரம் எகுச்சியின் மூலம் பதிவு செய்யப்படுகிறது. பாலியல் தன்மைக்கும் மென்மையானதொரு கவித்துவத்தைத் தருகிறது கவாபட்டாவின் நடை. ஐந்து இரவுகளில் எகுச்சி சந்திக்கும் பெண்களை வைத்து எகுச்சியின் சிந்தனைப் பாதைகளை பதிவு செய்கிறது நாவல். ஃப்ளாஷ்பாக்கும் நனவோடையும் (stream of Conciousness) கலந்த உத்தி பயன்படுத்தப்படுகிறது.

பாலியல் தன்மை (Sexuality) மற்றும் இறப்பு பற்றிய இரட்டைத் தியானங்கள் நாவலின் கருக்களம்.

முதன் முறையாக விடுதிக்கு வருகை தரும் எகுச்சியை நாற்பது வயது மிக்க யுவதி வழிநடத்துகிறாள். தேவைக்கு அதிகமான ஆர்வத்தில் கேட்கப்படும் எந்தக் கேள்விக்கும் அவள் பதில் அளிப்பதில்லை. விடுதியின் மாடி அறையில் வெல்வெட் திரைச்சீலைகளால் சூழப்பட்டு நிர்வாணமாய் இளம் பெண் ஒருத்தி உறங்கிக் கொண்டிருக்கிறாள். அறையை அடைந்து, உடைகளைக் களைந்து அந்தப் பெண்ணின் படுக்கையில் சாய்ந்து கொள்ளும் எகுச்சிக்கு விநோதமான உணர்வு தோன்றுகிறது. தாயின் மார்பிலிருந்து பாலருந்தும் குழந்தையின் மீது வீசும் வாசம் வருவதாக அவர் உணர்கிறார். போர்வையை விலக்கிப் பார்க்கும் போது உறங்கும் அந்தப் பெண் ஒரு குழந்தைக்குத் தாயாகி இருக்க முடியாது என்பதை நிச்சயப்படுத்திக் கொள்கிறார் எகுச்சி. அவரது மூன்றாவது மகள் குழந்தையாக இருந்தபோது அவளை தூக்கி வைத்திருந்த பின், உடையை மாற்றிக் கொள்ளாமல் ஒரு கெய்ஷாப் பெண்ணிடம் செல்கிறார். அவரிடம் பால் வாசனையை முகர்ந்த மலட்டு கெய்ஷா எகுச்சியை மறுத்து அனுப்பிவிடுகி றாள். பிஸினஸ் எக்சிகியூட்டிவ்வின் மத்திய வயது மனைவியுடன் எகுச்சி நடனமாடிக் கொண்டிருக்கிறார். தன்னை முத்திமிடக்கூடிய நெருக்கமுள்ள ஆண்களின் எண்ணிக்கையை விரல் விட்டு எண்ணிப் பார்த்தபின் அவள் உறங்குவது வழக்கம் என்று கூறுகிறாள். விரல்விட்டு எண்ணினால் மனம் அந்த ஆண்களை வடிவப் படிமமாகக் கொண்டு வராதா? வெறும் எண்ணிக்கையுடன் நின்று விடுமா என்று தனக்குள் கேட்டுக் கொள்கிறாா.

அவருடன் உறங்கும் இந்த இளம் பெண் எகுச்சியின் நினைவுச் சங்கிலியில் அவர் சந்தித்த பிற பெண்களை பிணைத்து விடுகிறாள். விடுதிக்கு வெளியே கடல் அலைகள் மோதி உடைகின்றன. காற்று ஊளையிடுகிறது. கியோடோவில் தனது கல்லூரிப்படிப்பு முடிந்து வேலைக்குப் போகத் தொடங்கிய சமயம் இளம் பெண் ஒருத்தியுடன் ஓடிப் போக திட்டமிடுகிறார். ரயில் பாதை வழியாக தப்பித்துச் செல்லும் போது பல சின்னச் சின்ன குகைகளைக் கடந்து வெளியே வருகிறார்கள். ஒவ்வொரு முறை வெளியே வரும்போதும் அந்த மலைப் பகுதியில் ஒரு வானவில் தோன்றுகிறது. வானவில்களை ஒவ்வொரு முறையும் வியக்கிறாள் அந்தப் பெண். தன்னுடைய 67வருட வாழ்க்கையில் சந்தித்த பெண்களில், அந்தப் பெண்ணுடையதைப் போன்றதான மிகச்சுத்தமான உடல் உட்பாகங்களைப் பார்த்ததில்லை என்று இப்போது நினைவு கூர்கிறார். இவ்வளவு மென்மையான நினை

வுகளை துவக்கி விட்ட உறங்கும் இந்தப் பெண்ணை நன்றியுடன் நோக்குகிறார். விடுதியில் தரப்படும் தூக்க மாத்திரைகளை உட்கொண்டு உறங்கப் போகிறார்.

இரண்டு வாரங்கள் கழித்து விடுதியில் இருந்து தொலைபேசியில் பேசுகிறாாள் விடுதியின் மத்திய வயதுப் பெண். எகுச்சியை இரவு பதினொரு மணிக்கு மேல் வரும்படி சொல்கிறாள். அவருடைய முதல் வருகை எவ்விதமான அசிங்கமான நினைவுகளையும் உண்டாக்கவில்லை என்பதால் இரண்டாம் முறை போகத் தீர்மானிக்கிறார். உறங்கும் பெண்ணுடன் உறங்குவது மனிதத்தன்மையானதே அல்லவென்று வாதிடுகிறார். வயோதிகர்கள் இந்த விடுதியைத் தேடிவரக் காரணம் உறங்கும் இந்தப் பெண்கள் வயதே ஆகாத விடுதலையைத் தருவதுதான் என்று நினைக்கிறார் எகுச்சி. அவர்கள் உறங்கியபடி இருந்தாலும் வயோதிகர்களின் கீழ்த்தன்மையையும், இயலாமையையும் நினைவுறுத்தும் சின்னங்களாக இருக்கின்றனர். இருப்பினும் இப்பேர்ப்பட்ட இளமை மற்றும் தூய்மையின் முன்னிலையில் வயோதிகர்கள் அடையும் அவமானத்தை அப்பெண்களால் அறிய முடியாது. வயோதிகர்களுக்கு இது ஒரு பாதுகாப்பு உணர்வைத் தருகிறது. சென்ற வருடம் இதே நேரத்தில் வெள்ளை கெமிலியா கோவிலுக்கு தனது மூன்றாவது மகளுடன் சென்றார் எகுச்சி. அவளுக்குத் திருமணம் நடப்பதற்கு இன்னும் ஒரு மாதம் இருந்தது. மிக புத்திசாலியான அவரது மகள் பல இளைஞர்களுடன் பழகுவதை எகுச்சியோ எகுச்சியின் மனைவியோ கண்டிப்ப தில்லை. எதிர்பாராத விதமாக அவரது மகள் யாரைத் திருமணம் செய்து கொள்ள வேண்டாம் என்று நினைக்கிறாளோ அந்த இளைஞனால் அவளது கன்னித்தன்மையை இழக்கிறாள். இந்நிகழ்ச்சியினால் பெரிதும் பாதிக்கப்படுகிற தனது மகளை ஒரு மாற்றத்திற்காய் வெள்ளை கெமிலியா மரக்கோயிலுக்கு அழைத்து வருகிறார். அந்தக் கோயில் நகரின் மிக இரைச்சலான, மோசமான பகுதியில் அமைந்திருக்கிறது. நானூறு வருடம் முதிர்ந்த அந்த மரம் ஐந்து நிறங்களில் பூக்கிறது. அந்தப் புராதன மரத்திற்குள் என்னவிதமான கதகதப்பு இருக்கக்கூடும் என்று வியக்கிறார். தேனீக்களின் கூட்டமொன்று மரத்தண்டிற்குள் இருப்பது போல மென்மையான கர்ஜனையும் மரத்திற்குள்ளிருந்து வருவதாக அவருக்குத் தோன்றுகிறது.

எட்டே நாட்களில் மூன்றாவது வருகை தருகிறார். இம்முறை அதிகப் “பயிற்சி இல்லாத” இருபது வயதிற்கும் குறைவான பெண் அறையில் உறங்கிக் கொண்டிருக்கிறாள். கோபே நகரில் ஒரு இரவு விடுதியில் நடனப் பெண் ஒருத்தியை அழைத்துக் கொண்டு ஹோட்டல் அறைக்கு வந்தது எகுச்சிக்கு ஞாபகம் வருகிறது.

நிறைய குடித்து விட்டு அவர் உறங்கி விடுகிறார். குடித்தும் தூங்க முடியாத அவள் எகுச்சியின் பயன்படுத்திய அழுக்கான உள்ளாடைகளை சுத்தமாக மடித்து வைத்து விட்டு அதிகாலையில் விடைபெறுகிறாள். அவள் இரண்டு குழந்தைக்குத் தாய் என்பதை எகுச்சியால் நம்ப முடியவில்லை. கோபே நகருக்கு மீண்டும் வந்தால் தன்னைச் சந்திக்கும்படி வேண்டியவள் பிறகு சந்திக்க வேண்டாம் என்று கடிதம் எழுதி விடுகிறாள். எகுச்சியிடம் அவள் பழகும்போது குற்ற உணர்வோ மன உறுத்தலோ இன்றி நடந்து கொண்டது ஆச்சரியத்தைத் தருகிறது. தன்னருகில் உறங்கும் தன் மகள் வயதே இருக்கும் இந்தப் பெண்ணைப் பார்க்கையில் அவள் புத்தனின் ஒரு அவதாரமாக இருக்கலாம் என்று நினைக் கிறார். "இந்தப் பெண்களுடன் உறங்குவது ஒரு ரகசிய புத்தனுடன் உறங்குவது போன்றது" என்று நண்பன் கிகோ சொல்லி இருக்கிறான்.

இதற்கிடையில் விடுதியில் தங்கிய ஃபுக்குரா என்ற ஆள் இறந்து போன செய்தியை அறிகிறார் எகுச்சி. எனினும் ஐந்தாம் முறை யாக விடுதிக்கு வருகை தருகிறார். விடுதியில் ஒரு ஆள் இறந்ததால் ஏற்பட்ட பயத்தின் காரணமாக தனியாக உறங்க மறுக்கின்றனர் பெண்கள். எனவே எகுச்சி இன்று இரண்டு பெண்களுக்கிடையில் உறங்குகிறார். கறுப்புப் பெண் சற்று வயது முதிர்ந்தவள், சிவப்புப் பெண் இளையவள். அதிகாலை நான்கு மணிக்கு விழிப்புக் கொள்ளும் எகுச்சி, கறுப்புப் பெண் இறந்து போயிருப்பதை அறிகிறார். அவளுக்குத் தரப்பட்ட தூக்க மாத்திரையின் அளவு அதிகமாகப் போயிருக்கலாம். விடுதியின் மத்திய வயதுப் பெண் இறந்துப் போனவளை அறையிலிருந்து அகற்றுகிறாள். இன்னொரு பெண்தான் இருக்கிறாளே அவளுடன் தொடர்ந்து உறங்கலாமே என்று மத்திய வயதுப் பெண் எகுச்சியிடம் சொல்கிறாள். எகுச்சிக்கு தூங்குவதற்கு தூக்கமாத்திரை தரப்படுகிறது. கொஞ்ச நேரத்தில் கீழே ஒரு கார் புறப்பட்டுச் செல்கிறது.

இம்மாதிரியான கதைக் கருவை விரசத்தின் சாயல் சிறிதும் விழுந்து விடாமல் எழுத கவாபட்டா போன்ற பெரும் கலைஞர்களால் தான் முடியும். முதற்பதிப்பு 1969ஆம் ஆண்டு வெளி வந்தது. Edward Seidensticker ஆங்கிலத்தில் மொழிபெயர்த் திருக்கிறார்.☉

காப்ரியல் கார்சியா மார்க்வெஸ்

Gabriel Garcia Marquez (1927-2014)

லத்தீன் அமெரிக்க நாவலை உலக இலக்கிய தளத்திற்கு கொண்டு வந்தவர் காப்ரியல் கார்சியா மார்க்வெஸ். 1970ஆம் ஆண்டு வெளிவந்த One Hundred Years of Solitude நாவலின் மேஜிகல் ரியலிஸம் மூலமாக சர்வதேச வாசகர்களால் அறியப்பட்டார். மார்க்வெஸ்ஸின் நாவல்கள் Macondo எனும் கற்பனை நகரத்தில் இயங்குகின்றன. அவர் பிறந்த நகரான Aracataca வுக்கு வினோதப் பரிமாணங்கள் தந்து Macondoவை ஒரு கற்றபனைப் பிரதேசமாக உருவாக்கினார். 1928ஆம் ஆண்டு பிறந்த மார்க்வெஸ், கொலம்பியா நாட்டைச் சேர்ந்தவர். Bogota தேசிய பல்கலைகழகத்தில் படித்துப் பட்டம் பெற்றார். கொலம்பியா செய்தி ஏடான El Espectador இன் அயல் நாட்டு நிருபராக பாரிஸ், ரோம், பார்சலோனா மற்றும் நியூயார்க் நகரங்களில் பணியாற்றினார். கியூபாவின் அதிபரான ஃபிடல் காஸ்ட்ரோவின் நெருக்கமான நண்பராகவும்

மார்க்வெஸ் இருந்தார். ஏழு நாவல்களையும் மூன்று சிறுகதைத் தொகுதிகளையும் எழுதியிருக்கிறார். இலக்கியத்திற்கான நோபல் பரிசு 1982ஆம் ஆண்டு அவருக்கு வழங்கப்பட்டது.

நோபல் பரிசு ஏற்புரையில் (The Solitude of Latin America) "கவிஞர்களும் பிச்சைக்காரர்களும், இசைக்கலைஞர்களும் தீர்க்கதரிசிகளும், போராளிகளும் கேடிகளும்" நிறைந்த லத்தீன் அமெரிக்க யதார்த்தத்தை அந்நிய அளவுக்கோல்களை வைத்து ஐரோப்பிய விமர்சகர்கள் அர்த்தப்படுத்துவதால் லத்தீன் அமெரிக்கா மேலும் மேலும் தனிமைப்பட்டுப்போகிறது. என்று குறிப்பிட்டார். விஞ்ஞான அறிவுவாதத்தில் ஊறி வளர்ந்து விட்ட ஐரோப்பியர்களும், ஆங்கிலேயர்களும் திரும்பத் திரும்ப மார்க்வெஸ்ஸின் எழுத்துக்களில் உள்ள விநோத மற்றும் மேஜிகல் குணாம்சங்களுக்கே அழுத்தம் கொடுத்துப் பேசினர். இதற்கு காரணம் ஐரோப்பியர்களின் கலாச்சார சுற்றுலா மனப்பான்மைதான். ஐரோப்பிய வாசகர்கள் மகா விசித்திரம் என நினைப்பவை கொலம்பிய வாசிகளுக்கு வாடிக்கையானதாயும், சாதாரணமானதாயும் இருக்கின்றன என்றார் மார்க்வெஸ். மேலும் அவருடைய பாட்டி சொன்ன கதைகள் நவீன ஜெர்மன் நாவலாசிரியரான Franz kafkaவின் கதைகளைப் போலிருந்தன என்றார். அர்ஜன்டீனிய எழுத்தாளரான ஹோர்ஹே லூயிஸ் போர்ஹெஸ்ஸும் அமெரிக்க நாவலாசிரியரான ஃபாக்னரும் மார்க்வெஸ்ஸின் படைப்புகளின் மீது தீவிர பாதிப்பு செலுத்தியவர்கள் ஆவர். ஃபாக்னரைத் தனது "ஆசான்" என்றார் மார்க்வெஸ்.

மார்க்வெஸ்ஸின் நாவல்கள் நிஜமானவற்றுக்கும், விசித்திரமான வற்றுக்கும் இடையிலான பிரிவை பரிகாசம் செய்பவை. ''விசித்திர'' அம்சங்களுக்கு அபரிமிதமான முக்கியத்துவம் அளித்து மார்க்வெஸ்ஸின் எழுத்துக்களில் உள்ள பிரதான அக்கறைகளை மறைவுக்குத் தள்ளி விட்டனர் ஆங்கில விமர்சகர்கள்.

மார்க்வெஸ் மேஜிகல் ரியலிசத்தையும் மீறி வளர்ந்திருக்கிறார் என்பதை நோபல் பரிசு பெற்ற பிறகு அவர் வெளியிட்டிருக்கும் நாவல்கள் நிரூபிக்கின்றன. One Hundred Years of Solitude நாவலில் Jose Arcadio Buendia தன் இறப்புக்குப் பிறகும் குறிப்பிட்ட செஸ்ட்நட் மரத்திற்குக் கீழே எல்லோருக்கும் தெரிகிறார்-அவரது மகனைத்தவிர. மற்றொரு பாத்திரம் வரும்போதெல்லாம் மஞ்சள் நிற பட்டாம்பூச்சிகளின் கூட்டமொன்று தவறாமல் பின் தொடர்கிறது. இன்னொரு கதையில் ஓக்மர இலைகளுக்குப் பதிலாக சவர பிளேடுகள் முளைத்திருக்கின்றன. மேஜிகல் ரியலிஸத்திற்கு சில எடுத்துக் காட்டுகள் இவை.

வயதான பாத்திரங்களை மிகுந்த ஈடுபாட்டுடன் சித்தரிப்பவர் மார்க்வெஸ். இருநூறு வருடம் வாழ்ந்த சர்வாதிகாரி (The Autumn of the Patriarch. (1976), 56வருடங்களாக ராணுவப்பணி செய்த பின் ஓய்வு ஊதியத்திற்காக காத்திருக்கும் கர்னல் (No One Writes to the Colonel. (1968), தான் இளமையில் காதலித்த பெண்ணை எண்பதாவது வயதில் அடையும் Florentina Ariza (Love in the Times of Cholera. (1988), ஒவ்வொரு நாள் கண் விழித்ததும் தான் உயிரோடுதான் இருக்கிறோமா என்பதை நிச்சயப்படுத்திக் கொள்ளும் 61 வயதான பாதிரியார் ஏஞ்சல் (In Evil Hour(1979) போன்றோர் மார்க்வெஸ்ஸின் வயோதிகர்கள்.

'வட்டச்சுழல் வழியில் ஜெனரல்' நாவல் பற்றி பேசுமுன் Patriarch என்கிற மூதாதைத்தந்தை உருவம் பற்றி தெரிந்து கொள்வது நல்லது. Alejo Carpentier, Asturias ஆகிய பிற லத்தீன் அமெரிக்க நாவலாசிரியர்கள் இத்தகைய Patriarch ஐ வைத்து நாவல் எழுதியிருக்கின்றனர்.

லத்தீன் அமெரிக்க அரசியல் நாவலுக்கு மையப்பாத்திரமாக அமைகிறார் இந்த மூதாதைத் தந்தை. ஒரு ஜெனரலாகப் போரிட்டு, பிறகு ஆட்சியைக் கைப்பற்றி அதிகாரத்தைத் தன் வசமே வைத்திருக்கும் வயோதிகர் இவர். மரங்களிடம் பழங்கள் விடச்சொல்லி அவர் ஆணையிட்டால் பழங்கள் விளையும். வீட்டு மிருகங்கள் அவர் சொன்னால் வளரும். சாதாரண ஜனங்களின் முன்னாலேயே அவரால் அற்புதங்கள் நிகழ்த்திக் காட்ட முடியும். இந்த சர்வாதிகாரியை வெறுத்தும் பயந்தும் ஜனங்கள் இருந்த போதிலும் அவர்களுடைய கனவின் மறு உருவமாகவே அவர் விளங்குகிறார். நாட்டுக்குச் சொந்தமான சமுத்திரத்தையே அடமானம் வைக்கக்கூடியவர் அவர். பலவீனங்கள் மிகுந்தவராக இருப்பினும் அவரே ஸ்திரமான ஆட்சியை நடத்தத் தகுந்தவர். ஜனங்களின் ஒட்டு மொத்த நோய்க்கூற்று நிலையின்(Collective Pathology) ஸ்தூல வடிவமே Patriarch ஆவார்.

அவருக்கு எதிரான சதிகளைப் பற்றிய பிரக்ஞையுடன் இருப்பதோடன்றி, தன்னிச்சையாய் உருவாகி அவரது ஆட்சியைக் கவிழ்த்துவிடக்கூடிய கிளர்ச்சியைப் பற்றிய சர்வசதா பீதியுடன் வாழ்கிறார் அவர். இதே காரணத்தினால் ஜனங்களின் தொடர்பின்றியும் அந்நியப்பட்டும் இருக்கிறார். ஜனங்களின் வாழ்க்கை பொறுத்துக் கொள்ளக் கூடியதாய் இருக்க வேண்டுமானால் பெரிய மாற்றங்கள் தேசத்தில் நிகழ்ந்து கொண்டே இருக்க வேண்டுமென்று நம்புபவர். The Autumn of the Patriarch இல் வரும் Patriarch வெறுக்கத் தக்கவர். ஜெனரல் நாவலில் வரும் பொலீவார் நேசிக்கத்தக்கவர்.

*1990*ஆம் ஆண்டு Jonathan Cape என்ற இங்கிலாந்து வெளியீட்டு நிறுவனம் ஜெனரல் நாவலின் ஆங்கில மொழிபெயர்ப்பை வெளியிட்டது. மொழிபெயர்ப்பாளரின் பெயர் குறிப்பிடப் படவில்லை.

தந்தை வம்சாவழியினதும், விதிவசமானதுமான வரலாற்றைச் சொல்பவை மார்க்வெஸ்ஸின் நாவல்கள். மேலும் அரசியல் வன்முறைகளால் எங்ஙனம் தினசரி வாழ்க்கை பாதிக்கப்படுகிறது என்பதையும் சித்தரிக்கின்றன. அவருடைய நாவல்களில் மூச்சுத் திணறச்செய்யும் சூழ்நிலைகளையும் தப்பிக்கவே முடியாத்தன்மையையும் உருவாக்குகிறார். சீதோஷ்ணநிலைகள், வாசனைகள், பெயர்கள் மற்றும் நிகழ்ச்சிகளின் இரட்டிப்புகள், உடல்ரீதியான சீர்கேடுகள் ஆகியவற்றின் மூலம் முன் கூறிய தன்மைகள் உருக்கொள்கின்றன. இந்த நாவல்களில் காலமானது தள்ளிப் போடப்படுதல் அல்லது ஒத்திப் போடப்படுதல் என்பதில் உருவமாக மாறுகிறது. இந்த நாவலில் தொடக்கத்திலிருந்து ஜெனரலின் சாவு ஒத்திப் போடப்பட்டுக்கொண்டே இருக்கிறது.

சைமன் பொலீவரின் அந்திமக்காலத்தின் பதினான்கு நாட்களை மையப்படுத்துகிறது வட்டச் சுழல் வழியில் ஜெனரல் ஈர்ப்பே இல்லாத வரலாற்றுத் தகவல்களை அடிப்படையாகக் கொண்டு உயிர்ததும்பும நாவலாக்கி இருக்கிறார் மார்க்வெஸ். சைமன் பொலீவர் வரலாற்று நாயகர். லத்தீன் அமெரிக்காவில் அடங்கும் எல்லா சிறிய நாடுகளையும் இணைக்கப் பாடுபட்டு தனது லட்சியம் நிறைவேறாமல் இறந்து போனார்.

மேக்டலீனா நதியின் வழியாக பொலீவரின் இறுதிப் பயணம் கரீபியக் கடலை அடையும் போது நாவல் முடிகிறது. பொலீவர் அளவுக்கே மேக்டலீனா நதியும் முக்கியப் பாத்திரமாகிறது. அதன் வெப்பம், உறங்கவிடாது நச்சரிக்கும் கொசுக்கள், முதலைகளையே பீதியடையச் செய்யும் மிருகங்களின் ஓலங்கள், புயல்கள், சுழல்கள், இரவில் மனிதர்களைத் தாக்கும் விஷப்பூச்சிகள் போன்றவற்றுடன் மறுஉயிர்ப்பு கொள்கிறது. பதினொரு தரம் மேக்டலீனா நதியில் மார்க்வெஸ் பயணம் செய்த அனுபவம் இதற்கு உதவி செய்திருக்கிறது.

லத்தீன் அமெரிக்காவை ஸ்பானிய ஆதிக்கத்திலிருந்து விடுவிக்க இருபது ஆண்டுகள் போரிட்டிருக்கிறார் சைமன் பொலீவர். ஸ்திரமான வகையில் ஆட்சியை நிர்வகித்திருக்கிறார். ஆனால் அவர் இறுதியாக விடைபெறுகிறார் என்பதை பலர் நம்புவதில்லை. அவரது உடல் சீர்கேட்டினைச் சாக்காக வைத்து மீண்டும் பதவிக்குவர முயல்கிறார் என்ற பொய்யான வதந்திகளை அவருடைய எதிரிகள் கிளப்பிவிடுகின்றனர். Bogota நகரிலிருந்து

படகில் பயணம் தொடங்குகிறார். மகா பலத்தையும் மகா பலவீனங்களையும் உள்ளடக்கிய பொலீவரின் ஆளுமை அவரின் சிந்தனைகள் வழியாகவும், இறுதிப்பயணத்தில் அவருடன் கூட வரும் படை அதிகாரிகளின் நினைவு கூறல்கள் வாயிலாகவும் துலக்கமடைகிறது. 46 வயதில் காசநோயால் இறந்து போகும் பொலீவர் கொலம்பியாவின் மாமனிதன் என்பதை எவரும் மறுப்பதற்கில்லை. ஒருவர் அணிந்த உடையில் இருந்து வரும் வியர்வை வாடையை வைத்து நோயை நீக்கும் செவ்வியந்திர்களிடம் அவருடைய சட்டையை எடுத்துச் செல்ல அந்தரங்க உதவியாளர் Jose Palacios அனுமதி கேட்கும்போது பொலீவர் மறுத்துவிடுகிறார். நாட்டை விடுதலைப்படுத்துவதோடன்றி உடல் நலத்தையும் கவனித்துக் கொள்ளக்கூடாதா என்பதற்கு பொலீவர் தரும் பதில்; "உங்களால் ஒரே சமயத்தில் இரண்டு ரேஸ்களை ஜெயிக்க முடியாது."

பொலீவருக்கு குழந்தைகள் கிடையாது. திருமணமான ஒரு வருடத்திற்குள் மனைவி இறந்து போகிறாள். தேசத்தின் விதவைகளுக்கெல்லாம் ஜெனரலே தாயும் தந்தையுமானவர் என்கிறார் Diego lbarra என்கிற தளபதி. தனது கைவிடப்பட்ட நிலையை எண்ணி ஜெனரல் பொலீவர் சொல்கிறார்: "நாம்தான் விதவைகள், நாமே அனாதைகள், காயமுற்றவர்கள், சுதந்திரத்தின் பறையர்கள்". படகுப் பயணத்தின் போது சொறிபிடித்த அனாதை நாய் ஒன்றைக் காப்பாற்றச் சொல்கிறார். மறுநாள், அந்த நாய்க்கு என்ன பெயர் வைக்கலாம் என்று கேட்கும் போது தயக்கம் சிறிதுமின்றி ஜெனரல் சொல்கிறார்: "பொலீவர்".

ஜெனரல் வெறும் ராணுவவாதி-அரசியல் அதிகாரி அல்ல. போர் ஓய்வுக் காலங்களிலும், காதலின் இடைப்பொழுதுகளிலும் நிறைய புத்தகங்கள் படிக்கிறார். அவர் தற்காலிகமாகத் தங்கும் மாளிகைகளில் கூட பார்த்த இடமெங்கிலும் புத்தகங்கள் இரைந்து கிடக்கும். குதிரையில் அமர்ந்து செல்லும் போதும், சாரட் வண்டியில் பயணம் செல்லும்போதும், எல்லாவித வெளிச்சத்திலும் படிப்பார்.

கிரேக்கத் தத்துவ ஆசிரியர்கள், ரொமாண்டிக் கவிஞர்கள், பிரெஞ்சு சிந்தனையாளர்கள் என அவர் படிக்கும் நூல் பட்டியல் விரிகிறது. கவிதை எழுதுவது மட்டுமின்றி ஈகுவடார் நாட்டுக் கவிஞரான Jose Joaquin Omelda வின் கவிதைகளை மனப்பாடமாகத் தெரிந்து வைத்திருக்கிறார். நாவல் தொடங்கும் போது Manela Saenz என்ற பெண், புத்தகம் ஒன்றை ஜெனரலுக்கு படித்துக்காட்டிக் கொண்டிருக்கிறாள். எந்தப் பெண்ணையும் அவருடன் நிரந்தரமாகத் தங்குவதற்கு அவர் அனுமதித்தது கிடையாது. பெண்களுடனான அவரது உறவுகள் ஓரிரு இரவுகள்

தான் என்றாலும் கூட அவர்களை மிகுந்த மரியாதையுடன் நடத்துகிறார். புத்திசாலிப் பெண்களை அதிகம் மதிக்கிறார்.

ஜெனரல் தனது பேச்சில் கெட்ட வார்த்தைகளைக் கலந்து பேசக்கூடியவர். முகச்சவரம் செய்து கொள்ளும் போது தவறித் தானே காயம்பட்டுக் கொண்டு நாட்டையே கெட்ட வார்த்தையில் திட்டுகிறார். தனிநபர்களும் அவரது கெட்ட வார்த்தைகளுக்குத் தப்புவது கிடையாது.

அரசாங்கப் பணத்தைக் கையாள்வதில் மிகக் கறாராக இருக்கிறார். தன் சொந்தப் பணத்தை எவருக்கும் தருகிறார். Lima தேசம் விடுதலையான போது Congress of Lima அவருக்குத் தருவதற்கு இருந்த ஒரு மில்லியன் பெசோக்களை ஏற்க மறுத்து விடுகிறார். பிதுரார்ஜிதமாய் அவருக்கு கிடைத்த பணத்தை விடுதலைப்போர்களின் தொடக்கத்திலேயே பொதுக் காரியங்களுக்கு செலவழித்து விடுகிறார்.

Alvaro Mutis என்பவர் பொலீவர் பற்றி எழுதி பாதியில் நிறுத்திய The last face என்ற நாவலை அவரின் அனுமதி பெற்று மார்க்வெஸ் வட்டச் சுழல் வழியில் ஜெனரல் நாவலாக எழுதியிருக் கிறார். சைமன் பொலீவரின் வாழ்க்கை முறைகளை அவருடைய ஷூ சைஸ் வரை-ஆவணங்களில் இருந்து ஆய்ந்தெடுக்க மார்க்வெஸூக்கு இரண்டு வருடங்கள் பிடித்தன. கொலம்பிய வரலாற்றாசிரியரான Eugenio Gutrirrez Celzys-ம் Fabio Puyo-வும் இணைந்து எழுதிய Bolivar Day by Day என்ற நூலை மார்க்வெஸ் வழிகாட்டியாக பின்பற்றினார். மார்க்வெஸூக்கு சந்தேகங்கள் ஏற்பட்ட போதெல்லாம் Puyo பாரிஸிலிருந்து தொலைபேசி, டெலக்ஸ், Fax வழியாக உதவியிருக்கிறார். சென்ற நூற்றாண்டில் முதல் முப்பது வருடங்களில் பௌர்ணமி நாட்கள் வந்த விபரங்களை பூளோக ஆய்வாளர் ஒருவரும், வானவியலாளர் ஒருவரும் குறித்துத் தந்திருக்கிறார்கள். நாவலின் நம்பகத்தன்மை கெடாமலிருக்க இவ்வளவு பேர் உதவியிருக்கிற போதிலும் இந்தப் புத்தகம் நாவலாக வெற்றியடைவது மார்க்வெஸ்ஸின் படைப்பு மேன்மையினால்தான்.◎

ஹெர்மன் ஹெஸ்ஸே

Herman Hesse (1913 –1960)

உலகத்தையே ஜெயித்த போதிலும் ஐரோப்பா அதன் ஆன்மாவைத் தொலைத்து விட்டது என்று சொன்னவர் ஹெர்மன் ஹெஸ்ஸே. தொழில் நுட்பத்தில் முன்னேறிய நவீன ஐரோப்பிய சமுதாயம் முழுமையான வகையில் அதன் ஆன்மீகப் பிரக்ஞையை மீட்டெடுக்க வேண்டிய அவசியத்தை ஹெஸ்ஸே ஐரோப்பாவுக்கு அறிவித்தார். நவீன ஜெர்மனியின் மிக முக்கிய நாவலாசிரியரான ஹெஸ்ஸே 1877 ஆம் ஆண்டு பிறந்தார். ஹெஸ்ஸேயின் பெற்றோர் இந்தியாவுக்கு வந்து இந்தியக் கலாச்சாரத்தையும் மொழிகளையும் கற்றுச் சென்ற கிறித்தவ சமயவாதிகள். ஹெஸ்ஸே கிறித்தவ சமயத்தை எதிர்த்தார். இளமைக் காலத்தில் அடங்காப்பிடாரியாக இருந்த அவர் பெற்றோர் கட்டுபடுத்திய போது வீட்டை விட்டு ஓடிப் போனார். முறையான கல்வி பயில விருப்பமில்லாதிருந்தார். கடிகாரம் செய்வபர் ஒருவரிடமும் பிறகு புத்தக

கடைக்காரர் ஒருவரிடமும் வேலை பழகினார். ஹெஸ்ஸேயின் முதல் மனைவி மனநோயாளியாக ஆனதால் அவரது மணவாழ்க்கை நிம்மதியற்றிருந்தது. Rosshalde (1914) என்ற புத்தகத்தில் கலைஞன் திருமணம் செய்துக்கொள்ளத்தான் வேண்டுமா என்ற கேள்வியை எழுப்பினார். மணமுறிவுக்குப் பின் 1924இல் அவர் செய்து கொண்ட திருமணமும் தோல்வியடைந்தது. 1931இல் மீண்டும் ஒரு திருமணம்.

1911இல் கிழக்கு நாடுகளுக்கு பயணம் செய்தார். இந்தப் பயணம் மிகத் தீவிரமான மாறுதல்களை அவரது சிந்தனையிலும் எழுத்திலும் உண்டாக்கியது. முதல் உலகப்போருக்கு கடும் கண்டனங்களையும் எதிர்ப்புகளையும் தெரிவித்தார். இந்தப் போர் எதிர்ப்பு ஜெர்மானிய வாசகர்களிடையே அவருக்கு இருந்த புகழை இழக்கச் செய்தது. ஜெர்மனியின் பிடிவாதமான தேசீயவாதம் மற்றும் ராணுவவாதம் ஆகியவற்றின் அழுத்தங்களை சகிக்க முடியாது போனதால் ஸ்விட்சர்லாந்துக்கு சென்றார். 1920இல் மீண்டும் ஜெர்மனிக்கு வருகை தரும் போது நிலைமைகள் மாறியிருக்கவில்லை. இட்லர் பதவிக்கு வருவதற்கு முன்னரே ஜெர்மனியின் திமிர்த்தனமான தேசிய மோகத்தை உணர்ந்து அறிவித்தார். ஜெர்மனி மட்டும் அல்லாது ஐரோப்பாவே சவக்கிடங்காக மாறிவிட்டிருக்கிறது என்றார். கொல்லப்பட வேண்டியவர்கள் என நாஜிகள் தீர்மானித்து வைத்திருந்த பட்டியலில் ஹெஸ்ஸேயின் பெயரும் இருந்தது.

Demian (1919) என்ற நாவலை Emil Sinclair என்ற புனைப்பெயரில் வெளியிட்டார். இதனால் ஜெர்மனியில் இளைய தலைமுறையினரின் கவனத்திற்கு உரியவரானார். கிழக்கு நாடுகளில் மேற்கொண்ட பயணங்களின் விளைவாக Siddhartha (1922) நாவலை எழுதினார். ஹெஸ்ஸேயின் மிகப்பெரிய சாதனைகளாகக் கருதப்படுபவை The Steppen wolf (1927) மற்றும் The Glass Bead Game (1943) ஆகிய நாவல்கள். 1946இல் ஹெஸ்ஸேவுக்கு நோபல் பரிசு அளிக்கப்பட்டது.

ஹெஸ்ஸேயின் தலைமுறையைச் சேர்ந்தவர்கள்தான் நீட்ஷேவின் கருத்துக்களால் முழுமையான பாதிப்புக்கு உள்ளானவர்கள். “கடவுள் இறந்து விட்டார்” என்ற நீட்ஷேவின் அறிவிப்பினை ஹெஸ்ஸே ஏற்றுக் கொண்டார். சமமான அளவுக்கு அவர் மீது புத்தமதக் கோட்பாடுகள் பாதிப்பு செலுத்தின. மனோவியல் அறிஞரான Jungஇன் Jung தன்மையான மனோவியல், சுயசரிதம், இசை வரலாறு ஆகிய வேறுபட்ட அம்சங்களை தனது நாவல்களில் பின்னி எழுதியிருக்கிறார். எனவே ஹெஸ்ஸேயின் நூல்கள் ஒன்றுக்கொன்று முரண்படும் விளக்கங்களைப் பெறுவது இயல்பு.

ஜெர்மன் பூர்ஷ்வா சமூகத்தின் பாரமான அழுத்தத்தில் வளர்ந்தவர் ஹெஸ்ஸே. ஜெர்மானிய ஆளுமையை அவர் வெறுத்த போதிலும், அதிலிருந்து தப்ப முயன்ற போதிலும் சாராம்சத்தில் ஜெர்மானிய ஆளுமைக்காரராகவே இருந்தார். எதிரெதிரான முனைகளின் பிரக்ஞாபூர்வமான மோதல்கள் அவரது நாவல்களில் முதன்மை இடத்தைப் பெறுகின்றன. மனித மனதின் நித்திய வெளிப்பாடுகளான அறிவு, ஒழுங்கு, கட்டுப்பாடு, ஆகியவை உள்ளுணர்வு, உணர்ச்சி, இயல்பெழுச்சி ஆகியவற்றுடன் மோதுகின்றன. இந்த மோதல்களுக்கான தீர்வுகளை முதல் உலகப்போரின் போதே ஹெஸ்ஸே கண்டு பிடிக்கத் தொடங்கினார். இதில் அவருக்கு முழு வெற்றி கிடைத்ததா என்பது வேறு விஷயம். அவரது நாவல்கள் வாழ்வின் மீதான தீர்க்கதரிசனங்களாக அமைந்தன என்பதை மறுக்க முடியாது. கிராம ஃபோனை முன்னிறுத்தி ஜனத்திரள் கலாச்சாரம் பற்றி அவர் எழுதியவை இந்த நூற்றாண்டு இறுதியில் நிகழத் தொடங்கிய கன்ஸ்யூமர் கலாச்சாரம் பற்றிய முன்கூறல்களாகின்றன. ஸர்ரியலிஸம் ஒரு திட்டமான இயக்கமாய் உறுவாவதற்கு பல தசாப்தங்களுக்கு முன்னமே, கனவுநிலைத் தன்மை (Fantasy) அவரது நாவல்களின் பிரதான அம்சமாக இருந்தது. Narcissus and Goldmund (1930) என்ற நாவலிலும் எதிரெதிர் முனைகளின் மோதல் இடம் பெறுகிறது. முரண்படும் பார்வைகளை தனித்தனி பாத்திரங்கள் மூலம் ஹெஸ்ஸே சித்தரித்தார்.

The Steppen Wolf (1927) நாவலில் முரண்படும் எதிர்நிலைகளை ஒரே பாத்திரத்தில் இயங்கச் செய்தார். ஹாரி ஹாலர் என்ற 48 வயதான, கலாச்சாரக் குணங்கள் நிறைந்த பிரம்மசாரிதான் ஸ்டெப்பி பிரதேச ஓநாய்; உலகத்தின் மீது வெறுப்பு நிறைந்தும் வாழ்க்கையில் சலிப்படைந்தும் இருப்பவர். தனித்துப்போன, நிலைகொள்ளாத, மனித உறவுகளை விரும்பாத ஓநாய்த்தன்மை அவருடைய பண்பட்ட மேற்பகுதிக்கு அடியில் பதுங்கி இருக்கிறது. ஹாரி ஹாலரின் பிளவுபட்ட ஆளுமை (Schizoid personality) இரண்டாக அல்ல-ஆயிரக்கணக்கான பிரிவுகளாக சிதறுண்டு கிடக்கிறது. இந்த பிளவுபட்ட ஆளுமையை சரிப்படுத்த ஹெஸ்ஸேயின் உதவிக்கு வருகிறது கீழைநாடுகளின் தத்துவங்களான இந்து மதமும் பௌத்த மதமும்.

நாவல், பெயரற்ற ஒரு ஜெர்மன் நகரில் நடப்பதாக இருந்தாலும் அது பெர்லின் நகர் என்பதை உணர முடியும். நாவலுக்குப் பின்னணியாக இருப்பவை போருக்குப் பிந்திய ஜெர்மனியில் பிரபலமாயிருந்த ஜாஸ் இசைக்குழுக்களும் காபரே நடன அரங்குகளும். ஹாலரின் அதிகபட்ச பண்பட்டதன்மை அவருடைய உணர்ச்சிகளுக்கே அவரை அந்நியராக்குகின்றன.

அவருடைய தனித்துவ உலகம் மொஸார்ட் (Mozart:1756 -1791) ஹெய்டன்(Haydn:1732-1809) போன்ற ஆஸ்திரிய இசைக்கலைஞர்களின் இசையாலும், ஜெர்மன் கவியான கதே (Goethe) வின் கவிதைகளாலும் நிறைந்திருக்கிறது. புத்தகம் படிப்பது என்னவென்று தெரியாத, செய்க்கோவ்ஸ்கியின் இசைக்கும் பீதோவனின் இசைக்கும் வித்தியாசம் தெரியாத ஒரு பெண்ணைக் காதலிப்பது சாத்தியமே இல்லை என்கிறார் ஹாரி ஹாலர். கலையின் உயர்பீடங்களை மட்டும் அவர் தரிசிப்பதால் சாதாரண வாழ்க்கையிலிருந்து துண்டிக்கப்படுகிறார் என்பதும் அவருக்குப் புரிகிறது. வாடகைக்கு அவர் குடியிருக்கும் வீட்டிலும் தனித்தே இருக்கிறார். சமூகத்திற்கு அவர் எப்போதும் “வெளியாள்” என்கிற நிலை ஹாலரின் தனிப்பட்ட நோயாக பார்க்கப்படக் கூடாது. சிதறுண்டு கிடக்கும் நவீன வாழ்வில் மென்உணர்வுகள் நிறைந்த மனிதர்கள் எல்லோரின் நோய்க்கூற்று நிலையே அது என புரிந்து கொள்ளப்பட வேண்டும்.

அவரது தனிமைப்பட்ட, ஒழுங்குகளை அனுசரிக்காத வாழ்க்கையை பூர்ஷ்வாக் குடும்பங்களின் சௌகரியமான ஆனால் சலிப்புத்தரும் வாழ்க்கையுடன் ஒப்பிடுகிறார் ஹாலர். அவரின் பெரும்பான்மையான நேரம் ஒதுக்குப்பறமான மதுபான விடுதிகளில் கழிகிறது. மனிதனுக்கும் ஓநாய்களுக்கும் இடையிலான அவரது மனப்போராட்டங்களைப் பொறுக்க முடியாமல் போகவே சவர பிளேடால் கழுத்தை அறுத்துக் கொண்டு சாக முடிவெடுக்கிறார். ஒவ்வொரு இரவும் வீடு திரும்புவது என்பதே அவருக்கு பெரும் பீதியை உண்டாக்குகிறது. ஐம்பதாவது பிறந்த தினத்தன்று இந்த போராட்டங்களுக்கு முடிவுக்கட்டுவது எனத் தீர்மானித்திருந்த போதிலும் மரணம் பெரும் பயத்தை தருகிறது. காபரே ஹாலில் அவர் சந்திக்கும் ஹெர்மைன் (Hermine) என்ற யுவதி இந்த இக்கட்டிலிருந்து விடுபட உதவுகிறாள். ஒரு வகையில் ஹாரி ஹாலரின் இளம்பிராய நண்பன் ஹெர்மேன் (Herman) என்பவனை நினைவூட்டும்படி அவளது முகச்சாயல் அமைந்திருக்கிறது. ஹெர்மைன், ஹாரி ஹாலருக்கு Foxtrot என்ற நடனத்தைப் பயின்று தருகிறாள். உலகில் சந்தோஷங்களை அனுபவிக்க ஹாரி ஹாலரின் நனவிலி மனத்தைத் தூண்டி விடுகிறாள். பாப்லோ என்ற ஜாஸ் இசைக்கலைஞனை அறிமுகப்படுத்துகிறாள். இதுவரை ஹாரி புறக்கணித்துவிட்ட அனுபவங்களை இயக்கிவிடுவதற்கு பாப்லோ உதவுகிறான். தொடக்கத்தில் ஹாரிக்கும் பாப்லோவுக்கும் பகிர்ந்து கொள்ள பொதுவான தளமாயிருக்கும் இசை அவர்களை முரண்பட்டு நிற்கச் செய்கிறது. எனினும் இறுதியில் ஹாரி தன்னையே அறிந்து கொள்ள உதவும் மந்திர நாடக அரங்கிற்கு பாப்லோதான் வழி காட்டுகிறான்.

நாவலின் இந்தக்கட்டம் வரை ஹெஸ்ஸேயின் பாத்திரங்கள் யதார்த்த நாவலின் சட்டத்திற்குள் பொருந்தி வருகின்றனர். இனி வருவது முழுக்க முழுக்க ஸர்ரியல் உலகு. Andre Breton-ம் Tristain Tzara-வும், பிற பிரெஞ்சுக் கலைஞர்களும் இரண்டு உலகப்போர்களுக்கிடையே ஒரு கலைத்திட்டமாக ஸர்ரியலிஸத்தை உருவாக்குவதற்குப் பல ஆண்டுகளுக்கு முன்னரே ஹெஸ்ஸே, தர்க்கத்திலிருந்து விடுவிக்கப்பட்ட கனவுநிலைத் தன்மைகளை வெற்றிகரமாக தனது நாவலில் பயன்படுத்தி விட்டார்.

ஒரு கனவு விவரணையில் நாவல் உச்சத்தை அடைகிறது. அதில் மாறுவேடம் போட்டவர்கள் பங்கு பெறும் நடனம் இடம் பெறுகிறது. இப்பொழுது ஹாரி தனக்கும் பிற மனிதர்களுக்கும் இடையே நிலவும் தடைகள் உடைந்து விழுவதை உணர்கிறார். அவரது தனிமை உணர்வு நீங்குகிறது. மந்திர நாடக அரங்கு பற்றிய அறிவிப்பினை நாவல் தொடக்கத்தில் வேறு எங்கோ பார்த்திருந்த போதிலும் அதற்கு உள் சென்று புதிய அனுபவங்களை உணரத்தருபவன் பாப்லோதான். மனதில் புதைந்து கிடக்கும் பல எண்ணங்களை அதீத யதார்த்தத்தில் பளிச்சிடச் செய்கிறது மந்திர நாடக அரங்கு! அரங்கினுள் பிரவேசிக்கும் ஹாரி தனது கடந்த காலத்தை மீண்டும் வாழ்ந்து பார்க்கிறார்.

கனவு பயணத்தில் மொஸார்ட்டைச் சந்திக்கிறார் ஹாரி. உயர் கலாச்சாரத்தையே வழிபட்டு, இறுகிப்போய் ஒற்றைப் பரிமாணமாகி விட்ட ஹாரிக்கு சிரிக்கக் கற்றுத் தருகிறார் மொஸார்ட். சித்தம் குலைய வைக்கும் கார் துரத்தல் அடுத்து வருகிறது. ஹாரியும் அவரது பால்ய நண்பனும் சேர்ந்து காரில் துரத்தி நிறையபேர்களை துப்பாக்கியால் சுட்டுக் கொல்கின்றனர். போர் எதிர்ப்புவாதியான தனக்குள் இப்பேர்ப்பட்ட வன்முறை உணர்வுகள் இருக்கின்றனவா என்று ஆச்சரியப் படுகிறார் ஹாரி. காட்சி மாறுகிறது. மிருகங்களுக்கு பயிற்சி அளிப்பவன் ஒரு ஓநாயை மேடைக்கு அழைத்து வந்து அதை பணிந்து நடக்கச் செய்கிறான். முயல் ஒன்று அவனருகில் கொண்டு வரப்பட்ட போதிலும் ஓநாய் அதைத் தீண்டுவதில்லை. அடுத்தக்காட்சியில் மனிதன் இடத்திற்கு ஓநாய் வந்து விட மனிதன் ஓநாய் மாதிரி நடந்து கொள்வது மட்டுமின்றி முயலைப் பற்களால் கிழித்தெரிகிறான். இறுதியில் ஹாரி ஹெர்மனைக் கொலை செய்கிறார்.

மீண்டும் மொஸார்ட் தோன்றி, ரேடியோ போன்ற சாதனங்களை ஹாரி பொறுத்துக்கொள்ளத்தான் வேண்டும் என்று சொல்கிறார். இதற்கு முன்புவரை ரேடியோவிலிருந்து

வரும் சங்கீதத்தை "மெல்லப்பட்ட ரப்பர் கூழும் தொண்டைச் சளியும் கலந்து உமிழப்படுவது" என்று ஹாரி வர்ணித்திருக்கிறார். இப்போது மொஸார்ட் பாப்லோவாக மாறுகிறான். உச்சமான எதிரிடைகள் இங்கு ஒன்று சேர்கின்றன. இந்த இணைவினை தத்துவார்த்த அளவில்தான் புரிந்து கொள்ள வேண்டும்.

The Steppen Wolf நாவலை சம்பிரதாயமான Well- Made Novel பிரிவில் வகைப்படுத்த முடியாது. யார் வீட்டில் ஹாரி குடியிருந்தாரோ அந்த வீட்டு இளைஞன், ஹாரியின் கையெழுத்துப் பிரதிகளைக் கண்டுபிடித்து அதற்கு ஒரு முன்னுரை எழுதுகிறான். எழுதுவது பற்றிய பிரக்ஞாபூர்வமான எழுத்து க்கள் (Metafici-tion) தன்மை இந்த நாவலில் உள்ளது. ஹாரியிடம் யாரோ தரும் துண்டு பிரசுரத்தில் Steppen Wolf என்பவன் பற்றிய ஆராய்ச்சிக் கட்டுரை இருக்கிறது. நாவலின் முதல் நூறு பக்கங்களில் இந்த ஆராய்ச்சிக் கட்டுரை இடம் பெறுகிறது.

முதல் ஆங்கில மொழிபெயர்ப்பு Basil Creighton என்பவரால் செய்யப்பட்டு 1929 ஆம் ஆண்டு வெளியிடப்பட்டது. Joseph Mileck மற்றும் Horst Frenz ஆகிய இரு மொழிபெயர்ப்பாளர்கள் Basil Creighton செய்ததை திருத்தம் செய்து 1972ஆம் ஆண்டு புதிய மொழிபெயர்ப்பை வெளியிட்டனர்.◎

ஆல்பெர் காம்யூ

Albert Camus (1913 –1960)

"இயற்கை கலையைப் பார்த்து காப்பி அடிக்கிறது" என்றார் ஆஸ்கார் வைல்ட். ஆல்பெர் காம்யூ இறந்த விதத்தைப் பார்த்தால் இது உண்மை என்று தோன்றும். 1960ஆம் ஆண்டு ஜனவரி மாதம் 4ஆம் தேதி தனது வெளியீட்டாளரின் மகனுடன் பாரிஸ் நோக்கிச் சென்று கொண்டிருந்தபோது ஏற்பட்ட கார் விபத்தில் காம்யூ காலமானார். இம்மாதிரியான நிகழ்வுகளைத்தான் காம்யூ மனித வாழ்வின் அபத்தநிலை எனச் சொல்லி வந்திருக்கிறார். 1913ஆம் ஆண்டு (அப்போது பிரெஞ்சு காலனியாக இருந்த) அல்ஜீரியாவில் பிறந்தார். ருட்யாட் கிப்லிங் என்ற ஆங்கில நாவலாசிரியருக்கு அடுத்து மிக இளைய வயதில் இலக்கியத்திற்கான நோபல் பரிசைப் பெற்றவர் காம்யூதான். வறுமையின் காரணமாக காசநோயின் தாக்குதலுக்கு உள்ளான காம்யூ இறுதி வரை நோயுடன் வாழ்ந்தார்.

ஃபிரான்சில் இரண்டாம் உலகப்போருக்குப் பிறகு பிரபலமாகிய எக்சிஸ்டென்ஷியலிஸ அறிவுவாதிகளின் குழுவில் காம்யூவும் ஒருவராக இருந்தார். மார்க்சிய-எக்சிஸ்டென்ஷியலிவாதியான சார்த்தரின் (Sarte) நண்பராய் இருந்து பின்னர் பிரிந்தார். நீட்ஷே (Nietzsche) மற்றும் ஷோப்பன்ஹவர் (Schopenhaer) ஆகிய இரு தத்துவவாதிகள் காம்யூவின் உலகப்பார்வையை மாற்றி அமைக்க உதவினர். இந்தப் பிரபஞ்சமானது அறிவற்றதாக, அர்த்தமற்றதாக, நோக்கமற்றதாக, கடவுளற்றதாக இருக்கிறது என்று கூறினார் காம்யூ. பிரபஞ்சத்திற்கு விளக்கம் தருவதற்கு முடியாமல் இருக்கிறது. அப்படி நாம் தர முற்படும் ஒவ்வொரு விளக்கமும் பிரபஞ்சத்தின் புரிந்து கொள்ள முடியாமையை அதிகப்படுத்துகிறது. கடவுளற்ற உலகில் மனிதச்செயல்பாட்டுக்கு மனிதனால் மட்டுமே அர்த்தம் தர இயலும் என காம்யூ கருதினார். எப்பொழுது வேண்டுமானாலும் உயிரைப் பறித்துக் கொள்ளும் சாவு, வாழ்வினை அபத்தமானதாக ஆக்குகிறது. காம்யூவின் நாவல்களில் வரும் அபத்த நாயகர்கள் (Absurd Heros) கடவுள் மற்றும் மதம் அளிக்கக்கூடிய ஆறுதல்களின்றி தன்னந்தனியர்களாய் வாழ்வை எதிர்கொள்கின்றனர். வாழ்வுக்கான இச்சையுடன் மானுடச் செயல்பாடுகளுக்கான அர்த்தத்தை மனிதன் தேடுகிறான். ஆனால் பிரபஞ்சமோ சாவின் மீதும் அர்த்தமின்மையின் மீதும் தளம்கொண்டு இயங்குகிறது.

காம்யூவை எக்சிஸ்டென்ஷியலிச-தத்துவ-நாவலாசிரியர் என்று வசதிக்காக மட்டுமே சொல்லலாம். காம்யூ ஒரு தத்துவவாதி அல்ல என அவரது பழைய நண்பர்களான இடதுசாரிகளும், சார்த்தரின் சீடர்களும் கூறத்தொடங்கி இருந்தனர்.தான் ஒரு எக்சிஸ்டென்ஷியலிஸ்ட் இல்லைஎன காம்யூவும் வாதிட்டிருக்கிறார். அவருடைய வரையறைப்படி அவர் மத எதிர்ப்பாளர்-மனிதநேயர். அவரது தத்துவக் கட்டுரையான The Myth of Sisyphus வெளியான போது இலக்கிய வட்டங்களில் மிகவும் பரபரப்பாகப் பேசப்பட்டது.

“ஒரே ஒரு உண்மையான தத்துவ சீர்திருத்தம் தான் இருக்கிறது: தற்கொலை”

என்று தொடங்குகிறது இந்த நூல். இப்பிரபஞ்சம் அர்த்தமற்றதெனின், எவ்வகையில் மனித வாழ்வு அர்த்தமுடையது? வாழ்வு அர்த்தம் இழந்ததெனின், ஏன் அதை முடித்துக் கொள்ளக் கூடாது? இதுவே தற்கொலையை தத்துவத்தின் உண்மையான பிரச்சினையாக ஆக்குகிறது. பௌதீக முறையிலோ, தத்துவத்தின் அடிப்படையிலோ ‘தற்கொலையை’ நியாயப்படுத்த முடியாது. பௌதீகத் தற்கொலையைத் தேர்பவன் தன் உடலை அழித்துக் கொள்கிறான். மதத்தில் தஞ்சம் புகும் மனிதன்

இத்தகைய கொடுமையை தன் அறிவுக்கு அல்லது சிந்தனைக்கு இழைக்கிறான். வாழ்வைத் தீவிரமாக வாழ்வதுதான் ஒரே வழி என்று கூறுகிறார் காம்யூ.

மூன்று நாவல்களையும் ஒரு சிறுகதைத் தொகுப்பையும் எழுதியிருக்கிறார். வில்லியம் ஃபாக்னரின் Requiem For a Nun என்ற நாவலையும், தாஸ்தாயெவ்ஸ்கியின் The Possessed என்ற நாவலையும் தழுவி நாடகங்களை எழுதியிருக்கிறார். The Myth of Sisyphus மற்றும் The Rebel ஆகியவை தத்துவார்த்த விசார நூல்களாகும். The Rebel நூலில் ரஷ்யக் கம்யூனிசத்திற்கு எதிர்ப்பாக காம்யூ எடுத்த நிலைப்பாடு சார்த்தருடன் தீவிரமாக முரண்பட வைத்தது.

அந்நியன் (The Stranger-1946), கொள்ளை நோய் (The Plague-1948), வீழ்ச்சி (The Fall-1957) ஆகிய மூன்று நாவல்களும் மெல்லிய புத்தகங்கள்தான். கொள்ளை நோய் Stuart Gilbert என்பவரால் பிரெஞ்சு மொழியிலிருந்து ஆங்கிலத்திற்கு மொழியாக்கம் செய்யப்பட்டது.

'கொள்ளை நோய்' போரைப் பற்றிய உருவகக் கதை: ஃபிரான்ஸ் 1940இல் ஜெர்மானியர்களால் ஆக்கிரமிக்கப் பட்டிருந்தது. ஃபிரான்ஸ்சுக்கு போர் ஏற்படுத்திய தோல்வியைப் போலவே கொள்ளை நோயும் ஒரே சமயத்தில் பொதுச் சீரழிவுகளையும், தனிப்பட்டத் துயரங்களையும், இழப்புகளையும், பிரிவுகளையும் கொண்டு வந்து சேர்க்கிறது. பாரிஸ் நகர் ஜெர்மானிய ஆக்கிரமிப்பின் போது பிற நகரங்களிலிருந்து துண்டிக்கப்பட்டிருந்தது. நாவலின் களம் ஓரான் (Oran) என்ற நகரம். ஓரான் பற்றிய சித்தரிப்பு நிஜமானதாய் இருக்கிற போதிலும் குறியீட்டு தளத்தில் வேறு விஷயங்களைச் சொல்ல காம்யூ பயன்படுத்தும் இடப்பொருத்தம்(Context)மட்டுமே.

புத்தகத்தின் முகப்புரை-மேற்கோள் டானியஸ் டீஃபோ என்கிற 18ஆம் நூற்றாண்டு ஆங்கில நாவலாசிரியரிடமிருந்து (Journal of the Plague Year) பெறப்பட்டுள்ளது. மொழிநடை அளவில் அமெரிக்க நாவலாசிரியரான ஹெர்மன் மெல்விலின் (Herman Melville) எதிரொலிகளை காம்யூவின் நாவலில் பார்க்க முடிகிறது. கொள்ளை நோயில் பாதிரியார் Maple இன் Jonah and the Whale பிரசங்கத்தை நினைவூட்டுகிறது. மேலோட்டமான பார்வைக்கு 'கொள்ளை நோய்' ஒரு நேச்சுரலிச நாவல் போலத் தெரியக்கூடும். ஆனால், நாவலில் கதைத் திட்டமே (Plot) இல்லை என்று சொல்லலாம். கதையில் விவரணைக்கு உட்படும் விஷயத்தைத் தவிர வேறு ஏதோ ஒன்றை காம்யூ சொல்ல வருகிறார் என்பதை 50 பக்க வாசிப்புக்குள் உணர முடியும்-விஷயம் கொள்ளை நோய் பற்றியதல்ல போரைப் பற்றியது. "போர் என்பது மற்றவர்கள்

எல்லோரின் திட்டமிட்ட மடமையினால் உண்டாக்கப்பட்டது என்றும், அதனால் தனக்கு மட்டுமே அதிகபட்ச உபத்திரவங்கள் உண்டாயின" என்றும் நவீன ஆங்கில நாவலாசிரியரான D.H.லாரன்ஸ் ஒருமுறை குறிப்பிட்டார். ஆனால் காம்யூவின் மனித நேயம் லாரன்சின் குறுகலான மனப்பான்மையிலிருந்தும் சுயநலத்திலிருந்தும் பல மடங்கு உயர்வானது.

ஓரான் நகரை கொள்ளை நோய் தாக்குகிறது. நோய் பரவாதிருக்கும் பொருட்டு நகரின் எல்லை வழிகள் யாவும் மூடப்படுகின்றன. இங்கிருந்து நகரவாசிகள் வெளியில் செல்வதும், வெளியாட்கள் நகருக்குள் வருவதும் தடை செய்யப்படுகிறது. நுணுக்கமான முறையில் Bubobonic Plague பற்றி காம்யூ எழுதுகிறார். மருத்துவக் காரணங்களையும் அலசுகிறார். எனினும் இச்சித்தரிப்பு, மனிதன் மரணத்தைச் சந்திக்கும் போது எங்ஙனம் நடந்து கொள்ள வேண்டும் என்ற அறப் பிரச்சினையை விளக்கவே பயன்படுகிறது. நாவலில் நோய் மற்றும் சாவின் அருகாமையிலும் மனிதர்கள் பழக்கமான செயல்களைச் செய்து கொண்டுதான் இருக்கின்றனர். ஆனால் ஒரே மனிதர் மாத்திரம் கவனமாக நடந்து கொள்கிறார். அவர்தான் டாக்டர் ரியூ (Doctor Rieux). நாவலின் விவரணைக் குரலாக இருப்பவர் அவர்தான் என்பதை நாவலின் இறுதியில் தெரிந்து கொள் கிறோம். விவரணைக்குரல், பவ்யமாக, தகவல்களை விட்டுவிடாமல், ஆனால் கவர்ச்சி ஏதுமின்றி நிகழ்ச்சிகளைச் சொல்கிறது. ஒரு விதமான அதிகாரவர்க்க, தட்டையான மொழிநடை இது. கொள்ளை நோய்க்காலம் முழுவதிலும் கடும் சிரமங்களுக்குத் தன்னை உட்படுத்திக்கொண்டு ரியூ நோயாளிகளுக்கு மருத்துவம் செய்கிறார். ஏன் அவர் அதைச் செய்ய வேண்டும்? சொல்ல முடியவில்லை. ரியூ ஒரு தத்துவவாதியோ, அரூப சிந்தனை யாளரோ அல்ல. ஆனால் "சாதாரண மதிப்பீடுகளை", நெருக்கடிக் காலங்களிலும் காப்பாற்ற வேண்டுமென நினைப்பவர். கொள்ளை நோய்க்கு ஆளானவர்களுக்கு தான் செய்ய வேண்டிய கடமையைப் பற்றி ரியூ கூறுகையில், "இங்கு வீரச் செயல்கள் பற்றிய கேள்வியே கிடையாது. குறைந்தபட்ச நாகரீகம்தான் இங்கு தேவைப்படுகிறது" என்கிறார்.

கொள்ளை நோய் பற்றியும் அந்த சமயத்தில் மனிதன் ஆற்ற வேண்டிய கடமைகள் பற்றியும் வேறுபடும் கருத்துக்கள் கொண்ட பிற பாத்திரங்கள் இருக்கின்றனர். ராம்பெர் (Rambert) என்ற பத்திரிகைக்கார இளைஞன், ஓரான் நகரில், நோய் சமயத்தில் வந்து மாட்டிக் கொள்கிறான். அவனுடைய காதலி அவனுக்காக பாரிஸ் நகரில் காத்துக் கொண்டிருக்கிறாள். ஓரான் நகரிலிருந்து தப்பிக்க பல குறுக்கு வழிகளை மேற்கொள்கிறான். அவனுடைய

அணுகுமுறையை ஏற்காதிருந்த போதிலும், அவன் ஓரானை விட்டு வெளியேற விரும்புவதை ரியூ கண்டனம் செய்வதில்லை. ரியூ தன் மனைவியை அவளது காசநோய் குணமாகும் பொருட்டு வேறு ஒரு நகருக்கு அனுப்பி இருக்கிறார். ஆனால் ரியூ இந்தத் தகவலைச் சொல்லி பச்சாதாபத்தைப் பெற்றுக் கொள்வதில்லை.

நோயின் தீவிரம் கூடும் பொழுது நகரில் ஆங்காங்கே நோய்த்தடுப்புக் குழுக்கள் அமைக்கப்படுகின்றன. இம்மாதிரி முகாம்களில் ஒன்றில் டேரூ (Tarrou) என்கிற இளைஞனை சந்திக்கிறார் ரியூ. பிறகு இருவரும் நண்பர்களாகின்றனர். சட்டம் பயில எண்ணியிருந்த அவன், அரசாங்க குற்றவியல் வழக்கறிஞரின் மகன். சாவினைத் தண்டனையாகத் தரும் ஒரு சமூகத்தை டேரூ ஏற்க மறுக்கிறான். பின்னர் பூர்ஷ்வாக்களுக்கு எதிரான போராளியாகவும், இடதுசாரி தீவிரவாதியாகவும் மாறுகிறான். எனினும் விலகல்வாதி (Deviationist) ஒருவன் சுடப்பட்டு சாகும் போது, தான் எதற்கு எதிராக போரிட வேண்டுமோ அதே அநீதியை ஆதரிப்பவனாய் இருப்பதை உணர்கிறான். துன்பங்களில் இருந்து மனிதர்களை விடுவிக்க மட்டுமே தன் சக்திகளைப் பயன்படுத்த வேண்டும் என்ற தீர்மானம் எடுத்து தானாகவே ஓரான் நகருக்கு வருகிறான். டேரூ பிடிவாதமான, தீவிரமான, தால்ஸ்தாய்த்தன்மையான உலகியல் ரிஷி. கடவுள் இல்லாத உலகில் ஒருவர் புனிதனாய் ஆவது எப்படி? இதுவே டேரூவின் உக்கிரமான பிரச்சினை. புனிதர்களிடத்தில் விடவும் வாழ்க்கையால் தோற்கடிக்கப்பட்ட மனிதர்களுடன் தான் நெருக்கமாய் உணர்வதாய் ரியூ கூறுகிறார். எனினும் “மதம் சாராத புனிதத்துவம்” பற்றிய கோட்பாடு நாவலில் முழுமையாக உருப் பெறவில்லை. “புனிதத்துவத்தின் அருகாமைகளை மாத்திரமே எட்டமுடியும்” என தன் டயரியில் டேரூ குறிக்கிறான். அவன் விதியை நம்பு பவனல்ல. அவனையும் கொள்ளை நோய் தாக்குகிறது. சாவை எதிர்த்துப் போராடி இறுதியில் இறந்து போகிறான். நம்பிக்கையின் ஆறுதல் கூட இல்லாமல் முரண்பாடுகள் மிக்க வாழ்வினை வாழ்ந்து முடிக்கிறான். டேரூ கம்யூனிஸ்ட் கட்சியில் சிறிது காலம் அங்கத்தினராக இருந்து விலகிய நிகழ்ச்சி நிஜ வாழ்க்கையில் காம்யூவின் கம்யூனிஸ்ட் கட்சி அனுபவத்தை நினைவூட்டுகிறது. 1935-37 வருடங்களில் காம்யூ கம்யூனிஸ்ட் கட்சியில் இருந்து விலகினார்.

ரியூவுக்கு எதிர்நிலையில் இயங்குபவர் பாதிரியார் பெனிலோ (Peneloux). கொள்ளை நோய், மனிதனை தூய்மைப் படுத்துவதற்காக கடவுளால் அனுப்பட்டது என்று நம்புகிறார். இது குறித்து பிரசங்கங்களில் பிரத்யேகமாகப் பேசுகிறார். பெனிலோவும்

நோய்த்தடுப்புக் குழுக்களில் பங்கேற்கிறார். கொள்ளை நோய் தாக்குண்டு இறக்கிறார். டாக்டர்களின் சிகிச்சையை மறுத்து விடுகிறார். அவருடைய சாவுக்கு நோய்க்கிருமிகள்தான் காரணம் என அறுதியிட்டுச் சொல்ல முடியாதிருக்கிறது.

இவ்வளவு நெருக்கடியான நடப்புகளுக்கு மத்தியில் சற்றே இறுக்கத்தைத் தளர்த்துபவர் ஜோசப் கிராண்ட் என்கிற பாத்திரம். முனிசிபல் அலுவலகத்தில் ஜனன-மரண கணக்குகளை எழுதும் வயோதிக எழுத்தர் அவர். ஒரு நாவலை எப்போதும் எழுதிக் கொண்டிருப்பவர். கிராண்டுக்கு பதவி உயர்வு உறுதியளிக்கப்பட்டும் கிடைக்காமல் போகிறது. தனது மேலதிகாரிகளுக்கு இது குறித்து ஆட்சேபனைக் கடிதம் எழுத நினைத்து கடைசி வரை அவர் எழுதுவதே இல்லை. காரணம் அவருடைய திருப்திக்கு ஏற்ப அவரால் எழுத முடியவில்லை என்பதுதான். பேசும்போது அவர் திக்குவதற்கு காரணம், மிகச் சரியான வார்த்தையை (Le mot Juste) அவர் பிரக்ஞாபூர்வமாகத் தேடுவதால்தான்.

காம்யூவின் மத எதிர்ப்பு அவரது சகல நூல்களிலும் விரவிக் கிடக்கிறது. காம்யூ ஒரு பேட்டியில் கொள்ளை நோய் அவரது கிறித்தவ எதிர்ப்பு நூல்களிலேயே உச்சமானது என்று கூறியிருக்கிறார். நோய் முற்றாக நீங்கிய பின் ஓரான் நகர மனிதர்கள் சந்தோஷம் அடைகின்றனர். ஆயினும் நோய்க்கிருமிகள் முற்றிலுமாக அழிக்கப்படுவதில்லை. "காலம் காலமாக மரச் சாமான்களிடையிலும், நிலத்தடி சேமிப்பறைகளிலும், புத்தக அலமாரிகளிலும் கிருமிகள் பதுங்கி இருந்து திடீரென்று ஒரு நாள் ஒரு மகிழ்ச்சியான நகரினைத் தாக்கக்கூடும்" என்று நாவலை முடிக்கிறார் காம்யூ.⊛

சாமுவெல் பெக்கெட்

Samuel Beckett (1906 –1989)

"கோடோவுக்காகக் காத்திருத்தல்" (Waiting for Godot)என்ற பிரசித்தமான அபத்த நாடகத்துடனே இணைத்துப் பார்க்கப்படுகிறது சாமுவெல் பெக்கெட்டின் பெயர். இந்த நாடகத்தில் கோடோ என்ற நபருக்காக இருவர் காத்திருக்கின்றனர். நாடகம் முடியும் போதும் கோடோ வருவதில்லை. 1953ஆம் ஆண்டு இந்த நாடகம் பாரிஸில் மேடை ஏற்றப்படுவதற்கு முன்பு சாமுவேல் பெக்கெட்டைத் தெரியாதவர்கள் அவரை தெரிந்து கொள்ள வைத்தது. இருப்பினும் நவீனத்துவ இலக்கியத்தில், பெக்கெட் பிரதானமாய் நாவலாசிரியராக மதிப்பிடப்படுகிறார். ஜேம்ஸ் ஜாய்சுக்குப் பிறகு நவீனத்துவ இலக்கியத்தில் உச்ச ஸ்தானத்தைப் பெறுபவர் பெக்கெட். நாவல், நாடகம், கவிதை, மொழிபெயர்ப்பு ஆகிய துறைகளில் பெக்கெட்டின் பங்களிப்பு சாதாரணப்படுத்த முடியாதது. ஆங்கிலத்திலும், பிரெஞ்சு மொழியிலும் சரிசமமான

சரளத்துடன் படைப்புகளை எழுதியவர். நடிகர்களே இல்லாத நாடகங்கள், வார்த்தைகளே இல்லாத நாடக அங்கங்கள், கதைத் திட்டமே (Plot) இல்லாத நாவல்கள் ஆகியவற்றின் முன்னோடி பெக்கெட்.

1906ஆம் ஆண்டு அயர்லாந்தில் பிறந்தார். Trintly Collegeஇல் பட்டம் பெற்றார். பல்கலைக் கழகங்களில் சிறிது காலம் பணி யாற்றிய பின் விலகினார். 1930களில் ஐரோப்பிய நாடுகளில் சுற்றுப் பயணம் செய்தார். பாரிசில் ஜேம்ஸ் ஜாய்சை சந்தித்து சிறிது காலம் அவருக்கு காரியதரிசியாகப் பணிபுரிந்தார். பிறகு பாரிசில் தங்க முடிவு செய்தார். 1969ஆம் ஆண்டு இலக்கியத்திற்கான நோபல் பரிசு அவருக்கு வழங்கப்பட்டது. ஆனால் பரிசை வாங்குவதற்கு அவர் ஸ்டாக்ஹோமுக்குப் போகவில்லை. சிறுகதைகளையும் முதல் இரண்டு நாவல்களையும் ஆங்கிலத்தில் எழுதினார். முப்பெரும் நாவல்களையும் (Trilogy), நாடகங்களையும் முதலில் பிரெஞ்சு மொழியில் எழுதி, பிறகு அவரே ஆங்கிலத்தில் மொழி பெயர்த்தார்.

பெக்கெட்டை பாதித்தவர்கள் இருவர்: (1) ஜேம்ஸ் ஜாய்ஸ் (2) பிரெஞ்சு நாவலாசிரியரான மார்செல் ப்ரூஸ்(Marcel Proust), "பத்தொன்பதாம் நூற்றாண்டு நாவலுக்கு சவக்குழி தோண்டிய வர்கள்" பட்டியலில் முதல் இரண்டு இடங்களைப் பெறுபவர்கள் ஜாய்ஸ் மற்றும் ப்ரூஸ். ஜாய்ஸின் Ulysses நாவல் சகல யதார்த்த நாவல்களையும் ஒரு முடிவுக்குக் கொணர்ந்தது. புறவயமான தகவல்களை ஆவணப்படுத்தும் யதார்த்த நாவல் உள்மயமான, சாட்ஷாத் யதார்த்தத்தை பதிவு செய்யத் தவறி விடுகிறது என்றார் மார்செல் ப்ரூஸ். ரியலிஸ்டுகளும் நேச்சுரலிச நாவலாசிரியர்களும் அனுபவத்தின் குடல்கழிவுகளை மாத்திரம் வழிபட்டு, வாழ்வின் மேம்போக்கான அம்சங்களையே எழுதுகின்றனர் என்றார் பெக்கெட்.

வாட் (Watt) நாவல் இரண்டாம் உலகப் போர்க்காலத்தில் தொடங்கப்பட்டு போர் முடிந்த பின் முடிக்கப்பட்டது. இட்லரின் ஆக்கிரமிப்பை எதிர்த்த பிரெஞ்சு எதிர்ப்பு இயக்கக் (Resistance Movement) குழுவில் பெக்கெட் ரகசிய செய்திகளைத் தொகுப்பவராக இருந்தார். பெக்கெட்டையும் அவரது மனைவி யையும் நாஜி ரகசிய போலீசான Gestapo கைது செய்யுமுன் தப்பித்தனர். Rousillion என்ற ஆக்கிரமிக்கப்படாத பகுதியை அ டைந்து பிரெஞ்சு விவசாயியைப் போல் பெக்கெட் இரண்டு வருடம் வாழ்ந்தார். இந்தக் கால கட்டத்தில் Aude என்ற மனிதனுக்கு விறகு வெட்டிக் கொடுத்து தனக்கும் தன் மனைவிக்குமான உணவைச் சம்பாதித்துக் கொண்டார். மாலையில் ஓய்வு நேரத்தில் பயிற்சி ஏடுகளில் வாட் நாவலை எழுதினார்.

பெக்கெட்டின் நாடகங்கள் "எதிர் நாடகம்" (Anti-Theatre) என்ற வகைமையில் அடங்கும். அவ்வாறே அவரது நாவல்களும் "எதிர் நாவல்" (Anti-Novel) வகைப்படும். நம்மால் அடையாளப் படுத்தக்கூடிய மனிதர்களை, அடையாளப்படுத்தக்கூடிய நிகழ்ச்சிகளை வைத்துக் கதை சொல்ல மறுப்பது எதிர்நாவல். இவ்வகை நாவல் இரண்டாம்பட்ச முக்கியத்துவமுள்ள பாத்திரங்களுக்கு அதிக முக்கியத்துவம் தரும். பொருள்கள் பற்றிய பட்டியல்களைக் கொண்டிருக்கும். ஆனால் கதை என்ற அம்சம் மறுக்கப்படும். இறுதி முடிவினை நோக்கிய இயக்கமே இருக்காது. மொழிநடையின் சிக்கல்களிலும், சாத்தியப்பாடுகளின் அசாத்திய பொருத்தங்களிலும் கவனம் செலுத்தும். வாட் நாவலில் கதைசொல்லியின் (narrator) விவரிப்பினை விட வாட்டின் மண்டைக்குள் பேசும் குரல்களைப் பதிவு செய்வதையே பெக்கெட் முதன்மைப்படுத்துகிறார். வாட் நாவல் பெக்கெட்டின் ஆங்கில எழுத்துக் கட்டத்தைச் சேர்ந்தது. முப்பெரும் நாவல்களான Molloy, Malone Dies, Unnameable, ஆகியவை முதலில் ஃபிரெஞ்சு மொழியில் எழுதப்பட்டு பிறகு அவற்றை பெக்கெட் ஆங்கிலத்திற்கு மொழிமாற்றம் செய்தார்.

நாவலின் களம் டப்ளின் (அயர்லாந்து) நகருக்கு அருகில் அமைந்திருக்கிறது. ரயிலில் சென்று அடையலாம். ஆனால் இடத்தின் பெயர் குறிக்கப்படவில்லை. வாட் நாவலைச் சொல்பவர் வாட்டுடன் மனநோய் விடுதியில் இருந்த சாம் என்பவர். சாம் சொன்னதை வைத்து சாம் எழுதியதாக இந்த நாவல் கருதப்பட வேண்டும். Magdaleen Mental Mercy Seat என்ற மன நோய் விடுதியில் பெக்கெட் சிறிது காலம் பணியாற்றினார் என்ற விபரம் வாட் நாவலைப் புரிந்து கொள்ள உதவும்.

கதையைச் சொல்லும் சாம், செய்திப் பரிவர்த்தனை ரீதியில் பெருத்த சிரமங்களை எதிர்கொள்கிறார். வாட் பேசும் போது சொற்களின் முதல் எழுத்துக்களை மாற்றிப் போட்டுப் பேசுகிறான். வாக்கியத்திற்குள்ளும் சொற்களின் வரிசை ஒழுங்கினை தலைகீழாக்கிப் பேசுகிறான். விடுதியில் கால்களைப் பின் வைத்து நடப்பது வாட்டின் வாக்கியங்களை நியாயப் படுத்துகிறது. விஷயங்களை மேலும் சிக்கலாக்க, வாட் காட்சிப் புலன் உணர்வுகளையும், நுகர் உணர்வுகளையும் தெளிவின்றிக் கலந்து விடுகிறான். தீர்மானிக்க முடியாத தன்மை வைரஸ் நோய் போல் நாவல் முழுவதிலும் பரவிக்கிடக்கிறது. ஒரு கோடை காலத்தின் போது Knott என்பவரின் வீட்டுக்கு வேலைக்கு வரும் வாட், தனக்கான மாற்று ஆள் வந்தவுடன் மற்றொரு கோடையில் புறப்பட்டுச் செல்கிறான். இதற்கு இடையில் கழிந்த வருடங்கள் எத்தனை என்பதைச் சொல்ல முடியாதிருக்கிறது.

சிந்தனை செய்தலும், மொழிப்படுத்தலும் வாட்டைப் பொருத்தவரை ஒரே மாதிரியான செயல்கள். புலன்களையும், தர்க்கத்தையும், மொழியையும் பைத்தியக்காரத்தனமான கச்சிதத்துடன் அவன் பயன்படுத்துகிறான். தர்க்கத்தின் விதி முறைகளே அவனது கருவிகள். பொருள்களுக்குப் பெயரிடவும் நிகழ்ச்சிகளுக்கு விளக்கம் தரவும் வாட் சொற்களைப் பயன்படுத்துகிறான். வஸ்துக்களும் நிகழ்ச்சிகளும் அறிவார்த்த ரீதியான புரிந்துகொள்ளலின் முன் அடிபணிய வேண்டுமென்று நினைக்கிறான். வாட்டின் அனுபவமூலவாதமும் (Empricism), பகுத்தறிவுவாதமும் (Rationalism) பைத்தியக்காரத் தனமான ஆன்மநித்தியவாதியாக (Solipsist) அவனை ஆக்குகிறது. காலம் வெளியுடன் விளையாடும் எளிமையான விளையாட்டுகளே வாழ்வின் நிகழ்வுகள் என்கிறான். அர்த்தத்தை நோக்கிய தொடர்ச்சியான தேடலும், அர்த்தத்தைப் புறக்கணித்தலும் மிகக் கூர்மையான பிரச்சனைகள் ஆகின்றன வாட்டுக்கு. இப் பிரச்சனைகள் பெக்கெட்டின் நாவல்களுக்கு அடித்தளம் ஆகின்றன. விவரிப்பதன் மூலம் நாம் ஏற்படுத்தும் அர்த்த வழங்கலை உலகமும் வாழ்வும் எதிர்க்கின்றன. ஆனால் அர்த்தப்படுத்தும் முயற்சியை பெக்கெட்டின் நாயகர்கள் தொடர்ந்து கொண்டே இருக்கின்றனர். மேலோட்டமாய் எளிய நிகழ்ச்சியாகத் தெரிகின்ற பியானோ சுருதி சேர்ப்பவர்களின் வருகை, வாட்டுக்குப் பெரிய பிரச்சனையாகி விடுகிறது. கண் தெரியாத முதிய Gall, இளைய Gall என்பவரால் Knott-ன் வீட்டுக்கு அழைத்து வரப்படுகிறார். Gall கள் அப்பாவும் மகனும் ஆவர். அப்படித்தான் அறிமுகமும் செய்து கொள்கின்றனர். பொதுவாக பியானோ சுருதிசேர்ப்பவர்கள் கண் பார்வை அற்றவர்களாக இருப்பார்கள். வாட் பியானோ அறைக்குள் வரும் போது அவன் நினைத்ததற்கு மாறாக இளைய Gall சுருதி சேர்க்கிறார். முதியவர் அறையின் நடுவில் நின்றபடி சுருதியைக் கேட்டுக் கொண்டிருக்கிறார். அவர்களின் தோற்றம், உறவு குறித்த பிரச்சனைகள் வாட்டை நச்சரிக்கத் தொடங்குகின்றன. மொழியின் கருதுகோள்களை மிஞ்சுகிற, நழுவிவிடுகிற அனுபவங்கள் அவனை நிம்மதியாக இருக்கவிடுவதில்லை. மொழியாலும், தர்க்கத்தாலும் அனுபவங்களை எதிர்கொண்டு வாழ்ந்த வாட், Knottஇன் வீட்டில் நடக்கும் நிகழ்ச்சிகளை மொழிப்படுத்தி புரிந்து கொள்ள முடியாமல் இறுதியில் மனநோய் விடுதியைச் சேர்கிறான். 4 அத்தியாயங்களையும் ஒரு பின் இணைப்பையும் (Addenda) கொண்டது இந்நாவல். கச்சிதமான வாக்கியங்கள், சில பாடல்கள், கவிதைகள் போன்ற நாவலுக்கு தேவையற்ற விஷயங்கள் Addendaவில் உள்ளன.

வாட்டின் எஜமானரான Knott மர்மமான மனிதர். அவர் வீட்டில் நடக்கும் நியமங்கள் காரணகாரியத்திற்கு

அப்பாற்பட்டவை. Knott இன் வட்டவடிவ படுக்கை ஒவ்வொரு இரவும் சிறிது இடம் பெயர்க்கப்பட்டு வருட முடிவில் ஒரு முழுசுற்று வந்து விடும். தன் எஜமானரைப் பார்த்து வாட் இறுதி வரை பேசுவதே இல்லை. Knott தனக்குத்தானே பேசிக் கொள்கிறார்: பாடிக்கொள்கிறார். தன்னை சுமாரான மொழியியல் வல்லுநன் எனக் கூறும் வாட், Knottபேசுவது இன்னது என்று அறியமுடிவதில்லை. Knott வசதியானவர். ஆனால் அவரின் சமூக-பொருளதாரப் பின்னணி யூகிக்கப்பட முடியாதிருக்கிறது. அவர் சாப்பிடும் ஒரு வாரத்திற்கான உணவு ஒரே நாளில் தயாரிக்கப்பட வேண்டும் என்பது யாருக்கும் தெரியாது. நாவலின் முடிவில் Knott அறியப்பட முடியாதவராக வாட்டுக்கு மட்டுமல்ல, நமக்கும்-தான் இருக்கிறார். “கோடோவுக்காகக் காத்திருத்தலில்” வரும் Godotவுக்கும் Knott க்கும் நிறைய ஒற்றுமைகள் உள்ளன. மேலும் Watt இன் பெயரில் What? என்ற கேள்வி ஒருபொருட் பன்மொழியாக இருக்கிறது. அவ்வாறே Knott இன் பெயரில் Notஉம் (இல்லை), Noughtஉம் (ஒன்றுமே இல்லை), சிக்கல், முடிச்சு போன்ற அர்த்தங்களும் அதிர்கின்றன.

காஃப்காவின் கோட்டை (The Castle) நாவலுக்கும் வாட் நாவலுக்கும் நிறைய பொதுத்தன்மைகள் காணப்படுகின்றன. கோட்டை நாவலில் k.என்பவனுக்கு கோட்டையிலிருந்து சர்வேயர் வேலைக்கு ஆணை வருகிறது. கோட்டையை அடைந்து அவனுக்கான வேலை என்னென்ன என்று தெரிந்து கொள்வது எளிய காரியம். இதில் k.வுக்கு ஏற்படும் தொடர்ந்த தடைகள், சிக்கல்கள் ஒருவரைப் பைத்தியமாக்கக் கூடியவை. k வும் வாட்டைப் போல தர்க்கத்தில் நம்பிக்கை வைப்பவன். கோட்டை நாவலின் அதிபர் West West நாவலில் தோன்றுவதே இல்லை. வாட் நாவலில் Knott தோன்றினாலும் வாட்டுக்கு மனதில் பதியும்படியான காட்சி கிடைப்பதில்லை.

‘வாட்’ நாவல் யதார்த்தவகை நாவலைப் போலல்லாது ஒரு நிகழ்வினை அதன் சகல சாத்தியப்பாடுகளுடன் அலசுகிறது. கணிதக் கூறுகளையும், Permutation-Combinationஐயும் சூழ்நிலைகளை அலசுவதற்கு பெக்கெட் பயன்படுத்துகிறார். முதல் பதிப்பு பாரிசில் Olimpia Press மூலம் 1953ஆம் ஆண்டு வெளியிடப்பட்டது.◎

வில்லியம் ஃபோக்னர்

William Faulkner (1887-1962)

வில்லியம் ஃபாக்னர் நவீன அமெரிக்க நாவலாசிரியர்களில் மிக உயர்ந்த இடத்தைப் பெறுபவர். இலக்கியத்திற்கான நோபல் பரிசு 1950ஆம் ஆண்டு ஃபாக்னருக்கு வழங்கப் பட்டது. பத்து நாவல்களையும், ஒரு சிறுகதைத் தொகுப்பையும் எழுதியிருக்கிறார். முதல் உலகப் போரின் போது Royal Air Forceஇல் விமான ஓட்டுனராகப் பணியாற்றினார். எழுத்தின் மூலம் பணம் வருவது தட்டுப்பட்ட போது, ஹாலிவுட்டில் எம். ஜி. எம். நிறுவனத்திற்கு ஸ்கிரிப்ட் எழுதினார். சினிமாவுக்காக அவர் செய்த வேலைகள் அவரது இலக்கியத் தரத்தைப் பாதிக்கவில்லை. விமானம் ஓட்டுதல் வீடுகளுக்கு வர்ணம் பூசுதல், படகு ஓட்டுதல் போன்ற தொழில்களைச் செய்து, தனக்கு வேண்டிய சிறிது விஸ்கி, புகையிலை, எழுதுதாள்கள், உணவு ஆகியவற்றைப் பெறுவதற்கான பணத்தைச் சம்பாதித்துக் கொண்டார்.

ஃபாக்னர், நவீனத்துவ (Modernist) நாவலாசிரியர். நவீனத்துவ இலக்கிய இயக்கம் (Modernism), 1920களில் வளர்ச்சியடைந்த ஒன்று. ரியலிசம் (Realism) நேச்சுரலிசம் (Naturalism) போன்ற நாவல் எழுதும் வகைகள் காலாவதியாகிப் போனதாலும் ஐரிஷ் நாவலாசிரியர் ஜேம்ஸ் ஜாய்ஸ் "நனவோடை உத்தி" (Stream Of Consciousness) யைப் பயன்படுத்தி நாவல் சரித்திரத்தில் புதிய சாதனை படைத்தார். நனவோடை உத்தியைப் வெற்றிகரமாகப் பயன்படுத்திய மற்றொரு நாவலாசிரியர் வர்ஜினியா வுல்ஃப் என்ற பெண் எழுத்தாளர். ஒரு கதாபாத்திரத்தின் மனதில் தன்னிச்சையாய் உருவாகும் எண்ணங்கள், மற்றும் நினைவுகளை தர்க்க ரீதியான ஒழுங்குபடுத்துதலின்றி அப்படியே பதிவு செய்வது நனவோடை உத்தியாகும்.

"சீற்றமும் ஓலமும்" 1929ஆம் ஆண்டு ஜோனாதன் கேப் என்ற வெளியீட்டு நிறுவனத்தால் அமெரிக்காவில் வெளியிடப்பட்டது. இதை உலகத்தரத்து நாவல் வரிசையில் வைக்கலாம். மனித வாழ்க்கையானது அடிப்படையில் அர்த்தமற்றது என்பதை நினைவூட்டும் வகையில் ஃபாக்னர் "சீற்றமும் ஓலமும்" என்றத் தலைப்பைத் தேர்ந்தெடுத்திருக்கிறார். ஷேக்ஸ்பியரின் நாடகமான "மேக்பெத்" (Macbeth)இல், மேக்பெத் இறுதிப் போருக்குப் புறப்படும் தருவாயில் அவன் மனைவியின் இறப்புச் செய்தி வருகிறது. அப்போது மேக்பெத் பேசுகிற வரிகள்:

"வாழ்க்கை. . . ஓலமும் சீற்றமுமாய்
ஒரு மடையனால் சொல்லப்பட்ட
எதையுமே அர்த்தப்படுத்தாத கதையாகும்."

இந்த நாவலில், காலக்கிரமம் பிரக்ஞைப்பூர்வமாக சிதைக்கப்பட்டிருக்கிறது. நாவலை அணுகும் வழிகள் பின்னலிட்டுக்கிடக்கின்றன. ஏப்ரல் எட்டு 1928 என்ற அத்தியாயம் பிறப்பிலேயே மடையனான Benzyயின் பார்வையில் சொல்லப்படுகிறது. பென்ஜிக்கு கடந்த காலத்தையும், நிகழ் காலத்தையும் பிரித்துப் பார்க்கத் தெரியாது. அவனைப் பொருத்தவரை எல்லாமே இந்த க்ஷணத்தில் தான் நடக்கிறது. பென்ஜிக்குப் பேசத் தெரியாது: முனகத் தெரியும்: ஓலமிடத் தெரியும்: சமர்த்தாக இருக்கத் தெரியும். பென்ஜியின் மடையன் பார்வையில் இருந்து கதை சொல்லப்படுவதால் விவரணையில் அறிவார்ந்த ஒழுங்கு காணப்படுவதில்லை. நடக்கும் நிகழ்ச்சிகள் ஏன் நடக்கின்றன என்ற காரணமும் தரப்படுவதில்லை. 33 வயதாகும் பென்ஜிக்குப் பிடித்தவை: அவனது சகோதரி Caddy, நெருப்பு, வெளிச்சம், மற்றும் புல் பரப்புகள். நல்லது கெட்டது தெரியாதவனாய் இருப்பது மட்டுமின்றி, அவற்றிற்கு அப்பாற்பட்டவனாகவும் பென்ஜி சித்தரிக்கப்படுகிறான். அவனது

பதிமூன்றாவது வயதில், இனிமேலும் அவனது சகோதரி Caddy யுடன் சேர்ந்து உறங்கக் கூடாது என்று வீட்டுப் பெரியவர்கள் பென்ஜியைத் தனியாக உறங்க வைக்கிறார்கள். Caddyயின் அன்பும், பரிவும் அவனை வெகுவாகப் பாதிக்கன்றன. எப்போதும் மரங்களின் வாசனையுடன் இணைந்தே Caddyயை அவன் உணர்கிறான். முதன் முதலில் சென்ட் போட்டுக்கொண்டு வீட்டுக்கு வரும் போது பென்ஜி கத்தி கலவரம் செய்கிறான். Caddy தன் உடலை கழுவிக்கொண்டு வந்த பிறகே சமாதான மாகிறான். இன்னொரு முறை வேறு இளைஞனிடம் அவளது கன்னித் தன்மையை இழந்து விட்டு வரும் போது, அவள் மீதிருந்து வரும் வாசனையை வைத்து பென்ஜி கண்டுபிடித்து கத்துகிறான். அவனது தந்தை மூத்த காம்ப்சனின் இறப்பையும் கூட முன்கூட்டியே தனது நாசியால் உணர்ந்து விடுகிறான்.

ஜூன் இரண்டு 1910.

காம்ப்சன் குடும்பத்து மூத்தப் பிள்ளை Quentin பத்தொன்பதாவது வயதில், ஹார்வார்டு பல்கலைக்கழகத்தில் படித்துக் கொண்டிருக்கும் போது தற்கொலை செய்து கொள்கிறான். பென்ஜியைப் போலவே க்வென்டினும் Caddyயுடன் ஆழ்ந்த பிணைப்புக் கொண்டவன். ஆனால் பென்ஜியைப் போலன்றி அறிவுக்கூர்மை வாய்ந்தவன். கடந்து போன நிகழ்ச்சிகளை நடப்பு நிகழ்ச்சிகளுடன் பிணைத்தே க்வென்டினும் பார்க்கிறான். இதன் காரணமாக இவன் கதை சொல்லும் அத்தியாயமும் சிக்கலாகவே இருக்கிறது. க்வென்டின் தற்கொலை செய்து கொள்ளும் நாளில் குறிப்பிடத் தகுந்த நிகழ்ச்சிகள் ஏதும் நடப்பதில்லை என்றாலும், அவன் நினைவுகளின் ஊடாக காம்ப்சன் குடும்பத்துச் சரித்திரம் நமக்குத் தெரிவிக்கப்படுகிறது. பெரியவளாகி, கல்யாணமாகி, காம்ப்சன் வீட்டை விட்டு Caddy போய் விடுவது பென்ஜியை ஒரு வகையில் பாதிக்கிறது. Caddy கண்ட இளைஞர்களுடன் சுற்றுவதை க்வென்டினால் சகித்துக் கொள்ள முடிவதில்லை. அவளது கன்னிமை இழப்பு, காம்ப்சன் குடும்பத்துக்கு ஏற்பட்ட அவமானம் என்பதை விட, க்வென்டினின் ஈகோவின் மீது படிந்து விடுகிற கறையாகி விடிகிறது. Caddy கறைபடுவதை தன்னால் தடுக்க இயலாத குற்ற உணர்வினால் க்வென்டின் தற்கொலை செய்து கொள்கிறான். தன் கைக்கடிகாரத்தின் முட்களை ஒடித்து விட்டு தன் தற்கொலை தினத்தைத் தொடங்கியப் போதிலும், க்வென்டினால் சப்தமற்று ஓடிக்கொண்டிருக்கும் காலத்தை நிறுத்த முடியவில்லை.

180

ஏப்ரல் பதினாறு 1928.

இந்த அத்தியாயம் Jason இன் பார்வையில் சொல்லப்பட்டிருக்கிறது. காம்ப்சன் குடும்பத்தில் க்வென்டினுக்கு அடுத்தவன் ஜேசன். ஸ்வாதீனமானவன். மனோதிடம் வாய்ந்தவன். எனினும், ஃபாக்னரின் பாத்திரங்களிலேயே மிகக் கீழ்மையான வகையில் சித்தரிக்கப்பட்டிருப்பவன். குடும்ப மானம் கருதி, Caddy காம்ப்சன் வீட்டுக்கு வர தடை விதிக்கப்படுகிறாள். Caddyயின் மகளான மிஸ்.காம்ப்சன் மாத்திரம் இதே வீட்டில் வளர்ந்து வருகிறாள். Caddyயின் முக்கால் வாசி இயல்புகளைக் கொண்டிருக்கிறாள் மிஸ்.காம்ப்சன். மகளுக்காக Caddy ரகசியமாக அனுப்பும் பணத்தை ஜேசன் தானே வைத்துக் கொள்கிறான். ஜேசன் பணிபுரியும் கடையில் பங்குதாரராக ஆகும் பொருட்டு Caddy அனுப்பும் ஆயிரம் டாலர்களை ஏமாற்றி தனக்காக ஒரு கார் வாங்கிக் கொள்கிறான்.

பங்கு மார்கெட்டில் தீவிர ஆர்வம் காட்டுகிறான். மார்க்கெட்டின் விவரங்களை அப்போதைக்கப்போது கவனிப்பதை விட்டுவிட்டு, மிஸ்.காம்ப்சன் எவனுடன் ஊர் சுற்றுகிறாள் என்பதைத் துப்பறிவதில் வீணாய்ப் போகிறான். ஜேசன் பதுக்கி வைத்திருக்கும் பணத்தை எல்லாம் எடுத்துக் கொண்டு மிஸ்.காம்ப்சன் வீட்டை விட்டு ஓடிப் போகிறாள். அவளை காரில் துரத்திப் பிடிக்கும் முயற்சியில் தோல்வியடைகிறான் ஜேசன். காம்ப்சன் வீட்டு நீக்ரோ வேலைக்காரியின் மகன், நடமாடும் சர்க்கஸுக்குப் போவதற்கு ஜேசனிடம் சில்லரைக் காசுகள் கேட்கிறான். சர்க்கஸ் செல்ல தான் வைத்திருக்கும் சீசன் டிக்கெட்டை நீக்ரோப் பையனிடம் காட்டிவிட்டு, இறக்கமின்றி கிழித்துப் போடுகிறான்.

ஏப்ரல் எட்டு 1928.

இந்த அத்தியாயம் Dilsey என்ற வேலைக்காரப் பெண் மூலமாக விவரிக்கப்படுகிறது. கடந்த மூன்று அத்தியாயங்களுக்கு மாறாக, கதை வெளியிலிருந்து, ஆசிரியனால் சொல்லப்படுகிறது. காம்ப்சன் குடும்பம் நல்ல ஸ்திதியில் இருந்த காலத்திலும், தற்போதைய சீரழிந்த நிலைமையிலும் அவர்களுக்கு ஊழியம் செய்பவள் டில்சி. ஒரு வகையில் காம்ப்சன் குடும்பத்துக் குழந்தைகள் அனைவருக்குமே ஒரு தாயைப் போன்றவள். பென்ஜி அழும்போது அவனை ஆறுதல் படுத்துகிறவர்களில் Caddyயைத் தவிர, டில்சியும் கூட. நான்கே நாட்களின் நிகழ்ச்சிகளைச் சொல்வது போலத் தோன்றினாலும், காம்ப்சன் குடும்பத்துச் சரித்திரத்தை, நான்கு பாத்திரங்களின் ஞாபகங்களின் வழியாக ஒன்றிணைக்கிறது நாவல்.

மனித இருப்பின் அபத்தத்தைப் பற்றிய மிக அழுத்தமான சொற்பாடுதான் ஃபாக்னரின் நாவல். "ஓலமும் சீற்றமும்" நூலுக்கு இரண்டாம் பதிப்பு வந்த பொழுது ஃபாக்னர் எழுதிய குறிப்புகள் மிக உதவிகரமாக இருந்தன. ஒரு சிவப்பிந்தியத் தலைவன், ஒரு சதுர மைல் அளவுள்ள நிலத்தினை காம்ப்சன் குடும்பத்துக்கு இனாமாக எழுதித் தருகிறான். இந்த நிலத்தை இழத்தலுடன் அக்குடும்பத்தின் அழிவு பிணைக்கப்பட்டிருக்கிறது. கோல்ஃப் மைதானம் அமைப்பதற்கு இந்த நிலம் விற்கப்பட்டு, கிடைக்கும் பணம் க்வென்டினின் ஹார்வர்டு படிப்பிற்கு செலவிடப்படுகிறது. மைதானமும், அதைச் சுற்றிலுமான முள் வேலியும் வந்த பிறகு பென்ஜியால் நிம்மதியாக இருக்க முடிவதில்லை.

வருட, கால, ஒழுங்கினை வைத்து மனிதன் தனது இருத்தலுக்கான அர்த்தத்தை உருவாக்குகிறான். ஃபாக்னர் இந்த கால ஒழுங்கினை உடைப்பதன் மூலம் நவீன மனிதனின் பிரக்ஞையை உருவாக்கு கிறார். மூன்று முறை படித்த பிறகும் ஃபாக்னரின் எழுத்துக்கள் புரியவில்லை என்ற புகார் வாசகர்களிடமிருந்து வந்த போது ஃபாக்னர் அவரது நாவல்களை நான்காம் முறை படியுங்கள் என்றார்.⊙

அலெக்சாண்டர் சோல்செனிட்ஸின்

Alexander Solzhenitsyn (1918 - 2008)

ரஷ்யப் புரட்சிக்குப் பிறகு தொடங்கிய "சோஷலிச கட்டுமான" காலத்தின் போது கம்யூனிசத்தின் எதிரிகள் எனப் பெயரிடப்பட்டு தண்டிக்கப்பட்டவர்களில் சாதாரன ஜனங்களுடன் புகழ்பெற்ற எழுத்தாளர்களும் இருந்தனர். எழுத்தாளர்கள் ஒடுக்கப்பட்டது ஸ்டாலின் காலத்தில் தான். நவீன ரஷ்யாவின் மிகச் சிறந்த முதிய கவிஞரான ஓசிப் மெண்டல்ஸ்டாம் (1891-1938) சிறை முகாம் ஒன்றிற்கு செல்லும் வழியில் சைபீரியாவில் இறந்து போனார். டாக்டர் ஷிவாகோ நாவலுக்கு நோபல் பரிசு தரப்பட்ட பொழுது பரிசைப் பெற்று வர போரிஸ் பாஸ்டர்நாக் (1890- 1960) அனுமதிக்கப் படவில்லை. கவிதைக்காக நோபல் பரிசு பெற்ற ஜோசப் ப்ராட்ஸ்கி ரஷ்யாவிலிருந்து வெளியேற்றப்படுவதற்கு முன்பு "சமுதாய

ஒட்டுண்ணி" என்று பட்டம் தரப்பட்டு சிறை முகாம்களில் கீழ்மையான வேலைகளைச் செய்யக் கட்டாயப்படுத்தப்பட்டார். இதே வரிசையில்தான் அலெக்ஸாண்டர் சோல்செனிட்சின் வருகிறார். சோல்செனிட்சினுக்கு நோபல் பரிசு அறிவிக்கப்பட்ட போதும் அதனை ஏற்க ரஷ்ய அரசு அனுமதி மறுத்து விட்டது. இருந்தாலும் "அதிகாரத்திற்கு" எதிராக "எழுத்து" எப்போதும் இயங்கிக் கொண்டுதான் இருக்கிறது.

ரஷ்ய நவீனத்துவமானது இசை, ஓவியம், பாலே நடனம், சினிமா ஆகிய துறைகளில் தடம் பதித்தது. இலக்கிய நவீனத்துவத்தில், குறிப்பாக நாவலில் பின் தங்கிவிட்டது. இசை-சினிமா ஆகிய துறை கள் சர்வதேச மொழியைப் பயன்படுத்துகின்றன. இசைத்துறையில் Stravinskyயும், ஓவியத்தில் Kandinskyயும் சினிமாவில் Eisensteinவும் சர்வதேச அளவில் தெரியவந்ததற்குக் காரணம் இத்துறைகள் அரசுத் தணிக்கையிலிருந்து தப்பிவிட்டதுதான். நவீன ரஷ்ய இலக்கியத்தின் மேல் நல்ல அபிப்ராயம் கொள்வதற்கான குறைந்த பட்ச நூல்களே கூட வெளியில் தெரியாமல் நின்று போய் விட்டன.

1880களின் போது ரஷ்ய நாவலின் பொற்காலம் முடிந்து விட்டது. அதாவது நாவல் துறையின் விற்பன்னர்களான Gogol, Dostyovesky, Turgenev, Gonchorov, Tolstoy ஆகியோர் எழுதுவதை நிறுத்தி விட்டனர். அல்லது மௌனமாகி விட்டனர். இவர்களுக்கு அப்புறம் செகாவ் மாத்திரம் எழுதிக் கொண்டிருந்தார். பத்தொன்பதாம் நூற்றாண்டு ரஷ்ய எழுத்தாளன் நேரடியாகவும் தனது எழுத்து அனுபவத்திற்கு விசுவாசமாகவும் எழுதினான். இருபதாம் நூற்றாண்டு ரஷ்ய எழுத்தாளன் தந்திரமாகவும், நுணுக்கமாகவும், பூடகமாகவும் எழுத வேண்டியதாயிற்று. தண்டனைக்கும், தணிக்கைக்கும் ஆட்பட வேண்டியிருந்தது. நவீனத்துவத்தை, சோவியத் அதிகாரவர்க்கம் சோஷலிச யதார்த்தத்தின் அபாயகரமான எதிரியாகக் கருதியது. 1920களில் Acmeism, Futurism, Symbolism என்று விரிவுபெற்ற போதிலும் 1930களில் அதன் முழுச்சக்தி தீருமுன்பே உறைந்து போயிற்று. போரிஸ் பாஸ்டர்நாக் The Child of Lurers(1915) என்ற நவீனத்துவ விவரணையை நவீனத்துவ விவரணைகளுடன் எழுதினாலும் டாக்டர் ஷிவாகோவை, எழுதும் போது ரியலிஸத்திறகுத் திரும்பி விட்டார். சோல்செனிட்சின் படைப்பகள் ரியலிஸத்தைத் தொட்டு அதைப் புதுப்பிக்கின்றன.

அலெக்ஸாண்டர் சோல்செனிட்சின் 1918ஆம் ஆண்டு Rostov-on-Don என்ற இடத்தில் பிறந்தார். இயற்பியல், கணிதம் ஆகிய துறைகளில் பல்கலைக்கழகப்பட்டம் பெற்றார். 1941ஆம் ஆண்டு ராணுவப் பணிக்கு அழைக்கப்பட்டார். இதன் பிறகு

ஒரு கடிதத்தில் ஸ்டாலின் பற்றி அவமரியாதையாக எழுதி விட்டார் என்ற காரணத்துக்காக சைபீரிய உழைப்பு முகாமுக்கு அனுப்பட்டார். 1956ஆம் ஆண்டு வரை நாடு கடத்தப் பட்டிருந்தார். 1957இல் அவருக்கு "புனர் வாழ்வு"ம் மன்னிப்பும் வழங்கப்பட்டது. 1962வரை கணிதம், இயற்பியல் துறைகளில் போதித்து வந்தார். ரஷ்ய இலக்கிய இதழான Novimir, இவரின் One Day in the life of lvan Denisovich என்ற நாவலை வெளியிட்டது. ஸ்டாலினிசத்தின் ஒடுக்கு முறைகளை அம்பலப்படுத்த குருஷ்சேவ், சோல்செனிட்சினை ஒரு இலக்கியக் கருவியாகப் பயன்படுத்தினார். சோல்செனிட்சினின் அடுத்தடுத்த நாவல்களான The First Circle, Cancer Ward, August 1914 போன்றவை ரஷ்யாவில் வெளியீட்டு அனுமதி மறுக்கப் பட்டதால் பாரிசில் வெளியிடப்பட்டன.

The First Circle*(1968)*, பலகுரல் நாவல் (Polyphonic) என்று சிறப்பிக்கப்பட்டிருக்கிறது. மத்திய காலத்து இதாலிய கவியான தாந்தேவின் காவியத்தில் இருந்து நாவல் தலைப்பு பெறப்பட்டுள்ளது. நரகத்தில் ஒவ்வொரு வட்டத்திலும் குறிப்பிட்ட பிரிவினைச் சேர்ந்தவர்கள் எரியூட்டபட்டு தண்டிக்கப் படுகின்றனர். கடைசி வட்டத்தில் உள்ளோரின் தண்டனையும் துன்பமும் அபரிமிதமாக இருக்கும். முதல் வட்டத்தில் இருப்போரின் துன்பம் குறைவானது. சில சலுகைக்காரரர்கள் மாத்திரமே இதில் இடம் பெறுகின்றனர். எழுத்தாளர்கள், கலைஞர்கள் போன்றோர் ஸ்டாலினால் தண்டிக்கப்பட்ட, ஆனால் ஓரளவுக்கு சலுகைகளைப் பெற்ற கைதிகள் சோல்செனிட்சின் பாத்திரங்களாக வருகின்றனர். மாவ்ரினோ சிறையின் பின்னணியில் லெவ் ரூபின் மற்றும் க்லெப் நெர்ஜின் ஆகிய இரு பாத்திரங்களின் கருத்து மோதல்களைச் சுற்றி நாவல் கட்டப்பட்டிருக்கிறது.

ஸ்டாலினிச எதிர்ப்பு நாவல்களில் கான்சர் வார்டு மிக வித்தியாசமான மதிப்பு பெறுகிறது. ஆர்தர் கெஸ்லர் (Arthur Koestler (1905-1983), Darkness at Noon, என்ற நாவலை 1940ஆம் ஆண்டு வெளியிட்டார். Serge என்பவர் The Case of Comrade Tulayeu என்ற நாவலை வெளியிட்டிருக் கிறார். போலிஷ் கவிஞரும், நோபல் பரிசு பெற்றவருமான Ceslaw Milosz மற்றும் ஆங்கிலக் கவிஞர் Stephen Spender ஆகியோர் தம் சுயசரிதை விவரணையில் ஸ்டாலினிசத்தை விமர்சித்திருக் கின்றனர். இவர்கள் எல்லோரையும் விட சோல்செனிட்சினின் நாவல்கள் கலாபூர்வமாகவும், நம்பகத்தன்மையுடன் இருப்பதற்குக் காரணம் அவர் ஒரு கம்யூனிஸ்ட் ஆக இருந்து "உள் ஆள் பார்வையில்" எழுதியிருப்பதுதான். கெஸ்லர் போன்றோர் ஒரு அணுகலைத் தேர்ந்தனர். இதற்கு மாறாக சோல்செனிட்சின்

ஒரு சூழ்நிலையைத் தேர்ந்தெடுத்தார். இந்தச் சூழ்நிலையோ அதீதமானது.

இந்த வகையில் ஜெர்மன் நாவலாசிரியரான Thomas Mann எழுதிய The Magic Mountainக்கும் கான்சர் வார்டுக்கும் ஒப்புமைகள் உள்ளன. தாமஸ் மன்னின் நாவலிலும் கதாப்பாத்திரங்கள் தம் சமூகச் சூழல்களில் இருந்து பிரிக்கப்பட்டு Sanatouriumத்தில் இருக்கின்றனர். கான்சர் வார்டில் உள்ள பாத்திரங்களும் அவ்வாறே தம் சமூகப் பின்னணியில் இருந்து பிரிக்கப்பட்டு வார்டில் இருக்கின்றனர்.

ஸ்டாலினிசத்தை விமர்சித்த காரணத்தால் கான்சர் வார்டு பிரபலமாயிற்று என்று சொல்வது அந்த நாவலின் உயர் அம்சங்களைப் புறக்கணிப்பதற்கு சமமாகிவிடும். தால்ஸ்தாயிக்கு அடுத்த மனிதத்தன்மை மிக்கப் பாத்திரங்கள் உலவுவது சோல்செனிட்சினின் நாவல்களில்தான். 1950களில் நிலவிய சோவியத் சமுதாயத்தின் குறுக்கு வெட்டுத் தோற்றம் கான்சர் வார்டில் வெளிப்படுகிறது. ஸ்டாலினிச ஒடுக்குமுறையினால் நேரடி பாதிப்புக்கு ஆளானவர் என்பதால் அவர் தரும் தகவல்கள் நேர்மையானவை ஆகின்றன.

அநேகமாக நாவலின் பெரும்பான்மைப் பாத்திரங்கள் எக்சிஸ்டென்ஷியல் நிலைப்பாடு கொண்டிருக்கின்றனர். Efrem என்பவன் கான்சர் வார்டுக்கு வருவதற்கு முன் அவன் வாழ்நாளில் யந்திரங்களை இயக்குவதற்கான செயல்முறை பயிற்சி ஏடுகளைத் தவிர வேறு உருப்படியான எதையும் படித்ததே இல்லை. வார்டில் இருக்கும் போது டால்ஸ்டாயின் What Men Live by என்ற சிறுகதையைப் படிக்கிறான். நோயின், வலியின் தீவிரத்தினால் துன்புற்று, பிற நோயாளிகளை பேசி துன்புறுத்திக் கொண்டிருக்கிற Efrem இன் வாழ்க்கைப் பார்வையே மாறுகிறது. அவன் இறுதியில் மானுட வாழ்வின் அபத்தத்தின் குறியீடாக மாறுகிறான். வார்டில் இருந்து வெளியேறி ரயில் நிலைய கவுண்ட்டரில் டிக்கட் வாங்கிக் கொண்டிருக்கும் போதே இறந்து போகிறான். காலில் புற்று வந்து அவதிப்படும் நிலவியல் நிபுணனான Vadim என்ற இளைஞன் தன் உடலானது ஒளியின் வேகத்தில் சாவினை நோக்கிச் சென்று கொண்டிருப்பதாக நினைக்கிறான். வாழ்வின் இறுதி கட்டத்தில் இருக்கும் இந்தப் புற்று நோயாளிகளை வைத்து, மூன்றாம் நபர் பார்வையில் வாழ்வின் உன்னதங்கள் பற்றிச் சொல்கிறார் சோல்செனிட்சின்.

ரூசனோவ் என்பவன் வார்டுக்கு வந்து சேரும் போது நாவல் தொடங்குகிறது. மார்க்சீயத்தை கொச்சையாகப் புரிந்து கொண்டு, சுயநலக் காரணங்களுக்காக அரசு அதிகாரத்தை துஷ்பிரயோகம்

செய்பவன் இவன். சகத் தொழிலாளிகளைக் காட்டிக்கொடுத்து பதவி உயர்வு பெருகிறான். சோவியத் அதிகார வர்க்கத்தின் முன் மாதிரியாக, மோசமான உதாரணமாக விளங்குகிறான். நல்ல குடியிருப்பையும், மகனுக்கு வேலையையும், மகளுக்கு சௌகரியங்களையும் பெற்றுத் தர கட்சி அதிகாரத்தைப் பயன்படுத்தி வளர்ந்தவன்.

நாவலின் பிரதான பாத்திரமான ஓலக் கோஸ்ட்டக்ளோட்டவ் ரஷ்யப் புரட்சிக்குப் பிறகு பிறந்தவன். நாவலின் போது அவனுக்கு 35 வயது. ஸ்டாலின் ஆட்சிக்காலத்தின் போது ராணுவத்தில் சேர்ந்து, நியாயமற்ற முறையில் தண்டிக்கப்பட்டு, பிரஜா உரிமை பரிக்கப்பட்டு நாடு கடத்தப்படுகிறான். கான்சர் பிடித்து வார்டுக்கு வருகிறான். வந்து சேர்கிற பொழுது சாவின் நுழைவாயிலில் இருக்கிறான். ஒரு பெண்ணின் டிரஸ்ஸிங் கவுனை அணிந்து, இடுப்பில் ராணுவ பெல்டினைக் கட்டிக் கொண்டு கடைத்தெருவில் அவன் தென்படுவது யாருக்குமே விநோதமாகப்படுவதில்லை. அன்றைய ரஷ்யாவின் ஆன்மீகச் சீரழிவினைத்தான் இது காட்டுகிறது.

டாக்டர்களுக்கும், நோயாளிகளுக்கும் இடையே நோயின் தன்மை, குணமாதல் ஆகியவை குறித்து கனத்த முரண்பாடுகள் நிலவுகின்றன. ஓலக்கைப் பொருத்தவரை, அவன் முழுமையாகக் குணமாகி ஒரு வருடமோ என்னவோ வாழ்வினை அனுபவிப்பது சிறப்பாகத் தோன்றுகிறது. எனவேதான் அவனுக்கு அளிக்கப்படும் ஹார்மோன் சிகிச்சைக்கு எதிர்ப்பு தெரிவிக்கிறான்.

சாலி என்கிற இன்னொரு நோயாளி, ரஷ்யப் பெண்கள் அவர்களின் சமூக பொருளாதார வேறுபாடுகள் கடந்து, எல்லோருமே செக்ஸ்க்குத் தயாராக இருக்கிறார்கள் என்கிறான். ஓலக்கும் இப்படி யோசிக்கிறான்: “உங்களைச் சுற்றியுள்ள ஒவ்வொரு பெண்ணும் உங்களிடம் சரணடையத் தயாராக இருக்கையில் நீங்கள் மட்டும் அதற்கு இடம் கொடுக்காமல் இருக்க முடியுமா?” பெண்கள் மற்றும் பாலுறவு குறித்த மாறுபடும் கருத்துகளை வேறுவேறு பாத்திரங்கள் கொண்டிருக் கின்றனர். ஹார்மோன் சிகிச்சையின் பின்விளைவாக பெண்களுக்கு ஆண் அம்சங்களும், ஆண்களுக்கு பெண் அம்சங்களும் உடலியல் ரீதியாக ஏற்படும் என்பதைத் தெரிந்து கொள்கிறான் ஓலக். அவன் பெரிதும் நம்புகிற, அவனுக்குப் பிடித்தமான பெண் டாக்டர் வேகாவும் பின் விளைவுகள் இராது என்று கூறி விடுகிறாள். அடுத்த வார்டின் தலைமை மருத்துவரான Lev Leonidovich இடம் சென்று சந்தேகத்தைக் கேட்கிறான். லியோனிடோவிச்சும் பின் விளைவுகள் இராது என்று பசப்பினாலும், உரையாடலின் இறுதியில் ஒப்புக்

கொள்கிறார். 35வயதில் இருக்கும் ஓலக்கிற்குத் தன் புருஷார்த்தத்திற்கு குந்தகம் வந்து விடக்கூடாது என்ற எண்ணம் வருவது இயல்புதான். பெண்கள் தொடர்பான அவன் வாழ்வே இனிதான் தொடங்கவிருக்கிறது.

லியோனிடோவிச் ஓலக்கிடம் கேட்கிறார்: "வாழ்வின் மலர்கள் என்று பெண்களைப் பற்றி நினைக்கிறாயா? உனக்குத் தெரியுமா, சிறிது காலத்திற்கு பின் அவர்கள் உனக்கு சலித்துப் போய்விடுவார்கள்... அவர்கள் செய்வது எல்லாமே நீ செய்யும் தீவிரமான சாதனை எதையும் தடுப்பதுதான்!" ஆண்கள் பெண்களை முழுமையாகப் புரிந்து கொள்ளவில்லை என்பது தலைமை பெண் டாக்டர் Afnasyevna மூலம் தெரிவிக்கப் படுகிறது. எங்கே பயணம் செய்து கொண்டிருந்தாலும், அவளது எண்ணங்களை முற்றுகையிடுவது அவளது நோயாளிகளின் நலம்தான். என்றாலும், அவளுக்கு ஒரு வீடு, கணவன், மகன் எல்லாமே உண்டு. அவள் மாஸ்கோவுக்கு கருத்தரங்குகளில் பங்குப் பெறச் சென்று திரும்பும் ஒரு வார காலத்திற்கும் அவளது கணவனும் மகனும் சமைக்கப் பயன்படுத்திய பாத்திரங்கள் கழுவாமலேயே விட்டு விடுகின்றனர். இதை அவர்கள் வேண்டுமென்றே செய்யவில்லை எனினும் அவளுக்கு வருத்தமாக இருக்கிறது. பெண்களின் வீட்டு வேலை "சலிப்பூட்டுகிற, முடிவற்ற வகையில் பிறப்பெடுத்துக்கொள்கிற வேலை" என்று கருதுகிறாள்.

இரண்டு மாத மருத்துவமனை வாசத்திற்குப் பின் தனது இருப்பிடமான Ush Terek திரும்பிச் செல்லுமுன் ஒரு நாளை நகரில் கழிக்கிறான் ஓலக். பிரஜா உரிமை பறிக்கப்பட்டவன் என்பதால் நகரின் எந்த ஹோட்டலிலும் தங்க அவனுக்கு அனுமதி கிடையாது. நர்ஸ் ஸோயா, டாக்டர் வேகா இருவரும் ஓர் இரவினை தங்கள் வீட்டில் தங்கிச் செல்லுமாறு ஓலக்கிற்கு அழைப்பு விடுக்கின்றனர். ஓலக், சிறை வாசத்தின் போது, கைதிகளுக்குத் தரப்படும் ரேஷன் ரொட்டியில் கூடுதலாக ஒரு துண்டு ரொட்டியை பைன் மரக்குச்சியால் குத்தி எடையைச் சரி செய்து தருவதைப் பார்த்திருக்கிறான். அதுவும் ரேஷன் ரொட்டிதான் என்றாலும் அது வேறான துண்டு. இதைப் போலத்தான் ஓலக்கின் சிகிச்சைக்குப் பிற்பட்ட வாழ்வு இருக்கிறது. தன் புதுநாளை ஒரு தேநீர் விடுதியில் தொடங்குகிறான். விடுதியில் தேநீர் அருந்துபவர்களில் ஒரு பெண்ணைக் கூட காணமுடிவதில்லை. அப்போது ஓலக் நினைக்கிறான்: "இந்த மனிதர்கள், பெண்களை விடுத்து இப்படிக் குழுமி இருக்கிற வகையில், வாழ்வின் மிக முக்கியமான பகுதி பெண்கள் சம்பந்தப்பட்டதல்ல என்று தெரிவிக்க விரும்புகிறார்களா?" மாலை வருமுன் நகரின் பல பகுதிகளில்

சுற்றித் திரிகிறான். கான்சர் வார்டில் பழகிய டயோம்கா என்ற சிறுவனின் வேண்டுகோளுக்கிணங்க மிருகக் காட்சிச் சாலைக்குச் செல்கிறான் ஓலக். குரங்கு இல்லத்தில் குரங்கு இருப்பதில்லை. அங்கிருந்த குரங்கின் கண்களில் குரூரமான எவனோ ஒருவன் புகையிலையைத் தூவிச் சென்று விட்டதாக ஒரு அறிவிப்புப் பலகை கூறுகிறது. அர்த்தமற்ற இந்த செயலை அவன் ஏன் செய்ய வேண்டும்? பதில் இல்லை.

வேகாவின் வீட்டுக்குச் செல்லுமுன் இரு கொத்து வயலட் மலர்களை வாங்கிக் கொள்கிறான். வேகா வெளியில் சென்றிருக்கிறாள். அடுத்த வீட்டில் தலையணைகளை வெயிலில் போட்டுக் கொண்டுருக்கும் பெண்மணி ஓலக்கை விரட்டுகிறாள். Sharpnelஆல் துளைக்கப்பட்டு ஒட்டுக் கிழிசல்களுடன் தோளில் தொங்கிக் கொண்டிருக்கும் முரட்டுக் கம்பளிப்பை, மிகப் பழைய ஓவர் கோட், கையில் வேகாவுக்கான வயலட்கள்--அவனைப் பார்த்தால் அடுத்த வீடடுக்காரிக்கு அற்பமாகத் தோன்றியிருக்கும். வழியில் பள்ளி செல்லும் சிறு பெண்களை அழைத்து வயலட் மலர்க் கொத்துக்களைத் தந்துவிட்டு அன்றிரவே தனது பயணத்திற்காக ரயில் நிலையம் செல்கிறான் ஓலக்.◎

ஆங்ரே ழீத்

Andre Gide (1869 –1951)

பிரெஞ்சு இலக்கியத்தில் தனித்துவமான இடத்தைப் பெறுகிறார் ஆந்ரே ழீத். குறிப்பாக நவீனத்துவ நாவலுக்கான அவரது பங்களிப்பு மிக இன்றியமையாதது. யதார்த்த நாவல் (Realist Novel) வாழ்க்கையின் ஒரு கீற்றினை சித்தரிப்பதாகச் சொல்லப்படுகிறது. ஆனால் அப்படி வெட்டி எடுக்கப்பட்டு சித்தரிக்கப்படும் வாழ்க்கையில் பரிமாணங்கள் இருப்பதில்லை. ஒருமை பெற்ற நாவல் (Well-Made novel)வகை மீது ழீதுக்கு சலிப்பு ஏற்பட்டிருந்தது. அவருடைய நாவல் பற்றிய கருத்துக்களில் ஜெர்மன் இசை மேதையான ஜே.எஸ்.பாக்ஹ் என்பவருடைய தாக்கம் காணப்படுகிறது. பிரெஞ்சு நாவலை மேற்கத்திய சாஸ்திரீய இசையின் நிலைக்கு நிகராகக் கொண்டுவர வேண்டுமென ழீத் விரும்பினார். ழீத் எழுத

விரும்பிய நாவலில் உருவமும், ஒன்றுக்கு மேற்பட்ட உத்திகளும் பிரதானப்படுகின்றன. அந்த நாவலில் மேலோட்டமாக முரண்படுவது போலத்தெரியும், வேறு வேறான விஷயங்களையும் பற்றிப் பேசுவதற்கு சாத்தியம் இருக்க வேண்டும் என ழீத் நினைத்தார்.

1869இல் பாரிசில் பிறந்த ழீதின் மதரீதியான பாரம்பரியம் கலப்பானது. அவரது தாய் கத்தோலிக்க குடும்பத்திலிருந்து வந்தவர். தந்தை ஒரு புராட்டஸ்டண்ட். தனது பெற்றோரின் பியூரிட்டன்தன்மையை தக்கவைத்துக் கொண்டதோடன்றி, அவர் தானாகவே ஒரு மதம்சாராத, உணர்ச்சியியல் ரீதியான வாழ்க்கையையும் அமைத்துக் கொண்டார். இந்த எதிர் நிலைகளுக்கிடையில் அவரது மனிதத்துவம் ஊசலாட்டம் கண்டது. எனினும் அவர் செயல்கள் யாவற்றிலும் இருந்த அறிவார்த்தமும், நேர்மையும் எவராலும் மறுக்க முடியாதவை. அவரது ஆப்பிரிக்க பயணத்தின் போது (1893-95) தனது மதரீதியான கட்டுக்களில் இருந்து தன்னை விடுதலைப்படுத்திக் கொண்டார்.

அவரது இலக்கிய வாழ்வின் அடிப்படையே சர்ச்சைகளின் மீது அமைந்ததுதான். மேலும், தேங்கிப்போன கவனங்களை உலுக்குவதுதான் தன் நோக்கம் என்றும் ழீத் கூறினார். கத்தோலிக்கர்களும் வலதுசாரிகளும் அவரது தாராள வாதத்தையும் immoralityயையும், மனந்திறந்து எழுதும் தன்மையையும் கண்டனம் செய்தனர். 1936-ல் சோவியத் ரஷ்யாவை விமர்சனம் செய்ததால் இடதுசாரிகள் அவர் மீது கோபம் கொண்டனர். ஐரோப்பிய இலக்கிய வட்டங்களில் பிரபலமாக இருந்தபோதிலும், அவரது நூல்கள் நிறைய படிக்கப்பட்ட போதிலும் அவர் இறுதி வரை விமர்சகர்களின் முழுமையான அங்கீகாரத்தைப் பெறவில்லை. எனினும் இளம் எக்சிஸ்டென்ஷியலிஸ்டுகளாக இருந்த சார்த்தர், காம்யூ ஆகியோர் ழீதின் மீது பெரும் மதிப்பு வைத்திருந்தனர். 1947 ஆம் ஆண்டு அவர் இலக்கியத்திற்கான நோபல் பரிசு பெற்றார். நீதிபதியாகவும், மேயராகவும், காங்கோ நாட்டுக்கு தூதராகவும் பணியாற்றி இருக்கிறார். Travels in the Congo என்ற தலைப்பில் அவர் எழுதிய நூல் காங்கோ மக்களுக்கு பிரெஞ்சு அரசு நிறைய சீர்திருத்தங்கள் செய்ய உதவியாக இருந்தது. Chopin என்ற இசைக்கலைஞரைப் பற்றியும் Poussin என்ற ஓவியரைப் பற்றியும் நூல்கள் எழுதி இருக்கிறார்.

ஆந்ரே ழீதின் குறிப்பிடத்தக்க இலக்கிய வாழ்வானது அறுபது வருடம் நீடித்தது. பத்தொன்பதாம் நூற்றாண்டு இறுதியில் ஆஸ்கார் வைல்ட் மற்றும் மல்லார்மேயின் காலத்திலிருந்து தொடங்கி அணுயுகம் வரையில் விரிகிறது. வடக்கு ஆப்பிரிக்கப்

பயணத்தின் போது ஓரினப்புணர்ச்சியாளராக ழீதின் பாலியல் வாழ்க்கை தொடங்குகிறது. அவர் பதிமூன்று வயதிலேயே நேசிக்கத் தொடங்கிய மேடலின் என்ற பெண்ணை தனது இருபத்து ஆறாவது வயதில் திருமணம் செய்து கொண்டார். ஆனால் அவரது ஒருபால் புணர்ச்சியைச் சரி செய்வதற்கு பதிலாக அவர் மனைவி அதை தூஷித்ததன் மூலம் அதிகரிக்கவே செய்தார். 1924ல் ஒருபால் புணர்ச்சியை தக்க காரணங்களுடன் ஆமோதித்து Corydon என்ற நூலை எழுதினார்.

இது போன்ற மன அவசங்களைத் தவிர அவரது வாழ்வே இலக்கியமாகக் கழிந்தது. 1891இலிருந்து சிம்பாலிசக் கவிஞர் மல்லார்மேயின் (Mallarme) செவ்வாய் மாலைக் கூட்டங்களுக்குச் சென்றார். பால் வெலரியைச் சந்திக்கும் வாய்ப்பும் நட்பும் இங்கே அவருக்குக் கிடைத்தது. ழீத் எழுதிய எழுத்துக்கள் பலவும் சுயசரிதைத்தன்மை கொண்டவைதான். பாலியல் தன்மை, திருமணம், சுயமறுப்பு, தன்னை அறிதல் போன்ற அம்சங்களில் ஒரு அதீதமான மனோவியல் உட்பார்வையுடன் ழீத் செயல்பட்டிருக்கிறார். Straight is the Gate, Lafcadio's Adventures *(1914)* Pastoral Symphony *(1919)* ஆகிய நாவல்களை எழுதினார். தனது நாவல்களை அவர் ஒருங்கிணைத்த விதம் பற்றியும், அவரது அனுபவங்கள் பற்றியும் அவர் பதிவு செய்து வைத்திருந்த குறிப்பேடுகள் (Journals:1889-1949) பிரசித்தமானவை. சிம்பலிஸ்டுகளின் தாக்கம் காரணமாக அவரது எழுத்து நடை ஆரம்பத்தில் கவிதைத்தன்மை மிகுந்து காணப்பட்டது. பிறகு அவரது முதிர்ச்சிக்காலத்தில் அலங்காரங்கள் தவிர்த்த பிரெஞ்சு செவ்வியல் உரைநடைக்கு மாறியது. எனவே ழீதின் ஆரம்ப நாவல்களைப் படித்தவர்களுக்கு 'கள்ளநாணயக்காரர்கள்' சற்று உலர்ந்த உரைநடையைப் பயன்படுத்துவது போலத் தோன்றக் கூடும். ழீத் தான் எழுதிய புத்தகங்களிலேயே கள்ளநாணயக் காரர்கள் ஒன்றைத்தான் நாவல் என்று குறிப்பிட்டார். அவரது பிற நூல்களை கிண்டல்கள் என்றும் பரிகாசங்கள் என்றும் வகைப்படுத்தினார்.

Immoralist (1902) நாவல் மிகுந்த சர்ச்சைக்கு உள்ளானது. இதில் வரும் இளம் வரலாற்று ஆய்வாளன் மிஷல், அவனுடைய பெற்றோர்களால் மிகக் கவனமாக வளர்க்கப்பட்டவன். அவன் இதுவரை வாழ்ந்தது புத்தகங்களுடனான வாழ்க்கை. தனது இளம் மனைவியுடன் ஆப்பிரிக்காவில் பயணம் செய்து கொண்டிருக்கும் பொழுது வாழ்க்கை பற்றிய அவனது அறியாமையும் அவனது உயிரைப் பறிக்கக்கூடிய காசநோய் அவனைப் பீடித்திருப்பதும் அவனுக்குத் தெரியவருகிறது. நோயிலிருந்து மீள்வதானது சாவினை எதிர்ப்பதற்கு இணையானது என்பதை

உணர்கிறான். இந்தச் சூழ்நிலையில் சில தீவிரமான முடிவுகளை அவன் எடுக்க வேண்டி வருகிறது. நன்மை தீமை என்ற அம்சங்களை மிஷல் ஆரோக்கியம்-நோய் என்ற அளவுகோள்களை வைத்தே மதிப்பிடுகிறான். மிஷலைப் பொருத்தவரை ஆரோக்கியம் என்பதே அழகு என்று ஆகி விடுகிறது. Immoralஆக இருப்பது ஆரோக்கியத்திற்கு சமமானதாகிறது. Moral ஆக இருப்பது தொடர்ந்து வாழ்க்கையை வறண்டு போகச் செய்யும்.

கள்ளநாணயக்காரர்கள் ழீதின் எழுத்துச் சாதனைகளில் மிக உச்ச இடத்தைப் பெறுகிறது. நேச்சுரலிஸ்டுகளும், ரியலிஸ்டுகளும் நாவல்களில் வாழ்க்கையைச் சித்தரிக்கும் போது நீள வாக்கிலேயே வெட்டி எடுத்துக் கொண்டனர். அவர்கள் தவறவிட்டது “ஆழம்” மற்றும் “அகலம்”. தான் எதையும் வெட்டி எடுக்கப்போவதில்லை என்றார் ழீத். எனவேதான் இந்த நாவலின் பேசுபொருள் என்று தனியாக எதுவும் இல்லை. நாவலே அதன் பேசுபொருள் ஆகிறது. மேலும் கதைத்திட்டம் (Plot) என்பதற்கு ழீத் முக்கியத்துவம் அளிக்கவே இல்லை. இதில் எதுவர்த் என்பவன் கள்ளநாணயக் காரன் என்ற நாவலை எழுதிக் கொண்டிருக்கிறான். மேலும் அவன் ஒரு டயரியில் தான் எழுதும் நாவல் பற்றி குறிப்புகளையும் எழுதிக்கொண்டு வருகிறான். எதுவர்த், நாவல் எழுதும் போது எதிர்கொள்ளும் பிரச்னைகளையும் எழுதுகிறான். இன்னொரு முக்கியமான செய்தி என்னவெனில் கள்ளநாணயக்காரர்கள் நாவலை எழுதும் பொழுது ழீதும் ஒரு குறிப்பேட்டினை எழுதிக் கொண்டிருந்தார் என்பதாகும். ஆக, விளைவு என்னவெனில் பெட்டிக்குள் பெட்டியாக அமையும் “சீனப்பெட்டிகள்” அமைப்பு. நாவலின் இயல்புகள் பற்றிய ழீதின் ஆழ்ந்த தியானங்களை இந்த நாவல் பேசுபொருளாகக் கொண்டிருக்கிறது.

நேரடியான விவரணைகள் தவிர, இதில் கடிதங்கள், டயரிகள், தனிப்பேச்சுக்கள், கனவுகள், உரையாடல்கள் ஆகியவை இடம் பெறுகின்றன. இவை அனைத்தையும் ஒருங்கிணைக்கும் அம்சமாக வருபவர்கள் கள்ளநாணயக்காரர்கள். குறிப்பிட்ட, கௌரவமான குடும்பத்தைச் சேர்ந்த குழந்தைகளை அவர்கள் எப்படித் தவறான முறையில் பயன்படுத்திக் கொள்கின்றனர் என்பதும் சித்தரிக்கப் பட்டிருக்கிறது. இளம் வயதினரை ஏமாற்றும் கள்ளநாணயக் காரர்கள் போலி இலக்கியவாதிகளுக்கு குறியீடாகின்றனர். Robert de Passavant என்ற பணக்கார போலி எழுத்தாளன் தன் வெற்றுப் பெருமையை பெரிதாக்க இளைஞர்களைப் பயன்படுத்தி பத்திரிகை தொடங்கச் செய்கிறான். தன் ஓரினப்புணர்ச்சிக்கும் அவர்களைப் பயன்படுத்துகிறான். இவனும் குறியீட்டளவில் ஒரு கள்ளநாணயக்காரனே.

ழீத் போன்றோர் எழுதும் எழுத்துக்களில் யதார்த்தம் பிரதிபலிக்கப்படுவதில்லை. ஒளிவிலகலின் (reftact) போது தெரியும் பிரதிபலிப்பு போலத்தான் நவீனத்துவ நாவல்களில் வாழ்க்கை பிரதிநிதித்துவம் காண்கிறது. யதார்த்த நாவல்கள் செய்ய வேண்டிய காரியத்தை புகைப்படமும் சினிமாவும் அதிக மடங்கு அழகாகவும், துல்லியமாகவும் இப்போது சாதித்து வருகின்றன. இந்தச் சூழ்நிலையில்தான் நவீனத்துவ நாவல்கள் மிக உயர்ந்த ஸ்தானத்தைப் பெறுகின்றன.

நாவல் மிகச் சிக்கலான முறையில் கட்டமைக்கப் பட்டிருந்தாலும், உயர்ந்த செய்நேர்த்தியுடன் எழுதப்பட்டிருக்கிறது. இதில் பிரதிபலிக்கப்படும் வாழ்க்கை மிகவும் குரூரமானது, கொலை, தற்கொலை, காதலற்ற முறையில் கன்னிமை இழத்தல், ஓரினப்புணர்ச்சி, பிறன்மனை கொள்ளல் ஆகியவை. எதுவர்த் அவனளவில் ஒரு முழுமையற்ற நாவலாசிரியன்தான். அவன் தனது அழகியல் கோட்பாடுகளின் ஆதர்சம் என பாக்ஹ் என்ற ஜெர்மானிய இசைக்கலைஞரின் The Art of the Fugue-ஐக் குறிப்பிடும் பொழுது அதை மற்றொரு கதாபாத்திரம் அரூபமானதென்றும், சலிப்பானதென்றும் கூறி மறுத்து விடுகிறது. எனவே ழீத் என்ற நாவலாசிரியனுக்கும் நாவலுக்குள் ஒரு நாவலை எழுதும் எதுவர்த்துக்கும் வேறுபாடு நிலைநாட்டப்பட்டிருக்கிறது. ஆரம்பத்தில் Lafcadio's Adventures என்ற நாவலின் தொடர்ச்சியாக கள்ளநாணயக்காரர்கள் நாவலை வெளியிடத் திட்டமிட்டிருந்தார். இறுதியில் திட்டத்தை மாற்றினார். லாஃப்காடியோவுக்குப் பதிலாக எதுவர்த்தை மையப்பாத்திரமாக ஆக்கினார். யதார்த்த நாவலுக்கு எதிராக எழுதிய போதிலும் சில சம்பவங்களை ழீத் நிஜவாழ்க்கையிலிருந்து தேர்ந்தெடுத்தார். 1906ஆம் ஆண்டு சில மாணவர்கள் கும்பலும் சில ஓவியர்களும் சேர்ந்து பாரிஸ் நகரில் கள்ளநாணயங்களை மாற்றும் விஷயம் கண்டுபிடிக்கப்பட்டது. நாவலின் பிற்பகுதியில் இலக்கிய விருந்தில் நடக்கும் துப்பாக்கி சூடு நிஜவாழ்க்கையிலிருந்து பெறப்பட்டிருக்கிறது. நிஜமாகவே நவீன பிரெஞ்சு நாடகாசிரியர் ஆல்ஃபிரட் ஜாரி ஒரு இலக்கிய விருந்தின் போது கை வந்த வாக்கில் துப்பாக்கியால் சுட்டார்.

கதை விவரணைப் பார்வை (Point of view)கள் ஒன்றுக்கு மேற்பட்டு இருப்பதால் நாவல் சிக்கலாகப் பின்னலிடுகிறது. மொத்த நாவலும் பெயரற்ற விவரணையாளன் மூலம் கூறப்படுகிறது. 18ஆம் நூற்றாண்டு நாவல்களில் போல விவரணையாளன் கதைக்கு வெளியே வந்து பாத்திரங்களைப் பற்றி சொந்த அபிப்பிராயங்களைச் சொல்கிறான். தன்னைப் பற்றியும் பேசுகிறான். நிஜமான பாத்திரங்களில் முதன்மையானவன் எதுவர்த். நாவலின் மற்றெல்லாப் பாத்திரங்களையும் பற்றித்

தெரிந்து வைத்திருக்கும் ஒரே ஒருவன் அவன் மட்டுமே. ஒரு குழந்தையின் சாவைப் பற்றி எதுவர்த் அவன் எழுதும் நாவலில் குறிப்பிடத் தயங்குகிறான். ஆனால் ழீத் எழுதிவிடுகிறார். திருடப்பட்ட கடிதம் 18ஆம் நூற்றாண்டு நாவல்களில் பிரபலமாகப் பயன்படுத்தப்பட்ட உத்தியாகும். இந்த உத்தியை குறைந்த பட்சம் நான்கு முறை பயன்படுத்தி இருக்கிறார் ழீத். இவ்வுத்தி ஒரு பாத்திரம் பிறர் பற்றி என்ன நினைக்கிறது என்பதை வாசகர்கள் அறிய உதவுகிறது.

இந்தப் பாத்திரங்கள் யாவரும் வெளிப்படுத்தும் யோக்கியமின்மைகள், சமூகம், மதம், மனசாட்சி ஆகிய காரணிகளால் உருவாக்கப்படுகின்றன. அவர்கள் தங்களை முழுமையாக உணர்ந்து கொள்வதற்கு மதம், சமூகம் ஆகிய கட்டுக்களில் இருந்து தப்பித்துச் செல்ல வேண்டியிருக்கிறது. எதுவர்தின் போலியாக வரும் பாத்திரமான Robert de Passavant- இன் ஓரினப் புணர்ச்சி வக்கிரமானதென்றும் எதுவர்தின் ஓரினகாதல் இயல்பானதென்றும் சித்தரிக்கப்பட்டிருக்கிறது. Corydon நூலில் ஓரினக் காதலை மன்னிப்பு வேண்டும் தொனியில் நியாயப்படுத்தி எழுதுபவர் இங்கு அது பற்றிய குற்ற உணர்வுகளைக் கடந்து வந்து விடுகிறார். அரசியல்ரீதியாகவும் சரி, தனிமனிதக் கருத்து சுதந்திரங்கள் ரீதியாகவும் சரி, ழீத் கடைபிடித்த சமரசமற்ற போக்கு அவருடைய விருதுகள் பட்டியலை காலியாகவே வைத்தது-நோபல் பரிசு தவிர.◎

பிரைமோ லெவி

Primo Levi (1919 –1987)

பிரைமொ லெவியின் இலக்கிய முக்கியத்துவம் மற்றும் அவருடைய எழுத்துக்களுக்கான அங்கீகாரம் ஆகியவை, 1987 ஆம் ஆண்டு அவர் தற்கொலை செய்து கொள்வதற்கு முன்பாகவே உணரப்பட்டிருந்தது. Umberto Eco மற்றும் Italo Calvino போன்ற நவீன இத்தாலிய எழுத்தாளர்கள் பரவலாக தெரியவந்து விட்ட அளவுக்கு பிரைமோ லெவியின் எழுத்துக்கள் தமிழில் தெரியவரவில்லை. வாஸ்தவத்தில் Umberto Eco வும் மறைந்த Italo Calvino வும் லெவியை நவீன இத்தாலிய இலக்கியத்தின் பிரதான உந்துசக்தியாகக் கருதினர். லெவியின் எழுத்துக்கள் பன்முகம் வாய்ந்தவை. சுயசரிதைக் குறிப்புகள், நாவல்கள், சிறுகதை, கட்டுரை, கவிதை ஆகிய துறைகளில் அவர் தடம்பதித்திருக்கிறார். ஒரு ரசாயன விஞ்ஞானியாக படித்துப் பட்டம் பெற்று பணிபுரிந்த

காரணத்தினால், அவரின் மொழிப்பயன்பாடு சுயப்பிரக்ஞை மிக்கதாயும் கச்சிதத்தன்மை கொண்டதாகவுமிருக்கிறது. அதிகபட்சமான, அவசியத்திற்கு மேற்பட்ட அலங்காரமான வரிகளை அவர் எழுத்துக்களில் காண்பதற்கு முடியாது. முழுநேர எழுத்துப்பணிக்கு தன்னை ஈடுபடுத்திக் கொண்டது அவருடைய அறுபதாம் வயதில் என்கிற தகவல் இன்னும் வியப்பளிக்கிறது. நவீன ஐரோப்பிய-யூத எழுத்தாளர்கள் வரிசையில் லெவி தனித்துத் தெரிகிறார். எனினும் நாஜிகள் ஏற்படுத்திய சாவு முகாம்களில் இருந்து தப்பித்து வெளியே வந்து பின்னர் தற்கொலை செய்து கொண்ட வகையில் போலந்தின் நவீன யூத எழுத்தாளரான Tadeusz Borowskiயுடன் ஒப்புமைப்படுகிறார். ஆனால்Borowskiயின் மொத்தப் படைப்பே This Way For the Gas, Ladies and Gentlemen என்ற ஒற்றை நூலில் அடங்கிவிடுகிறது. மேலும் Borowski தனது 33வது வயதிலேயே தற்கொலை செய்து கொண்டது அவரது எழுத்து சாதனைகளை திடீரென நிறுத்திவிட்டது.

லெவியின் எழுத்துக்கள் நவீனத்துவம் சார்ந்தவை என்ற போதிலும் Holocaust Literature எனப்படும் பேரழிவு இலக்கியம் என்ற வகைப்பாட்டில் அடங்குகிறது. பேரழிவு இலக்கியம் என்பது என்ன? அது உருவாகக் காரணங்கள் யாவை? இரண்டாம் உலகப்போரின் போது யூதர்களை அடியோடு அழிக்கும் திட்டத்திற்காக ஜெர்மனியின் பல பகுதிகளில் சாவு முகாம்களை அமைத்தார் ஹிட்லர். நான்கு மில்லியன் யூதர்கள் ஹிட்லரால் விஷவாயுக் கிடங்குகளில் கொல்லப்பட்டனர். லெவி ஒரு யூதர் என்பதாலும், நாஜி எதிர்ப்பு இயக்கத் தலைமறைவுக் குழுவின் அங்கத்தினர் என்பதாலும் கைது செய்யப்பட்டு Auschwitz என்ற பிரபல சாவு முகாமுக்குக் கொண்டு செல்லப்பட்டார். அவர் ஒரு ரசாயன விஞ்ஞானி என்ற காரணத்தினால் அவரது திறன்களைப் பயன்படுத்திக் கொள்ளும் நோக்கம் இருந்ததால் நாஜிகள் அவரை விஷவாயுக் கிடங்கிற்கு அனுப்பவில்லை. ஹட்லரின் சாவு முகாம்களில் உடல் வலு உள்ளவர்கள் கொஞ்ச நாட்கள் உயிரோடு இருக்கலாம். வயதானவர்கள், குழந்தைகள், வலுவற்றவர்கள் ஆகியோர் விஷவாயுவில் சாக வேண்டும். கடின மான வேலை செய்ய வேண்டும். பட்டையான கோடுபோட்ட அங்கிகளில் பேன்கள் வந்து விடும். இந்தப் பேன்களை ஒழிக்க மாதத்திற்கு ஒரு முறை கைதிகளிடமிருந்து இந்த அங்கிகள் பிடுங்கப்படும். இதனால் நிர்வாணப்படுத்தப்பட்ட 28000 பெண்களைப் பற்றி Borowski This Way For the Gas, Ladies and Gentlemen என்ற சிறுகதையில் எழுதியிருக்கிறார். Holocaust Fiction எனும் பேரழிவு நாவல் 1933-1945 ஆகிய கால இடைவெளியில் ஐரோப்பாவுக்கு நிகழ்ந்த சீரழிவுகளைப் பதிவு செய்தது. குறிப்பாக

இந்த நாவல்கள் இட்லர் யூதர்களுக்கு ஏற்படுத்திய இம்சைகளை மையப்படுத்துகின்றன.

இந்த நாவல்களின் அடியோட்டமாக இருக்கும் அம்சம் தத்துவ விசாரம். மனிதப் பேரழிவினை, பேரழிவு இயக்கம் கூடச் சரியான வகையில் நியாயம் கற்பித்து சித்தரித்து விட முடியாது என்று கூறுபவர்கள் உண்டு. இதில் சம்பந்தப்படும் வினோத, விபரீத மனிதச் செயல்களைப் படம் பிடிப்பதற்கு மொழியும், நாவல் வடிவமும் சக்தியற்றுப் போய்விடுகின்றன என்ற கருத்து சொல்லப்படுகிறது. இத்தகைய அசாத்தியமான சூழ்நிலைகளில்தான் லெவி தன் நாவல்களையும் சிறுகதைகளையும் எழுதியிருக்கிறார். Elie Wiesel என்ற விமரிசகரின் கூற்றுப்படி, “ஆஷ்விட்சில் மரித்தது வெறும் மனிதன் மட்டுமல்ல, மனிதனைப் பற்றிய கருத்தாக்கமும்” ஆகும். எனவேதான் ஜெர்மானிய தத்துவவாதியும் கலாச்சார விமர்சகருமான Theodor Adorno, ஆஷ்விட்சுக்குப் பிறகு இலக்கியத்துக்கான சாத்தியம் இல்லை என்று குறிப்பிட்டார். பேரழிவு இலக்கிய எழுத்தாளன் எதிர்நோக்கும் பிரச்சனை சிக்கலானது. தவிர்க்க இயலாதபடி அவன் மனிதன் குறித்த கருத்தாக்கத்தின் இறப்பினை எழுது வேண்டி வருவது அதனை நிலைநிறுத்த வேண்டிய காரணத்தால்.

சாவுமுகாம் அனுபவங்களை எழுதுவதும் அதற்கு சாட்சியமாக இருப்பதுமான பளூ மிகுந்த பொறுப்பினை லெவி ஏற்றுக்கொண்டார். சுயசரிதை நூல்களான If this is a man, The Truce ஆகியவற்றில் முதல்நபர் பார்வையில் சாவு முகாம் அனுபவங்களை எழுதியிருக்கிறார். 1945 ஆம் ஆண்டு ரஷ்யர்கள் உள்ளே நுழைந்தவுடன் ஆஷ்விட்சிலிருந்து ஜெர்மானியர்கள் தங்களுடன் ஆரோக்கியமான கைதிகளை மட்டும் கூட்டிக் கொண்டு தப்பித்தனர். அச்சமயம் லெவிக்கு ஏற்பட்டிருந்த தொற்றும் காய்ச்சல் காரணமாக முகாமிலேயே விடப் பட்டார். லெவி விரும்பியிருந்தால் If this is a man நூலை இன்னும் கோரமாகவும், கொடூரமான வகையிலும் விவரித்திருக்கலாம். லெவி அப்படிச் செய்யவில்லை. இந்நூல், அவருடன் இருந்த சக கைதிகளின் இறப்பிற்கு அஞ்சலி செலுத்தும் தொனியைக் கொண்டுருக்கிறது. தாங்கள் காப்பாற்றப்படாத காரணத்தால் குற்றம் சாட்டும் மில்லியன் ஆவிகள் இந்நூலின் ஒவ்வொரு வரியிலும் நடமாடுகின்றன.

The Truce (1963) நூல் வெளிச்சம் நிரம்பியதாக இருக்கிறது. லெவி முகாமிலிருந்து தன் சொந்த நகரான Turin க்குத் திரும்பிச் செல்லும் பயணத்தை விவரிக்கிறது. இந்த நூலில் சற்றே தயங்கிய நம்பிக்கை தலை தூக்குகிறது. வருடக்கணக்காக வெளி உலகத்தையே பார்த்திராதவனுக்கு திடீரென்று வாழ்வின்

அபரிதமான காட்சிகள் கிடைக்கும் அனுபவத்தை லெவி வாசகனும் உணரும்படி செய்திருக்கிறார். ஆஷ்விட்சில் லெவி ஒரு புதிய தர்மத்தைக் கற்றுக் கொள்கிறார். மற்றவர்களின் தவறுகளையும் பலவீனங்களையும் பொறுத்துக் கொள்வதுதான் அது. எனவே The Truce நூலில் நல்ல திருடர்கள் மோசமான திருடர்கள், நிஜமான பலசாலி மற்றும் குண்டு மிரட்டல் மிரட்டும் பேடி ஆகியவர்களுக்கு இடையிலான வேறுபாடுகளைத் தெளிவுபடுத்துகிறார். வீடு, திரும்பும் பயணத்தில் அவருடன் கூட வருபவர்கள் வினோதமானவர்கள். இருபது வயதான Cesare ரோமானியச் சேரியிலிருந்து வருகிறான். ஊசியின் வழியாகத் தண்ணீரைச் செலுத்தி மீன்களைப் பருக்க வைத்து ரஷ்யர்களை ஏமாற்றுகிறான். Cesareவைப் பொறுத்த வரை சிக்கிவிடாமல் ஏமாற்றிக் கொண்டிருப்பது ஒரு கலை. கெட்டவார்த்தைகளின் மறு உருவமாக வருபவர் வெரோனாவைச் சேர்ந்த எழுபது வயதுக் கிழவர். அவர் பெயர் Avesani. சகல மனிதர்களின் மீதும், சகல பொருள்களின் மீதும், தன் மீதும், ஒவ்வொரு நாளின் மீதும், இரவின் மீதும் புத்திகெட்டத்தனமான கோபம் கொண்-டவர் அவர். அவருடைய செங்கல் அறுக்கும் தொழில் மீது கூட அவருக்குக் கோபம்தான். யந்திரத்தனமாக அல்லாமல் இடைவிடாது கெட்ட வார்த்தைகளால் திட்டுவார். ஒரு விதமுறைமையும், அக்கறையும் அவரது திட்டுதலில் இருக்கும். மிகச் சரியான வார்த்தைக்காகத் தன்னை நிதானித்து, பிறகு திருத்திக் கொள்வார். அவர் விரும்பித் தேடும் வார்த்தை கிடைக்காமல் போனால் அதற்கும் திட்டுவார். இந்த வசவுபாடும் அவேசானியின் வயோதிகப் பைத்தியக்காரத் தனத்திலும் லெவியால் ஒரு உன்னதத்தைப் பார்க்க முடிகிறது. நாடகத்தில் பெரும் ஈடுபாடு கொண்டு Dusk என்ற புனைப் பெயருடன் ஜெயிலுக்கும் நாடக மேடைக்கும் இடையே அலைந்து திரிந்து வருகிறான் மற்றொரு பாத்திரம். முகாமில் மாட்டிக் கொண்ட பிறகும் அவனுக்கு நாடக மேடை எது நிஜ வாழ்க்கையை எது எனப் பிரித்தறிவதில் சிரமம் இருக்கிறது.

If not now When (1982) என்ற நாவலின் தலைப்பு இரண்டாம் உலகப் போர்க்காலத்திய எதிர்ப்பு இயக்கப்பாடல் வரி ஒன்றிலிருந்து எடுக்கப்பட்டதாகும். முந்தைய இரண்டு நூல்களைப் போன்றே இதுவும் வலுவான தகவல்களின் அடிப்படையில் அமைந்திருக்கிறது. இட்லருக்கு எதிரான கிழக்கு ஐரோப்பிய யூத எதிர்ப்புக் குழுவினரின் அனுபவங்களை இந்த நாவல் மறு கட்டுமானம் செய்கிறது. இந்தக் குழுவினரின் வரலாற்றுப் பின்னணிக்கு வேண்டிய அளவு தகவல் அளிப்பு செய்யப்பட்டிருக்கிறது. இருப்பினும் வெறும் ஆவணங்களில்

உலவும் பெயர்களுக்கு ரத்தமும் சதையும் அளித்திருப்பது லெவியின் எழுத்து மேதைமை.

போர் மற்றும் சாவு முகாம்கள் தொடர்பான இந்த நூல்களில் ஒருவித வலியின் தீவிரம் உணரத்தக்கதாய் இருக்கிறது. சில விவரணைகள் பீதியூட்டுவனவாகவும் மனதைக் கலங்கச் செய்யக் கூடியதாகவும் உள்ளன. ஆனால் இவற்றில் சுயசரிதைத் தன்மைகளையும், நாவலின் அம்சங்களையும் வேறுபடுத்த முடியாத அளவுக்கு லெவி கலந்திருக்கிறார். சில விமரிசகர்கள் இந்தக் கலப்பினை ஒரு குறையாகச் சுட்டிக்காட்டி இருக்கின்றனர். மனிதத்தன்மையற்ற போர்க்கால அனுபவங்களைக் கவனத்தில் பதித்து வைத்து பின்னர் நீண்ட வருடங்கள் கழித்து மீண்டும் நினைவுபடுத்தி இந்த நூல்களில் பதிவு செய்ததன் மூலம், லெவி வரலாற்றின் சாட்சியக்காரர்களில் ஒருவராக ஆகிறார். மேலும் இந்த அனுபவங்களை எழுதாமல் இருக்க முடியவில்லை-அவற்றை எழுத வேண்டிய கட்டாய உணர்வு தனக்குள் ஏற்பட்டது என்றும் குறிப்பிட்டிருக்கிறார். சுயசரிதைக் குறிப்புகளை எழுதியபோது அந்த அனுபவத்தின் மூலம் அவருக்குப் பொருந்தக்கூடிய நாவல் வடிவத்தையும் கதை சொல்லும் முறையையும் கண்டுபிடித்துக் கொண்டார்.

லெவியின் நூல்களில் தனிப்பட்ட கவன ஈர்ப்பினைப் பெற்றது அவருடைய The Periodic Table (1975). இந்த நூல் அவரது நூல்களிலேயே மிகவும் அந்தரங்கமானது என்று கூறலாம். நாவலுக்கான மூலப்பொருள் லெவியின் சுயசரிதை என்ற போதிலும், கதை சொல்பவர் லெவியாக இருப்பினும், புத்தகம் கட்டமைக்கப்பட்டிருக்கும் விதம் கவித்துவமான தாய் இருக்கிறது. இந்தக் காரணத்தினால் பிற நினைவுக்குறிப்பு நூல்களிலிருந்தும் அவற்றின் சம்பிரதாய வெளிப்பாட்டு முறைகளிலிருந்தும் The Periodic Table பெரிதும் வேறுபடுகிறது. நாவலின் நிகழ்ச்சிகள் பரந்து பட்ட அளவில் கால ஒழுங்கினை அனுசரிக்கின்றன. பிரதான விவரணையை மூன்று கனவுத் தன்மையான (Fantasy) விவரிப்புகள் அல்லது கதைகள் குறுக்கிடுகின்றன.

நாவல் 21 அத்தியாயங்களாகப் பிரிக்கப்பட்டிருக்கிறது. ஒவ்வொரு அத்தியாயத்திற்கும் ஒரு தனிமத்தின் (element) பெயர் தரப்பட்டுள்ளது. Argon என்ற தனிமம் முதல் அத்தியாய மாகவும், Carbon என்ற தனிமம் முடிவு அத்தியாயமாகவும் அமைந்திருக்கிறது. நாவல் முக்கியப்படுத்தும் காலம் 1930க்கும் 1940க்கும் இடைப்பட்ட வருடங்கள். இருப்பினும் முதல் அத்தியாயம் மிகவும் பின்னோக்கி வந்து லெவியின் 19 நூற்றாண்டு முன்னோர்களைப் பற்றிக் கூறுகிறது. முன்னோக்கிச் சென்று

1970களின் நவீனத்துவத்தையும் தொடுகிறது. Argon எனும் வாயு, ரசாயன மாறுதலுக்கு உட்படாத, தன்பாட்டுக்கு இருக்கக் கூடிய தனிமம். வேறு எந்தத் தனிமத்துடனும் ரசாயனச் சேர்க்கைக்கு உட்படாதது. இறந்து போன தன் முன்னோர்களைப் பற்றி இந்த அத்தியாயத்தில் லெவி நினைவு கூர்கிறார். ஒரே நேரத்தில் இந்த அத்தியாயம் யூதக் கலாச்சாரத்திற்கு ஒரு முகவுரையாகவும், வழக்கில் இருக்கும் பல எபிரேயச் சொற்களுக்கான அர்த்த விளக்கம் கொண்ட அகராதியாகவும் அமைந்துள்ளது.

ஒரு உன்னதமான நாவலை உன்னதமற்ற காரணங்களுக்காகவும் படிக்கலாம் என்பதற்கு எடுத்துக்காட்டாக Zinc (துத்தநாகம்) அத்தியாயத்தில் வருகிறாள் ரீட்டா என்ற பெண் பாத்திரம். லெவியின் வகுப்பிலேயே ரசாயனம் படிக்கும் அவளும் Thomas Mann இன் Magic Mountain நாவலை வைத்திருக்கிறாள். ஆனால் அந்த நாவலின் தத்துவார்த்த மனிதத் தேடல்கள், வாழ்வு பற்றிய விசாரங்கள் அடங்கிய விவாதப் பகுதியைப் படிக்காமல் அதில் வரும் பாத்திரங்கள் இருவரின் காதல் எவ்வளவு தூரம் போகிறது என்பதில் கவனம் செலுத்துகிறாள். துத்தநாகம் என்னும் தனிமம் கவர்ச்சியற்ற சாம்பல் நிறம் கொண்டது. அதன் உப்புகள் நிறமற்றவை. அது சலிப்பூட்டக்கூடிய உலோகம்.

Lead (காரீயம்), Mercury (பாதரசம்), Titanium (டைட்டானியம்) ஆகிய மூன்று அத்தியாயங்கள் தம்மளவில் நிறைவுபெற்ற Fantasy களாக, பிரதான நாவலின் ஓட்டத்தில் குறுக்கிடுகின்றன. இந்தப் பகுதிகள் சாய்வான எழுத்துக்களில் அச்சிடப்பட்டிருப்பது விவரணைப் பகுதியில் அவற்றைப் பிரித்துக் காண உதவுகிறது. Sulphur (கந்தகம்), என்ற சிறிய அத்தியாயத்தில் வரும் Lanza என்ற பாத்திரத்திற்கு லெவி, கவனத்தை ஈர்க்கும் அளவு உயிரோட்டம் தந்திருக்கிறார். கந்தகச் சூளையில் இரவு ஷிப்ட் வேலை செய்யும் Lanza எல்லா இயந்திரங்களையும் இயக்கிவிட்டு, ஒரு சிகரெட்டைப் பற்ற வைக்கும் நேரம் கந்தகச் சூளை வெடித்து விடும் என்ற அபாய அறிவிப்பை மீட்டர்கள் காட்டுகின்றன. தொழிற்சாலையில் வேறு எவருமே இல்லை. உதவிக்குத் தீயணைப்பவர்களைக் கூப்பிடுமுன் கந்தகம் வெடித்துத் தெறித்து விடும். Lanzaவும் உயிரோடு இருக்க மாட்டான். பேராபத்து நேரத்தில் சில சமயம் கிடைத்துவிடும் மனத் தெளிவினை வைத்து காரணத்தைக் கண்டுபிடித்து, சூளை வெடிப்பதை தவிர்த்து விடுகிறான். காலையில் தன் ஷிப்ட் முடிந்து கிளம்பும் போது தனது சாகசத்தை யாரிடமாவது சொல்ல வேண்டும் போல் அவனுக்குத் தோன்றுகிறது. ஆனால் அவன் சொல்வதில்லை.

நாவலில் சற்றே இளைப்பாறுதல் தருகிறது Nitrogen அத்தியாயம். மேலும் லெவியின் நகைச்சுவை உணர்வும் இதில்

வெளிப்படுகிறது. லிப்ஸ்டிக் தயாரிக்க அவசியமான Alloxan எனும் ரசாயனப்பொருள் நைட்ரஜன் குடும்பத்தைச் சேர்ந்தது. மனிதனைப் பொருத்தவரை நைட்ரஜனை Uric அமிலமாக மூத்திரத்தில் வெளியேற்றுகிறான். Uric அமிலத்தை ரசாயன முறையில் உடைப்பதன் மூலம் Alloxan ஐ அடையலாம். ஆனால் அது அவ்வளவு எளிய காரியமல்ல. தாவரங்களுக்கும் விலங்குகளுக்கும் நைட்ரஜன் காற்றின் வழியாக வந்து சேர்கிறது. விலங்குகளையும் தாவரங்களையும் உண்ணுவதால் மனிதனின் உடலில் சேர்கிறது. மூத்திரத்தில் யூரிக் அமிலமாக வெளியேற்றப்படுகிறது. Alloxan ஐ மனித மூத்திரத்திலிருந்து பிரித்தெடுப்பது கடினம். மனிதனைப் போல கழிவு சுத்தம் செய்யும் காரியத்திற்கு தண்ணீரைப் பயன்படுத்த முடியாத பறவைகளும் பாம்புகளும் யூரிக் அமிலத்தை திண்மையான பொருளாக எச்சத்தில் வெளியேற்றுகின்றன. பெண்களின் உதடுகளை அழகாக்கக் கூடிய லிப்ஸ்டிக்கின் ஒட்டும் பொருள் மலைப்பாம்புகள் மற்றும் கோழிகளின் எச்சத்திலிருந்து எடுக்கப்படுகிறது என்கிற தகவல் சிரிப்பூட்டுவதாக இருக்கிறது. அசிங்கத்திலிருந்து அழகு-இதுதான் நைட்ரஜன் சொல்லித்தரும் பாடம். கடைசி அத்தியாயமாக Carbon வருவது மிகவும் பொருத்தமாக இருக்கிறது. கார்பனின் ஒற்றை அணுவினைப் பற்றிய தியானமாக, கவிதையாக அமைந்து நாவலுக்கு அழுத்தமான முடிவினைத் தருகிறது.

The Wrench (1978) நாவல் ஒரு கப்பல் தளவாட கட்டுமான என்ஜினீயரைப் பற்றியது. அவன் பெயர் Faussone. அவன் மூலமாகத்தான் கதை சொல்லப்படுகிறது. கதையைக் கேட்பவர் லெவி/ வாசகனாக இருக்கலாம். உலகத்தின் அனைத்துத் துறைமுகங்களையும் Faussone பார்த்திருக்கிறான். அவற்றில் வேலை செய்திருக்கிறான். வேறுபட்ட பிரதேசங்களையும், மனிதர்களையும் மொழிகளையும் அறிந்தவன். எனவே Faussoneஐப் பொருத்தவரை பிறந்த இடத்திலேயே இருந்து விடுவதென்பது "இரும்பில் ஆன முலைக்காம்பினை உறுஞ்சுவது போன்றது" (The Wrench) ஆகும். கதையின் விவரணை Faussone இன் பேச்சு நடையை ஒட்டி எழுதப்பட்டிருப்பதால் வாசகன் விவரணைக் குரலுடன் நெருங்கி அனுபவம் கொள்ள முடிகிறது. அவனது கோர்வையற்ற கதை சொல்லலை, Faussone இடைவெட்ட அனுமதிப்பதில்லை. சில தெளிவுபடுத்தும் கேள்விகளை மாத்திரம் அனுமதிக்கிறான். கதையைக் கேட்கும் லெவிக்கு நீண்ட தனிமொழியை (Monologue) கேட்பது போல இருக்கிறது. அவன் ஒரு எழுத்தாளனோ அல்லது சிந்தனையாளனோ இல்லை யென்றாலும் Faussoneக்கு தனது தனிமனித அருகதையைப் பற்றிய அடிப்படையான கேள்வியும் சந்தேகமும் வந்துவிடுகிறது. இத்தகைய கேள்விகள் எழுத்தாளனுக்கு வருவது உண்டா

என்று அவன் லெவியைக் கேட்கிறான். வேலை செய்யும் முறையிலும் அதன் சிரமங்களிலும் எழுத்தாளனையும் தொழில்நுட்பனையும் ஒப்புமைப்படுத்த இயலாது என்கிறார் லெவி. தொழில்நுட்பன் செய்யும் பிசகுகள் உடனடியாகவே அவனையும் அவனைச் சுற்றி உள்ளவர்களையும் விபத்து வடிவில் பாதிக்கும். எழுத்தாளனின் பிசகுகளை காகிதம் பொறுத்துக் கொள்ளும். ஆயினும் முடிவுப்பொருள் வாசகனிடம் சேரும்பொழுது வாசகன் மன்னிக்கமாட்டான். Faussone விவரிக்கும் அவனது இந்திய அனுபவங்கள் சுவாரஸ்யமானவை. இந்தியர்கள் ஆங்கிலேயர்களை விட நன்றாகவும் தெளிவாகவும் ஆங்கிலம் பேசக்கூடியவர்கள், ஐரோப்பியர்கள் அளவுக்கே புத்திசாலிகள், இந்தியப் பெண்கள் மிகவும் அழகானவர்கள் என்கிறான் Faussone.

லெவியின் குறிப்பிடத்தக்க சிறுகதைகள் The Moments of Reprieve (1981) என்ற நூலில் தொகுக்கப்பட்டுள்ளன. இக்கதைகளில் பெரும்பாலானவை ஆஷ்விட்சின் அனுபவங்களை மூலப்பொருளாகக் கொண்டிருப்பதால் ஒரு வித இறுக்கமும், சோகமும் சாம்பல் வெளிர்தன்மையும் கொண்டிருக்கின்றன. லெவியின் கதை சொல்லும் திறனால் மிக ஈர்ப்புடையதாய் ஆகின்றன. ஆஷ்விட்ஸ் சாவு முகாமில் சந்தித்த தினுசான கைதிகள், வார்டன்கள் இதில் நுணுக்கமாகப் படம் பிடிக்கப்பட்டிருக்கின்றனர். The Gypsy, The Cantor and the Barracks Chief, The Juggler ஆகிய கதைகள் குறிப்பிடப்பட வேண்டியவை. Story of a Coin என்ற தலைப்பிலானது கதை மீறும் கதை (Metafiction) வகையைச் சேர்ந்தது.

The Sixth Day an Other Tales என்ற சிறுகதைத் தொகுப்பு 1920ஆம் ஆண்டுதான் ஆங்கிலத்தில் மொழிபெயர்க்கப்பட்டு வெளியிடப்பட்டது. Stories Naturalis என்ற இதாலிய தலைப்பில் 1966லிருந்து 1977வரை எழுதப்பட்டவை. இதில் இடம்பெறும் கதைகள் Futuristic ஆனவை. 21ஆம் நூற்றாண்டு அனுபவங்களை முன் கூறுகின்றன. அறிவியல் பின்னணியும், லெவியின் ஆணித்தரமான தொழில்நுட்பத் தகவல்களும் கதைகளின் நம்பகத்தன்மையைக் காப்பாற்றுகின்றன. வாசகன் ஏமாற்றப் படுவதில்லை. இந்தக் கதைகளை மாத்திரம் லெவி Damiano Malabaila என்ற புனைப்பெயரில் வெளியிட்டார் என்பது கவனிக்கப்பட வேண்டிய விஷயம். இன்று கம்ப்யூட்டர் உலகில் Virtual Reality என்று அழைக்கப்படும் விஷயத்தை அடிப்படையாக வைத்து 1970களிலேயே லெவி The Retirement Fund என்ற சிறுகதையை எழுதிவிட்டார். இக்கதைகளில் தெரிவது லெவியின் மறுபக்கம்.

லெவியின் கவிதைகளை Major Poetry என்று சொல்ல முடியாவிட்டாலும், இருபதாம் நூற்றாண்டு ஐரோப்பிய

கவிதையில் முக்கிய இடத்தைப் பெறத் தகுதி வாய்ந்தவை. சிறுகதையிலும், நாவலிலும் எழுதித் தெரிவித்துவிட இயலாது என லெவி நம்பிய உணர்வுகளும் உருவகங்களும் கவிதையாக வெளிப்பாடு காண்கின்றன. லெவி உயிருடன் இருந்தபோதே Shema என்ற கவிதைத் தொகுதி வெளி வந்தது. 1988இல் லெவியின் தொகுக்கப்பட்ட கவிதைகளை Faber&Faber என்ற வெளியீட்டு நிறுவனம் ஆங்கில மொழிபெயர்ப்பில் வெளியிட்டது. லெவியின் கவிதைகள் மிகவும் நுட்பமானவையாக வாசகனுக்குத் தெரிந்தாலும் தனக்குக் கவிதைத் தொழில்நுட்பம் பற்றி அதிகம் தெரியாது என்று கூறியிருக்கிறார் லெவி. அவர் கவிதைகளை அவரது தர்க்கரீதியான நனவு மனம், விநோதம் எனக் கருதியிருப்பதாக எழுதுகிறார். எல்லாக் கவிதைகளும் முதல்நபர் பார்வையில் எழுதப்பட்டிருக்கின்றன. தாவரங்கள் (கள்ளிச்செடி), பிராணிகள் (நத்தை), பறவைகள் (கடல் காக்கை), அசேதனப் பொருட்கள் (உடைந்து போன படகு) ஆகியவை இவற்றில் பிரதான சித்தரிப்பு பெறுவது மட்டுமின்றி, Pliny போன்ற வரலாற்று நாயகர்களும் இடம் பெறு கின்றனர். மனிதனின் பிடிவாதமான நம்பிக்கை, மனிதப் பொறுமை, வைராக்கியம் போன்ற தன்மைகள் இக்கவிதைகளின் ஊடாகச் சித்தரிக்கப்படுகின்றன. வெறும் புகைப்படத்தனமான பதிவாக்கல் முறையிலிருந்து வேறுபட்டு ஸ்தூலப் பொருட்களும் பிராணிகளும் மனிதத்துவம் பெறுகின்றன. ரொமாண்டிக் தன்மையை முற்றிலும் தவிர்த்து சற்றே உறுத்தக் கூடிய வகையில் கவிப் பொருளை பயன்படுத்தி இருக்கிறார். முத்துச் சிப்பி (Pearl Oyster) (Collected Poems) பற்றிய கவிதையும் கள்ளிச் செடி (Agave) அதே நூல் பக். 59) பற்றிய கவிதையும் இதற்கான எடுத்துக்காட்டுகள்.

1989இல் ஆங்கில மொழிபெயர்ப்பில் வெளிவந்த லெவியின் Other People's Trades என்ற கட்டுரைத் தொகுதியை இங்கு குறிப்பிட்டுச் சொல்ல வேண்டிய அவசியம் இருக்கிறது. இக்கட்டுரைகளின் வழியாக லெவி, இலக்கிய கலாச்சாரத்தையும், அறிவியல் கலாச்சாரத்தையும் இணைக்கிறார். "பிறமனிதர்களின் தொழில்கள்" என்ற தலைப்பும் பொருத்தமாக இருக்கிறது. ரசாயன விஞ்ஞானியான லெவி பட்டாம் பூச்சிகளைப் பற்றி எழுதும் போது Lepidopterist எனும் பட்டாம் பூச்சிஆய்வாளனின் எல்லைகளிலும், The Scribe என்ற கட்டுரையில் Word Processor பற்றிய தன் அனுபவங்களை எழுதும் போது கம்ப்யூட்டர் நிபுணர்களின் எல்லைகளிலும், The Skull and the Orchid இல், மனோவியல் பகுப்பாய்வாளனின் (Psychoanalyst) எல்லைகளிலும் பிரவேசம் செய்கிறார். இவை வெறும் அறிவியல்வாதி எழுதிய கட்டுரை இல்லை என்பதற்கு கட்டுரைகளை இடைவெட்டும் இலக்கிய மேற்கோள்கள் சான்றாகின்றன.

பெரும்பாலான கட்டுரைகளில் பெயர்ச் சொற்களின் ஆதியாகமத்தை அடியொட்டிக் கண்டு பிடிப்பதால் மொழியியல் வல்லுனனின் (Philologist) எல்லைகளிலும் நுழைகிறார் லெவி. வானவியல் மனிதனின் பறத்தல் குறித்த ஆவல், கலைஞர்கள் ஏன் எழுதுகிறார்கள் போன்ற விஷயங்களும் இவற்றில் விவாதிக்கப்பட்டுள்ளன. கட்டுரைகள் விஷய கனம் மிகுந்து காணப்படினும், லெவியின் மொழிநடை தெள்ளியதாக இருக்கிறது. ஒரு எழுத்தாளன் பழக்கத்தின் காரணமாக எழுதும்போது எவ்வாறு அவன் தன்னைத் தானே பிரதி எடுத்து வீணாய்ப் போகிறான் என்பதைக் குறிப்பிடுகிறார். கடன் அடைப்பதற்காகப் பணம் பெற்று பால்ஸாக் எழுதியதை லெவி கண்டிக்கவில்லை. ஆனால் பணத்தை மட்டுமே குறியாக வைத்து எழுதுவது ஒரு எழுத்தாளனை நீர்த்துப் போகச் செய்யும் என்கிறார். எஸ்ரா பவுண்டின் (Ezra Pound) கவிதைகளின் புரியாத் தன்மையைக் கண்டிக்கிறார். Paul Celan (1920-1970) எனும் நவீன ஜெர்மானியக் கவிஞரின் புரியாதத்தன்மையையும் அலசுகிறார். காரணங்கள் ஏற்றுக் கோள்ளும்படி இருக்கின்றன. Aldous Huxley என்ற நவீன ஆங்கில நாவலாசிரியரிடம் ஒரு இளைஞன் "எழுத்தாளன் ஆவது எப்படி" என்று கேட்டபோது, இரண்டு பூனைக் குட்டிகளை வாங்கி வந்து அவற்றின் இயக்கங்களை உற்று கவனித்து பிறகு விவரித்து எழுதச் சொன்னார். லெவியோ இலக்கியவாதிகள் Nature மற்றும் Scientific American போன்ற உயர்தர அறிவியல் சஞ்சிகைகளைப் படிக்கச் சொல்லி சிபாரிசு செய்கிறார். இப்பத்திரிக்கைகளில் வெளிவரும் கட்டுரைகளில் "ஒரு புதிய விதமான எழுத்து முறையின் கவிதைகள்" எழுத்தாளனுக்குக் கிடைக்கக் காத்திருக்கின்றன என்பதுதான் அவர் தரும் காரணம். The Irritable Chess Players என்ற கட்டுரையில் சதுரங்க ஆட்டக்காரனையும் கவிஞனையும் ஒப்புமைப்படுத்தி, இருவருமே பாதுகாப்பற்றவர்கள். ஒவ்வொரு நகர்வினையும் கவனமாக நகர்த்த வேண்டியவர்கள் என்கிறார். எல்லா இலக்கியவாதிகளும் இப்படிச் சிந்திக்க முடிகிறவர்களா என்பது சந்தேகம்தான்.◎

ழீன் ஜெனே

Jean Genet (1910 –1986)

"No doubt it is one of the functions of art to replace religious faith by the effective ingredient of beauty. At least beauty must have the power of a poem, that is to say of a crime...."
-Jean Genet, Letter to Pauvert

நவீன பிரெஞ்சு இலக்கியத்தில் விளிம்புநிலையில் வாழ்ந்து அந்த வாழ்க்கையை சமரசமின்றி கலையாக மாற்றியவர்களில் ஜெனேவுக்கு இணையாக வேறு எவரையும் சொல்ல முடியாது. அவரது சமகாலக் கலைஞர்களின் முன்னணியில் இருந்தவர். எனினும் நவீன காலத்து தீவினையின் கவிஞனாக (Poet of Evil) ஜெனே மாத்திரமே இருக்க முடியும். 1910ஆம் ஆண்டு பாரிஸ் நகரில் ஒரு வேசியின் மகனாகப் பிறந்தவர் ஜெனே. தன் குழந்தைப் பிராயத்தை அனாதைகளுக்கான அரசின் இல்லத்தில்

கழித்த ஜெனே பத்தாவது வயதில் திருட்டுக் குற்றத்திற்காக சீர்திருத்தப் பள்ளிக்கு அனுப்பட்டார். அவரது கல்வி எனச் சொல்லக்கூடியது இத்தகையதுதான். ஐரோப்பிய தலைமறைவு வாழ்க்கையில் முப்பது ஆண்டுகளைக் கழித்து சமூகத்தின் மிகச் சீரழிந்த மனிதர்களைப் பற்றித் தெரிந்து கொண்டார். இதுவே அவரின் வாழ்க்கைமுறையுமாயிற்று. அநேகமாய் அவர் சென்ற எல்லா நாடுகளிலும் ஜெனேவுக்கு தவறாமல் கிடைத்தது சிறை வாழ்க்கை. நாடுகளின் எல்லைகளைக் கடந்து செல்லுதல், சிறைகளுக்குள் மாட்டிக்கொள்ளுதல் போன்ற நிஜவாழ்க்கைச் சாகசங்கள் ஜெனேயின் யதார்த்த வாழ்வனுபவத்தைத் துண்டித்து அவரை Fancyக்கு இட்டுச் செல்லக் காரணமாகயிருந்தன. செக்கஸ்லோவாகியாவையும் போலந்தையும் பிரிக்கும் எல்லைப் பகுதியைக் கடந்து செல்லும் அனுபவத்தை மிக அற்புதக் கவிதையாக்கி இருக்கிறார் ஜெனே. (The Thief's Journal. பக். 37-38)

நவீன பிரெஞ்சு இலக்கியத்தில் குறிப்பாக நாவல், நாடகம் ஆகிய துறைகளில் தனக்கானதொரு இடத்தை ஸ்தாபித்துக் கொள்ள முடிந்திருக்கிறது ஜெனேவால். 1942ஆம் ஆண்டு Fesnes சிறைச்சாலையில் இருந்தபோது, காகிதப்பைகள் தயாரிப்பதற்காகத் கைதிகளுக்குத் தரப்பட்ட ப்ரௌன் நிற தாள்களில் அவரது முதல் நாவலான Our lady of the flowers ஐ எழுதி முடித்தார்.

நாவலின் பிரதான அம்சங்களாக இருப்பவை கொலைக் குற்றங்கள், காட்டிக் கொடுத்தல், மற்றும் ஒருபால்புணர்ச்சி (Homo Sexuality). பெண் தரகர்கள், திருடர்கள், வேசிப் பெண்கள், ஆண்வேசிகள், ஏமாற்றுக்காரர்கள் நிறைந்தது இந்நாவல். இதில் சித்தரிக்கப்படும் உலகில் 'நடத்தை' என்ற பொது அர்த்தம் உள்ள சொல்லுக்கு அர்த்தமில்லாமல் போகிறது. வெளிப்பார்வைக்கு ஒழுங்கமைக்கப்பட்டது போலத் தொன்றும் ஒரு சமூகத்திற்கு வெளியேற்றப்பட்ட கீழ்மையின் மனிதர்களை அறிமுகம் செய்கிறார் ஜெனே. மானுடநிலையின் மிகக் கீழ்மையைப் பற்றி புரிந்து கொண்டு அதைக் கலையாக வெளிப்பாடு செய்யும் மேதமை ஜெனேவிடம் காணப்படுகிறது. வெளியீட்டகம் சாராமல் தனிப்பட்ட முறையில் இந்நூல் Marc Barezat என்பவரால் 1943 ஆம் ஆண்டு அச்சாக்கம் செய்யப்பட்டது. மேலும் 1960கள் வரை இங்கிலாந்திலும், அமெரிக்காவிலும் ஜெனேயின் நாவல்கள் தடை செய்யப்பட்டிருந்தன.

1952ஆம் ஆண்டு சார்த்தர் ஜெனேவின் வாழ்க்கையையும் இலக்கியத்தையும் ஆழ்ந்து விமர்சித்து எக்ஸிஸ்டென்ஷியலிஸ்ட் என்ற உயர்ந்த ஸ்தானத்தை ஜெனேவுக்கு அளித்தார். எக்ஸிஸ்டென்ஷியலிஸக் கலகக்காரனான ஜெனே, முழுமுற்றான

தீவினையை (Absolute Evil) அடையும் நோக்கத்தில் வாழ்க்கையில் வெற்றி பெற முடியாவிட்டாலும் அதைத் தன் கலையின் வாயிலாகச் சாதித்துக் கொண்டான் என்று அறிவித்தார்.

Saint Genet என்ற நூலில் சார்த்தர், Teresa of Avila வுக்கும், இடையிலான ஒப்புமையை ஆராய்கிறார். நிறைய மதவாதிகளுக்கு சார்த்தரின் ஒப்புமை மிக அநியாயமாகத் தோன்றியிருக்கும். சார்த்தர் இந்த விஷயத்தில் எடுத்த முடிவும் அதிர்ச்சி அளிக்கக் கூடியது. புனிதத்துவம் என்பது மானுட இருப்பு நிலையின் பாவத்தன்மையை முழுமையாக ஏற்றுக் கொள்ளும் பண்பட்ட மனநிலை (humility) ஆகுமெனின், முழுமையின் முன்னர் சகலவிதமான அகங்காரங்களும் அழிக்கப்படும் செயலாகுமெனின் புனிதத்துவத்திற்கான ஜெனேயின் தகுதி இன்னும் சிறப்பானது.

தன்பாலுணர்வு சார்ந்த Fantasyகளை புதினங்களாக மாற்றும் பொழுதும், தன் பகற்கனவுகளை அவற்றுக்கே உரித்தான லயம், நிறம் மற்றும் தொழில்நுட்பத்திற்கான உள்ளார்ந்த தேவை ஆகியவற்றுடன் எழுதப்பட்ட வாக்கியங்களாக மாற்றும் பொழுதும் ஜெனே தனது கனவுலகினைக் கட்டுப்படுத்தும் திறனைப் புரிந்து கொண்டார். ஜெனேவின் நூல்களின் பொதுத்தன்மையை சார்த்தர் பின்வருமாறு கூறுகிறார்:

"தன் தீவினையால் நம்மைப் பீடிக்க வைக்கும் ஜெனே அதிலிருந்து தன்னை மீட்டுக் கொள்கிறான். அவனின் ஒவ்வொரு நூலும் பீடிப்பின் உணர்ச்சி வடிகாலின் உச்சம், ஒரு மனோவியல் நாடகம். எங்ஙனம் அவனுடைய புதிய காதல்கள் அவனின் முந்திய காதல்களைச் சொல்லுகின்றன வோ அது போல ஒவ்வொரு நூலும் வெறுமனே அதற்கு முந்திய நூலை பிரதி எடுப்பதாகத் தோன்றுகிறது. ஆனால் ஒவ்வொரு நூலிலும் பீடிப்புக்கு ஆளாகிய இந்த மனிதன் இன்னும் சற்றுக் கூடுதலாய், தன்னைப் பிடித்திருக்கும் துர்தேவனுக்கு எஜமானன் ஆகிவிடுகிறான். இலக்கியத்தின் பத்து வருடங்கள் மனோவியல் பகுப்பாய்வு முறை வைத்தியத்திற்கு இணையாகும்."

(Jean Paul Sartre-Saint Genet)

ஜெனேயின் விவரணை பாலுணர்ச்சி சார்ந்தும், பொருக்குகள் நிறைந்தும், மனிதக் கழிவுகளை ஆய்வது போலவும் தோன்றிய போதிலும் மிகக் கவித்துவமாக இருக்கிறது. தலைகீழாக்கப்பட்ட முறைமாறிய மதவியல் சூழல்களைக் கொண்ட உலகினையும் அதன் அனுபவங்களையும் சித்தரிக்கப் போதுமானதாகிறது ஜெனேயின் உரைநடை. கீழ்மையைத் தேடுவதிலும், அடைவதிலும் ஜெனேவின் தேடலும் புனிதமானதாய் மாறுகிறது.

ஜெர்மானியர்களால் ஃபிரான்ஸ் ஆக்கிரமிக்கப்பட்டிருந்த காலத்தில் சிறைகளுக்குள் போவதும் வெளியில் வருவதுமாக இருந்தார் ஜெனே. சிறைதான் ஜெனேவைக் கவிஞனாக்கியது. ஒரு சமயம் ரிமாண்டில் இருக்கும் போதே தவறுதலாக சிறையில் அணியும் உடைகள் தரப்பட்டு, இன்னும் தண்டனையளிக்கப்படாத மற்ற குற்றவாளிகளுடன் தள்ளப்படுகிறார் ஜெனே. ஆனால் மற்றவர்கள் எல்லோருமே தாம் தினசரி அணியும் உடைகளை அணிந்திருக்கின்றனர். இவ்வாறு பரிகாசத்திற்கும், காழ்ப்புக்கும் உட்படுத்தப்படுகிறார் ஜெனே. இந்தக் கைதிகளில் ஒருவன் தன் தங்கைக்கு கவிதைகள் எழுதிக்கொண்டிருந்தான். அக்கவிதைகள் முட்டாள்தனமாகவும், தன்னிரக்கம் கொண்டவையாகவும் இருந்தபோதிலும் பாராட்டப்பட்டன. ஜெனே, அந்தக் கைதியின் அளவுக்கே கவிதை எழுத முடியுமென்று நிரூபித்தார். நண்பனைக் கொன்ற குற்றத்திற்காக மரண தண்டனை யளிக்கப்பட்ட Maurice Pilorge என்பவன் மீதான ஜெனேயின் நீண்ட கவிதை-இறங்கற்கபாடல்(1939)

கேவலமான குடிசைகள், சிறைகள், மலர்கள், ரயில் நிலையங்கள் எல்லைப்பகுதிகள், அபின், மாலுமிகள், துறை முகங்கள், பொதுக்கழிப்பறைகள், சவஊர்வலங்கள், சேரிகளில் தங்குமிடங்கள் போன்றவற்றைப் பயன்படுத்தி, ஜெனே ஒருவித மேலோட்டமான காட்சித்தன்மையைக் கவிதை என மயங்கும்படி செய்கிறார் என்று குற்றம் சாட்டப்பட்டார்.

“தமது உடல்களைத் தவிர எந்தவித அழகுமற்ற
ஒதுக்கப்பட்டவர்களை நான் காதலிக்கிறேன்”

என்பதுதான் ஜெனேயின் பதிலாக இருந்தது. இத்தகைய சமூக அகதிகளைப் பற்றி எழுதும்போது ஜெனே பயன்படுத்த வேண்டிய அலங்கரிப்புகள் மேற்குறிப்பிட்ட வகையில்தான் அமைய வேண்டியிருக்கிறது.

1940க்கும் 1948க்கும் இடைப்பட்ட காலங்களில் ஜெனே எழுதிய Miracle of the Rose, Querelle of Brest, Funeral Rites, Our Lady of the Flowers ஆகிய நான்கு உரைநடைப் படைப்புகளை மார்ட்டின் எஸ்லின் நீண்ட வசன கவிதைகள் என்று அழைக்கலாம் என்கிறார். இக்கவிதைகளின் உலகம் ஹோமோசெக்ஸுவல் அகதிகளால் நிறைந்தது. எனினும் இவைகளை முழுமையான அளவில் நாவல் என்று கூறமுடியாது. ஜெனேவின் கூற்றுப்படியே அவருடைய எந்த ஒரு பாத்திரமும் தன் சொந்த முடிவினைத் தீர்மானிப்பதில்லை. வேறுவகையில் சொல்வதனால், இப்பாத்திரங்கள் ஆசிரியனின் விருப்பப்படி நடவடிக்கை மேற்கொள்கிற வெளிப்பாடுகளே

அவை. மிகச்சரியான வரையறுப்புக்குச் சொல்வோமானால் சிறைவாசி ஒருவனின் பாலுணர்வு சார்ந்த Fantasy களேயாகும். இந்த சிறைவாசி, சமூகத்திலிருந்து வெளியேற்றப்பட்டு தனிமையில் தன் பகல் கனவுகளில் மூழ்கிப் போகிறான். சமூகம் எத்தகைய அமைவை (Pattern) இவன் மீது சுமத்தி, அதற்கு ஏற்றார்போல் வாழக் கட்டாயப்படுத்துகிறதோ, அவ்வமைப்பிற்குத் தன்னை தயார்படுத்திக் கொண்டவன். எனவேதான் இந்த நூல்களில் மிகச்சீரழிந்த பேசுப் பொருளும், கவித்துவ அழகும் வினோதமான வகையில் பிணைந்து காணப்படுகின்றன.

II

ஜெனேவின் நாடகங்களின் உலகம் படிநிலை அமைப்பு சார்ந்தும், சடங்குகள் நிறைந்தும் இருக்கிறது. இந்த உலகம் எதிர்மாறாக்கப்பட்ட 'சாதாரண' மதிப்பீடுகள் மற்றும் சடங்கு முறைகளின் மீது பெருமளவு சார்ந்துள்ளது. இந்த எதிர்மாறாக்கப்பட்ட மதிப்பீடுகள் ஜெனேயின் எல்லா நாடகங்களுக்கும் மையமான விஷயம். சாவு ஒன்றினையும், பலியாள் ஒருவரையும் சம்மந்தப்படுத்தும் இந்த நாடகங்கள் 'தீவினை'யின் வெற்றியைக் கொண்டாடுகின்றன. இந்தத் தீவினை, பூர்ஷ்வா சமூகங்களால் உயர்த்திப் பிடிக்கப்படும் மதிப்பீடுகளுக்கு மறுதலையானது. ஆட்கொள்ளும் நினைவுகள், பொய்மையான கற்பனைகள், மற்றும் தன்னிச்சையான மூலாதார விடாய்கள் ஆகியவற்றுடன், யதார்த்த உலகினை சவாலுக்கு இழுத்தபடி தம் சுய அடையாளத்தைத் தேடித்திரியும் கதாபாத்திரங்கள் இவ்வுலகில் நிறைந்துள்ளனர்.

ஜெனேவைப் பொறுத்தவரையில் நாடகங்கள் என்பவை யதார்த்த நிகழ்ச்சிகளைப் பிரதிநிதித்துவம் செய்யப் படுவதற்கல்ல. அவை பகற்கனவுகள். சிறைவாசி ஒருவனின் fantasy களை வாழ்க்கைப் போலாக்கும் ஒரு முறைமை. இதே காரணத்திற்காக ஜெனேவின் நாடகங்கள் நேரடித்தன்மை மிக்க நேச்சுரலிஸத்தை நிராகரிக்கின்றன. சற்றே தூக்கலான, வகைமைப்படுத்தப்பட்ட சிறைக்காவியங்களாகவும் இவற்றைப் பார்க்கலாம்.

Death Watch ஜெனேவின் முதல் ஓரங்க நாடகம். இதை ஓரளவு அவரின் உரைநடை எழுத்துக்களின் நீட்சி எனக்கூற முடியும். இந்த நாடகத்தின் களமும் ஒரு சிறைதான். நான்கு குற்றவாளிகளைப் பற்றியது. மூன்று முக்கியப் பாத்திரங்களே நாடகத்தில் வருகிறார்கள். இவர்களால் வழிபடப்படும் இன்னொருவன் வெறுமனே உரையாடல்கள் மூலம் உயிர் பெருகிறான். 1949 ல் முதல் முதலாக Death Watch பாரிஸ் நகரில் மேடையேற்றப்பட்டது. சிறிய,

ஆனால் சக்தி வாய்ந்த இந்த நாடகம் ஜெனேவின் பிற்காலத்திய நாடகங்களுக்கான ஒரு சிறந்த முகவுரையாக அமைகிறது.

சிறைவாசிகளின் குறுகலான எல்லைகளில் இருந்து விடுதலை-யடைந்தது The Maids என்ற நாடகம். The Maidsல் முதலில் தோன்றும் வேலைக்காரியும், எஜமானியும் நிஜத்தில் வேலைக்காரிகளே என்பதை நாம் பிறகு தான் கண்டு கொள்கிறோம். நிஜமான எஜமானி வெளியில் சென்றவுடன் வேலைக்காரிகள் நாடகம் நடிக்கின்றனர். எஜமானியின் திமிர்த்தனமும், வேலைக்காரியின் அடிமைத்தனமும் இரு வேலைக்காரப் பெண்களால் நடிக்கப்படுகின்றன. சகோதரிகள் இருவரும் ஒருவர் மாற்றி ஒருவர் எஜமானியாகின்றனர். Claire என்ற பாத்திரமும், Solange என்ற பாத்திரமும் இந்த அடிமை விளையாட்டையும், இறுதியிலான ஒரு கலகத்தையும் கற்பனையாய் நடித்துப் பார்க்கின்றனர். அழகான, தங்களைவிட இளமையான எஜமானியின் மீதான காதல் வெறுப்பு உறவுகளும் நாடகத்தில் சிறப்பாக வெளிப்படுத்தப்படுகின்றன. அன்பு, அதீத வெறுப்பு, பாலுணர்வு சார்ந்த காதல் எல்லாமே சேர்ந்து இறுதியில் Claire இன் இறப்பில் முடிகிறது. எஜமானியின் வேடத்தில் நடித்தபடி, நிஜ எஜமானிக்குத் தயாரித்து வைத்திருந்த விஷத்தை அருந்தி இறந்து போகிறாள் Claire.

பாரிஸில் 1947 ஆம் ஆண்டு முன்னணி நடிகராயிருந்த Louis Jouvet இயக்குநராகப் பங்கேற்று The Maids நாடகத்தை மேடையேற்றினார். இந்த மேடையேற்றத்திற்குப் பிறகே ஜெனேவுக்கு 'மரியாதைக்குரிய' உலகின் அறிந்தேற்பு கிடைத்தது. ஆனால் 1948 ஆம் ஆண்டு ஜெனேவுக்கு ஆயுள் தண்டனை நிச்சயம் கொடுக்கப்படலாம் என்ற நிலைமை இருந்தது. பிரதான இலக்கியவாதிகளான சார்த்தர், Jean Cocteau, பாப்லோ பிக்காஸோ போன்ற கலைஞர்கள் பிரான்ஸின் ஜனாதிபதிக்கு கையொப்பமிட்ட மனுக்களை அனுப்பினர். இதற்கு பிறகு ஜெனேவின் வாழ்க்கையில் சற்றே முன்னேற்றம் தெரிய ஆரம்பித்தது. ஃபிரான்ஸின் முன்னணிப் பதிப்பாளர் ஒருவர் ஜெனேயின் எழுத்துக்களை சிறந்த பதிப்பாக வெளியிட்டார். முதல் தொகுதி 1951 இல் வெளிவந்தது.

பொதுவாகவே ஜெனேவுக்கு நாடக உலகின் மீதும், நடிகர்கள், இயக்குநர்கள் மீதும் இருந்த வெறுப்பு The Balcony என்ற நாடகம் இங்கிலாந்தில் மேடையேற்றப்பட்ட பொழுது கலகபூர்வமாய்த் தெரியவந்தது. The Balcony முதல் முறையாக 1957 ஆம் ஆண்டு லண்டனின் Arts Theatre Club இல் அதன் அங்கத்தினர்களுக்காக பிரத்யேகமாக மேடையேற்றப்பட்டது. Pater Zadek என்ற இளம் ஆங்கில இயக்குநர் இந்த முயற்சியை மேற்கொண்டார். ஆனால் நாடகம் நடைபெறும் பொழுதே அது நடத்தப்பட்ட விதம் குறித்து கலகம் செய்ததற்காக ஜெனே வெளியேற்றப் பட்டார் ஜெனே

வாதிட்டார்: "என் நாடகம் உன்னதப் பரிமாணங்கள் கொண்ட ஒரு விபச்சார விடுதியில் அமைக்கப்பட்டிருந்தது" "பீட்டர் ஸாடெக் கேவலமான பரிமாணம் கொண்ட ஒரு விபச்சார விடுதியை மேடையில் நிறுத்தியிருக்கிறார்". சில நாட்கள் கழித்து, லண்டனில் இருந்து வெளியான New Statesman பத்திரிகையில் (4மே 1957) சிறந்த விவாதம் ஒன்றை முன் வைத்ததோடு மட்டுமின்றி Pater Zadek, ஜெனேவின் மிகச் சரியான கனவாக இருந்த The Balcony நாடகத்தை நடிப்பின் வெளிப்பாடாய் மாற்றிய செயல்பாட்டில் சமரசம் நடந்துவிட்டது. இதை ஜெனேவால் பொறுத்துக் கொள்ளவே முடியவில்லை என்றார் Pater Zadek. மேலும் மிக அழகிய திருஆலயத்தில் நடத்தப்பெறும் கூட்டுப் பிரார்த்தனையின் சிறப்பமைதியுடன் தன் நாடகம் நடத்தப் பட்டிருக்கவேண்டும் என்று ஜெனே அபிப்ராயப்பட்டார்.

பொய்மைகளின் மாளிகையான இர்மாவின் விபச்சார விடுதிக்கு வருகை தரும் மனிதர்கள் தங்களின் மிக அத்யந்த, ரகசிய பகல் கனவுகளில் திளைக்கலாம். ஒருவர் நீதிபதியாக மாறி தன்முன் நிற்கும் பெண் குற்றவாளிக்கு தண்டனை வழங்கலாம். தொழுநோயாளி ஒருவனை கன்னிமேரி நேரில் தோன்றி அற்புத குணமளிக்கலாம். இதற்கான உடைகளை, ஒப்பனை களை விடுதியின் தலைவி இர்மா வைத்திருக்கிறாள். The Maids நாடகத்தைப் போலவே The Balconyயும் நாடகத்திற்குள் ஒரு நாடகம். The Balconyயின் சிறப்பு என்னவென்றால் அது ஃபான்டஸியின் உலகைப் பற்றிய ஒரு ஃபான்டஸியின் உலகம். கீழ்ப்படிதலுக்கும் மேலாதிக்கம் செலுத்துவதற்குமான பிரத்யேக் கருவியாக செக்ஸ் இயங்குவதை ஜெனே இதில் சித்தரிக்கிறார்.

1957இல் ஜெனே எழுதிய The Blacks நாடகத்தை 1959ஆம் ஆண்டு Roger Blin என்ற இயக்குநர் மேடையேற்றினார். இதில் பங்கு பெற்ற எல்லா நடிகர்களும் நீக்ரோக்கள் என்ற செய்தி கவனத்திற்குரியது. நிறைய பார்வையாளர்களை இந்த நாடகம் குழப்பிய போதிலும், விமர்சகர்களால் புரிந்து கொள்ள இயலாமல் போனாலும், சிறந்த முறையில் நடிக்கப்பட்டு பல மாதங்கள் வெற்றிகரமாய் நடந்தது. இதில் நீக்ரோக்கள், சமூகத்திலிருந்து விலக்கப்பட்ட அனைத்து சாராருக்குமான படிமமாக இருக்கின்றனர். மற்ற நாடகப்பாத்திரங்களைப் போலவே இவர்களிலும் தண்டனைக் குற்றவாளிகள், சிறைவாசிகள் ஆகியோரைப் பார்க்க முடியும். குற்ற உணர்வையும், பழி தீர்த்தலையும் குறித்த கனவுகளைப் பற்றிய கனவுகளை இவர்கள் காண்பவர்களா கின்றனர். Village மற்றும் Virtue ஆகிய இரு பாத்திரங்கள் மாத்திரமே ஜெனேவின் இருண்ட நாடக உலகில் தனித் தன்மை கொண்டவர்கள். தம் விஷச்சூழலில் இருந்து தப்பித்து வெளியேறி,

பகற்கனவுகளைத் தாண்டி, உண்மையான மானிட உறவுகளைக் காதல் மூலமாக சிருஷ்டிக்கின்றனர். கவித்துவம் மிகுந்த மொழியை The Blacks நாடகத்தில் ஜெனே கையாள்கிறார்.

அல்ஜீரியப் போர் மீதான ஜெனெவின் கடும் விமர்சன மாக, 1961ஆம் ஆண்டு உருவான The Screens அமைகிறது. இந்த நாடகத்தில் சில அம்சங்களைப் பார்த்தபின் ஜெனே அபத்த நாடக அரங்கினை விட்டு விட்டு அரசியல் யதார்த்த நாடகத்திற்கு மாறி விட்டாரோ என்ற சந்தேகம் எழுவது இயல்பு. The Blacks இல் சொல்லப்பட்ட விஷயங்களுக்கும், The Screens நாடகத்தில் விவாதத்திற்கு உள்ளாகும் விஷயங்களுக்கும் சில பொதுத்தன்மைகள் காணப்படுகின்றன. நான்கு அடுக்குகளில் அமைந்த திறந்தவெளி அரங்கில் The Screens நடத்தப்பட்டது. நூற்றுக்கும் மேற்பட்ட பாத்திரங்கள் இடம் பெறும் இந்த நாடகத்தை நிர்வாகம் செய்வது சுலபமாக இருக்கவில்லை. 1964 இல் Screens நாடகத்திற்காக தயார்ப்படுத்த வேண்டுமென்ற பிரதான நோக்கத்துடன் தொடங்கப்பட்ட Peter Brook இன் Theatre of Cruelty, ஜெனேவின் நாடகத்தில் முதல் 12 காட்சிகளை மட்டுமே நிகழ்த்த முடிந்தது.

பொதுவாகச் சொல்வதானால் ஜெனேவின் எதிர்ப்புகளும், கலகமும் சடங்கியல்பானவை. இந்த சடங்கு என்பது இச்சை பூர்த்திக்கானது (Wish-fulfilment). எனவே மனோவியல் உண்மைகளைக் கொண்டதாக இருக்கின்றன. ஜெனேவின் படைப்புகள், நாடகத்திற்கு எழுத வந்த போது தன் நாவல்களில் விஷச் சூழல்கள் போலச் சுற்றிச் சூழ்ந்த பகற்கனவுகளில் இருந்து அவரால் வெளிவர முடிந்தது. இவை சமூகத்தினால் சிக்க வைக்கப்பட்ட தனிமனிதர்களைப் பற்றிப் பேசுகின்றன. இவர்கள் தமக்கான அர்த்தங்களை சடங்குகள் மற்றும் புராணிகம் வழியாகக் கண்டுபிடிக்க முயன்று தோல்வியடைகின்றனர் The Balconyயில் வரும் புரட்சிக்காரர்களைப் போலவே.

ஜெனேயின் அரசியல் முக்கியத்துவத்தை Philp Thody மட்டுமே சுட்டிகாட்டியிருக்கிறார். இறுதி இரண்டு நாடகங்களும் இனப்பிரச்சனையையும், பிரான்சுக்கு எதிரான அல்ஜீரியாவின் துன்பப் போராட்டங்களையும் காட்டுகின்றன. அரசியல் ரீதியான பார்வையிலும் தோல்விக் கண்ணோட்டமே ஜெனேவுக்கு இருந்தாலும் ஒரு சமுதாயம் எங்ஙனம் தன்னை உருவாக்கிக் கொள்கிறது என்பதை நம்மால் கவனிக்க முடியும். மனித அனுபவங்களின் முக்கியத்துவத்தையும் ஜெனே மறுப்பதில்லை. மாறாக அவற்றுக்குப் புதிய பரிமாணங்களில் அர்த்தங்களைத் தரத் தேடுகிறார். ஆசாரமற்ற உலகு யதேச்சையானது. அர்த்தம் விளங்க சாத்தியம் தராத உலகம் ஆழம் காண முடியாததாய்

இருக்கிறது. ஆனால் இவ்விரு உலகங்களும் இணையும் இடம் கவிதை பிறக்குமிடம். ஜெனேவின் ஒரு போக்கு வெளிப் புறத்திலிருந்த தினசரி வாழ்வினைப் பார்க்கிறது. இன்னொரு போக்கு முழுமையான பொய்த் தோற்றத்தை சிருஷ்டிக்க யத்தனிக்கிறது. இவ்விரு போக்குகளின் மோதலில் அனாசார உலகின் (Profane) தொடர்பு அறுந்து போய்விடுகிறது.

ஆரம்ப நாடகங்கள் இரண்டும் அவற்றின் கச்சிதத் தன்மை மூலம் சார்த்தரின் Huis clos ஐ நினைவூட்டுகின்றன. பின் கட்ட நாடகங்கள் உத்திமுறை காரணமாகவும், திறந்த வெளியை நோக்கிச் செல்வதாலும், Committedஆக இருப்பதாலும் பெர்டோல்ட் பிரெக்ட் தன்மையான காவியங்களைப் போலிருக்கின்றன. தன்னை மீறியே ஜெனே ஒரு Committed கவிஞராக இருக்கிறார். காரணம் ஜெனேவின் படைப்புச் செயலுக்கும், பார்வையாளர்களின் செயல்பாடுகளுக்கும் முரண்கள் இருக்கின்றன. ஜெனே தனது நாயகர்களை அவர்களின் சமூகப் பொருந்து சூழல்களில் இருந்து பிரித்து எடுத்து Negative heroக்களாகக் காண்பித்தாலும், பார்வையாளர்கள், இந்த நாயகர்கள் எந்தச் சமூகச் சூழலில் இருந்து வந்தனரோ அங்கே அவர்களைப் பொருத்தி, Positive hero க்களாக விளக்கிக் கொள்கின்றனர். ஜெனேவின் இரட்டைநிலை இது தான்: சோஷலிஸ்ட் நாடக அரங்கினைச் சிருஷ்டிக்க மறுப்பதன் மூலம் negative revolt ஒன்றை உருவாக்குகிறார். இந்த negative revolt சமுகபூர்வமாகவே விளக்கம் பெற முடியும். இன்றைய பார்வையிலிருந்து பார்க்கும் போது கடைசி மூன்று நாடகங்களும் Antonin Artaud இன் Theatre of Cruelty பற்றிய கோட்பாடுகளை ஏற்று, ப்ரெக்டின் Theatre of Provocationஐ ஸ்வீகரித்துக் கொண்டு, கவனம் சிதைக்கும் Theatre of Hatred ஆக மாறுகின்றன.◎

ஹைன்ரிக் ப்யோல்

Heinrich Boll (1917-1985)

ஜெர்மன் சர்வாதிகாரம் விளைவித்த கூட்டு மறதியை (Collective Amnesia) எதிர்த்து தம் படைப்புகளில் எழுதியவர்கள் ஹைன்ரிக் ப்யோலும் குந்தர் க்ராஸும் ஆவர். தன் திரைப்படங்களில் இக்காரியத்தைச் சாதித்தவர் ஜெர்மன் திரைப்பட இயக்குனரான ஃபாஸ்பைண்டர். 1982ஆம் ஆண்டு ஃபாஸ்பைண்டர் இறந்து போனார். ஜூலை மாதம் 1985ஆம் ஆண்டு ப்யோல் காலமானார். நவீன ஜெர்மன் நாவலாசிரியர்களில் ப்யோலுக்கு சமமான நாவலாசிரியர் என்று சொல்ல வேண்டுமானால் குந்தர் க்ராஸை மட்டும்தான் சொல்லலாம்.

சிறுகதை, நாவல், மற்றும் ரேடியோ நாடகங்கள் ஆகிய மூன்று வகைமைகளில் தனது படைப்புத் திறன்களை வெளிப்படுத்தியிருக்கிறார். ப்யோல்,

தன் வாழ்க்கையை ஒரு புத்தகக் கடையில் தொடங்கினார். இரண்டாம் உலகப் போர் முடியும் வரை ராணுவத்தில் தரைப் படையில் பணிபுரிந்தார். பல வேறுபட்ட வேலைகளிலும் தமது சம்பாத்தியத்தை ஈட்டிக் கொண்ட அவர் முழுமையான எழுத்தாளராக மாறியது 1951 ஆம் ஆண்டில்தான். முழு முற்றானதும், முழுமுற்றான வகையில் நோக்கமற்றதுமாகிய போரில் பங்குகொண்டவர்களின் நம்பிக்கை இழப்பினைப் பற்றியும் மனக் கசப்புகளைப் பற்றியும் இரண்டு நாவல்களில் எழுதினார். The Train was on time (1956) Adam, Where art Thou? (1955). இந்த நாவல்கள் தொடக்க காலத்தவை.

இரண்டாம் உலகப்போருக்குப் பின் நிகழ்ந்த பொருளாதார அற்புதத்தை (Economic Miracle) ஊடுருவிப் பார்த்து அதன் தார்மீக வெறுமையை முதன் முதலில் சுட்டிக்காட்டியவர் ப்யோல். போர் குடும்பத்தின் மீது ஏற்படுத்தும் தாக்கங்களையும் ஆராய்கிறார். Acqauainted with the Night என்ற தலைப்பு கொண்ட நாவல் சிறையிலிருந்து விடுவிக்கப்பட்ட போர்க்கைதி ஒருவனின் மனநிலையை பதிவுசெய்கிறது. அவன் திருமணவாழ்க்கையின் சிக்கல்கள் அவனுடைய மரணம் பற்றிய நித்திய சிந்தனைகளால் மேலும் சிக்கலாகின்றன. போருக்குப்பின் உருவாக்கப்பட்ட பொருளாதார அற்புதம் நிஜமானதல்ல என்பதை The Bread of those Early years (1955) என்ற குறுநாவலில் சித்தரித்த வாழ்க்கையின் மூலமாக நிரூபித்தார் ப்யோல். இத்தகைய, பொருளாதாரத்தின் மீதான மட்டற்ற மனிதவெறுப்பினை மானிடக் காதல் மூலமாக மாத்திரமே கடந்து செல்ல முடியும் என்பதை இந்த நாவலின் நிகழ்வுகள் கூறுகின்றன. போருக்குப் பிந்திய ஜெர்மன் சமுதாயத்தின் சிறந்த வரலாற்றுப்பதிவாளராக தனது சிறுகதைகளிலும் நாவல்களிலும், கட்டுரைகளிலும் தன்னை அடையாளப்படுத்திக் கொண்டதோடல்லாமல், அச்சமுதாயத்தின் தாட்சண்யமற்ற விமர்சகராகவும் விளங்கினார்.

And Never Said a Word (1978) போன்ற குறுநாவல்கள் போருக்குப் பின் உருவான சமூகத்தில் வாழ்தலில் உண்டாகும் மன அவசங்களையும் அழுத்தங்களையும் தீர்க்கமாகச் சித்தரிக் கின்றன. நிஜமான இருத்தலையும் நிஜமான கிறித்தவத்தையும் Kierkegaard இன் பாதிப்பினால் தன் எழுத்துக்குக் கொண்டு வந்தார் ப்யோல். 1965இல் வெளியான The Clown என்ற நாவல் இதற்குச் சான்றாக இருக்கிறது.

Billards at Half Past Nine (1961) நாவல் சமகாலப் பிரச்சனை எதையும் எடுத்துப் பிரஸ்தாபிப்பதில்லை. ப்யோலின் மற்ற எல்லா எழுத்துக்களையும் எளிமையாகப் படிக்க முடியும் என்றால், இந்த நாவல் வாசகனுக்கு அதிக சிரமம் தரக்கூடியது.

தனிப்பட்ட நபர் ஒருவரின் உணர்ச்சிகளும், ஞாபகங்களும், எப்படி இருவருக்கு இடையிலான உறவுக்கு தடையாகவும் கடந்து செல்லப்பட வேண்டிய ஊடகமாகவும் மாறிவிடுகின்றன என்ற பிரதான கதைக்கரு இதில் விவாதிக்கப்படுகிறது. Interior Monologue போன்ற நவீன நாவல் உத்திகள் பாராட்டத்தக்க வகையில் இதில் பயன்படுத்தப்பட்டுள்ளன.

Traveller if You Come to Spa என்ற சிறுகதைத் தொகுப்பில் வெற்றுத்தன்மையான சம்பிரதாயங்கள், அர்த்தமற்ற அபரிமித வளர்ச்சி போன்ற அம்சங்களைக் கிண்டலும் எதிர்ப்பும் கலந்த கூர்மையான நடையில் சித்தரிக்கிறார். இந்த மொழிநடையினால் கதைகள் நாடகீயமாகவும் நகைச்சுவையுணர்வு மேலோங்கியும் காணப்படுகின்றன. காஃப்கா மற்றும் ஹெமிங்வே போன்ற நவீன நாவலாசிரியர்களிடமிருந்து முற்றிலும் வேறுபடும் ப்யோல் Compact Story (Kurzgeschichte) என்று அழைக்கப்படும் ஜெர்மன்-அமெரிக்க புதின வடிவத்தின் ஸ்தாபகர்களில் ஒருவர்.

நாவலாசிரியனின் தார்மீகப் பொறுப்புகள் பற்றிய தீவிர உணர்வுகளும் கத்தோலிக்க மதநம்பிக்கையும் இவரிடம் இணைகின்றன. சர்ச்சுகள் மற்றும் சமூக அமைப்புகள் ஆகியவற்றை விமர்சன நோக்கில் அணுகும் ப்யோலின் அணுகல் முறைக்கு அடிப்படை முன் சொன்ன பிரக்ஞையாகும். ராணுவம், பத்திரிக்கைத் துறை, அரசின் அதிகாரவர்க்கம் போன்ற அமைப்புகளும் ப்யோலின் கடும் விமர்சனத்திலிருந்து தப்பவில்லை. சர்ச்சைகளில் இருந்து என்றும் ப்யோல் பின்வாங்கியதில்லை. சமூகத்தின் அடக்கு முறைகளுக்கெதிரான தனிமனிதனின் உரிமைகளைப் பற்றிய தெளிவான சிந்தனை யுடன் இயங்கியவர் ப்யோல். வலதுசாரி விமர்சகர்கள், குறிப்பாக பிரபல பத்திரிக்கையைச் சார்ந்தவர்கள், ப்யோலின் மீது பல குற்றச்சாட்டுகளை வைத்தனர்-சமூக விலகல்வாதிகளின் மீது அவர் அனுதாபம் காட்டுவதோடு மாத்திரமில்லாமல், பயங்கரவாதப் போராளிகளின் நோக்கங்களை மன்னித்தும் விடுகிறார்-என்றனர். இதற்குத் தகுந்த வகையில் ப்யோல் எதிர்வினை அளித்தார்.

தனிமனிதர்களின் சுதந்திரத்திலும் அவர்களின் தனிபட்ட வாழ்க்கையிலும் பத்திரிக்கைத் துறை எவ்வாறு அத்துமீறல் செய்கிறது என்பதையும், உண்மையை அத்துறை எங்ஙனம் திரித்துக் காட்டுகிறது என்பதையும் 1974 ஆம் ஆண்டு எழுதிய நாவலான The Lost Honour of Katharina Blum இல் எழுதினார். சிறந்த திரைப்படமாகவும் இந்த நாவல் தயாரிக்கப்பட்டது.

Group Portrait with a Lady (1971) மற்றும் Women in a River Landscape ஆகிய நாவல்கள் ப்யோலின் முதிர்ந்த படைப்புகளாகும். Women in a River Landscape அவர் இறப்பதற்கு சில மாதங்களுக்கு முன் முடிக்கப்பட்டது. இரண்டாவது நாவல் நாடகத்தின் தனிமொழியையும் நாவலின் நேரடி விவரணைகளையும் சகஜமாகக் கலந்து எழுதப்பட்டதாகும். ஒரு நாடகத்தையும் ஒரு நாவலையும் ஒரே கதைக்கருவை வைத்து எழுதி இரண்டையும் கொலாஜ் செய்தது போன்றிருக்கிறது Women in a River Landscape.

ஆங்கில எழுத்தாளரான சார்ல்ஸ் டிக்கின்ஸ் மற்றும் அமெரிக்க எழுத்தாளரான ஹெமிங்வே ஆகியோரின் பாதிப்புகள் தனக்கு இருக்கிறது என ஒப்புக்கொண்டிருக்கிறார் ப்யோல். நவீன ஆங்கில நாவலாசிரியரான கிரஹாம் கிரீனுக்கும், ப்யோலுக்கும் சில ஒற்றுமைகள் இருக்கின்றன. இடதுசாரிகள் பால் ஈர்க்கப்பட்டிருப்பதிலும் வாழ்வின் கீழ்மைகளில் கவனம் கொண்டவகையிலும் கிரஹாம் கிரீனுடையது மாதிரியான உலகங்களைப் படைத்திருக்கிறார். இடதுசாரிகள் பக்கம் இவருக்கு இருந்த ஈர்ப்பு தெளிவின்மையாலும் குழப்பத்தாலும் தவறுதலான புரிந்து கொள்ளலுக்கு இட்டுச் சென்றது. அவருடைய பிற்பட்ட எழுத்துக் காலத்தில் அவரின் அரசியல் சிந்தனை பெருங்குழப்பமடைந்திருந்தது.

ப்யோலின் எழுத்து நடையின் பிரதான அம்சம் அதன் எளிமை. உத்திரீதியாகப் பார்க்கும் போதும் குந்தர் க்ராஸின் சிக்கலான உத்திகளை ப்யோல் கையாள்வதில்லை. அதிக விவரித்தலுக்கும் சில சமயம் ப்யோலின் நடை காரணமாகி விடுகிறது. சிலருக்கு இது அலுப்பூட்டக்கூடும். எனினும் அங்கதத் தன்மையும் சமூகக்கவனமும் இவருடைய கதைகளுக்குத்தான் சிறப்பாகப் பொருந்துகின்றன. 1972ஆம் ஆண்டு (தாமஸ் மன் என்ற ஜெர்மன் நாவலாசிரியருக்கு அடுத்து) இலக்கியத்திற்கான நோபல் பரிசு பெற்றார். ப்யோலின் நாவல்கள், சிறுகதைகள் எல்லாவற்றிலும் பிரதானமாகக் காணப்படுபவை வன்முறையின் பிரச்னைகள், முதலாளித்துவ சமூகத்தின் வெற்றி, அராஜகம் மற்றும் சர்வதேசியம். குந்தர் க்ராஸ் அளவுக்கு ஆழமும் தனித்தன்மையும் ப்யோலுக்கு இல்லை என்ற விமர்சனமும் நிலவுகிறது. வாசகன் இந்த இரு ஜெர்மன் எழுத்தாளர்களின் புனைகதைகளையும் வாசித்துத் தீர்மானித்துக் கொள்ளலாம்.◎

சால்வடார் டாலி

Salvador Dali (1904 – 1989)

சாதாரண மனிதர்கள் உணர்ந்து வெளிப்படுத்துவதற்குச் சாத்தியமற்ற மன வெளி உணர்வுநிலைகளைச் செம்மைப் படுத்தி அவற்றுக்கான உருவம் அளித்து இயல் உலகில் உலவவிடும் சக்தி சிருஷ்டியாளனிடம் மட்டுமே இருக்கிறது. இத்தகைய சிருஷ்டியாளன் செயல்-படும் களஎல்லைகளின் விஸ்தீரணம் நிர்ணயிக்க இயலாதது. சிருஷ்டிக்கான சக்தி தவிரவும் ஒரு நலிவு மனநிலை (மிகக்குறைந்த அளவே ஆயினும்) கலைஞனிடம் காணப்படுகிறது. கலைஞனிடம் இந்த அம்சம் இருப்பது அவனுடைய ஆக்கத்தின் வேர்கள் எவ்வளவு இன்றியமையாததோ அதே அளவுக்கு தவிர்க்க முடியாதது. கலைஞனின் சாதாரண வாழ்நிலைகளில் வெளிப்படும் நலிவின் கூறுகளைக் கவனிக்கும் பார்வையாளனுக்கு இவை

மனநோய் போன்றோ அல்லது பைத்தியத்தின் சாயைகள் போன்றோ தோன்றும்.

நரம்புகளின் நலிவினால் (Neurosis) அவதியுறும் மன நோயாளிகளின் உணர்நிலைகள் அசாதாரணமான எல்லைகளைத் தொட்டுத் திரும்புகின்றன. இந்த மனோ நிலைகளையும் ஸர்ரியலிஸக் கலைஞர்கள் வற்புறுத்திய Unconscious States of mind ஐயும் நாம் ஒப்புமைப்படுத்திப் பார்க்க வேண்டிய அவசியம் உண்டு. நரம்புகளின் நலிவினால் பாதிக்கப்பட்ட மனிதன் அந்த மனோநிலைகளை உணர்வதுடன் நிறுத்திக் கொள்கிறான். இத்தகைய நிலைகளை அவனே (Neurotic) உணர்ந்தானா என்று அவன் அறிந்து கொள்ளும் சாத்தியமும் இல்லை. சிருஷ்டியாளனிடமும் இதே போன்ற மனநலிவுக்கூறுகள் இருப்பினும் மிச்சமிருக்கிற அவனின் ஆரோக்கியமான பகுதிகள் நலிவின் கூறுகளை விடக்குறைவாய் இருந்தாலும் கட்டமைப்பான வெளிப்பாட்டுக்குத் தயார் செய்கின்றன. Schizophreniacs என்னும் மனநோயாளிகள் பலரிடம் இந்நிலை காணப்படினும் அவர்களின் செயல்கள் எவையும் கலை ஆவதில்லை. Van Gogh ஒரு Schizophreniacஆக இருந்தான் என்றாலும் அவன் மிகச்சிறந்த இம்ப்ரஷனிஸ ஓவியக்கலைஞன். தன் சிருஷ்டியின் ஆரம்ப ஸ்தானங்களை அடையாளம் காணுவதிலும், அதனைத் தன் அடிப்படைக் கருப்பொருளாக்கி இயற்கை உலகத்திற்குச் சமமான உருவாக்கத்தைச் செய்து வெளிக்கொணர்வதிலும் பிற மனிதர்களை விடத் தனித்தன்மை கொண்டவன்.

கிரேக்கப் புராணிகத்தில் வரும் Phlioctetis என்ற கதாபாத்திரம் இங்கு நினைவு கூறும் அளவுக்கு முக்கியத்துவம் வாய்ந்தது. Phlioctetis இன் உடலில் ஏற்பட்ட காயத்தின் ஆறாத தன்மையாலும், துர்வாடையாலும் அவன் மற்ற கிரேக்க வீரர்களிடமிருந்து தனித்து வாழவேண்டிய நிலை ஏற்படுகிறது. ஆனால் கிரேக்கக் கடவுளால் அளிக்கப்பட்ட வில் ஒன்றை வைத்திருக்கும் இவனுடைய அம்பு குறி தவறாதது. இதனால் கிரேக்கர்களுக்கு இவன் தயவு தேவைப்படுகிறது. சாதாரண புராணிக நிகழ்ச்சி என்று சாதாரணப்படுத்திவிட முடியாத அளவுக்கு குறியீட்டுத்தன்மை பெற்றுள்ளது. படைப்பாளனின் மனநலிவினை நாம் Phlioctetis இன் ரணத்திற்குச் சமமாகக் கொண்டால் அவர்களின் சிருஷ்டி ஆற்றலை நாம் குறிதவறாத அம்புகளை எறியும் வில் எனக்கொள்ளலாம். இந்த அடிப்படையில் எழுதப்பட்ட, அமெரிக்க விமர்சகரான Edmund wilson இன் 'Wound and the Bow' என்ற கட்டுரை பல நவீன இலக்கியவாதிகளின் சிருஷ்டியின் பின்னணியை ஆராய்கிறது.

இந்த அடிப்படைக் கோணம் சால்வடார் டாலி என்ற ஓவியக் கலைஞனைப் புரிந்து கொள்ள உதவும். டாலி ஒருமுறை கூறினார்: "The difference between a madman and myself is I am not mad". டாலியை ஸர்ரியலிஸ விமர்சகர்களும், எதிர்ப்பாளர்களும் 'நவீன ஓவியத்தின் கோமாளி இளவரசன்' என்று வர்ணித்தனர். மூளையின் மீதான கட்டுப்பாட்டினை இழந்தவர்கள், மட்டு மீறிய வலிமையைப் பிரயோகிப்பவர்களாக இருக்கலாம். ஆனால் இரவு பகல் என்ற வேறுபாடு பாராட்டாது வருடத்தின் ஏழு மாதங்களை ஓவியங்களைத் தீட்டுவதில் செலுத்த முடியுமா? டாலியால் மட்டுமே இது முடியும். அவரால் மட்டுமே மற்ற நேரங்களை அவருக்குப் பிடித்த பயணங்களிலும் களியாட்டங்களிலும் ஈடுபடுத்திக் கொள்ள முடியும். அவரால் மட்டுமே தான் வீட்டுத் தோட்டத்து மரத்தில் கட்டபட்டுள்ள நாற்காலிகளைக் காட்டி பேட்டியை அங்கு வைத்துக் கொள்ளலாம் எனச் சொல்லி பேட்டியாளரை திகைப்படையச் செய்ய இயலும்.

ஓவியத்தில் டாலி ஒரு பாராட்டத்தக்க மரபுவாதி. அதே சமயத்தில் மிகச் சிறந்த நவீனன். டாலிக்குப் பிடித்தவை முட்டை வடிவங்கள். 'உருமாறும் முகம்' என்ற ஓவியம் இதற்கு ஒரு உதாரணம். தான் இரண்டு மாதங்கள் முன்பே பிறந்துவிட்டதாகக் கூறும் டாலி, தன் "சிந்திக்கும் வாழ்வை" முழுமையடையாத குழந்தையாக இருந்தபோதே (ஏழுமாதக் கருவின் நிலையிலேயே) அடைந்துவிட்டதாகக் கூறியிருக்கிறார். அந்த வாழ்வை அவரால் கூர்மையாக நினைவு கூறவும் முடிகிறது: "It was warm, it was soft, it was silent, it was Paradise". அவர் பிறப்பிற்கு முன்பான ஒரு வாழ்வைப் பற்றிய சிந்தனையால் ஆட்கொள்ளப்பட்டிருந்தார். அவர் வரைவது முட்டை வடிவங்கள். கட்டுவதும் முட்டை வடிவச் சிற்பங்கள். அவரது வாழும் அறையும் முட்டை வடிவிலானது. "நான் மீண்டும் பிறக்கிறேன்" என்ற அறிவித்தலுடன் இவ்வமைப்புகளிலிருந்து டாலி வெளிப்படுகிறார்.

தான் உண்ணப்பட்டு விடுவோம் என்னும் பயமும், பிரமையும் இளமைக்கால டாலியைப் பாதித்திருக்கின்றன. 'The Great Masturbator' என்ற ஓவியத்தில் வாய்க்குப் பதிலாக ஒரு பெரிய வெட்டுக்கிளியை வரைந்திருக்கிறார். 'The Dismal Sport' (1929) என்ற ஓவியத்தில் குனிந்த தலையுடன் கண் மூடிக் கொண்டிருக்கும் பெண்ணின் வாயிலும் ஒரு வெட்டுக்கிளி. ஓவியங்களுக்குத் துணையாகக் கவிதை எழுதும் போக்கும் டாலியிடம் இருந்தது என்பது குறிப்பிடத்தக்கது:

While the membrance which covers his mouth completely
Toughens under the agony of the enormous locust.

மேற்குறிப்பிட்ட வரிகள் டாலி The Dismal Sport என்ற ஓவியத்திற்குத் துணையாக எழுதியவை.

1920க்களின் பிற்பகுதியில் டாலி வரைந்த சித்திரங்கள் Georgio de chirico வின் ஓவிய உலகுடன் ஆன தொடர்பைச் சொல்வதோடன்றி ஒரு விநோதமான ஒழுங்குணர்ச்சி கொண்டிருந்தன. இவ்வுலகை நிரப்பிய பொருள்களும், உயிர்களும் கைக்கு வந்த வகையில் வீசி எறியப்பட்டவை போலவும், நெடும் நிழல்கள் சமைந்தது போலவும் இருந்தன. Chiricoவின் மென்மையான மதிய ஒளி (உதாரணம் The Rose Tower (1913) வன்மை மிகுந்தது, வண்ணம் பல வண்ணங்களால் (Technicolour) ஆனது. அதிகம் சீராக்க வேண்டுமென்ற உத்தி இப்படங்களுக்கு ஒரு உயிரற்ற தன்மையை அளித்தன.

டாலி தன் நண்பர்கள், பகைவர்கள், தன் உரையைக் கேட்க வருபவர்கள் போன்ற சகலரையும் திகைப்பில் ஆழ்த்த வைத்திருக்கும் முரண்பாடுமிக்க வரையறைகள் மற்றும் கோட்பாடுகளில் ஒன்று: 'ஓவியங்கள் புகைப்படங்களைப் போல இருக்க வேண்டும்' என்பதாகும். குறிப்பாக வண்ணப் புகைப்படங்கள் "கையினால் உருவாக்கப்பட்டது போல்".

டாலியின் மிகச் சாதுர்யமான கண்டுபிடிப்புகளில் ஒன்று "மிருதுவான கடிகாரங்கள்". இக்கோட்பாடு அவரின் பல ஓவியங்களிலும் சித்திரங்களிலும் தொடர்ச்சியான இழையாக வருவதைக் காண முடியும். "மிருதுவான வடிவங்கள்" (Soft Structures) பற்றிய கோட்பாட்டை விவரணை செய்யும் ஓவியங்களை உருவாக்கிய காலகட்டமே டாலிக்குப் பிரசித்தமானதாய் அமைந்தது. இதே காலத்தில்தான் டாலி ஸர்ரியலிஸ இயக்கத்துக்கு நல்ல விளம்பரகர்த்தாவாகவும் விளங்கினார்.

Perisistence of Memory (1931) என்ற ஓவியத்தின் இடது புறம் ஒரு சதுர மேடை; மேடையின் மீது ஒரு கடிகாரம்; மிருதுவாகி குழைவடையும் நிலையில் உள்ளது. ஆனால் எண்களும் முட்களும் சிதையாமல் காட்சி தருகின்றன; அதன் அருகில் உள்பாகங்கள் தெரியும் மற்றொரு கடிகாரம். மேடையின் கீழ் மிருதுவான நீட்சி; பெரும் தோல் போன்ற ஒரு பொருளின் மீது மற்றொரு குழைந்த கடிகாரம். இவைகளுக்கு அப்பால் இடது கோடியில் பரிமாணங்களுடன் ஒரு நீள் சதுரம். இந்த ஓவியத்தில் நல்ல தொலைவு காட்டப்பட்டிருக்கிறது. இதற்கான காரணம் கோடியில் தெரியும் சலனமற்ற நீர்ப்பரப்பு. நீர்பரப்பினைத் தொட்டபடி வலது கோடியில் நீர் அரித்த குன்றின் ஒரு பகுதி. மேடையின் கோடியில் கான்வாஸின் நடுவில் இலைகளற்ற ஒரே ஒரு கிளை கொண்ட மரம். இக்கிளையின் மீதும் குழைந்த நிலையில் ஒரு

கடிகாரம். இந்த ஓவியம் நமக்குள் விரித்திருக்கும் காலவெளியை மகா தீவிரத்துடன் நம்மை உணர வைக்கிறது.

The Triangular Hour என்ற ஓவியத்தின் நிலப்பரப்பு நம்மை மீண்டும் Perisistence of Memory ஐ நினைவு கூறவைக்கும். ஆனால் இதில் சிற்பத்தன்மைகள் ஓங்கி நிற்கின்றன. குறுக்கு வாட்டில் கிடக்கும் விரிசல்கள் கொண்ட குன்று, பேப்பரில் வெட்டி வைத்ததுபோல் இருக்க இதன் நடுவில் ஒரு ஒழுங்கற்ற முக்கோணத் திறப்பு. இந்த நுழைவின் அப்பால் வானம் தெரிகிறது. நுழைவின் தலைப்பகுதியில் ஒரு மிருதுவான கடிகாரம். ஆனால் எண்களின் தெளிவு முந்தைய ஓவியத்தை விடக் குறை வானது. வலது கோடியில், மலை மீது ஒரு கிழவனின் மார்பளவுச் சிற்பம். சிற்பத்தின் தலை மீது ஒரு கல். இதற்கு நேர்கீழ், சலனமற்ற பச்சை நிற நீர்ப்பரப்பிலிருந்து கிளம்பும் சிதைந்த கல் தூண்மீது ஒரு கல் குறுக்கு வாட்டில் சுமத்தப்பட்டிருக்கிறது.

ஆனால் இறுதியில் டாலியின் ஓவியப்பாணி ஒரு சம்பிரதாயமான ஸர்ரியலிஸ பிரதிநிதித்துவத்திற்கு இட்டுச் சென்றது. வேறு காரணங்களுக்காக அன்றி “அசைவற்ற வாழ்வின் பிரதிச் சித்திரங்கள்'' அவற்றிற்காகவே பாராட்டப்பட்டன. இது ஸர்ரியலிஸத்தை அடையாளம் காண விரும்பியவர்களுக்கு வசதியாக இருந்தது. மற்றபடி டாலியின் தனித்துவ படைப்பு சக்தியின் வறட்சி தொடங்கி விட்டது. இரண்டாம் உலகப் போருக்கு முன் அவரின் “Paranoic-Critical” உத்தியை வியாபார விளம்பரத்துறையிலும், மத சம்பந்தப்பட்ட சித்திரங்களிலும் பயன்படுத்தினார். அமெரிக்காவில் இருந்த போது “இதாலிய மறுமலர்ச்சியின்” உந்துதலால் கிறித்துவச் சித்திரங்கள் உருவாயின. 1954இல் முடிக்கப்பட்ட Crucifixion என்னும் தலைப்பிட்ட ஓவியம் Metropolitan Museum of Art (New York) கலைக்கூடத்தின் நுழைவு அரங்கில் இடம் பிடித்திருக்கிறது. 1955இல் The Last Supper என்னும் ஓவியத்தை வரைந்தார். விளம்பரம், மதம் இவ்விரண்டும் ஸர்ரியலிஸ உலகின் எல்லைகளுக்கு அப்பாற்பட்டவை. இதுதான் கவிஞர் Andre Breton டாலியை “Greedy Dollars” என்று கிண்டல் செய்வதற்குத் தூண்டியிருக்க வேண்டும்.

ஃபிராய்டின் பாதிப்புக்கு உள்ளான ஓவியர்களில் முக்கியமானவர் டாலி. ஃபிராய்டின் குறியீடுகள் இவர் ஓவியங்களில், அறியப்பட்டு, முனைந்து அறிமுகமாகின்றன. கனவுகளில் அதிகம் வரும் பாலுணர்வுக் குறியீடான பெண்களின் காலணியைத் தன் ஓவியங்களில் டாலி வரைகிறார். ஒரு பெண்ணின் ஷூவில் பால் நிறைந்த டம்ளர் நிற்பது போல் ஓவியம் தீட்டுகிறார். ஆனால் டாலியின் உலகில் காணப்படும் விநோதத்தன்மை (Fantasy), Hieronymus Bosch

என்ற ஓவியனுடையதைப் போல இயல்பெழுச்சியானதும் தன்வயப் பட்டதுமல்ல. சொல்லபோனால் Bosch தன் ஓவிய உலகின் குறியீடுகளை மனோவியல் சொற்சேர்க்கைகளினாலோ, ஃபிராய்டின் குறியீடுகளினாலோ விளக்கி இருக்க முடியாது. எனினும் டாலியும், Bosch ம் தங்களின் விநோத உலகினைச் சிருஷ்டிக்க நனவிலிமனதினை (Unconscious) மூல ஆதாரமாகக் கொண்டனர்.

Max Earnst குறிப்பிட்டதைப் போல ஸர்ரியலிஸக் கலைஞர்களின் நோக்கம் நனவிலி மனதின் பிராந்தியங்களுக்கு வழி தேடுவதும், அதன் உட்பொருளை நனவு வாழ்வைப் போல சித்தரிப்பதும் அல்ல. நனவிலி மனதிலிருந்து பல அம்சங்களைச் சேகரம் செய்து ஒரு தனித்துவ விநோத உலகைச் சமைப்பதும் அல்ல.

"மன உலக புற உலகங்களின் பிரிவுகளையும், நனவு மனம் நனவற்ற மனம், உள் வெளி உலகங்களின் பிரிவுகள் யாவற்றையும் உடைத்தெறிந்து அதிப் பிரத்யட்சமான ஒரு உலகைச் சிருஷ்டிப்பதே. இவ்வுலகில் செயலும் தியானமும் சந்தித்து பின்னிப் பிணைந்து முழுவாழ்வையும் ஆளுமை கொள்கின்றன."

இப்படிப்பட்ட உலகைத்தைச் சிருஷ்டித்தவர்களில் டாலி நிச்சயமாக ஒரு Super Realist.◎

ஜேம்ஸ் ஜாய்ஸின் யூலிஸிஸ்

James Joyce (1882 –1941)

ஜேம்ஸ் ஜாய்ஸ் தொடக்கத்தில் தன்னை ஒரு கவிஞன் என்றே எண்ணினார். வேறு எந்த இருபதாம் நூற்றாண்டு எழுத்தாளரை விடவும் உரைநடையின் கவித்துவ சாத்தியங்களை விஸ்தரிக்க ஜேம்ஸ் ஜாய்ஸ் பங்களித்தது அதிகம். Chamber Music என்ற கவிதைத் தொகுதியை 1907ஆம் ஆண்டு வெளியிட்டார். இத்தொகுதியில் காணப்படும் ஒருவித மினுங்கும் அழகுக்கு அப்பால் அவற்றின் புராதனத்தன்மை உறுத்துவதாய் இருக்கிறது. அவை சம்பிரதாயமான, நன்கு வரையறுக்கப்பட்ட உணர்ச்சிப்பாடல்கள். ஆனால் அயர்லாந்தை விட்டு வெளியேறி ஐரோப்பாவுக்கு சென்ற சமயத்திலேயே அவரது வெளிப்பாட்டு ஊடகம் கவிதையல்ல என்றும் புனைகதைதான் என்றும் உள்ளுணர்வுபூர்வமாக உணர்ந்து கொண்டார். அவரது பிரதான படைப்புகளுடன் ஒப்பிடும் போது சுயசரிதைத்தன்மை நிறைந்த

கவிதைகளடங்கிய (Pomes Penyeach(1927)-இரண்டாவது கவிதைத் தொகுதி-மார்ஜின் ஓரத்துக் குறிப்புகள் போலிருக்கிறது. ஜாய்ஸ் தன் இருபதாம் வயதிலேயே ஐரிஷ் கவிஞர் யேட்ஸ், பிரெஞ்சுக் கவிஞர் வெர்லெய்ன் மற்றும் மரபான ஆங்கிலக் கவிஞர்களின் தொழில்நுட்பங்களைக் கற்றறிந்தார்.

ஜாய்ஸின் இலக்கியப்பயணத்தின் தொடக்கத்தில் நார்வே நாடகாசிரியரான இப்ஸன்-ஐ முன்னுதாரணமாகக் கொண்டு ஐரிஷ் இலக்கியத்தை ஐரோப்பியமயமாக்க நினைத்தார். அந்த மாபெரும் வெளிஉலகத்தைப் பற்றி அயர்லாந்து கூடுதல் தன்னுணர்வு பெறட்டும் என எண்ணினார். இந்தக் காரியம் ஜாய்ஸுக்கு இருபக்கச் சாத்தியங்கள் மிக்கதாய் அமைந்து விட்டது. அந்த மாபெரும் வெளிஉலகம் அயர்லாந்தை அறியச் செய்ய வேண்டிய பெருங்கடமை ஜாய்ஸுக்கு விதிக்கப்பட்டது. இது வேறெந்த ஐரிஷ் எழுத்தாளரும் இதுவரை சாத்தியப்படுத்தாத ஒன்று. அயர்லாந்து-குறிப்பாக தலைநகர் டப்ளின், அதன் தெருக்கள், துறைமுகங்கள், மக்களின் பழக்கவழக்கங்கள், வதந்திகள், வரலாறு மற்றும் நிலஅடையாளங்கள் போன்ற வற்றை தன் நாவலில் கொண்டு வருகிறார். ஜாய்ஸின் டப்ளின் நகரம் சார்ல்ஸ் டிக்கின்ஸின் லண்டன் போலவும், தாஸ்தா-யெவ்ஸ்கியின் மாஸ்கோ போலவும் ஸ்தூலமானது, வலுவானது, செறிவானது. ஆனாலும் ஜாய்ஸ் அளிக்கும் அயர்லாந்தின் சித்திரம் பாரபட்சமானது. தனது பூர்வீக நகரத்து சமூக-பொருளாதார, கலாச்சார மற்றும் கட்டிடவியல் அம்சங்களைக் குறைத்து விடுகிறார் அல்லது புறக்கணித்து விடுகிறார்.

ஜேம்ஸ் ஜாய்ஸ் டப்ளினிலிருந்து அவரது 22ஆம் வயதில் சுயமாய் சுமத்திக்கொண்ட வெளியேற்றத்தில் பல ஐரோப்பிய நகரங்களில் வசித்தார். ஆனாலும் அவரது படைப்புக்கு மையமாய் விளங்கியது டப்ளின் நகரம்தான். அவரது பாத்திரங்கள் அனைவரும் டப்ளின்காரர்கள். கதைகளின் பின்னணி டப்ளின். அவர் இளைஞனாய் இருந்த போது கைவிட்டுச் சென்ற நகரத்தின் சாராம்சத்தை சிம்பலிஸ யதார்த்தம் மூலமாய் உருவாக்க அசாத்தியமான மொழித்திறன்களைப் பயன்படுத்தினார்.

ஒரு எழுத்தாளன் என்ற வகையில் ஜாய்ஸின் வாழ்க்கையை நான்கு கட்டங்களாகப் பிரிக்கலாம். முதலாவது கட்டம் அவர் இன்னும் ஒரு பாத்திரமாகவும் பங்காகவுமிருந்த வாழ்க்கைச் சூழ்நிலைக்கு சிறுசிறு வடிவம் கொடுத்த Dubliners காலகட்டம். Dubliners இல் சித்தரிக்கப்பட்ட அயர்லாந்தின் ஒரு பங்காய் ஜாய்ஸ் இருப்பது எப்படியென்றால் செகாவ் தான் சித்தரித்த

நாடகங்கள் மற்றும் கதைகளின் ஊடாய் ஒரு அங்கமாய் இருக்கும் ஒரு மங்கலான வழியில் இருப்பது போல.

இரண்டாவது கட்டத்தில் தன் சுயசரிதைத்தன்மை மிகுந்த நாவலான Portrait of the Artist as a young Man எழுதினார். தன்னை உருவாக்கிய சக்திகளுடனான அவரது உறவுகளை ஒளிவு மறைவின்றி அலசினார். மூன்றாவது காலகட்டம் போர்ட்ரெய்ட் நாவலின் இறுதிப் பகுதி தொடர்பானது. இதில் மொழியை மறுஉருவாக்கம் செய்யும் அவரது சுதந்திரத்தை உணரத் தொடங்குகிறார். அவர் கைவிட்ட வாழ்க்கையை யதார்த்த மற்றும் குறியீட்டுத்தளங்களில் எழுதிப் பார்க்கிறார். அந்தக் கைவிடலும் தியாகமும் ஒரு கலைஞனின் நேர்மைக்கு அத்தியாவசியமானவை--அவருக்கு உணர்ச்சிக்கலப்பற்ற புறப்பார்வையை அளிக்கக்கூடியவை.

நான்காவது காலகட்டத்தில் அவரது படைப்பின் உச்சமென ஜாய்ஸ் கருதிய ஃபின்னகன்ஸ் வேக் (Finnegan's Wake) நாவலை எழுதினார். இதில் யூலிஸிஸ் நாவல் உருவான யதார்த்த தளத்தை முற்றிலுமாய் நிராகரித்து விட்டு ஆங்கில மொழியை ஆழப்படுத்தி அதன் உச்சபட்ச சாத்தியங்களை எட்டினார். ஆனால் விளாதிமிர் நபோகோவ் ஃபின்னகன்ஸ் வேக் பற்றிய மிக மோசமான கருத்தினைக் கொண்டிருந்தார். அவரது கருத்துப்படி வேக் நாவல்

"...author's [Joyce] next and last novel, *Finnegan's Wake* (1939), one of the greatest failures in literature."

Vladimir Nabokov, Lectures on Literature, Picador(1983), p.349

ஜாய்ஸ் தன் இளமைக்காலத்திலேயே குறுகிய எல்லைப்பாடுகள் கொண்ட, பிற ஐரிஷ் இலக்கியவாதிகளான ஜே.எம்.ஸிஞ்ச், யேட்ஸ், போன்றோர் முனைப்பாகப் பங்கேற்றுக் கொண்ட ஐரிஷ் இலக்கிய மறுமலர்ச்சி இயக்கங்களில் சம்மந்தப்பட மறுத்ததோடு மட்டுமன்றி, அவர் அறிந்திருந்த ஐரோப்பிய இலக்கிய கலாச்-சாரம் குறித்த பிரக்ஞை பற்றி தற்பெருமை கொண்டிருந்தார். ஒரு படைப்பாளி என்ற வகையிலும் ஒரு தனிநபர் என்ற வகையிலும் கலாச்சார-அரசியல் நிலைப்பாடுகளில் அவர் அதீதத் தனிமை கொண்டிருந்தார். அயர்லாந்துக்காரர்களுக்கு ஆங்கில மொழி அந்நியமானது என்ற கருத்தை அவர் சிறிது காலம் கொண்டிருந்த போதிலும் ஜாய்ஸ் அன்றைக்கு ஃபேஷனாக இருந்த ஐரிஷ் மொழி கற்கும் விஷயத்தில் சிறிதும் ஈடுபாடு காட்டவில்லை. இதற்கு எதிர்நிலையில் நின்று அவரது ஆதர்ச நாடகாசிரியரான இப்ஸன்-னின் நாடகங்களை மூலமொழியில் படிப்பதற்காக நார்வேஜிய மொழியைக் கற்றார். கத்தோலிக்க மதத்தைக் கைவிட்டு சிறிது காலம் பாரிஸ் நகரில் வசித்தார்.

சமரசம் செய்து கொள்ளத் தயாரில்லாத ஒரு பிடிவாத மனநிலையில், ஜாய்ஸின் தாயார் மரணப்படுக்கையிலிருந்த சமயம், அயர்லாந்துக்கு மறுவருகை புரிந்த போதிலும் கூட தாயாரின் இறுதி விருப்பத்தை நிறைவேற்ற மறுத்துவிட்டார். இந்தக் குற்றவுணர்ச்சியே ஜாய்ஸின் முதல் நாவலான Portrait of the Artist as A young Man க்கு வித்திட்டது. 1904ஆம் ஆண்டு நோரா பார்னகிள் என்ற பெண்ணுடன் பாரிசுக்குக் கிளம்பிச் சென்றார். நோரா ஒரு ஹோட்டலில் பணிப்பெண்ணாக வேலை பார்த்தவர். இலக்கிய ஈடுபாடுகளற்றவர். நோராவுக்கு ஜாய்சைப் புரிந்து கொள்ள முடியாத இயலாமை இருந்தது. நோரா அவரது இலக்குகளைச் சரிவரப் புரிந்து கொள்ளாதது அவருக்குப் பெரும் சுமையாக இருந்திருக்க வேண்டும். நம்பிக்கை வறண்டுபோயிருந்த ஒரு காலகட்டத்தில் ஜாய்ஸ் வாழ்ந்த போது, "நீங்கள் ஏன் மக்கள் புரிந்து கொள்ள முடிகிற அர்த்தமுள்ள புத்தகங்களை எழுதக் கூடாது?" என்று கேட்டிருக்கிறார். ஜாய்ஸ் தன் குடும்பத்தைக் காப்பாற்ற டிரியஸ்ட் மற்றும் ஜூரிச் நகரங்களில் சிரமப்பட்டு உழைக்க வேண்டியிருந்தது. வறுமை எப்போதும் அவர் வாசலை எட்டிவிடக்கூடியதாகவே இருந்தது. அவரது புத்தகங்களின் காப்புரிமைப் பணமும் பிற இலக்கியப் புரவலர்களின் ஆதரவும் அவரது பின்கட்ட வாழ்வில்தான் வந்தடைந்தன.

ஜாய்ஸ் தனக்களிக்கப்பட்ட ரோமன் கத்தோலிக்க கல்வி மற்றும் ஒழுக்கப் பயிற்சி பற்றிப் பெருமை கொண்டிருந்தார். ஜீஸஸ் சங்க(Jesuit) ரோமானியத் திருச்சபையினரில், குறிப்பாக புனித தாமஸ் அக்வினாஸ் என்பவரின் இறையியல் சட்ட திட்டங்களின் கடுமைக்குத் தன்னை உட்படுத்திக் கொண்டவர். ஒரு கவிஞன் என்ற முறையில் ஜாய்ஸ் வால்ட்டர் பேட்டரின் (Walter Pater) கலைக் கொள்கையைப் பின்பற்றினார். பேட்டர் சமூகத்தில் கூடுதல் சலுகைகள் உடைய தனிநபராக மாத்திரமின்றி கலைஞனை சமூக மற்றும் அறவியல் பொறுப்புகளுக்கும் கடமைகளுக்கும் அப்பாற்பட்டு இயங்குபவனாக எண்ணியவர். எனினும் தனிமைப் படுத்தப்பட்டுத் தெரியும் அறிவுநிலைவாதம் அவரது சிக்கலான ஆளுமையின் ஒரு பகுதிதான். ஐரிஷ் தேசீயவாதத்தின் புராணிகங்களுக்கு ஊட்டமளிக்கும் பொருட்டு ஒரு செயற்கையான கலாச்சாரத்தை உருவாக்க முனைந்த செல்டிக் மறுமலர்ச்சிக்கென்று ஒதுக்குவதற்கு ஜாய்ஸுக்கு நேரமிருக்கவில்லை. போர்ட்ரெயிட் நாவலின் நாயகனான ஸ்டீவென் டெடாலஸின் அழகியல் செவ்வியல் மரபிலிருந்து வேறுபடுகிறது. நாவலின் இறுதியில் குடும்பம், தந்தைநிலம், தேவாலயம் ஆகியவற்றின் கோருதல்களை நிராகரிக்கும் போது இதே விஷயங்களை முதன்மைப்படுத்தியும் பேசுகிறான் டெடாலஸ். குறிப்பாக அதில் மதம் பற்றிய கருத்துக்கள் சிக்கல்

நிறைந்து காணப்படுகின்றன. மதம் மற்றும் குடும்பம் ஆகிய நிறுவனங்களின் மீதான கருத்துக்களில் ஜாய்ஸின் தாயார் ஒரு பிரதான பாதிப்பு செலுத்தினார். ஜாய்சின் ஏசுசங்கத்திய (Jesuit) பள்ளியாசிரியர்கள் ஜாய்ஸுக்கு தீர்க்கமானதொரு கத்தோலிக்க வளர்ப்பை உறுதிப்படுத்தினர். வளர்பிராயத்தின் போது அவர் ஒரு பாதிரியாக ஆவதற்கான தயாரிப்பு ஏற்பாடுகளிருந்தன. எனவே ஜாய்ஸின் முழுமொத்த மனோஇயங்கு முறையில் யேசு சங்கத்தினரின் பாதிப்பு வெளிப்படையாகத் தெரிந்தது. ஆனால் பள்ளியை விட்டு வெளியேறிய போதே மதம் மீதான நம்பிக்கையை முற்றிலுமாய் இழந்துவிட்டார் ஜாய்ஸ்.

நேச்சுரலிஸ விவரணையின் அடிப்படையிலமைந்த போர்ட்ரெயிட் நாவலில் அதன் மையப்பாத்திரமான ஸ்டீவென் மூலமாக இலக்கியம் மற்றும் கலை ரீதியான கோட்பாடுகளுக்கு வடிவம் கொடுத்தார் ஜாய்ஸ். கலைஞன் எப்படி இருக்க வேண்டும் என்று ஜாய்ஸ் நினைத்ததை ஸ்டீவென் தன் சிந்தனையில் எதிரொலிக்கிறான்

"The artist, like the God of creation, remains within or behind or beyond or above his handiwork, invisible, refined out of existence, indifferent, paring his fingernails" (Portrait of the Artist)

கலை ரீதியான இந்த வரையறையை நோக்கித்தான் ஜாய்ஸின் படைப்புகள் நகர்கின்றன. கலைஞன் கடவுள் மாதிரி இருக்க வேண்டும். அவனது படைப்பிலிருந்து பின்னாலோ, அப்பாலோ, மேலோ, அதற்கு உள்ளூடாகவோ இருக்க வேண்டும். ஆனால் இருப்பது புலனாகாமல் இருக்க வேண்டும். அவன் இருப்பு இந்த வாழ்விலிருந்து சுத்திகரிக்கப்பட்டிருக்க வேண்டும். வேறெதிலோ கவனம் கொண்டு அவன் தன் படைப்பு பற்றி விட்டேற்றியாக-சிரத்தையற்றவனாய் இருக்க வேண்டும். நாவலின் வேறு ஒரு இடத்தில் ஸ்டீவென் தன் அழகியல் கோட்பாடு பற்றிக் குறிப்பிடும் பொழுது அது ஒரு நடைமுறை அக்வினாஸ் தத்துவம் என்கிறான். அரிஸ்டாட்டில் மற்றும் அக்வினாஸ் ஆகியோரின் விமர்சன முறைகளுக்கு ஸ்டீவென் தன் தனிமுத்திரையை இடுகிறான். மிகக் குறைவான உருமறைத்தல் தவிர்த்து ஜாய்ஸின் முதல் இருபதாண்டு வாழ்க்கையை நேரடியாகப் பிரதிபலிக்கிறது 'போர்ட்ரெயிட்'. சுயசரிதைகளை விட கூடுதல் மனந்திறப்பு கொண்டதாயிருக்கிறது. நாயகனின் உணர்ச்சி ரீதியானதும் அறிவார்த்த ரீதியானதுமான துணிகரச் செயல்களுக்கு அழுத்தம் கொடுக்கும் விதத்தில் நாவல் சுயசரிதையிலிருந்து உயர்ந்த கலைப்படைப்பாக வெகுவாய் மேலெழும்புகிறது. இந்த நாவலை அவர் 1904ஆம் ஆண்டு டப்ளினில் எழுதத் தொடங்கினார். டிரியஸ்ட் நகரில் 1914ஆம் ஆண்டு வரை

சீர்திருத்தி எழுதிய வண்ணமிருந்தார். இந்தச் செயல்பாட்டின் விளைவாய் ஆயிரத்திற்கு மேற்பட்ட பக்கங்களை கூடுதலாய் சேகரித்திருந்தார். ஸ்டீவெனை பாரிஸ் செல்வதற்குத் தயார்ப்படுத்தும் வரை. அந்த சமயத்தில் 'போர்ட்ரெயிட்' நாவலின் பெயர் Stephen Hero என்றுதானிருந்தது.

நனவோடை (Stream of Consciousness) உத்தியை அவர் தீவிரமாகக் கையாள்வதற்கு முன்னர் Epiphany என்ற கருத்தாக்கத்தினை தன் படைப்புகளுக்கு அடிப்படையாக முன்வைத்தார். எப்பிஃபனிக்கு ஒரு எளிய எடுத்துக்காட்டு கிறிஸ்து அந்த மூதறிஞர்களுக்கு காட்சியளித்த விதம். இது போன்ற கணத்தோற்றங்கள் அல்லது கணங்கள் நம் அனைவருக்கும் வெளிப்பட்டு தெரியத் தயாராய் இருக்கின்றன. ஆனால் நாம் அவற்றை உணர்வதில்லை. சில நேரங்களில் மிகவும் சிரமமான தருணங்களிலும் கூட அவை திடீரென நிகழ்ந்து தம் முகத்திரையை விலக்கிக் காட்டுகின்றன. மர்மத்தின் சுமை விலகி வஸ்துக்களின் உச்சபட்ச ரகசியம் வெளிப்படுத்தப்படுகிறது. ஒரு கோப்பை லிண்டன் தேநீரில் மேடலெய்ன் என்ற பெயர் கொண்ட ஸ்பாஞ்சு கேக்கை முக்கி எடுத்த போது நவீன ஃபிரெஞ்சு நாவலாசிரியரான மார்சல் ப்ரூஸ்ட்டுக்கு இது அனுபவமாயிற்று. இம்மாதிரியான கணத்தோற்றங்கள் ஸ்டீவெனுக்கு 'போர்ட்ரெயிட்' நாவலில் நிகழ்கின்றன-குறிப்பாக எக்லஸ் தெருவினைக் கடந்து செல்கிற போது. இது போன்ற நொய்மையான, கணத்தில் நிகழ்ந்து முடிகிற மனநிலைகளைப் பதிவு செய்வது ஒரு எழுத்தாளனின் பிரதான கடமை என்றார் ஜாய்ஸ். இது போன்ற கணத் தோற்றங்களைத்தான் Epiphany என்றழைக்கிறார்கள். புதினங்களில் மட்டுமன்றி தனித்த அனுபவத்தொகுதிகளாக இவற்றை ஜாய்ஸ் சேகரித்தார். ஒரேயொரு வார்த்தை ஒரு முழுக்கதையையும் சொல்லிவிட முடியும். ஒரு சிறு உடலசைவு மிகவும் சிக்கலான உறவுகளின் திட்டத்தை வெளிப்படுத்திவிட இயலும். ஒரு படைப்பாளன் ஒரு யோகி அளவுக்கே இந்த வெளிப்படு தோற்றங்களை கிரகித்துக் கொள்ளத் தன்னை ஏதுவாக வைத்துக் கொள்ள வேண்டும். மற்றவர்களுக்கு அற்பத்தகவல்கள் போலத் தோன்றக்கூடியவை படைப்பாளனுக்கு விசேஷ நிகழ்வுகளின் குறியீடுகளாக மாறிவிட முடியும். ஜாய்ஸ் தன் முதிர்ச்சிக் காலப் படைப்புகளிலுமே கூட அனுவங்களின் ஆழ்நிலைப் பார்வைகளை மறுகட்டு மானம் செய்பவராய்த் தோன்றுகிறார். மறைஞான நிலைக்கும் கடைவிரித்துக் காட்டலுக்குமிடையிலான ஜாய்ஸின் திடீர்க் கோண மாறுதல்கள் தலை சுற்றச் செய்யக் கூடியவை. அவ்வாறே மொழியியல் சோதனைக்கும் போர்னோகிராஃபித்தன்மையான மனந்திறப்புகளுக்கும் இடையில் ஏற்படும் திடீர் மாற்றங்களையும்

நாம் ஜாய்ஸின் படைப்புகளில் பார்க்க முடியும். குறியீட்டுத் தன்மைகளுக்கும், நேச்சுரலிஸ அம்சங்களுக்கும், மதத்தின் வெளிப்படு உணர்வுக் காட்சி நிலைகளுக்கும் ஜாய்ஸ் இலக்கிய பதிலிகளை உருவாக்குபவராய் இருந்தார். Epiphany இறையியலில் வேர்கொண்டிருந்த போதிலும் இன்று ஒரு முழுமை பெற்ற இலக்கிய உத்தியாக மாறியிருக்கிறது.

நவீன ஃபிரான்ஸின் சமுதாய மற்றும் மனோவியல் ஆய்வாக ஆகும் பொருட்டு, பால்ஸாக்கின் The Human Comedy நாவல் தொடர்களைப் பின்பற்றி எமிலி ஸோலா தனது Rougon-Macquart நாவல் தொடர்களை எழுதினார். 'டப்ளினர்ஸ்' இந்த நூற்றாண்டின் தொடக்கத்தில் டப்ளின் மாந்தர்களைப் பாத்திரமாக வைத்து எழுதப்பட்ட சிறுகதைத் தொகுதி. கதைத் தலைப்புகளும் இடம் சார்ந்தவை. குறிப்பிட்ட கலாச்சாரத்தின் ஒருங்கிணைந்த சித்திரத்தைத் தரும் பொருட்டு ஜாய்ஸ் எழுதியிருக்கக் கூடும். ஆனால் முன் குறிப்பிடப்பட்ட நாவல் தொடர்களுடன் ஒப்பிட்டால் ஜாய்ஸின் கதைகள் சிறிய வரைபடங்கள் அல்லது குறு-மனப்பதிவுகள் போலவோ தெரிகின்றன. இத்தகைய மனப்பதிவுகளின் பிராபல்யம் இம்ப்ரஷனிஸ ஓவிய இயக்கத்துடன் தொடர்புடையது. குறிப்பாக அக்கதைகளின் உத்தி. இம்ப்ரஷனிஸ்ட்டுகளின் ஓவியப் பொருட்கள் ஸ்டுடியோக்களில் வடிவமைக்கப்பட்டு மறுகட்டுமானம் செய்யப்படுவதைத் தவிர்த்து 'கண்டுபிடிக்கப்பட்டன'. ஏற்றுக் கொள்ளப்பட்ட சித்திர உருவாக்க முறை புறக்கணிக்கப்பட்டு ஓவியனின் 'மனப்பதிவு' இழக்கப்படுமுன், ஓவியம் நுண்மைமிக்கதாயும் அதிவேகத்துடனும் தீட்டப்பட்டது. கணத்தைக் கைப்பற்றுதல் என்னும் இம்ப்ரஷனிஸ ஓவியனின் அக்கறைக்கு இலக்கியத்தில் சமமான முயற்சிதான் Slice of Life கதைகள் உருவாயின. இக்கதைகளில் குறிப்பிட்ட மன உணர்ச்சியின் சூழல் மறுகட்டுமானம் செய்யப்படுகிறது. ஃபிரான்சில் இதன் மிகப் பெரிய விற்பன்னராகக் கருதப் பட்டவர் மாப்பஸான். ஆனால் ஜாய்ஸ், மாப்பஸானின் சாதனை எல்லைகளைக் கடந்து சென்றவர். நகர்சார் யதார்த்தக் கதைகளின் முன்னோடிகளாய் Arthur Morrison என்பவர் எழுதிய Tales of Mean Streets(1894). Arnold Bennet என்பவர் எழுதிய Tales of Five Towns(1905) போன்ற நூல்கள் ஏற்கனவே ஆங்கில மொழியில் வெளிவந்திருந்தன. அயர்லாந்தைப் பொருத்தவரை ஜாய்ஸின் முன்னோடியாகவும் அவரது போட்டியாளராகவுமிருந்தவர் George Moore. மூரின் கதைகள் அயர்லாந்து விவசாயிகளின் வாழ்க்கையை மையமாகக் கொண்டிருந்தன. ஜாய்ஸ் டப்ளினர்ஸ் சிறுகதைகளை எழுதிய காலகட்டத்தில் ஒரு இலக்கிய உத்தியாக சிம்பலிஸம் அதிகம் பேசப்பட்டது. யேட்ஸ்-ஐ தலைசிறந்த ஆங்கில சிம்பலிஸ்ட் என

வர்ணித்தார் ஆர்தர் சிமென்ஸ். ஆர்தர் சிமன்ஸ் 1899ஆம் ஆண்டு சிம்பலிசத்தைக் கீழ்க்கண்டவாறு வரையறை செய்தார் "ஒரு வகையான வெளிப்பாட்டுமுறை, மிக உயர்ந்த விதத்தில் ஆனால் உத்தேசமாய்... பிரக்ஞையால் உணரப்பட்ட, கண்ணுக்குப் புலனாகாத ஒரு நிஜம்" (Arthur Symons, The Symbolist Movement in Literature, New York, (E.P.Dutton &co) 1958, p.1) சார்ல்ஸ் பாதலெரின் மிகப் பிரபலமான கவிதையான 'Correspondences' இயற்கையை குறியீடுகளின் வனமாக மனதின் முன் விரிக்கிறது. 50 வருடங்களுக்கு முன்னரே இந்தக் கவிதை வெளிவந்துவிட்டது. சிமன்ஸினால் விளக்கப்பட்ட பல கவிஞர்கள் பாதலெரைப் பின்பற்றி சிம்பலிஸக் கவிதை எழுதியவர்கள். அதன் கொள்கை களைப் பின்பற்றி ஓவிய இயக்கமொன்றும் உருவாயிற்று. ஆஸ்கார் வைல்ட் தன் நாவலான Picture of Dorian Grayவுக்கு எழுதிய முன்னுரையில் பின்வருமாறு குறிப்பிட்டார்:

All literature is both surface and symbol.

ஆஸ்கார் வைல்டின் மேற்கோள் சிம்பலிஸக் கருத்தாக்கம் பற்றிய பரந்துபட்ட பரிச்சயத்தை இலக்கிய உலகிற்கு உருவாக்க உதவிற்று. ஃபிளாபரும் எமிலி ஸோலாவும் மிகப் பிரத்யேகமாக சிம்பலிஸ நாவலாசிரியர்கள் என்றுதான் சொல்ல வேண்டி இருக்கும். நேச்சுரலிஸம் மற்றும் சிம்பலிஸ இலக்கிய இயக்கங் களிடமிருந்து ஜாய்ஸின் Epiphany பற்றி இலக்கிய கொள்கை கடன் பெற்றிருக்கிறது. எனினும் Epiphany முதன் முதலாக 1944ஆம் ஆண்டு ஜாய்ஸால் கைவிடப்பட்ட நாவலான Stephen Hero-வில்தான் அறிமுகம் செய்யப்பட்டது.

டப்ளினர்ஸ் சிறுகதைத் தொகுதி யதார்த்தமே உத்தியாகவும் இறுதி விளைபொருளாகவுமிருக்கும் ஒரு நிலையை ஆய்வு செய்கிறது. முதல் மூன்று கதைகளும் முதல்நபர் பார்வையில் சொல்லப்பட்டிருக்கின்றன. எல்லாக்கதைகளும் சுயப்பிரக்ஞையுடன் கவனமிக்க அமைவுபடுத்தல் மூலம் வடிவம் கொண்டிருக்கின்றன. An Encounterஇன் விவரணைத் தொனி பீதியூட்டும் அமைதி கொண்டிருக்கிறது. Evelineஇல் கடினத்தன்மை மிக்க தெளிவும் ஒழுங்குபடுத்தப்பட்ட சித்தரிப்பும் காணப்படுகிறது. A Littel Cloud இல் கவனத்துடன் சமன்படுத்தப் பட்ட உள்வயப் பிரதேசங்கள் சித்தரிக்கப்பட்டுள்ளன.

ஜாய்ஸ் தன் சகோதரர் ஸ்டானிலாஸ்-க்கு விளக்கியபடி டப்ளினர்ஸ் தொகுதியின் முதல் மூன்று கதைகள் ஜாய்ஸின் குழந்தைப்பருவக் காலத்து அனுவங்களிலிருந்து உருவானவை. முதல்நபர் பார்வையில் சொல்லப்பட்ட இந்த மூன்று கதைகளும் மயக்கமகன்று போதலை கதைக் கருவாகக் கொண்டுள்ளன.

பாதிரியாக ஆக விரும்பிய ஒரு சிறுவன் கொண்டிருந்த வாழ்க்கை நோக்கம் (The Sisters) சிதைந்து போகிறது. சிறுவர்களின் தான்தோன்றித்தனமான விளையாட்டும் துணிகரச் செயல்களும் ஒரு பாலியல் வக்கிரக்காரரானால் திடீரென நின்று போகின்றன (An Encounter). அரேபிய பஜாருக்குச் (Araby) சென்றுபார்க்க நினைக்கும் சிறுவன் பஜாரை அடையும் சமயம் அதன் கடைகள் மூடப்பட்டுக் கொண்டிருப்பதைப் பார்க்கிறான். வெறிச்சோடிய இருண்ட கூடங்களில் அச்சிறுவன் திரிந்தலைந்து தாமதமாக வீடு திரும்புகிறான். பிற கதைகளில் ஜாய்ஸ் மூன்றாம் நபர் பார்வைக்கு மாறிவிடுகிறார். ஜாய்ஸின் பெரும்பான்மையான பாத்திரங்கள் அவரது உறவினர்கள் அல்லது தெரிந்தவர்களை எடுத்துக்காட்டுகளாக வைத்து உருவானவை. குறிப்பாக (A Painful Case) கதையில் வரும் டஃபியின் பாத்திரம் ஜாய்ஸின் சகோதரரான Stanislausஐ முன்மாதிரியாக வைத்து உருவாக்கப் பட்டது.

திருமதி Sinico, Sydney Parade இல் ரயில் விபத்தில் இறக்கிறாள். ஒரு சம்பிரதாய புனைகதை எழுத்தாளர் இதில் இடம் பெறும் நிஜமான இடப்பெயர்களை மாற்றியிருப்பார். ஆனால் ஜாய்ஸ் கற்பனையாகக் கண்டுபிடிக்கப்பட்ட பெயர்களை இடங்களுக்குப் பொருத்துவதை நிராகரித்தார். ஜாய்ஸின் டப்ளி னர்ஸ் சிறுகதைத் தொகுதியை வெளியிட வாக்குறுதியளித்திருந்த Mounsel &Coவைச் சேர்ந்த George Roberts என்ற ஐரிஷ் வெளியீட்டாளர் அத்திட்டத்திலிருந்து பின்வாங்கிக் கொண்டார். கடைகளுக்கும் விடுதிகளுக்கும் ஜாய்ஸ் நிஜப்பெயரை வைத்திருந்ததை அவர் ஆட்சேபித்திருந்தார். திருவாளர் டஃபி ஒரு பூங்காவில் காதலர்கள் சரசமாடுவதைக் கண்டும் காணாமலும் செல்கிறார். அவர் அந்த ஜோடிகளைப் பார்ப்பதாக வரும் Magazine Hill நிஜமாகவே Phoenix Park பூங்காவில் உள்ளது. புனைவாக்கப்பட்ட ஒரு அயர்லாந்தை தன் கதைகளின் வழியாகப் படைப்பதில் ஜாய்ஸுக்கு விருப்பமிருக்கவில்லை. டப்ளின் வாழ்க்கையை ஜாய்ஸ் paralysis என்ற உருவகம் மூலமாக விவரித்தார்.

An Encounter கதையில் வரும் சிறுவன் பள்ளிக்குச் செல்லாமல் நாளெல்லாம் தெருக்களில் சுற்றித் திரிந்து இறுதியில் சிறுவர்களை பாலுறவுக்குப் பயன்படுத்தும் வயோதி கனுடனான சந்திப்பைப் பற்றிச் சொல்கிறது. இந்தக் கதையிலும் The Sisters கதையிலும் வளர்ந்த மனிதர் உலகத்திற்கும் குழந்தைகளின் உலகத்திற்குமிடையிலான மோதல் அல்லது குறுக்கீடு விவரிக்கப்படுகிறது. மதப்பிரச்சாரகரும், சிறுவர்களைப் பாலுறவுக்குப் பயன்படுத்துவோனும் ஒருவித விரிந்த மர்மத்தைக்

கொண்ட ஆசாரமற்ற உலகினை விரிக்கின்றனர். அந்த மர்மம் கரைபடிந்ததாயும் அருவருப்பூட்டுவதாயுமிருந்த போதிலும் மனிதத்துவம் கொண்டதாயிருக்கிறது. இந்த இரு மனிதர்களுமே அந்த சிறுவர்களிடத்தில் பரிவினை மறுபேச்சுக்கிடமின்றி கோருபவர்கள். சிறுவன் சிறிது சிறிதாய் வளர்ந்தோர் உலகின் குற்றவுணர்வை அறிந்து கொள்கிறான். இம்மாதிரியான புனை வம்சத்தை போர்ட்ரெயிட் நாவலில் ஜாய்ஸால் முழுமைப்படுத்த முடிந்திருக்கிறது. Counterparts கதையில் செகாவ் கதையின் குணாம்சம் இருப்பதை வாசகர்கள் கவனிக்கத் தவறிவிட முடியாது.

இவற்றில் இறுதிக் கதையான The Dead மற்ற கதைகளை விட ஜாய்சின் கலாபூர்வமான முழுமையை உள்ளடக்கியது மட்டுமன்றி தனக்கான ஒரு கதைத்திட்டத்தையும் (Plot) கொண்டிருக்கிறது. The Dead ஐ சிறுகதை என்று சொல்வதை விட குறுநாவல் என்றழைப்பதே பொருந்தும். The Dead கதையில் வரும் Gabriel Conroy சமூகத்திலிருந்து சற்றே அந்நியமான பிரஜை. இந்த நீள்கதை அடர்த்திச் செறிவான தீட்சண்யமிக்க சமூகக் காட்சியைப் பின்னணியாகவும் செயல்களமாகவும் கொண்டது. டப்ளின் நகரின் தீவிர இசைக் கலாச்சாரத்தை எந்த அளவுக்கு நுணுக்கமாய் ஜாய்ஸ் அறிந்து வைத்திருந்தார் என்பதற்கும் இக்கதை சான்றாகிறது. நாடகத்தன்மை மிக்க சில நிகழ்ச்சிகள் கதையை உயிரோட்டம் மிக்கதாய் ஆக்குகின்றன. எல்லாவற்றை யும் விட தலைசிறந்த அம்சமாய்த் திகழ்வது அந்தக் கதையின் பெண் பாத்திரமான கிரேட்டா கோன்ராய்-உடன் ஜாய்ஸுக்கு இருந்த அத்யந்தமான புரிதல். டப்ளினர்ஸ் தொகுதிக் கதைகளில் வரும் ஏனைய பெண் பாத்திரங்கள் வெறும் நிழல்கள் போன்று தோற்றமளிக்கின்றன. அவர்கள் மீது விவரணையாளனுக்கு அதிகக் கரிசனம் கிடையாது. The Boarding House இல் வரும் Pollyயின் மனோநிலையைச் சித்திரிப்பதற்கு ஜாய்ஸ் சற்றுக் கூடுதல் அக்கறை எடுத்துக் கொண்டிருக்கிறார். The Deadஇல் Gretta Conroy திடீரென காச நோயில் இறந்து போன தன் பழைய காதலனை நினைவு கூர்கிறாள்-அவன் அவளது உணர்வுகளை தற்போதிருக்கும் கணவனை விடக் கூடுதலாகப் பெற்றிருந்தவன்.

ஜாய்ஸின் மொழிநடையில் ஏற்பட்ட மாற்றங்களும் வடிவப் பிரக்ஞையும் அதன் அடுத்த கட்ட நாவலான Portrait of the Artist as A young Man க்கு இட்டுச் சென்றது. ஸ்டீவென் ஹீரோ எழுதப்பட்ட வருடம் 1904. ஜாய்ஸும் நோரா பார்னகிளும் டப்ளின் நகரை விட்டு ஐரோப்பாவுக்குக் கிளம்பிச் சென்ற வருடமும் அதே. மொழியாசிரியர் வேலை ஏற்று ஜாய்ஸ் 10 வருடங்களுக்கு மேலாக அட்ரியாட்டிக் பகுதியிலேயே தங்கிவிட்டார். முதல்

உலகப் போர் தொடங்கியவுடன் அவர் ஸ்விட்சர்லாந்துக்குக் குடிபெயர வேண்டிய கட்டாயம் ஏற்பட்டது. 1913ஆம் ஆண்டு எஸ்ரா பவுண்டிடமிருந்து ஜாய்ஸுக்கு வந்த ஒரு யதேச்சைக் கடிதம்தான் ஜாய்ஸை இலக்கியப் புரவலர் வரிசையில் வைக்கக் காரணமாயிற்று. Egoist இலக்கிய ஏட்டில் போர்ட்ரெயிட் நாவலைத் தொடராக வெளியிடுவதற்கு பவுண்ட் ஏற்பாடு செய்தார். 1914இல் Egoist ஒரு அரசியல் ஏடாகவும், இலக்கிய முன்னணிப் பத்திரிகையாகவுமிருந்தது. 1914ஆம் ஆண்டில்தான் லண்டன் பதிப்பகத்தைச் சேர்ந்த கிராண்ட் ரிச்சர்ட்ஸ் டப்ளினர்ஸ் சிறுகதைகளை ஒரு தொகுதியாக வெளியிட்டார். போர்ட்ரெயிட் நாவலை எழுதுவதற்கு ஜாய்ஸ் எடுத்துக் கொண்ட காலம் 10 வருடங்கள். 'அகதியாகவும், மௌனமாகவும், தந்திரமாகவும்' தன் நாயகனான ஸ்டீவென் டெடாலஸின் திட்டத்தை ஜாய்ஸ் கடைபிடித்தார் என்று சொல்வது அதிகபட்சமில்லை.

மேலதிக சமூக மற்றும் மனோவியல் தகவல்களை புதினம் கோரும் போது அவற்றை நாவலாசிரியன் தன் சொந்த அனுபவங்களிலிருந்து தர வேண்டியிருந்தது. எந்த சக்திகள் அவனை ஒரு 'வெளியாள்'ஆக ஆக்குகின்றனவோ அவை அவனை தனக்குள்ளாகப் பார்க்கவும் வைக்கின்றன. அவன் தனது சொந்த நாயகனாகிறான். பிற பாத்திரங்களை பின்புலத்தில் இட்டு நிரப்புகிறான். பின்னணி அல்லது பின்புலம் புதிய முக்கியத்துவம் வாய்ந்ததாவதற்குக் காரணம் அது அவன் மீது செலுத்தும் பாதிப்பே. நாவலின் மையஓட்டம் நாவலாசிரியனின் ஆளுமை உருவாக்கப்பெறும் விதமாய் மாறுகிறது. இதை ஜெர்மானிய விமர்சனத்தில் Bildungsroman என்கின்றனர். நாயகன் கல்வி பெற்று ஒரு ஆளுமையாய் உருவாகும் வகை நாவல்களை இவை. பிரத்யேகமாக ஒரு நாவலாசிரியனின் வாழ்க்கையைச் சித்திரிக்கும் நாவலாக ஆகும் பொழுது இதை Kunstelrroman என்று சொல்கிறார்கள். இரண்டாவது வகை நாவலுக்கு மிக முக்கிய எடுத்துக்காட்டுகளாக Goethe எழுதிய Wilhelm Meister ஐயும் Stendhal எழுதிய Vie Henri Brulard ஐயும் குறிப்பிடலாம்.

Kunstelrroman வகை நாவல்கள் ஜாய்ஸ் தலைமுறை எழுத்தாளர்களுக்கு யதார்த்தவியலின் சில முறைகளைப் பயன்படுத்த உதவியது. மார்சல் ப்ரூஸ்(ட்)க்கு அவர் எழுதிய Remembrance of Things Past நாவலுக்கு உதவியது. ஆந்ரே ழீத்-க்கு அவர் எழுதிய The Counterfeiters மூலமாக உதவியது. ழீத் எழுதிய நாவலில் ஒரு நாவல் எழுதும் நாவலாசிரியன் ஒருவன் எழுதும் டயரி பற்றிய குறிப்பு வருகிறது. அதில் ஒரு நாலாசிரியன் நாவல் எழுதுவது பற்றிய குறிப்புகள் அடங்கியுள்ளன. ஜாய்ஸின் சமகால ஆங்கில நாவலாசியரிரான டி.ஹெச்.லாரன்ஸின்

Sons and Lovers நாவல் 1913இல் வெளிவந்தது.

லாரன்ஸ்-ம் ஜாய்ஸூம் அடிப்படை முரண்கள் கொண்ட எதிர் துருவங்களைச் சேர்ந்த நாவலாசிரியர்கள் என்ற போதிலும் Sons and Loversம் போர்ட்ரெய்ட்-நாவலும் அடிப்படையான கருத்தொற்றுமை கொண்டிருந்தன. சம்பிரதாயத்தினாலும் வறுமையாலும் முடக்கிப் போடப்பட்ட இளம் திறன்களைப் பற்றியதாயிருந்தன அவை. இரண்டிலும் இடம் பெறும் அம்மாக்களால் அதன் நாயகர்கள் பாதிப்புக்கு உள்ளாகின்றனர். அதன் நாயகர்கள் வேறுபட்ட அமைப்புகள் மற்றும் நிறுவனங்களுக்கெதிராகத் தம் போர்க்கொடியை உயர்த்திய போதிலும் கூட-ஆங்கில புராட்டஸ்ட்டண்ட் மதத்திற்கெதிராக லாரன்ஸ், வைதீக ஐரிஷ் கத்தோலிக்க மதத்திற்கெதிராக ஜாய்ஸ்-லாரன்ஸ் வாழ்க்கையின் ஈர்ப்புகளைப் பற்றியே அக்கறை கொண்டவராக இருக்கிறார். மாறாக ஜாய்ஸ் வாழ்க்கை மீதான வெறுப்புணர்ச்சியையே முதன்படுத்துகிறார். முடிவற்ற தலைமுறைக் குழந்தைகள் கூட்டுப் பாடல் பாடுவதை சித்தரிக்கும்போது அவர்கள் எல்லோரும் வாழ்க்கையில் நுழையுமுன்னரே வாழ்க்கை பற்றிய சலிப்பையும் அயர்ச்சியையும் கொண்டிருப்பதான உணர்வு ஜாய்ஸூக்கு ஏற்படுகிறது. டப்ளினர்ஸ் சித்திரித்த திறந்த உலகிலிருந்து போர்ட்ரெயிட் நாவலின் உள்வயமான, நனவோடை உத்திக்கு சற்று முந்திய விவரணையோட்டத்திற்கு வந்து சேர்கிறான் வாசகன். பெரும்பாலும் போர்ட்ரெயிட்-இல் நமக்கு அனுபவமாகும் வாழ்க்கை என்பது பாத்திரங்களின் அனுபவங்களின் வழியாக வடிகட்டியதாகத்தான் இருக்கிறது.

ஸ்டீவென் கூறும் கடமையின் ஆரம்ப வேர்கள் வோர்ட்ஸ்வொர்த் மற்றும் ஷெல்லியின் உயர் ரொமாண்டி சிசத்தில் இருக்கின்றன. நிஜமான அனுபவத்தின் சாரத்தை போர்ட்ரெயிட் கலாரீதியான புராணிகமாய் உருமாற்றம் கொள்ளச் செய்கிறது. இது தவிர வோர்ட்ஸ்வொர்த் தன்மையிலான அர்த்தத்திலேயே யூலிஸிஸ் நாவலுக்கும் ஃபின்னகன்ஸ் வேக் நாவலுக்குமான அடித்தளங்களை இடுகிறது. என்றாலும் கூட போர்ட்ரெயிட் நேரடி ரொமாண்ட்டிக் தன்மையான நாவல் அல்ல. ஷெல்லி கூறியது போல் கலைஞன் unacknowledged legislator of the world என்ற கருத்தாக்கத்தை ஸ்டீவென் டெடாலஸ் ஏற்று செயல்படுவதாக நாம் எடுத்துக் கொண்டாலும் கூட தனது கலையின் ரகசியங்களையும் அதன் நுண்மைகளையும் ஆராய்ந்தறியும் பொருட்டு இறுதியில் அவன் இந்த உலகின் பிடிகளிலிருந்து தன்னை விடுவித்துக்கொள்ள யத்தனிக்கிறான்- மீண்டும் நாம் ஆஸ்கார் வைல்டின் நாவலான Picture of Dorian Grayவிலிருந்து ஒரு மேற்கோளை இங்கு காட்டுவது பொருந்தும்

"every portrait that is painted with feeling is a portrait of the artist." (Picture of Dorian Gray)

எல்லாக் கலைஞர்களுமே ஆன்மா ஒன்றே அறியத்தக்க நிலைபேறுடையது என்னும் நம்பிக்கை கொண்டவர்களாக இருக்கின்றனர் என்றார் வைல்ட். கலைஞர்கள் இது பற்றிய பிரக்ஞை உடையவர்களாய் இல்லாதிருந்தாலும் அவர்களின் சித்திரங்கள் எல்லாமும் அவர்களைப் பற்றியதாகத்தான் அமைந்து விடுகின்றன.

நாவலின் காலம் என்னவோ ஒரு நாள்தான் என்ற போதிலும் யூலிஸிஸ் நாவலைப் பொருத்தவரை வாசகன் திமிலங்கிலத்தைத் தூண்டில் கொண்டு சமாளிக்கும் ஒரு சாதாரண மீனவனின் நிலையில் இருக்கிறான். ஹோமரின் ஓடிசி காவியத்தை நாவலின் அடியோட்ட அமைவுக்கு ஜாய்ஸ் பயன்படுத்தினார் என்பது உண்மை. அத்தியாயங்களுக்கு ஒடிசியின் பிரிவுத் தலைப்பு களையே வைத்திருந்தார். ஆனால் நாவல் அச்சுக்குப் போவதற்கு முன்னர் இந்த ஹோமர்தன்மையான தலைப்புகளை நீக்கிவிட்டார். மேலும் யூலிஸிஸ் நாவல் பற்றிய 1960கள் வரையிலான தலைசிறந்த விமர்சகர்கள் ஹோமரின் அடியோட்டச் சரடினை அனுசரித்தே விமர்சனம் செய்தனர். ஆனால் இன்றைய பார்வையில் ஹோமரிய அடிச்சரடினைப் பின்பற்றாவிட்டாலும் யூலிஸிஸ் நாவலைப் புரிந்து கொள்வதற்கான சாவிகள் நமக்குக் கிடைத்து விடுகின்றன. நாவலின் களமும் பின்னணியும் வழக்கப்படி டப்ளின் நகரம்-தான். யூலிஸிஸ் நாவலின் தொடக்கப் பக்கங்கள் போர்ட்ரெயிட் நாவலின் உடனடி நீட்சி போலத் தெரிகின்றன.

ஒரு சிறிய இடைவெளிக்குப் பிறகு பாரிஸ் நகரிலிருந்து டப்ளின் திரும்பும் ஸ்டீவென் டெடாலஸின் வாழ்க்கை மீண்டும் யூலிஸிஸ் நாவலில் தொடரப்படுகிறது. ஜாய்ஸின் மொழி குறிப்பிடத்தக்க வகையில் மாற்றம் ஏதும் ஏற்பட்டிராதது போலத் தோன்றினாலும் விவரணை முறையில் அடர்த்தியும் சிக்கல்களும் தோன்றிவிட்டன. இந்த இடைவெளி ஸ்டீவெனின் அறிவுச் சேகரத்தில் புதிய விஷயங்களைச் சேர்த்திருக்கிறது. ஒரு வட்டார ஐரிஷ் சிறுவனாயிருந்த ஸ்டீவென் தற்போது ஒரு படித்த ஐரோப்பியனாய் மாறியுள்ளான். ஆனால் அவன் தாயாரின் இறப்பு அவன் மனதுக்கு ஒரு பாரமிகுந்த குற்றவுணர்வைத் தந்திருக்கிறது. ஆயினும் யூலிஸிஸ் நாவலின் நாயகன் லியோப்போல்ட் ப்ளூம் என்கிற விளம்பர சேகர நிர்வாகிதான். இது தவிர அவரது மனைவியான மோலி ப்ளூம் இன்னொரு முக்கிய கதாபாத்திரம்.

மிக எளிமைப்படுத்திச் சொல்வதானால் ஒரு நாள்

முழுக்கவும் டப்ளின் நகரில் சுற்றித் திரிந்து கொண்டிருக்கிற இரு ஆண்களுக்கிடையிலான யதேச்சையான சந்திப்பைப் பற்றியதே யூலிஸிஸ்ஸின் கதை. இந்தச் சந்திப்பின் சாத்தியமிக்க விளைவுகள் வாழ்க்கையை மேம்படுத்தக் கூடியவையாக இருக்கலாம். விளம்பர சேகர வேலையில் ஈடுபட்டிருக்கும் ப்ளூம் வேலையிலோ வாழ்க்கையிலோ வெற்றிகரமானவர் அல்லர். ஸ்டீவென் டெடாலஸ்ஸோ இனிமேல்தான் அவன் ஒரு கலைஞன் என்று நிரூபணம் செய்யப்பட வேண்டியவன். ஸ்டீவெனைப் பொருத்தவரை போர்ட்ரெயிட் நாவலில் கேலிக்கும் வேடிக்கைக்கும் உரியதாயிருந்த புற உலகம் யூலிஸிஸ் நாவலில் அவனது மன அமைதியைக் குலைக்கக் கூடியதாய் இருக்கிறது- அதன் காரணிகளாக அமைபவர்கள் அவனது தற்போதைய நண்பர்களான பக் மல்லிகன் மற்றும் ஹெய்ன்ஸ் ஆகியோர்.

ப்ளூம் முதல் பார்வைக்கு சாத்தியமில்லாததொரு மீட்பர் போலத் தோன்றுகிறார். அவரிடம் எந்தக் குறிப்பிடத்தக்க குணாதிசயமும் இல்லை. மிக நெருக்கமான ‘குளோஸ் அப்’பில் ப்ளூம் காட்டப்படுகிறார். ஆண்மையற்ற ஒரு கணவரான அவரை பாலியல் ரீதியாக அவர் மனைவி வஞ்சகம் செய்கிறாள். அவர் ஒரு பரிதாபமான நபர் மட்டுமல்லாது சமூகத்திலிருந்து அந்நியப்பட்டவரும் கூட. அவர் ஒரு யூதர். அப்படிப்பட்டவர் நடைமுறை வாழ்க்கைக்கான உதவியையும் நட்பையும் மாத்திரமே ஸ்டீவெனுக்குத் தரவியலும். அவர் ஒரு தந்தை போன்ற நிலையில்தான் காட்சியளிக்கிறார். ஸ்டீவென் அவருடைய இறந்து போன மகனின்(ரூடி) பதிலியாக இருக்க முடியும். ஆனால் இதற்கான சாத்தியங்களும் கூடக் குறைவு. வளர்ந்து விட்ட ஸ்டீவெனுக்கு அதையும் கூட நிறைவேற்ற முடியுமா என்பது சந்தேகமே. ஒரு வகையில் ஸ்டீவென் தந்தையைத் தேடிக் கொண்டிருப்பவனாகவும் இன்னொரு வகையில் ப்ளூம் ஒரு மகனைத் தேடிக் கொண்டிருப்பவராகவும் இருக்கின்றனர்.

1906ஆம் ஆண்டு டப்ளினர்ஸ் தொகுதிக்கு கூடுதல் கதைகள் எழுதுவது பற்றிய திட்டத்திலிருந்தார் ஜாய்ஸ். அதில் ஒன்று ஆல்ஃபிரட் ஹண்ட்டர் என்கிற ஐரிஷ் நாட்டு யூதரைப் பற்றியதாக இருந்தது. ஆனால் ஜாய்ஸ் திட்டமிட்ட கூடுதல் கதைகள் ஒன்றைக் கூட எழுதவில்லை. யூலிஸிஸ் என்ற தலைப்பிலான ஆல்ஃபிரட் ஹண்ட்டர் பற்றிய சிறுகதைக்கும் இறுதியில் அதுதான் நடந்தது. சில மாதங்கள் கழித்து அதை ஒரு சிறு நூலாக எழுதி முடித்துவிடும் திட்டத்தில் இருந்தார். ஆல்ஃபிரட் ஹண்ட்டருக்குப் பதிலாகத்தான் லியோப்போல்ட் ப்ளூம் நாயகனாக மாறினார். சிறுகதைக்குப் பதிலாக 780 பக்கங்கள் கொண்ட நாவலாக யூலிஸிஸ் புதிய உருக்கொண்டது. அது பற்றித்

தன் சகோதரர் ஸ்டானிஸ்லாஸ்-இடம் கூறும் போது அது ஒரு Dublin Peer Gynt ஆக இருக்கும் என்று குறிப்பிட்டார். Peer Gynt இப்ஸன் எழுதிய தேசீய காவிய நாடகம். அதன் உந்துணர்ச்சிக்கு இப்ஸனின் நாடகம் பாரம்பரிய நாட்டுப்புறவியலையும் கிராமப்புற வழக்க மரபுகளையும் சார்ந்திருந்தது. இருப்பினும் இப்ஸனின் நாடகங்களிலேயே மிகவும் தனித்துத் தெரிகிற பலதர இலக்கியப் பாணிகளின் சங்கமமாக அமைந்த நாடகம் அது.

எனவே யூலிஸிஸ் ஒரு சிக்கலான ஒட்டுவீர்யமிக்க கலைப் படைப்பாக விளங்குகிறது சம்பிரதாய காவியம், சுயசரிதை நாவல், நவீன சிறுகதை, மற்றும் கவிதை நாடகம் ஆகிவற்றின் கூட்டுச் சங்கமமாக அது வடிவெடுத்திருக்கிறது. ஜாய்ஸின் ஒரிஜினல் நோக்கம் என்னவாக இருந்த போதிலும் அப்படிப்பட்ட ஒரு ஒட்டுவீர்ய இலக்கிய வடிவமானது வேறு இலக்கிய வடிவங்களைப் பகடி செய்வதாகவும் நையாண்டி செய்வதாகவும் அமைவது இயல்புதான். அது மட்டுமின்றி ஜாய்ஸின் புதிய இலக்கிய வடிவம் முடிவற்ற விரிவெல்லைகள் மிக்கதாயும் அமைந்தது. ஜாய்ஸ் 1914ஆம் ஆண்டு போர்ட்ரெயிட் நாவலை முடித்த பின் யூலிஸிஸ்ஸை எழுதத் தொடங்கினார். ஆனால் நாவலின் மிக முக்கியமான பகுதிகள் ப்ரூஃப் கட்டத்தை அடையும் சமயத்தில்தான் சேர்க்கப்பட்டன. 18நிகழ்வுகள் கொண்ட இதில் ஆரம்ப நிகழ்வுகள் அளவில் சிறியதாயும் பிற்பட்ட நிகழ்வுகள் பெரியதாகவும் அமைந்திருக்கின்றன. 1918ஆம் ஆண்டுக்குப் பிறகு ஜாய்ஸ் யூலிஸிஸ் நாவல் பற்றிப் பேசும்போதெல்லாம் நாவல் என்று குறிப்பிடாமல் 'காவியம்' என்றோ 'என்சைக்குளோபீடியா' என்றோதான் சொன்னார். தனித்தனி நிகழ்வுகள் தமக்கான தொரு வாழ்வினை எடுத்துக்கொள்ளவாரம்பித்தன. முதல் மூன்று அத்தியாயங்கள் (அ) நிகழ்வுகள் வெளிப்படையான கவித்துவத்துடன் கூடிய சிறுகதைகள் போலத் தோற்ற மளிக்கின்றன.

ஜாய்ஸ் கொடுத்திருக்கும் உட்பொதிந்த அர்த்தங்களைப் புரிந்து கொள்வதற்கு ஹோமரின் காவியத்திற்கிணையாக Thom's Dublin Directory இருந்தது. ஜாய்ஸூம் டப்ளின் நகர டைரக்டரியைப் பயன்படுத்தினார் என்பது பிறகு தெரிய வந்தது. எனவே Paul Jordan Smith என்பவர் A Key to the 'Ulysses' of James Joyce என்ற பெயரில் டப்ளின் நகர வரைபடத்தை மறுபதிப்பு செய்தார். நாவல் முழுவதற்கும் ஜூன் 16, 1904 ஆம் தேதி வெளிவந்த Evening Telegraph செய்தித்தாளின் பிரதியையும் ஜாய்ஸ் பயன்படுத்தி யிருக்கிறார். மேற்குறிப்பிட்ட செய்தித்தாளில்தான் Astot Gold Cupன்குதிரை ரேஸ் பற்றிய செய்தியும், அமெரிக்கக் கப்பலான

General Slocum தீப்பிடித்து எரிந்தது பற்றிய செய்தியும் Gorden Bennet Cupக்கான ஜெர்மனியின் Homburg பகுதியில் நடந்த கார் ரேஸ் பற்றிய செய்தியும் வெளிவந்தது.

ஒடிசி மற்றும் டப்ளின் நகர வரைபடம் ஆகிய இரண்டையும் சிபாரிசு செய்பவர்கள் ஒருவருக்கொருவர் முரண்படவில்லை என்றுதான் சொல்ல வேண்டும். இரண்டுமே யூலிஸிஸ் நாவலைப் புரிந்து கொள்ள உதவக்கூடிய ஆவணங்கள்தான். ஆனால் நிஜமான சாவி ஜாய்ஸின் கடைசி நாவலான ஃபின்னகன்ஸ் வேக்-இல் கிடைக்கிறது. அதில் வரும் ஒரு உடைந்த சொற்றொடர் சொல்கிறது The Keys to. இதைக் கொண்டு நாம் புராணிகத்தையும் சாவிகளையும் தக்கபடி பயன்படுத்திக் கொள்ள முடியும். யூலிஸிஸ் நாவலில் லியோபோல்ட் ப்ளூம் விளம்பர நிறுவனங்களுக்காக வேலை பார்க்கிறார். அவர் தன் திறன்களைக் கொண்டு Alexander J.Keyes என்ற நிறுவனத்திற்காக ஒரு டிரேட்-மார்க் உருவத்தை யோசிக்கும் பொழுது குறுக்காக வைக்கப்பட்டுள்ள புனித பீட்டரின் சாவிகள் நினைவுக்கு வருகின்றன. மனிதத் தனிமையின் இரட்டைச்சின்னங்களாகவும் இவை பங்காற்றுகின்றன. மார்ட்டெல்லோ கோட்டையில் பக் மல்லிகன் என்ற நண்பனுடன் தங்கியிருந்து மனஸ்தாபத்தினால் அக்கோட்டையின் சாவியைக் கொடுத்து விட்டு இடத்தைக் காலி செய்ய வேண்டிய கட்டாயம் ஏற்படுகிறது ஸ்டீவெனுக்கு. நிஜ வாழ்க்கையில் பக்மல்லிகன் என்ற பாத்திரம் ஜாய்ஸின் ஒரு காலத்து நண்பரான Dr.Oliver Saint John Gogartyயை வைத்து உருவாக்கப்பட்டது. கோகார்ட்டியின் கூற்றுப்படி நிஜமான சாவி ஒன்றறையடி நீளமுள்ளதாக இருந்ததென்று தெரிகிறது. மேலும் குடிபோதையில் ஏற்படும் மனநிலைப் பிறழ்வில் லியோபோல்ட் ப்ளூம் டப்ளின் நகர மேயராக ஆக்கப்படுவதாகக் கனவு காண்கிறார். அப்பொழுது அவருக்கு டப்ளின் நகரத்தின் சாவிகள் வழங்கப்படுகின்றன. போதை தெளிந்து ஸ்டீவெனை அழைத்துக் கொண்டு ப்ளூம் தன் வீட்டை அடையும் போது முன்கதவு தாழ்ப்பாளுக்கான சாவியை மறந்து விட்டு வந்திருப்பதை உணர்ந்து பின்பக்க நுழைவாயில் வழியாக அழைத்துச் செல்கிறார். தத்தமது சாவிகளை இழந்து போன இந்த நாயகர்களை இணைப்பது நாவலின் பிரதான நோக்கம் என்று கூறுவது தவறில்லை. யூலிஸிஸ் நாவலில் கலைஞனின் பிரக்ஞையை அவனிடமிருந்து அகற்றி பூர்ஷ்வாக் குடிமக்களைப் பற்றிய அறிதலுக்குத் தள்ளுகிறது. இது ஜாய்ஸைப் பொருத்தவரை மிக முக்கியமான நிகழ்வாகும். உணர்ச்சி ரீதியான ஈர்ப்பு மையம் ஸ்டீவெனுக்கும் ப்ளூமுக்கும் சரிசமமான தூரத்திலும் சரிநிகரிலும் இருக்கிறது என்று சொல்ல முடியும். மேலும் ஸ்டீவென் டெடாலஸ் என்ற கலைஞனை டப்ளின் நகருக்கு மறுஅறிமுகம் செய்கிறது நாவல்.

யூலிஸிஸ் நாவலில் கதையம்சம் என்பது ஏதுமில்லாதிருக்கலாம். ஆனால் (செப்டம்பர் மாதம் 16ஆம் தேதி வியாழக்கிழமை 1904ஆம் ஆண்டு) நிறைய நிகழ்ச்சிகள் நடக்கின்றன. காலையில் கிளாஸ்நெவின் இடுகாட்டில் பேட்ரிக் டிக்நாம் என்பவரின் உடல் புதைக்கப்படுகிறது. நடு இரவில் ஹோலஸ் தெருவில் பிரசவ ஆஸ்பத்திரியில் திருமதி.மினா ப்யூர்ஃபாய் என்ற பெண்மணிக்கு ஒரு குழந்தை பிறக்கிறது. இந்த இரு நிகழ்வுகளின் போதும் ப்ளூம் இருக்கிறார்-அவர் எந்தப் பங்காற்றாத போதிலும். அன்று மதியம் 7 எக்லஸ் தெருவில் அவர் வீட்டிலேயே அவர் மனைவிக்கும் பிளேஸஸ் பாய்லான் என்ற பாடகனுக்கும் இடையே நடக்கும் ரகசியப் புணர்ச்சி பற்றி அறிந்திருந்தும் அவரால் தடுக்க முடிவதில்லை. இதே அளவில் ஸ்டீவெனுக்கும் அந்த குறிப்பிட்ட நாள் சொல்லிக் கொள்ளும்படியான நடப்புகள் கொண்டதாக அமைவதில்லை. ஆறு மாதம் புலம் பெயர்ந்து பாரிஸில் இருந்த சமயத்தில் அவன் தாயார் இறக்கும் தறுவாயில் இருப்பதால் அயர்லாந்து திரும்பிவிட நேர்கிறது. பக் மல்லிகன்-உடன் ஏற்பட்ட தகராறுக்குப் பிறகு மார்ட்டெல்லோ கோட்டையிலிருந்து காலி செய்து விட எண்ணியிருக்கிறான். ப்ளூம் வீடு திரும்புகையில் அவருடன் வீடு திரும்புகிறான்.

முழுமுற்றான ரியலிசம் சாத்தியமில்லை என்று ஜாய்ஸ் ஒரு முறை குறிப்பிட்டிருந்த போதிலும் ஆங்கில நாவலாசிரியர்களான ஆர்நால்ட் பென்னட், ஜார்ஜ் கிஸ்ஸிங் போன்றோர் செய்ததை விடக் கூடுதலான யதார்த்த சித்தரிப்பை செய்திருக்கிறார். ஜாய்ஸின் நாயகன் எல்லா மனிதர்களின் பிரதிநிதியாக இருக்கிற பட்சத்தில் அவன் அனுபவம் கொள்ளும் சகலமும் ஈடுபாடுமிக்கதாய் ஆக முடியும் என்று நினைத்தார் ஜாய்ஸ். டப்ளின் நகரத்தின் ஒவ்வொரு கலாச்சார அம்சமும்--அதன் உயர்ந்த இலக்கிய மற்றும் தத்துவார்த்த பாரம்பரியத்திலிருந்து அன்றைய நாளின் விளையாட்டு நிகழ்ச்சிகள் உட்பட--நாவலில் இடம் பெறுகின்றது. டப்ளினர்ஸ் சிறுகதைகளின் ஆவணப்படுத்தும் முறையைப் பின்பற்றி யூலிஸிஸ் நாவலில் உரைகள், ஜோக்குகள், கடிதங்கள், தெருப் பெயர்ப்பலகைகள், மற்றும் அச்சிடப்பட்ட சில்லறை விவகாரங்கள் போன்ற எல்லாமும் வருகின்றன. பேசப்பட்ட மற்றும் அச்சிடப்பட்ட அற்ப விஷயங்கள் பிரக்ஞையின் நிலையற்ற வஸ்துக்கள், ஞாபகங்கள் ஆகியவை, புனைவுமனநிலைகளுடனும், விரைந்து மறையும் மனப்பதிவுகளுடனும் அருகருகே வைக்கப்பட வேண்டும். சாதாரணமாக விலக்கப்படுகிற இத்தகைய விஷயங்கள் விவரணையுடன் எப்படி இணைப்பது? ஹெச்.ஜி.வெல்ஸ் நாவலான Tono Bungay வின் விவரணையாளன் குறிப்பிடுகிற மாதிரி அவை agglomeration அல்லது a vast hotch-potch of anecdotes and experiences ஆகத்தான் இருக்க முடியும்.

எரிக் ஆயர்பாக் என்ற ஐரோப்பிய விமர்சகர் யூலிஸிஸ் நாவலைப் பற்றிக் குறிப்பிடும் போது அது வாசகனின் அறிவையும் பொறுமையையும் அதன் மயக்கமுறச் செய்யும் சூழ்ச்சிமிக்க கலைப் பண்புக் கூறுகளால் சோதிக்கக் கூடியதென்று குறிப்பிட்டார். அவ்வளவு மேலோட்டமான யதேச்சைத் தன்மைக்குப் பின்னால் ஒளிந்திருக்கும் ஒழுங்கமைப்பு என்னவாக இருக்க முடியும் என்ற கேள்வியையும் எழுப்பினார் ஆயர்பாக். இருபதாம் நூற்றாண்டின் மத்தியில் எழுதிக் கொண்டிருந்த ஆயர்பாக், ரோலான் பார்த் மற்றும் பூக் தெரிதா போன்ற பிந்தைய ஸ்ட்ரக்சுரலிஸ விமர்சகர்கள் அவர் (ஆயர்பாக்) எழுப்பிய கேள்விகளுக்காகவே யூலிஸிஸ் நாவலை பாராட்டுவார்கள் என்பதை முன்னூகித்திருக்க முடியாது. ஆனால் நாவல் வெளியிடப்பட்ட காலத்திலிருந்து அதன் hotch-potch தன்மைக்காகவன்றி அதன் உள்ளார்ந்த ஒழுங்குக்காகப் பெரும்பான்மையான விமர்சகர்களால் பாராட்டப்பட்டது. ஒழுங்கமைவுகள் கொண்ட பல வேறுபட்ட குரல்களின் ஒத்திசைவை நாவலில் கேட்க முடிகிறது.

1922ஆம் ஆண்டு யூலிஸிஸ் வெளியிடப்பட்டபொழுது அது இங்கிலாந்திலும் அமெரிக்காவிலும் தடைசெய்யப்பட்ட புத்தகமாக இருந்தது. பாரிஸ் நகரிலிருந்து கடத்தி வந்த பிரதிகளைத்தான் வாசகர்களோ விமர்சகர்களோ படித்தனர். இருப்பினும் கூட யூலிஸிஸ் ஒரு வெற்றிகரமான இலக்கியப் பரபரப்பை ஏற்படுத்தியது. யூலிஸிஸ் பற்றி எழுதப்பட்ட கட்டுரைகளிலேயே மிக முக்கியமானதாய் அமைந்தது டி.எஸ். எலியட் எழுதிய Ulysses, Order and Myth. பெருங்குழப்பம் அல்லது யதேச்சைத்தன்மை போன்றதில் எது யூலிஸிஸ் நாவலில் இருப்பதாய் எவர் நினைத்தாலும் அத்தன்மைகள் சமகால வரலாற்றிலிருந்து நாவலுக்குள் இடம் பெயர்ந்தவையே என்பதால் நாவலாசிரியனைக் குற்றம் சொல்ல முடியாது. ஹோமரின் ஒடிசி காவியத்தை வைத்து ஜாய்ஸ் செய்த அடிப்படைக் கட்டமைப்பு ஒரு விஞ்ஞானக் கண்டுபிடிப்பின் முக்கியத்துவம் கொண்டதென்று எலியட் குறிப்பிட்டார்.

எலியட் 'விஞ்ஞானக் கண்டுபிடிப்பு' என்று குறிப்பிட்டது காவியத்தன்மையான கதை சொல்லல் தவிர பிற கட்டமைப்புகள் இருக்கின்றன என்பதை உள்ளுணர்த்துவதாயிருக்கிறது. யூலிஸிஸ் நாவலின் பாத்திரங்களுக்கும் ஹோமரியப் பாத்திரங்களுக் குமிடையிலான ஒப்புமைகளுக்கப்பாற்பட்டு வேறு இரண்டாம் நிலைப் புராணிக அடியோட்டங்கள் உள்ளன. அதில் ஹேம்லட் மற்றும் ஷேக்ஸ்பியர் பற்றியது முதன்மையானது. ப்ளூம் சிந்துபாத் என்கிற மாலுமியாக மாறினால் ஸ்டீவென் கெட்டுத் திரும்பிய

குமாரனாக இருக்க முடியும். இதில் ஹேம்லட் மற்றும் ஷேக்ஸ்பியர் பற்றிய துணை அடியோட்டம் விரிவாகப் பேசப்பட வேண்டிய அளவுக்கு பல தளங்களிலும் நாவலின் பல இடங்களிலும் எதிரொலிக்கிறது. தொடக்க காலத்து விமர்சகர்கள் ஒவ்வொரு அத்தியாயத்திற்குமான பிரத்யேக வர்ணம், மொழி நடை, மற்றும் உடல் பாகம் இருப்பதைக் கண்டுபிடித்துக் கூறியுள்ளனர். பகடி செய்யும் மொழிநடைகளில் எழுதப்பட்ட நாவலின் பிற்பகுதிகளில் காணப்படும் நனவோடை உத்தி எளிதில் ஏமாற்றிவிடக் கூடியதாய் அமைந்துள்ளது. தொடக்க அத்தியாயங்களும் கூட அலங்காரப் படிமங்களாலும் அர்த்த தொனிகளாலும் சிக்கலுற்றுக் கிடக்கின்றன. இவற்றை முன்அறிமுகமற்ற எளிய வாசகனால் கிரகித்துக் கொள்ளவியலாது. இந்த நாவலைப் புரிந்து கொள்ளும் முயற்சியில் எழுதப்பட்ட Stuart Gilbert இன் நூலுக்கு ஜாய்ஸ் துணை புரிந்தது பற்றி கடுமையான ஆட்சேபங்களைத் தெரிவித்தவர் ரஷ்ய நாவலாசிரியரான Vladimir Nabokov. 'அது நாவலுக்கான விளம்பரம் போல அமைந்து போனது மட்டுமன்றி அது ஒரு மாபெரும் தவறு' என்று கருதினார் விளாதிமிர் நபக்கோவ். காரணம் சிரமம் தரக்கூடிய நாவலின் உத்திகள் குறித்து ஸ்டூவர்ட் கில்பர்ட் கருத்துத் தெரிவித்ததோடு நில்லாமல் ஒவ்வொரு அத்தியாயத்தையும் எந்த மனநிலையில் வாசிக்க வேண்டும் என்பதையும் வலியுறுத்தினார். கில்பர்ட்டின் தெரிவிப்பின்படி ஸ்டீவென் டெடாலஸ்ஸினால் யூலிஸிஸ் நாவல் எழுதப்பட்டிருக்க முடியும். இதே மாதிரியான ஒரு கருத்தை எட்மண்ட் வில்சன் என்ற அமெரிக்க விமர்சகரும் கூறியிருப்பதை இங்கு நினைவுபடுத்திக் கொள்ளலாம்

"it is certain that Stephen, as a result of this meeting, will go away and write *Ulysses*"

மானுட இருப்பினைப் பற்றிய முழுமொத்த காட்சிப்படுத்தலாக யூலிஸிஸ் அமையாது போனாலும் கூட ஜாய்ஸின் கிண்டலும் பகடியும் அவற்றுக்கே உரித்தான தார்மீக நியாயப்படுத்தல் உடையனவாய் இருக்கின்றன. மனித மதிப்பீடுகளை காலாவதியாக்க முந்தும் வைதீக மதம் மற்றும் ஒழுக்கவியல் கட்டுப்பாடுகள் ஆகியவை கலைஞனுக்கு எத்தகைய சவால்களை வழங்குகின்றன என்பதையும் தீர்க்கமாய் ஆராய்கிறது நாவல். எனவேதான் 'மேற்கத்திய (குறிப்பாக ஆங்கிலேய) கலாச்சாரத்தை வெறுத்த ஒருவரால் எழுதப்பட்ட அசிங்கமான புத்தகம்' என்று சில ஆங்கில விமர்சகர்களால் கண்டனம் செய்யப்பட்டது. ஹென்ரி ஹேம்ஸின் நண்பரான Edmund Gosse என்பவர் தன் நண்பருக்கு எழுதிய கடிதத்தில் பின்வருமாறு ஜாய்ஸைக் கண்டனம் செய்தார்

"Its author[Joyce] was 'perfect type of the Irish fumiste, a hater of England, more than suspected of partiality for Germany, where he lived before the war”

லியோப்போல்ட் ப்ளூம் அறிமுகப்படுத்தப்படும் பொழுது திருவாளர் என்ற அடைமொழியுடன் அறிமுகப்படுத்தப் படுகிறார். திருவாளர் என்கிற முன்னொட்டு பூர்ஷ்வா வர்க்கத்தினர்-மத்தியதர குடும்பத்தினருக்கான அடையாளமாய்க் காணப்பட வேண்டும். அவர் மனைவி மோலி ப்ளூம் அவரைச் செல்லமாக ‘போல்டி’ என்றழைக்கிறாள். உணவைப் பொருத்தவரை அவர் விலங்குகளின் உட்பாகங்களை விரும்பி உண்பவராக இருக்கிறார்-குறிப்பாக விலங்குச் சிறுநீரகங்கள். விழித்தெழுந்து அவரே கசாப்புக்கடைக்குச் சென்று பன்றிக் கறி வாங்கிக் கொண்டு வருவதிலிருந்து மோலிக்குக் காலை உணவு தயாரித்து பரிமாறுவது, பிறகு தனக்கான உணவுத் தயாரிப்பில் பன்றிச் சிறுநீரகம் தீய்ந்து போய் விட அதை சரியான சமயத்தில் காப்பாற்றிச் சாப்பிட்டு முடித்து மலங்கழித்து பேடி டிக்னேம் என்பவரின் சவஅடக்கச் சடங்கில் கலந்து கொள்ளச் செல்கிறார். மேற்குறிப்பிட்ட உணவு வகைகளை விரும்பிச் சாப்பிடுபவராக இருப்பதால் அவரது மேலன்னத்திற்கு ஒருவித சிறுநீர் வாசனை வந்துவிட்டதென குறிப்பிடப்படுகிறது. பிறகு தன் மனைவிக்கு கூடுவிட்டுக் கூடுபாய்தல்(Metempsychosis) என்ற வார்த்தைக்கான பொருளை விளக்குகிறார். அவர் ஒரு எழுத்தாளர் அல்ல. ஆனால் எழுத வேண்டும் என்ற விருப்பம் உள்ளவர். மலங்கழிக்கச் செல்லும் போது எதையாவது படிக்கும் பழக்கம் உள்ளவராய் இருப்பதால் பரிசுக்கதை எழுதி பரிசு பெறும் நண்பரான Philip Beaufoy எழுதிய Matcham’s Masterstroke கதை வெளிவந்த பழைய செய்தித்தாளை கழிப்பறைக்கு எடுத்துச் சென்று படித்துவிட்டு, காரியம் முடிந்தவுடன் அதை இரண்டாகக் கிழித்து ஆசன வாயைத் துடைத்துக் கொள்கிறார். ப்ளூமுக்கு அத்தகைய பரிசுக் கதை எழுதுபவர்கள் மீது பொறாமை இருக்கிறதென்றாலும் அவர் எழுத வேண்டுமென்று நினைப்பதைக் கூட prize tidbit என்றுதான் குறிப்பிடுகிறார். அவர் எழுதி இதுவரை வெளியான தெல்லாம் Irish Cyclist என்ற செய்தித்தாளில் வெளிவந்த ஒரு கடிதம் மாத்திரமே. மோலி அவருக்கு பாலியல் துரோகம் செய்வதை மனமறிந்து தடுக்கவியலாதவராக இருந்தபோதிலும் அவருமே கூட கறாரான ஒழுக்கத்தைக் கடைபிடிப்பவராகக் காட்டப்படுவதில்லை. இறைச்சிக் கடைக்கு வரும் பக்கத்து வீட்டு வேலைக்காரப் பெண்ணை காமக் கண்களுடன் ரசிக்கிறார் என்றாலும் அவர் ரசனையில் ஒரு கோளாறு அந்தப் பெண்ணின் அசையும் பிருஷ்டங்களையும் இறைச்சி என்று குறிப்பிடுவதோடு நிறுத்தாமல் வேலை முடிந்து ஓய்விலிருக்கும் ஒரு போலீஸ்காரனால் அவள் அணைத்துக் கொஞ்சப்படுவதாகக் கற்பனை செய்கிறார். பக்கத்து வீட்டுப் பெண்ணைப் பற்றிய

சிந்தனைகளுடன் விலங்குப் பண்ணை பற்றிய எண்ணங்களும் கலந்து விடுகின்றன. உடலியல் ரீதியாக இல்லையென்றாலும் அவருக்கு வேறு இரு பெண்கள் மீது காதல் இருக்கிறது. மார்த்தா க்ளிஃபோர்ட் என்கிற பெண்ணுடன் ஹென்ரி ஃபிளவர் என்கிற புனைப்பெயரில் காதல் கடிதத் தொடர்பு கொள்கிறார். கெர்ட்டி மேக்டோவல் என்கிற கால் ஊனமுள்ள இளம் பெண்ணுக்கு அவர் கவர்ச்சிமிக்கவராய்த் தெரிகிறார். கடற்கரையில் அவளது நிர்வாணம் உந்த சுயமைதுனம் செய்து கொள்கிறார். இது தவிர வேசியர் இல்லங்களுக்குச் செல்பவராக இருக்கிறார். வானவியல் மற்றும் பொது விஞ்ஞானம் ஆகியவற்றில் ஈடுபாடு இருந்த போதிலும் அவரது அறிவியல் ஞானம் ஆழமற்றது. ஐந்தாறு ஏக்கரில் ஒரு தோட்டப் பகுதியில் கருத்தியலான ஒரு பங்களாவைக் கட்டிக் கொள்வது அவரது எதிர்காலக் கனவுகளில் (நிறைவேறாத) ஒன்று.

பல இடங்களில் நாவல் குறுக்கெழுத்துப் புதிர் போலவும் சதுரங்க ஆட்டம் போலவும் சிரமங்களைத் தருகிறது. ஆனால் நவீன பாதிரிகள் மற்றும் தீர்க்கதரிசிகள் தர முடியாத நிலை குலையச் செய்யும் தீர்க்கப் பார்வைகளை அளிக்கிறது. யூலிஸிஸ் நாவலின் 'இறுதி நோக்கித் திசைப்படுத்தப்படாத விவரணை' என்ற குற்றச்சாட்டினை ஜார்ஜ் லூகாக்ஸ் போன்ற மார்க்சீய விமர்சகர்கள் முன் வைத்தனர். அறிவு மற்றும் ஞாபகத் தகவல்களின் நித்தியமான ஊசலாட்டம் யூலிஸிஸ்ஸில் திசையற்றதாகவும் இலக்கற்றதாகவும் இருக்கிறதென்றார் லூகாக்ஸ். நாவலின் காவிய வடிவம் இயக்கமிழந்து போனதாகவும் உள்ளது என்றார். காரணம் இல்லாமல் இல்லை. நாவலும் சரி, நாவலின் நாயகனான ஸ்டீவெனும் சரி வரலாற்றை நிராகரிக்கின்றனர். வரலாற்றை ஒரு பீதிக்கனவென்று விவரிக்கும் ஸ்டீவென் அதிலிருந்து தான் விழித்தெழ முயல்வதாகவும் கூறுகிறான். "History . . . is a nightmare from which I am trying to awake"(Ulysses.p.40). வரலாறு பற்றிய புராட்டஸ்டண்ட் மதம் சார்ந்த பார்வையையும் ஸ்டீவென் ஏற்றுக் கொள்வதில்லை. படைப்புச் செயல்-அறிவார்ந்ததோ அல்லது கலை சார்ந்ததோ-வரலாற்றின் வெறுஞ்சுமையை எதிர்க்கிறது.

இப்ஸன், ஹோமர், ஷேக்ஸ்பியர் ஆகியோரர் பிரதான பாதிப்புகளாக இருக்கும் அதே தீவிரத்தினளவு துணை இலக்கியப் பின்புலமாய் அமைவது நவீனகால செய்தித்தாள். இதற்கு ஒரு முக்கிய காரணம் லியோப்போல்ட் ப்ளூம் விளம்பர நிறுவனங்களுக்காக செய்தித்தாள்களுக்கு பணியாற்றுவது. இது மட்டுமன்றி அன்றைய சக்தி வாய்ந்த ஊடகமாக தினசிரிப் பத்திரிகைகளே இருந்தன. செய்தித்தாள் மொழியின் பகடியும்

கிண்டலும் யூலிஸிஸ்ஸில் நிறைந்து காணப்படுகின்றன. பகடி செய்வதற்கு மட்டுமன்றி நிஜத்தகவல்களை அறியவும் பயன்படுகிறது. ஐரிஷ் மொழியின் மீட்டளிப்பினை டப்ளின் நகர கார்ப்பரேஷன் தீர்மானம் நிறைவேற்றிய நாள் 16 ஜூன் 1904என்பதை நாம் தெரிந்து கொள்கிறோம். பெரும்பாலான தினசரி அறிக்கைகள் மூலமாய் வரலாற்றின் இலக்குகளைப் பற்றிய ஒரு மங்கலான தெரிவிப்புதான் செய்யவியலும். ஒரு நாளின் நடப்புகளை வைத்து அவ்வளவுதான் அவதானிப்பது சாத்தியம். இதே கருத்துதான் யூலிஸிஸ் நாவலுக்கும் பொருந்துகிறது. எலியட் சொன்னதை நாம் பின்வருமாறு புரிந்து கொள்ள முயலலாம்- சமகால வரலாற்றின் முக்கியத்துவத்தை எல்லோரும் ஏற்றுக் கொள்ளும்படியான மீள்பார்வை கொண்ட விவரணையாகவன்றி ஒரு தனிநபரின் பிரக்ஞையுள் நடக்கும் அத்யந்தமான ஆராய்ச்சியாக ஜாய்ஸ் சாதித்திருக்கிறார். ஜாய்ஸ் வரலாற்றுக்குத் தரும் அர்த்தங்கள் தனிநபர் சார்ந்தவை மாத்திரமன்றி அரசாங்க ரீதியான பொய்மைகளை நிராகரணம் செய்யக் கூடியவையாகவும் இருக்கின்றன.

முதல் உலகப் போர் சமயத்தில் ஜாய்ஸ் யூலிஸிஸ் நாவலை எழுதிக் கொண்டடிருந்த சமயத்தில் மனோவியல் அறிஞரான யூங்கின் தலைமையில் சர்வதேச மனோவியல் ஆய்வலசல் இயக்கம் ஜூரிச் நகரில் தலைமையகத்தைக் கொண்டு இயங்கியது. மனோவியல் ஆய்வலசலின் பாதிப்புகளை ஜாய்ஸ் தவிர்த்திருக்க இயலாது. ஆனால் உலகப் போர் பற்றிய மறைமுகமான எதிரொலிகளைக் கூட ஜாய்ஸ் தன் நாவலில் பதிவு செய்யவில்லை. எனினும் மனோவியல் ஆய்வைப் பற்றிய தனது அவநம்பிக்கை குறித்து எழுதியிருக்கிறார். ஸிக்மண்ட் ஃபிராய்ட் மற்றும் கார்ல் யூங் ஆகிய இருவர் பற்றியும் ஜாய்ஸ் பகையுணர்வே கொண்டிருந்தார். இரு மனோவியல் அறிஞர்கள் மீதும் அவருக்குக் கிஞ்சித்தும் மரியாதை இருந்ததில்லை. என்றாலும் கூட யூங்குக்கும் அவருக்கும் கொஞ்சம் தொடர்புகள் இருந்திருக்கின்றன-அவை உவப்பானவையாய் இருக்கவில்லை என்றாலும் கூட. ‘நான் எப்போது வேண்டுமானாலும் என்னை மனோவியல் ஆய்வுக்கு உட்படுத்திக் கொள்வேன்’ என்று (“I can psoaknooaloose myself any time I want. . .”) என்று ஃபின்னகன்ஸ் வேக்-நாவலில் ஜாய்ஸ் எழுதிய போதிலும் அறிவுத்தளத்தில் இந்த இரு அறிஞர்களின் சிந்தனைகளுக்கும் கடன்பட்டிருக்கிறார் என்பது ஒப்புக் கொள்ளப்பட வேண்டிய நிஜம். யூலிஸிஸ் நாவலின் ஜெர்மன் பதிப்புக்கு கார்ல் யூங் முன்னுரை எழுதியது ஜாய்சுக்கு அவ்வளவு மனநிறைவளிக்கவில்லை என்பது தெரிகிறது. யூலிஸிஸ் நாவலை யூங் புரிந்து கொள்ளவே இல்லை என்று குற்றஞ் சாட்டினார் ஜாய்ஸ்.

Robert Scholes மற்றும் Robert Kellog ஆகிய இருவரும் சேர்ந்து 1966ஆம் ஆண்டு எழுதிய The Nature of Narrative என்ற நூலில் இலக்கிய நனவோடை என்பது மிகப் பழைய விவரணை வடிவமான உள்மனத் தனிமொழியுடன் (interior monologue) இயல்பான தொடர்புள்ளது என்ற விவாதத்தை முன் வைத்தனர். பேரிலக்கிய ஆசிரியர்களான அப்போல்லினியஸ், வர்ஜில் மற்றும் ஓவிட் போன்றோர் காதலில் சிக்குண்டு தடுமாறும் நாயகியின் மனச்சுமையை வெளிக்காட்டப் பயன் படுத்தினர். ஒரு கதாபாத்திரத்தின் மௌனமான தொடர் சிந்தனை கள் எதிர்வினையற்ற தன்மையாலும் சுயகாதலாலும் அதிகமாக பெண்ணிய-பாலியல் தொடர்பானதென பார்க்கப்பட்டது.

இந்தப் பாரியம்பரியத்தில்தான் ஜாய்ஸின் நாயகியான மோலி ப்ளூமின் நனவோடை அமைந்திருக்கிறது. ஆனால் இந்தப் பாரம்பரியத்திலிருந்து ஜாய்ஸ் விலகுமிடங்கள் ஆண் பாத்திரங்களுக்கு நனவோடையை அமைத்துத் தரும்போதுதான். ஜாய்ஸின் உள்மனத் தனிமொழியின் அடித்தளம் நவீன அனுபவம்சார் மனோவியலின் அடிப்படையில் வேர்கொண்டது. பழைய வகை தனிமொழிகளில் வாக்குவாதங்களோ விவாதங்களோ நடந்ததற்கப்புறம் இறுதியில் ஒரு வித தீர்மானம் எய்தப்பட்டிருக்கும். சில விமர்சகர்கள் இத்தகைய பேசப்படாத விவாதங்கள் அடங்கிய பகுதிகள் ஜேன் ஆஸ்டின் என்ற 19ஆம் நூற்றாண்டு பெண் நாவலாசிரியரின் நாவல்களில் இடம் பெறுவதை சுட்டிக்காட்டியுள்ளனர். ஆனால் ஸ்டீவெனோ ப்ளூமோ இத்தகைய முறைப்படுத்தப்பட்ட (அ) கிரமமான, திசைப்படுத்தப்பட்ட சிந்தனையில் ஈடுபடுவதில்லை. முன்னூகிக்கவியலாத, உள்ளுணர்வுசார்ந்த, ஒன்றிலிருந்து மற்றொன்றுக்கான மனதின் தாவல்களையே அ வர்களிடம் காண்கிறோம். இதைத்தான் ஏற்கனவே அவர் போர்ட்ரெயிட் நாவலில் ஸ்டீவென் இடம்பெறும் பகுதிகளில் வெற்றிகரமாய் சாதித்திருக்கிறார். இலக்கண ரீதியாகப் பார்க்கும் போது ஜாய்ஸின் உள்மனத் தனிமொழி ஒரு வகையான 'நேரடிப் பேச்சினை' ஸ்வீகரித்துக் கொள்கிறது. மறக்கப்பட்டுவிட்ட ஸிம்பலிஸ பிரெஞ்சு நாவலாசிரியரான Dujardin (Les Lauriers sont coupes(1887)இன் நாவலிலிருந்து ஜாய்ஸ் இவ்வுத்தியைக் கற்றுக் கொண்டதாய்க் கூறினார். உள்மனத் தனிமொழியானது 'தொடர்புபடுத்தல்கள்' மற்றும் 'பிரக்ஞையின் கசடுகள்' ஆகிவற்றிலிருந்து உருவாக்கப்படுவதாக நாம் கூறும் போது மனோவியல் களஞ்சியச் சொற்களில் தஞ்சமடையாதிருக்க வேண்டும். எப்போதுமே மூன்றாம் நபர் பார்வையிலிருந்து சிந்தித்து எழுதப்பட்டதல்ல ஸ்டீவென் மற்றும் ப்ளூம் ஆகியோரின் தனிமொழிகள். பேசப்படாத செயல்களின்

மூலமே அவர்களின் ஆளுமை விரிக்கப்படுகிறது. ஸ்டீவெனைப் பொருத்தவரையில் அவனது செயல்கள் யாவுமே இருப்பின் தொடர்ச்சிகளும் குரல்களின் தொடர்ச்சிகளுமேயாகும். போர்ட்ரெயிட் நாவலில் இடம் பெற்றது போலவே முரண்படும் குரல்களின் பிரதேசத்தின் வழியாக வழி கண்டுபிடிக்க முயல்பவனாக இருக்கிறான் ஸ்டீவென். அவன் இறையியல் மற்றும் தத்துவப் பாரம்பரியங்களின் குரல்களை மறுஒழுங்குபடுத்தும் நிகழ்முறையிலிருக்கிறான். எனவே ஸ்டீவெனின் மனதை படிக்கிற வாசகன் ஒரு மொழியியல் கொல்லாஜைப் (collage) புதிர் அவிழ்ப்பது போல செய்ய வேண்டியிருக்கும்.

மொழி பற்றிய மேலதிகமான பிரக்ஞை யூலிஸிஸ்ஸில் எல்லாப் பாத்திரங்களுக்குமே இருக்கிறது. ஜாய்ஸுக்கான இந்த மொழிப்பிரக்ஞையை அவர் எல்லாப் பாத்திரங்களுக்கும் தருவது சரிதானா என்ற கேள்வியும் எழுகிறது. மோலி ப்ளூமின் உள்மனத் தனிமொழியில் இடம் பெறும் சில வார்த்தைகள் இதற்கு முன்பு தீவிர இலக்கியப் படைப்புகள் எதிலுமே இடம் பெறாதவை. மோலியின் தனிமொழி இயல்பானதல்ல. 45 பக்கங்களுக்கு நிறுத்தற்குறியில்லாது நிகழும் மோலியின் நனவோடையில் காணப்படும் பல வார்த்தைகளை வாசகன் பொதுக்கழிப்பறைக் கிறுக்கல்களில் பார்த்திருக்க முடியும். இலக்கிய சம்பிரதாயம் என்ற வகையில் அச்சொற்களை எளிமையாகவும் இயல்பெழுச்சியுடனும் ஜாய்ஸால் அறிமுகப்படுத்த இயலவில்லை. அச்சொற்களுக்கான உணர்வுகளை தீவிரமான புனைகதையில் இடம் பெறச் செய்ய ஜாய்ஸ் மிகுந்த சிரமங்களை எதிர் கொண்டிருக்கிறார். ஆங்கிலப் பெண் நாவலாசிரியரான டோரதி ரிச்சர்ட்ஸன் பெண்களின் உள்மனத் தனிமொழியை மையப்படுத்தி பல நாவல்களை எழுதியிருக்கிறார். அவரது வாதப்படி ஒரு ஆண் நாவலாசிரியர் என்றைக்குமே பெண்ணின் மனம் இயங்கும் விதம் பற்றி திருப்திதரும் வகையில் ஊடுருவி எழுதிவிட முடியாது. மார்ஸல் ப்ரூஸ்(ட்)டுமே கூட விவரணையாளராக இருக்கும் அவரைத் தவிர வேறு பாத்திரங்களுக்கு நனவோடை உத்தியைப் பயன்படுத்தவில்லை.

யூலிஸிஸ் நாவல் “மொழிநடைகளின் என்சைக்குளோபீடியா” என்று சில விமர்சகளால் (Arnold Goldman, The Joyce Paradox, London(Routledge &Kegan Paul),p.96)அழைக்கப்பட்டிருக்கிறது. ஒன்றுக்கு மேற்பட்ட மொழிநடைகளைக் கையாள்வது ஒரு புனைகதை எழுத்தாளனுக்கு மிகப் பெரிய சவாலாக இருக்கும்பட்சத்தில் ஜாய்ஸ் ஏன் இந்தத் திட்டத்தில் ஈடுபட்டார்? நாவல் தொடக்கத்தில் மூன்றாம் நபர் பார்வையிலமைந்த விவரணையில் உள்மனத் தனிமொழிகள் பயன்படுத்தப்பட்டுள்ளன.

பிறகு ஹோமரிய இணைகளை அனுசரித்து ஒவ்வொரு அத்தியாயத்திற்கும் ஒரு பிரத்யேக மொழிநடையைப் பிரயோகித்தார். அத்தியாயங்களுக்கு மட்டுமில்லாது பாத்திரங் களுக்குப் பொருந்தி வரும்படியும் மொழியை லாகவமாக ஜாய்ஸ் மாற்றினார். ஸ்டீவென் சிந்திக்கும் மொழியும் அவனது தனிமொழியும் ஒரு கவிஞனின் மொழியாகவும் லியோப்போல்டு ப்ளூமின் மொழி உரைநடையாகவும் அமைந்துவிடுகின்றன. In the Heart of the Hibernian Metropolis என்ற அத்தியாயம் செய்தித்தாள்களின் துணைத்தலைப்புகளைப் பகடி செய்து அமைக்கப்பட்டிருக்கிறது.

பிரசவ வார்டை சித்தரிக்கும் அத்தியாயத்தில் தொடக்க காலத்திலிருந்து பத்தொன்பதாம் நூற்றாண்டு வரையிலான ஆங்கில மொழிநடைகளின் வரலாறு கருணையற்று கிண்டல் செய்யப்பட்டிருக்கிறது. இது தவிர இறுதி அத்தியாயங்கள் தம்மளவிலேயே மொழிநடைகளின் என்சைக்குளோ பீடியாக்களாகவும் விளங்குகின்றன. நூற்றுக் கணக்கான இசை வடிவங்களை (உயர்ந்த, மத்திய, சாதாரண) நேரடி இசைக்குறிப்பு வடிவத்திலும், பாடல்களாகவும் ஜாய்ஸ் 'சைரன்ஸ்' அத்தியாயத்தில் எடுத்தாண்டிருக்கிறார். ஜாய்ஸ் தன்னை குரலிசைப் பாடகராக ஆவதற்குத் தயார்ப்படுத்திக் கொண்டு ஆனால் இசைத்துறைப் பக்கம் போகாமல் விட்டுவிட்ட ஒரு நுண்மையான கலைஞன் என்பதை வாசகன் அறிவது பயனுள்ளதாயிருக்கும். ஒப்புமை நோக்கில் பார்க்கையில் தொடக்க அத்தியாயத்து மொழிநடை எளிமையாய்த் தோன்றினாலும் 1920களில் அது மிக சோதனை ரீதியானது என்று கருதப்பட்டு வில்லியம் ஃபாக்னர் மற்றும் வர்ஜினீயா வுல்ஃப் மற்றும் பிற சோதனைப் புனைகதை எழுத்தாளர்களுக்கு அவசியமான பாதிப்பாய் அமைந்தது. மூன்றாம் நபர் பார்வை-தொடக்க விவரணையாளன் தனிநபரைச் சுட்டாத கலாபூர்வமான 'ஃபிளாபர்'தன்மைமிக்கவனாய் உள்ளான். நாவலின் முதல் வரி அதற்குச் சான்றாகிறது.

ஸ்டீவெனின் இலக்கிய மொழியுடன் ஒப்பிட்டு நோக்கும் போது ப்ளூமின் மொழி சற்றே மேலோட்டமானது மட்டுமன்றி, உலகாயதமானதும் உரைநடைத்தன்மைமிக்கதும்கூட. செய்தித் தாள்களின் விளம்பரங்கள் ப்ளூமின் சிந்தனைக்குள்ளாக நுழைகையில் அது வேறு சில ரஸவாதங்களை உருவாக்குகிறது. காட்சிப் புலன் மற்றும் ஓசை ஆகியவை பிணையும் போதும் சில கிண்டலான கவிதை போன்ற வரிகள் உருவாகின்றன. நாவலின் மொத்த சட்டகத்து சம்பிரதாய மொழியின் செயற்கைத்தன்மையை வாசகனுக்கு இவை

நினைவூட்டப் பயன்படுகின்றன. வார்த்தைகளின் விகுதிகளையும் எச்சங்களையும் எடுத்து புதிய சொற்கள் உருவாக்கப்படுகின்றன. அவற்றை அகராதியில் சரிபார்க்கவியலாது. இசையாகப் பாட வேண்டிய வரிகளை பக்கத்தின் மீது அச்சிடப்பட்ட சொற்களாக வாசகன் படிக்கும் போது அபத்தமாகத் தோன்றும் வாய்ப்புண்டு. (எ.கா.பக்.279). காரணம் விவரணையே ஒரு சில இடங்களில் இசைக்குறிப்புகள் போல எழுதப்பட்டிருக்கிறது. Cyclopsபகுதி டப்ளின் நகர பெயரற்ற கடன் வசூல் அலுவலன் ஒருவனின் பார்வையில் சொல்லப்பட்டிருக்கிறது. மேலும் ஜாய்ஸின் அரசியல் ரீதியான கருத்துக்களை வெற்றிகரமாகப் பதிவு செய்கிறது. பிரிட்டீஷ் இம்பீரியலிஸம் மற்றும் ஐரிஷ் தேசீயவாதம் ஆகிய இரண்டையும் சரிசமமான அளவு எள்ள முடிகிறது ஜாய்ஸால். தேசீயவாத செய்தித்தாள்களின் மொழியை கருணையற்று கிண்டல் செய்யதுள்ளார் ஜாய்ஸ்.

கெர்ட்டி மேக்டோவல் என்கிற கால் ஊனம் கொண்ட இளம் பெண்ணின் மொழி அவளுக்கே உரித்தான நடையில் புதினத்தின் அந்த அத்தியாய விவரணையாகிறது. தனது நண்பிகளுடன் ஒரு பீச்சில் சுற்றித் திரிந்து கொண்டிருக்கும்(?) ஒரு இளம் வயது பெண்ணுக்குரிய மனப்பதிவுகள் கிராமியத்தன்மைகள் மிக்கவையாகக் காட்டப்பட்டிருப்பது கச்சிதமாகப் பொருந்துகிறது. அவளின் முதல் வாக்கியம் "கோடை மாலைப் பொழுது தனது மர்மமான அணைப்பில் உலகினை அணைத்துக் கொள்ளத் தொடங்கியது" (பக்.344). கெர்ட்டி மேக்டோவல்-இன் விவரணைக்கான மூலப் பாதிப்புகள் குறித்து ஆங்காங்கே ஜாய்ஸ் குறிப்புகளை நட்டுச் சென்றிருக்கிறார். கெர்ட்டி படிக்க ஆசைப்படும் 'இளம் பெண்களுக்கான நாவல் எழுதும்' ஆசிரியர்களை வைத்து இந்த விவரணைக்கு (விவரணையின் கிண்டலுக்கும்)உதவிய எழுத்தாளர்களை அடையாளம் காணலாம். ஆனால் கெர்ட்டி மேக்டோவல் தன் விவரணையில் எந்த இடத்திலும் 'ஊனம்' என்ற சொல்லை அனுமதிப்பதில்லை. அவளது விவரணை முடியுமிடத்திலிருந்து ப்ளூம் தனதை எடுத்துக்கொள்கிறார். இரவு நகர அனுபவத்தை விவரிக்கும் பகுதி மொழிநடைகளின் மியூஸியம் எனலாம். தலைமறைவு வாழ்க்கையின் களியாட்டங்களும், விருந்துகளும், கனவு ஊர்வலங்களும் யதார்த்தத்தையும் புனைவு மனநிலையையும் பிரித்தறிய அனுமதிப்பதில்லை.

உலகப் பெருநகரங்களில் ஒன்றின் ஜனத்திரள் கலாச்சாரம் யூலிஸிஸ் நாவலை முழுக்க முழுக்க ஆக்கிரமிக்கிறது. செய்தித்தாள் விளம்பரங்கள், விற்பனை நிறுவன பெயர்ப் பலகைகள் மற்றும் உணவுகள் (தயாரிப்பு முறைகள்) போன்ற

வற்றிலிருந்து ஜாய்ஸுக்கான கச்சாப் பொருள் கிடைத்து விடுகிறது. அவர் காலத்திய மிகப் பெரிய ஜனத்திரள் ஊடகமாக செய்தித்தாளே இருந்தது. தாமஸ் பின்ச்சன் இருபதாம் நூற்றாண்டின் இறுதிப்பகுதியில் வைன்லேண்ட் (Vineland) நாவலில் முழுக்க முழுக்க தொலைக்காட்சியை வைத்து அமெரிக்க சமுதாயத்தை ஊடுருவி ஆராய்ந்தார். அதற்கான முன்னோடியாக அமைவதும் யூலிஸிஸ்தான். 'பாப் ஆர்ட்' என்றழைக்கப்படும் கலைக்கு இணையான நிலையை ஜனத்திரள் கலாச்சாரம் பற்றிய அப்பட்டமான விமர்சனங்களில் ஜாய்ஸ் முன்னூகித்து எய்திவிட்டதாக மார்ஷல் மக்லூஹன் ஜாய்ஸைப் பாராட்டினார்.

தினசரி மொழியின் ஓரம் கிழிந்துபோன பகுதிகளான கொச்சைப் பிரயோகங்கள், கடைப் பேச்சுக்கள், பட்டப் பெயர்கள், பெயர்களின் முதல் எழுத்துக்களின் சுருக்கப்பட்ட வடிவங்கள், கச்சேரிப் பாடல்களின் இறுதி மடக்குவரிகள் போன்றவை ஜனத்திரள் மொழிக்கு பங்களிக்கின்றன. சாண்ட்விச் தாயரிப்பாளரான ஹெலிஸ் (H.E.L.Y.S) என்ற நிறுவனத்தின் ஆட்கள், அலெக்ஸாண்டர் கீய்ஸ் (Alexander Keys) நிறுவனத்தின் சாவிகள், ப்ளம் ட்ரீ (Plum Tree) என்ற நிறுவனத்தின் டின்னில் அடைக்கப்பட்ட இறைச்சி பற்றி விளம்பர வாசகங்கள் போன்ற பிரதான ஊடுருவல்கள் விளம்பர உலகிலிருந்து பெறப்பட்டவை. பிற மூலாதாரங்களாக பொதுநபர் அறிவியல், ரொமாண்டிக் (பெண்களுக்கான) குறு நாவல்கள், வெளிர்ந்துபோன டாகுரோடைப்புகள் (பழங்கால புகைப்படங்கள்), பரிச்சயமான மேற்கோள்கள், புதிர்கள், ஜோக்குகள் போன்றவை. ஜனத்திரள் கலாச்சாரத்திலிருந்து இலக்கிய முன்னணி எழுத்தாளர்கள் தமக்கான கச்சாப் பொருள் களை எடுத்தாள்வது புதிதல்ல. ஏற்கனவே ஆர்தர் ரைம்போ A Season in Hell என்ற உரைநடை விவரணையில் இதுபற்றிக் குறிப்பிட்டுள்ளார்:

I loved absurd pictures, inscriptions over doorways, stage scenery, fair-ground paintings, signboards, cheap coloured prints; out-of-date literature, church Latin, pornographic books full of spelling mistakes, the kind of novels our grandmothers used to enjoy, children's story-books, old operas, nonsensical refrains, simple rhythms.

(Arthur Rimbaud)

(A Season in Hell)

மோலி ப்ளூமின் தனிமொழி குறைந்தபட்சம் மூன்று விதமாக அணுகப்பட முடியுமென கருத்துத் தெரிவித்திருக்கின்றனர் விமர்சகர்கள். ஜாய்ஸின் ஸிம்பனியின் இறுதிப் பகுதியாக அது

கருதப்பட முடியும். அதற்கு முன்னுரைக்கப்பட்ட பகுதிகளைக் கொண்டே மோலியின் தனிமொழிக்கு அர்த்தம் கிடைக்கிறது. தன்னளவில் இயங்கும் ஒரு இலக்கியப்பகுதியாகவும் அது இயங்கும் வாய்ப்பு மிகுதியாக உள்ளது. ஆண்களின் நகர அலைச்சல்கள் இறுதியாக ஒரு பெண்ணின் ஆழ்ந்த இருண்ட நீரோட்டத்தில் முற்றுப் பெறுவது மிகப் பொருத்தமாக அமைந்திருக்கிறது. மோலி ஒரு கருத்தியலான பெண்ணே ஒழிய இயல்பான வாழ்க்கையிலிருந்து உருவானவள் அ ல்ல. மிகவும் உணர்ச்சிரஸம் ததும்பக் கூடிய, உள்ளுணர்வு பூர்வமான, நீருக்கடியிலான ஒரு பெண்ணின் குரல் அது. இலக்கணங்களைப் பற்றிய கவலையின்றிப் பதிவு செய்யப்பட்ட வற்றாத ஓடை. நாவலின் இந்தக் கட்டத்தில் மோலிக்கு மாதவிலக்கு ஏற்பற்பட்டிருப்பதையும் வாசகன் படித்தறிய முடியும். இலக்கியத் துப்பறியும் வேலையை அவன் செய்வான னால் பிளேஸஸ் பாய்லான்-என்ற பாடகனால் அவள் கர்ப்பமடையவில்லை என்பதை நிச்சயப்படுத்திக் கொள்ள முடியும். பாய்லான் மூலம் மோலிக்கு பால்வினை நோய்கள் ஏதும் ஏற்பட்டுவிடுமோ என்கிற லியோப்போல்ட் ப்ளூமின் பயத்திற்கு யாரிடமும் எந்த உத்தரவாதமும் கிடையாது. எட்மண்ட் வில்ஸன் கருத்துப்படி ஒரு ஆழ் சமுத்திரத்தின் வீங்குபகுதியென விரிகிறது மோலியின் சிந்தனையோட்டம் "long unbroken rhythm of brogue, like the swell of some profound sea". மேஜர் ட்வீடியின் மகளான அவளது சிந்தனை ஐரிஷ் மத்தியதர குடும்பத்துப் பெண்களின் மொழியில் அமைந்திருப்பதால் அதை brogue என்று கருத முடியாது என்று கூறும் விமர்சகர்களும் உண்டு. மனதின் அலைச்சல்களுக்கு புகைப்பட வடிவம் கொடுத்தது போன்ற சித்தரிப்பினால் ஜாய்ஸ் மாண்டேஜ் உத்தி கொண்ட ஒரு திரைப்படத்தைக் காணும் அனுவத்தை அளிக்கிறார். மோலியின் இந்தப் பகுதியை மிகவும் சிலாகித்துக் கூறியவர் கார்ல் யூங். தன் ஒரே ஆண் குழந்தையை இழந்தவள் ஆதலால் (அவளுக்கு மில்லி ப்ளூம் என்கிற 15 வயது மகள் இருக்கிறாள்) எல்லா ஆண்களின் மீதுமான அவளது அணுகுமுறை தாய்மை நிரம்பியதாக இருக்கிறது. தனக்குப் பெண் மனம் பற்றி இதுவரை தெரியாத இருண்ட பகுதிகளை ஜாய்ஸ் காட்டியிருப்பதாக ஜாய்ஸுக்கு எழுதிய ஒரு கடிதத்தில் எழுதினார் யூங். பெனிலோப்பி என்றழைக்கப்படும் அந்த அத்தியாயம் பற்றிய யூங்கின் கடித வரிகள் பின்வருமாறு

. . . a string of veritable psychological peaches. I suppose the devil's grandmother knows so much about the real psychology of woman, I didn't.

உருவகக் கதைச் சித்தரிப்பில் மோலியை ஒரு பெண் கடவுளாகவும், நேச்சுரலிஸ விவரணையில் ஒரு பெண்ணாகவும்

சித்தரிக்க வேண்டிய கட்டாயம் ஜாய்ஸுக்கு இருந்தது. மோலியின் தனிமொழி ஆம் என்ற சொல்லில் தொடங்கி ஆம் என்ற சொல்லில் முடிகிறது. பூமிப் பெண் கடவுள் (Gea Telles) என்று மோலி கருதப்பட்டாலும் கூட பெண்ணிய விமர்சகர்கள் இன்று தெரிவிக்கும் கருத்துக்களையும் நாம் கணக்கில் எடுத்துக் கொண்டால் மோலி ஒரு கருத்தியலான பெண் பிம்பம் மாத்திரமே. Marilyn French என்ற பெண்ணிய விமர்சகரின் கூற்றுப்படி மோலி ஆண்களின் புனைவின் மொத்த வடிவமாகவே இருக்கிறாள். (Marilyn French, The Book as World: James Joyce's 'Ulysses', Cambridge, Mass (Harvard University Press)1976,p.106. ஜாய்ஸின் மனைவியான நோரா பார்னகிள் ஜாய்ஸுக்கு பெண்களைப் பற்றி எதுவுமே தெரியாது என்று கருத்துத் தெரிவித் திருந்தாலும் கூட அவர் ஜாய்ஸின் எழுத்துக்களைப் படித்தவரல்லர் என்பதால் அதை இலக்கியத்திற்கு அப்பாற்பட்ட கருத்தென்று கருதி ஒதுக்கிவிடலாம்.

தொடக்கத்திலிருந்தே ஜாய்ஸின் படைப்புகளுக்கு ஆங்கிலேயே-அமெரிக்க பெண் வெளியீட்டாளர்களின் ஆதரவு கிடைத்திருக்கிறது. லண்டனைச் சேர்ந்த 'ஈகோயிஸ்ட்' இதழின் ஆசிரியரான ஹேரியட் ஷா வீவர், பாரிஸ் நகரில் 'ஷேக்ஸ்பியர் அண்ட் கம்பெனி'யின் உரிமையாளரான சேர்ந்த சில்வியா பீச், யூலிஸிஸ்ஸின் அமெரிக்கப் பதிப்பாளர்களான மார்கரெட் ஆண்டர்ஸன் மற்றும் ஜேன் ஸீப் ஆகிய பெண்கள் ஜாய்ஸுக்கு பண உதவியும் வெளியீட்டு வசதியும் செய்தவர்கள். 1920களிலும் 30களிலும் நவீனத்துவ சோதனைப் படைப்புகளில் ஈடுபட்ட பல பெண் எழுத்தாளர்களுக்கு ஆதர்சமாக விளங்கினார் ஜாய்ஸ்.

வர்ஜீனியா வுல்ஃப் யூலிஸிஸ்ஸின் கவித்துவமான வாக்கியங்களால் கவரப்பட்டதாக ஒப்புக் கொண்டாலும் நாவலின் கோர்வையின்மையால் எரிச்சலூட்டப்பட்டார். பெண் நாவலாசிரியர் டோரதி ரிச்சர்ட்ஸன் 'ஃபின்னகன்ஸ் வேக்' நாவலின் விவரணையால் பெரிதும் ஈர்க்கப்பட்டார். ஃபிரான்சில் 1960களில் யூலியா கிறிஸ்த்தேவா ஜாய்ஸுக்கு சார்பான விமர்சனக் கட்டுரைகளை எழுதி (Word, Dialogue and Novel) பிற பெண்ணிய விமர்சகர்களின் எதிர்ப்பைச் சம்பாதித்துக் கொண்டார். பலகுரல் (polyphonic) நாவலை உருவாக்கியதற்காக ஜாய்ஸை பாராட்டினார் கிறிஸ்த்தேவா. மிகைல் பக்தின் (Mihail Bakthin) குறிப்பிட்ட மேனிப்பியன் (Menippean) வகை நாவல்களில் இருபதாம் நூற்றாண்டின் சிறந்த எடுத்துக்காட்டுக்கள் யூலிஸிஸ் மற்றும் தாமஸ் பின்ச்சனின் Gravity's Rainbow. Sandra Gilbert, Susan Gubar ஆகிய இரு அமெரிக்கப் பெண்ணிய விமர்சகர்கள் நவீனத்துவ நாவாலாசிரியர்களின் பெண்வெறுப்பைக் (ஜாய்ஸ்

உள்பட) கடுமையாகக் கண்டனம் செய்தனர். அவர்கள் யூலியா கிறிஸ்தேவா மற்றும் Hélène Cixous போன்ற பிரெஞ்சு பெண்ணிய விமர்சகர்களையும் கண்டனம் செய்தனர்-நவீனத்துவ ஆண் எழுத்தாளர்களை ஆதரித்த காரணத்துக்காக.

ஜாய்ஸுக்கும் பிக்காஸோவுக்குமான ஒப்புமை மேலோட்ட மானதல்ல. நவீனத்து ஓவியத்தில் பிக்காஸோவின் சாதனை களுக்கு இணையாக ஆங்கில மொழிப் புனைகதையில் சாதித்தார் ஜாய்ஸ். சில மணி நேர வேலைக்கு ஆயிரக்கணக்கான பணத்தை பிக்காஸோவால் பெற முடிகிறதென்றும் தன் எழுத்து வரிக்கு ஒரு காசு கூடக் கிடைப்பதில்லை என்றும் வருத்தப்பட்டு ஆங்கில-ஓவியர்-நண்பரான ஃபிரான்க் பட்ஜன் என்பவருக்குக் கடிதம் எழுதினார் ஜாய்ஸ். பொறாமையும், இயலாமையும் வருத்தமும் தொனிக்கும் அந்த வரிகள்

"My position is a farce. Picasso has not a higher name than I have, I suppose, and he can get 20,000 or 30,000 francs for a few hours work. I am not worth a penny a line. . ." (Sel. Let. 327).

ஜாய்ஸின் உருவப்படத்தை பிக்காஸோ வரைய மறுத்தார் என்ற செய்தியும் நாம் அறிந்து கொள்ள வேண்டியது.

ஏறத்தாழ சமகாலத்தவரும் அதே காலகட்டத்தில் ஒரு தடை செய்யப்பட்ட நாவலை (Lady Chatterly's Lover) எழுதியவருமான டி.ஹெச்.லாரன்ஸ் ஜாய்ஸின் போர்னோ கிராஃபியைக் கண்டனம் செய்ததோடு மட்டுமின்றி தன்னால் யூலிஸிஸ் நாவலைப் படிக்க முடியவில்லை என்று எழுதினார். காரணம் அது அதிகபட்ச மூளை உழைப்பைக் கோருவதென லாரன்ஸ் எண்ணினார். சின்னஞ்சிறு மனித உணர்ச்சிகளைச் சித்தரிக்க ஆயிரக்கணக்கான பக்கங்களை வீணடிக்க வேண்டுமா என்பதுதான் லாரன்ஸின் கேள்வியாக இருந்தது. லாரன்ஸின் தொகுக்கப்பட்ட கடிதங்களிலிருந்து ஒரு சில வரிகளை மேற்காட்டலாம்

"I am sorry, but I am one of the people who can't read Ulysses. Only bits."

லாரன்ஸின் கருத்தை வைத்துப் பார்த்தாலும் சரி ஒரு சாதாரண வாசகனின் பார்வையிலிருந்து பார்த்தாலும் சரி, படைப்புக்கான ஜாய்ஸின் அணுகுமுறை செய்தித்தாளுக்கு செய்தி சேகரிப்பவனுடைதல்ல. மாறாக ஒரு படிப்பாளியினுடையது. அறிவார்ந்த படைப்புப் பகுதியைப் பற்றிய கூர்ந்த பிரக்ஞை ஜாய்ஸுக்கு இருந்திருக்கிறது. டேனிய-நார்வேஜிய மொழியை கற்று ஜாய்ஸ் இப்ஸனின் நாடகங்களைப் படிக்கத் தயாராக இருந்த போது கூர்ந்த, பொறுப்புணர்வுமிக்க, நவீனத்துவ கிளாஸிக்குகளைப் படிக்க எண்ணம் உள்ள ஒரு வாசகன் ஜாய்ஸின்

மொழியான Djoystch ஐப் படித்து ஜாய்ஸின் படைப்புகளுக்குள் செல்வது நல்லது.▣

(இந்தக் கட்டுரை முழுமையற்றது ஜாய்ஸின் பின்னகன்ஸ் வேக் நாவலைப் பற்றி எழுதத் தேவையான இடமும் கால அவகாசமும் போதாததால் குறிப்புகள் இடம் பெறவில்லை. மேலும் ஜாய்ஸின் ஒரே நாடகமான Exiles *பற்றிய குறிப்பும் தரப்படவில்லை. தனிக்கட்டுரையாக எழுதப்பட வேண்டிய ஃபின்னகன்ஸ் வேக் பற்றிய செய்திகள் அபரிமிதமாக இருக்கின்றன. யூலிஸிஸ்ஸின் பல வேறுபட்ட பதிப்புகள் பற்றிய வரலாற்றையும் இதில் சேர்க்கவியவில்லை. இந்தக் கட்டுரைக்கான ஒப்பு நோக்குக்கும் மேற்கோள்களுக்கும் பயன்படுத்தப்பட்ட பதிப்பு* Modern Library Edition, New Your (1961). *இதில் அமெரிக்க நீதிபதி உல்ஸி யூலிஸிஸ் போர்னோகிராஃபித்தன்மையான புத்தகம் அல்ல என்று அறிவித்த தீர்ப்பின் நகல் உள்ளது.)*

இன்றைய மனநிலையில் மீண்டும் ஒரு முறை ஃபின்னகன்ஸ் வேக் நாவலைப் படித்துவிட்டு நான் ஹோர்ஹே லூயிஸ் போர்ஹெஸ் அடைந்த ஏமாற்றத்தை அடைந்தேன் என்பதை ஒப்புக் கொள்கிறேன். இதே ஏமாற்றத்தை லா.ச.ராாமிர்தமும் அடைந்திருக்கிறார் என்பதைத் தெரிந்து கொண்டேன். ஊலிஸிஸ் நாவலை அவ்வளவு பாராட்டிய விளாதிமிர் நபக்கோவ் 'ஃபின்னகன்ஸ் வேக்'நாவலை ஏன் கண்டனம் செய்கிறார் என்பதை மறுவாசிப்பு செய்கிற வாசகன்-வாசகி முடிவு செய்து கொள்ளலாம்.

இந்த சமயத்தில் போர்ஹெஸ், ஃபின்னகன்ஸ் வேக் நாவல் வந்தபோது எழுதிய மதிப்புரையிலிருந்து சில வரிகளை நான் இங்கு பகிர்ந்து கொள்கிறேன்:(ஃபின்னகன்ஸ் வேக் நாவலுக்கு நீண்ட நாட்களாகப் பெயர் வைக்கப்படாதிருந்ததால் அது Work in Progress என்றே அழைக்கப்பட்டு வந்தது.)

Finnegan's Wake is a concatentaion of puns committed in dreamlike English that is difficult not to categorize as frustrated and incompetent. I don't think that am exaggerating, *Ameise* in German means "ant".Joyce in *Work in Progress*(i.e.Finnegan's Wake), combines it with the English amazing to coin the adjective *ameising*, meaning the wonder inspired by the ant. Here is another example, perhaps less lugubrious. Joyce fuses the English word banister and star into a single word, *banistar*,that combines both the images.

Jules Laforgue and Lewis Carroll have played the game with better luck.

(Jorge Luis Borges, Joyce's Latest Novel (The Total Library),p.195

'ஓம்சக்தி' நேர்காணலிலிருந்து ஒரு சிறு பகுதியையும் இங்கு பகிர்ந்து கொள்வது தவறில்லை. லா.ச.ராவை பேட்டி எடுத்தவர் யார் என்பது தெரிவிக்கப்படவில்லை:

கேள்வி: Finnegan's Wake ஜாய்ஸ் . . . . .

லா.ச.ரா: அது இன்னும் ரொம்ப ஜாஸ்தி. அதுவரை நாம் போக வேண்டாம். அதற்கு நான் விடப்போவதுமில்லை. அநேகமாக எல்லோருமே யூலிஸிஸ்தான் சொல்வார்கள். Finnegan's Wakeல் ஜாய்ஸ் என்னவோ வார்த்தைகளை உளறி தள்ளியிருக்கிறான். ஒரு ஸ்டேஜுக்கு அப்புறம் வெற்றி வந்துவிட்ட துணிச்சலிலும் அகம்பாவத்திலும் யார் வேண்டுமானாலும் என்ன வேண்டு மானாலும் செய்யலாம் என்ற தைர்யத்தில் அவன் அப்படிச் செய்திருக்கிறான்.⊙

ஹூலியோ கொர்த்தஸாரின் ஹாப்ஸ்காட்ச்

Julio Cortazar (1914 – 1984)

கவிதையின் உச்சத்தைத் தொடும் செறிவான உரைநடையில், எதிர்பாராத சமயத்தில் முகத்தில் விழும் அறைகளைப் போன்ற அனுபவங்களைத் தரக்கூடிய, திடுக்கிட வைக்கும் சிறுகதைகளையும், நாவல்களையும்,அரசியல் கட்டுரைகளையும் எழுதிய ஹூலியோ கொர்த்தஸார் ஐரோப்பிய நகரான பிரஸ்ஸல்ஸில் பிறந்து அவரது நான்காம் வயதிலிருந்து போனஸ் அயர்சில் வளர்ந்தார். ஒரு பக்குவப்பட்ட புனை கதையாளர் என்ற நிலையை விக்டோரியா ஒகேம்ப்போ என்ற அர்ஜன்டீனியப்பெண் எழுத்தாளர் நடத்திய 'சுர்' என்ற காஸ்மொ பொலிட்டன் இலக்கியப் பத்திரிகை மற்றும் ஹோர்ஹே லூயிஸ் போர்ஹெஸ்ஸின் நிழலிலும் அடைந்தார். வேறு எந்த இலக்கிய வடிவத்தை விடவும் அவரது வெளிப்பாட்டு முறைக்கு புனைகதை மிகவும் பொருந்திப் போகக் கூடியது என்பதை கொர்த்தஸார் தன் வாழ்க்கையில் சற்று தாமதமாகவே கண்டுபிடித்துக் கொண்டார். தொடக்க காலத்தில் கொர்த்தஸார் ஆங்கில ரொமாண்டிக்

கவிஞரான கீட்ஸ், பிரெஞ்சு சிம்பாலிசக் கவிஞரான ஆர்தர் ரைம்போ, ‘தியேட்டர் ஆஃப் குரூயெல்ட்டி’யின் மூலம் பிரபலமான நவீன பிரெஞ்சு நாடகாசியரான ஆந்தோனா ஆர்த்தோ ஆகியோர் பற்றிய விமர்சன கட்டுரைகளை எழுதினார். ஹூலியோ டென்னிஸ் என்ற புனைப்பெயரில் அவர் எழுதி வெளியிட்ட கவிதைகளையும் இத்துடன் சேர்த்துக் கொள்ளலாம். பன்முக ஆளுமை கொண்ட கொர்த்தஸாருக்கு இசை ஒரு மிகத் தீவிரத் தூண்டுதலாகவும் தொடர்ந்த ஈடுபாடாகவும் இருந்திருக்கிறது. ஒன்பது வயதில் கொர்த்தஸார் பியானோ வாசிக்கப் பழகினார். ஜாஸ் இசை, ஜென் தியானம், புரட்சிகர அரசியல் ஆகிய மூன்று அம்சங்களும் கொர்த்தஸாரின் எழுத்துக்களில் முனைப்பாகவும், பிணைந்தும், சில நேரங்களில் அடியோட்டமாகவும் வருகின்றன. லத்தீன் அமெரிக்க நாவலாசிரியர்களில் கொர்த்தஸார் அளவுக்கு ஸர்ரியலிஸ இயக்க செயல்பாடுகளினால் பாதிக்கப்பட்ட வேறு எவரும் இருக்க முடியாது. பழகிய பாதையில் பிரக்ஞையின்றி நடமாடும் வாசகனை உலுக்கி எடுக்க வேண்டும் என்பதற்கான திட்டங்களை இந்த நூற்றாண்டில் ஸர்ரியலிஸ்டுகளே முன் வைத்தார்கள். 1935ஆம் ஆண்டு சர்வதேச எழுத்தாளர் காங்கிரசில் வாசிக்கும் நோக்கத்துடன் ஸர்ரியலிஸத்தின் பிதாமகரான ஆந்ரே பிரெத்தன் ஆர்தர் ரைம்போவினுடையதையும் கார்ல் மார்க்சினுடையதையுமான பிரதான கருத்தோட்டங்களைப் பிணைத்து ஒரு புதிய எழுத்துத்திட்டத்தை வடிவமைத்தார். (இதை வாசிக்க பிரெத்தன் அனுமதிக்கப்படவில்லை.) பிரெத்தனின் இந்த அறைகூவலை-மார்க்ஸ் தவிர்த்து-மனமார ஏற்றுக் கொண்டவர் கொர்த்தஸார்.

ஆரம்பத்தில் ஒரு பள்ளியிலும் பிறகு மெண்டோசா பல்கலைக்கழகத்திலும் பணியாற்றிய கொர்த்தஸார் ஒரு கட்டத்தில் பெரொனிஸ்ட் அதிகாரிகளுடன் மோதலை மேற்கொண்டார். இதனால் அவருடைய பதவியை ராஜினாமா செய்ய வேண்டி வந்தது. பிறகு பிரெஞ்சு மொழி கற்றுக் கொண்டு ஒரு மொழிபெயர்ப்பாளராகவும் விளக்குநராகவும் தன்னைத் தயார்ப்படுத்திக் கொண்டு பாரிஸ் நகருக்குச் சென்றவர் ஃபிரான்சிலேயே அவருடைய இறப்பு வரை தங்கி விட்டார்.

கொலாஜ் நாவல்கள், புனைவுச் சிறுகதைகள், கவிதைகள், அரசியல் கோட்பாட்டுக் கட்டுரைகள், சோதனை எழுத்துக்கள் என்று வகைப்படுத்த முடியாத பல்வேறுபட்ட படைப்புக் களையும் எழுதிய கொர்த்தஸார், இலக்கியத்தில் ஒரு ஒற்றை வகைமையுடன் எல்லைப்படுத்தி அவர் அடையாளப் படுத்தப் படுவதை விரும்பவில்லை. கொர்த்தஸாரின் நாவல்கள் யதார்த்த வாதத்தையும் அதன் ஒருமைவாத பிரதிநிதித்துவங்களையும் நேரடியாகவோ மறைமுகமாகவோ குலைக்கவும், குறைக்கவும் உதவின. கொர்த்தஸாரின் புனைகதை எழுத்துக்களில் எந்த அளவு ஒரு தீவிரத்தன்மை காணப்படுகிறதோ அதே அளவு

நகைச்சுவையுணர்வும் வெளிப்படுகிறது. சோம்பலான வாசகன் கூட விழித்துக் கொள்ள வேண்டிய அளவுக்கு திடுக்கிடல்கள் மிகுந்திருக்கும் புனைகதைகள் கொர்த்தஸாரிடம் உண்டு. The Night Face Up என்ற சிறுகதையின் அனுபவம் மோட்டார் சைக்கிளில் சென்று கொண்டிருக்கையில் விபத்து ஏற்பட்டு மருத்துவமனை படுக்கையில் இருப்பவனின் கனவா அல்லது ஒரு அஸ்டெக் வீரனின் நவீனகாலக் கனவாக மோட்டார்பைக் இளைஞனின் அனுபவம் மாறுகிறதா என்பதை வாசகன் தீர்மானித்துக் கொள்ள வேண்டும்.

The Continuity of Parks என்ற தலைப்பிலான கதையைப் படித்துக் கொண்டிருக்கும் நபர் அந்தக் கதையிலிருந்து உருவான கொலையாளியால் நிஜவாழ்க்கையில் கொல்லப்பட வாய்ப்பு ஏற்படுத்தித் தந்திருக்கிறார். Moebius Strip சிறுகதையில் சீர்திருத்தப்பள்ளியிலிருந்து தப்பி வந்து ஒரு காட்டில் ஆங்கில டூரிஸ்ட் பெண் ஒருத்தியைக் கற்பழித்து விட்டு, பிறகு சிறையில் தான் கற்பழித்த அந்தப் பெண்ணாகவே அவன் மாறிப் போய் அந்த அவசம் தாங்க மாட்டாமல் தற்கொலை செய்து கொள்கிறான். யதேச்சையான, மேலோட்டமான, சோம்பலான வாசகனுக்கு கொர்த்தஸாரின் கதைகளிலும் நாவல்களிலும் இடமில்லை. இயக்கம் மிகுந்தவனாகவும், ஆசிரியன் தரும் அத்தியாயங்களை தக்கவாறு மாற்றி வரிசைப்படுத்திப் புரிந்து கொள்பவனாகவும், கதைத் திட்டத்தை ஏமாற்றிப் புரிந்து கொள்ளாதவனாகவும் (Cheating the plot) இருப்பவனே கொர்த்தஸாரின் வாசகானாக இருக்க லாயக்கானவன்.

கொர்த்தஸாரின்7 சிறுகதைத் தொகுதிகளில் குறிப்பிடத் தகுந்தவை Blow up and Other Stories(1967), We Love Glenda So much and Other stories(1981), The End of the Game and other stories. முதல் நாவலான The Winners1960ஆம் ஆண்டு வெளியிடப் பட்டது. 1963ஆம் ஆண்டு வெளிவந்த Hopscotch கொர்த்தஸாரின் இரண்டாவது நாவல். 62: A Model Kit(1968)மற்றும் A Manual for Manuel (1973), A Certain Lucas(1979) போன்றவை அவரின் பிற நாவல்கள். 1970இல் வெளிவந்த The Last Round என்ற நூலை எதிலுமே வகைப்படுத்த முடியாது. பாரிசுக்கும் மார்ஸெய்ல்ஸ் நகருக்கும் இடையிலான கார் பயண வழியைப் பற்றிய பதிவாக இந்த நூல் அமைகிறது. அரசியல் எழுத்துக்கள் இரண்டு தொகுதிகளாகத் தொகுக்கப்பட்டு வெளிவந்திருக்கின்றன:

(1)Nicaragua, So violently Sweet (2)Argentina: Years of Cutural wire-fencing. கொர்த்தஸாரின் இறப்புக்குப் பிறகு வெளிவந்தது The Exam என்ற நாவல் .

கொர்த்தஸாரின் கதாபாத்திரங்களைப் பற்றிச் சொல்லும் போது நமக்கு போர்ஹெஸ்ஸின் பாத்திரங்கள் நினைவுக்கு வர வேண்டும். கொர்த்தஸாரின் பாத்திரங்களை ரத்தமும் சதையுமுமான ஸ்தூல மனிதர்களின் பிரதிபலிப்புகள் என்று சொல்ல முடியாது. சமயங்களில் அவை விவரணை ரீதியான உத்திகள் போல இயங்குகின்றன. இந்தப் பெயர்களின் மீது நாவலாசிரியன் தன் தற்சாய்வுமிக்க அணுகுமுறைகளையும் மனப்பதிவுகளையும் கட்டுகிறான். நிஜவாழ்வில் மூன்று மணிநேரமாக ஒரே விவாதத்தைத் தொடரக்கூடியவர்களை நாம் பார்க்க முடியா தென்றாலும் கொர்த்தஸாரின் புதினங்களில் சந்திக்கலாம். வாசகன் எதிர்பார்த்திராத மிகத்தீவிரமான மனோவியல் மாறுதல்களை இந்தப் பாத்திரங்கள் மிகக் குறுகிய காலத்தில் அடைந்துவிடுபவர்களாக இருக்கின்றனர். எட்கர் ஆலன் போ என்ற பத்தொன்பதாம் நூற்றாண்டு அமெரிக்க நாவலாசிரியர் வாசகனின் ஆன்மாவை எழுத்தாளன் கட்டுப்பாட்டுக்குள் வைக்க வேண்டுமானால் அவன் ஒரு ஒற்றை விளைவில் மாத்திரம் கவனம் செலுத்துவது நல்லது என்று குறிப்பிட்டார். இந்தக் கருத்து கொர்த்தஸாருக்கு மிகவும் ஒப்புதலானதாக இருக்கிறது. பொதுவாக கொர்த்தஸாரின் புதினங்களில் பொதுப்புத்தியை அனுசரித்து கதை சொல்லும் விவரணையாளன் பார்வையில் கதை சொல்லப்படுகிறது. எனவே கதை எவ்வளவு குழப்பமான தாக இருப்பினும் இறுதியில் வாசகனுக்கு திருப்தி கிடைக்கவே செய்யும். உரையாடல்களைப் பொது விவரணையோட்டத் திலிருந்து பிரித்து அடையாளப்படுத்தும் மேற்கோள் குறிகள் ஏதும் இவர் கதைகளில் தேவையான இடங்களில் இருக்காது. நனவோடை நாவல்களைப் படிப்பது போன்ற உணர்வு பல கதைகளில் ஏற்படுவதற்கு இது ஒரு காரணமாக இருக்கலாம்.

'ஹாப்ஸ்காட்ச்' நாவலை விவாதிப்பதற்கு முன்னர் நாவலின் காலம் பற்றிய ஒரு சிறு விளக்கம் அவசியமானதாகிறது. நாவலின் காலத்தை வசதி கருதி பிரதியின் காலம் (Text Time) என்றும் கதையின் காலம் (Story Time) என்றும் இரண்டு வகையாகப் பிரிக்கலாம். பிரதியின் காலம் நேர்கோட்டுத் தன்மையிலானது மட்டுமன்றி மாற்றவே முடியாததும் கூட. இப்படி ஒரு திசைத்தன்மையில் அமைந்த காரணத்தினால்தான் வாசிப்பவர், வார்த்தை அடுத்து வார்த்தையாக, வாக்கியம் அடுத்து வாக்கியமாக வாசிக்க வேண்டியிருக்கிறது. இத்தகைய புனைகதையின் விவரணை எல்லைகளை உடைக்க முயன்ற இரண்டு நாவல்கள் சாமுவெல் பெக்கெட்டின் 'வாட்' மற்றும் கொர்த்தஸாரின் ஹாப்ஸ்காட்ச். அத்தியாயங்களின் ஒழுங்கில் மாறுபாட்டினைச் செய்வதன் மூலம் பிரதியின் ஒருதிசைத் தன்மையை மறுக்கிறார் கொர்த்தஸார். பிரதியின் காலம் தவிர்க்க

இயலாதபடி நேர்க்கோட்டுத்தன்மையில் இருப்பதால் நிஜமான கதைக்காலத்தின் பன்முகக் கோட்டுத்தன்மையுடன் ஒன்றிணைய முடியாது. ஒன்றிணைய வேண்டிய கட்டாயத்திலும் அவை இல்லை.

தனிமனித விமோசனமும், வேதாந்த விசாரமும், செயல்படாதிருப்பது பற்றிய குற்ற உணர்வும், சுயவெறுப்பும் ஹாப்ஸ்காட்ச் நாவலின் பிரதான சிந்தனையோட்டத்தில் திரும்பத் திரும்ப வந்து கொண்டேயிருக்கின்றன. செயலுக்கு முன் ஆன சிந்தனையில்லாத அறிவு ஜீவி எவனும் இருக்க முடியாது. ஹாப்ஸ்காட்ச் நாவலின் நாயகனான ஹொரேசியோ ஆலிவேய்ரா சிந்தனையால் பீடிக்கப்பட்டிருப்பது ஆச்சரியமான விஷயமல்ல. அவன் ஒரு மத்தியதர வர்க்க அறிவுஜீவி. Picon Garfieldக்குக் கொடுத்த பேட்டியில் ஆலிவேய்ராவை அதிகம் படிப்பதால் வரும் கலாச்சார நோயினால் பீடிக்கப்பட்ட ஒரு pseudo-intellectual என்று கொர்த்தஸார் குறிப்பிட்டிருக்கிறார். மஹாபாரத அர்ஜுனனையும், டென்மார்க் இளவரசனான ஹாம்லட்டையும், ரஷ்யனான ஓப்ளமோவையும் தன் கட்சிக்கு ஆலிவேய்ரா அழைப்பதை தொடக்க அத்தியாயங்களில் படிக்க முடிகிறது. கலாச்சார ரீதியான அதிகப்படிப்பினால் பிரத்யட்ஷ வாழ்க்கையின் கணங்களை உணர முடியாமல் போய்விடும் ஆபத்தில் இருப்பவன் ஆலிவேய்ரா. ஹாப்ஸ்காட்ச் உருவாக்க நிலையில் இருந்த காலகட்டத்தில் அவருடைய குறிப்புகளுக்கு ‘மண்டலா’ என்று பெயர் கொடுத்திருந்தார் கொர்த்தஸார். தியானத்திற்கான உருவரீதியான உதவியாக அமைவது மண்டலா. 1950களில் கொர்த்தஸாருக்கு இருந்த உள்வயமான தேடலைப் பிரதிபலிப்பதாக மண்டலா அமைகிறது. போனஸ் அயர்ஸ் மற்றும் பாரிஸ் தெருக்களின் மண்டலங்களின் வழியாக அலைந்தபடி மண்டலத்தின் வெறுமையான மையத்தை--சடோரியை-- தேடுகிறான் ஆலிவேய்ரா. இதன் பொருட்டு தன் காதலிகளை, நகரங்களை, நண்பர்களை, புத்தக ரீதியான அறிவினை உதறிச் செல்கிறான்.

வயது வந்தவர்கள் குழந்தைகள் அளவுக்கு விளையாட்டை எதைப்பற்றிய லட்சியமோ அக்கறையோ இன்றி விளையாட முடியாது. புனைவின் இழப்பும், சுயப்பிரக்ஞையும் வளர்ந்தவர் களின் உலகினை உயிர்ப்பற்றதாக, உப்புச்சப்பற்றதாக மாற்றி விடுகிறது. குழந்தையின் மனோநிலைக்குத் திரும்ப வேண்டுமானால் ஆலிவேய்ரா தான் கற்றதின் செயற்கைத் தன்மைகளிலிருந்து அவனை விடுவித்துக் கொள்ளத் தூண்ட வேண்டும். ஒரு வேளை இந்தக் காரணத்தினால் கூட கொர்த்தஸார் தன் நாவலுக்கு இறுதியாக ஹாப்ஸ்காட்ச் என்ற,

குழந்தைகள் கூழாங்கற்களை எத்தித் தாண்டி விளையாடும் விளையாட்டினைத் தலைப்பாக வைத்திருக்கலாம். ஹாப்ஸ்காட்ச் ஏறத்தாழ நம் ஊர் குழந்தைகள் விளையாடும் பாண்டியாட்டத்தை ஒத்திருக்கிறது.

பாரிஸ் நகரில் Club de la Serpentine என்ற குழு அங்கத்தினர்களுடன் உலகில் உள்ள அனைத்து விஷயங்களைப் பற்றியும் முடிவற்ற விவாதங்களில் ஈடுபட்டிருக்கிறான் ஆலிவேய்ரா. அவன் ஒரு சுயபிரக்ஞை மிகுந்த நடோடி. (Self-conscious vagrant) பக்.26. பாரிஸ் பற்றிய கனவுத்தன்மையான கிளாமர் கரைந்து போவதற்கு முன் அவன் தன் நாட்களை குற்றஉணர்வு மிகுந்த ஓய்வு நேரங்களால் நிரப்புகிறான். காதல் விவகாரங்கள், விடுதிகளில் விவாதங்கள், தெருக்களில் உலவுதல் இப்படிச் செல்கிறது அவன் வாழ்க்கை. ஆலிவேய்ராவின் சகோதரன் ஒரு ஏஜண்ட் மூலமாகப் பணம் அனுப்பிக் கொண்டிருக்கிறான். ஓசிப் கிரகொரோவியஸ் என்ற போஸ்நிய (ட்ரேன்சில்வேனியா?) நாட்டவனும், எட்டியன் என்ற பிரெஞ்சுக்காரனும், வோங் என்ற சீனனும் ரோனால்ட் என்ற அமெரிக்கனும் அவன் காதலி பாப்ஸ் என்பவளும் குழுவின் அங்கத்தினர்கள். விவாதங்களில் ஈடுபடும் அதே அளவுக்கு குழு அடுக்கடுக்கான எல்.பி.ரெக்கார்டுகளில் இருந்து சாஸ்த்ரீய மேற்கத்திய இசையையும் ஜாஸ் இசையையும் கேட்கிறது. தத்துவ விசாரங்களில் ஈடுபடுகிறது. ஓவியம் மற்றும் ஓவியர்கள் பற்றிய விவாதம் சில நேரங்களில் அரூபப்பிரதேசங்களில் சஞ்சரிக்கும். கிளப்பின் அங்கத்தினர்களில் ஒருவனான எட்டியன் பால் க்ளீயின் ஓவியப்பாங்கினையும் மாண்ட்ரியனின் ஓவியப்பாங்கினையும் ஒப்பிட்டு மாண்ட்ரியனின் ஓவிய வெளிப்பாட்டு முறையே உயர்வானது என முடிவெடுக்கிறான். விதி மற்றும் கலாச்சாரத்தின் பரிசுகளை வைத்து விளையாடிவர் க்ளீ என்றும் மாண்ட்ரியன் முழுமுற்றானவற்றுடன் தன் பரிவர்த்தனைகளை வைத்துக் கொண்டார் என்றும் வாதிடுகிறான். இந்தக் கருத்துக்களின் நியாய அநியாயங்களைத் தீர்மானிக்க வாசகனுக்கு ஓரளவு நவீன ஓவியப் பரிச்சயம் இருப்பது நல்லது.

“பாரிஸ் ஒரு பெரும் உருவகம்” என்றும் “பாரிஸ் ஒரு மகத்தான குருட்டுக் காதல்” என்றும் கிளப்பின் அங்கத்தினர்களால் வரையறுக்கப்படுகிறது. ஏறத்தாழ உலகத்தின் எல்லா அறிவுஜீவிகளும் சென்று அடைய வேண்டும் என்று நினைக்கிற சர்வதேச கலாச்சார மெக்காவான பாரிஸ் நகரைப் பற்றி ஹெமிங்வே தனது நூல் ஒன்றில் Paris is movable feast என்று புகழ்ந்துரைத்திருப்பதையும் கொர்த்தஸாரின் கருத்துக்களையும் வாசகன் சீர்தூக்கிப் பார்க்கலாம்.

ஹாப்ஸ்காட்ச் நாவலின் பிரதான பெண் பாத்திரமாக

இருப்பவள் லா மகா. இவளும் ஆலிவேய்ராவைப் போல உருகுவே நாட்டிலிருந்து பாரிசுக்கு வந்தவள். ஆலிவேய்ராவின் காதலி. முந்திய காதல் மூலம் இவளுக்கு Rocamadour என்ற ஆண் குழந்தை உண்டு. கருக்கலைக்க வேண்டாம் என்று நினைத்து பிறகு இப்போது அதற்காக வருத்தப்பட வைக்கும் குழந்தை. Rocamadourஇன் தந்தையின் பெயர் தரப்படுவதில்லை. மாண்ட்டிவீடியோவிலிருந்து அவள் பாரிசுக்கு வருவதற்கு முன்பு லா மகாவின் பெயர் லூசியா. லா மகா ஒரு பெண் அறிவு ஜீவி அல்ல. கிளப் அங்கத்தினர்களின் ஒவ்வொரு பெயர் உதிர்ப்பின் போதும் அதுபற்றி கள்ளங்கபடமில்லாமல் என்ன ஏது என்று சந்தேகம், தெளிவு கேட்டு வசவு வாங்கிக் கொள்பவளாக இருக்கிறாள். ஆலிவேய்ராவுக்கும் லா மகாவுக்கும் இடையே நிலவுவது காதல் என்று சொல்ல முடியாத உறவு. அது விருப்பும் வெறுப்பும் ஒர சேரக் கலந்த ஒரு மனோ நிலை. லா மகாவுக்கு வேண்டுமானால் ஆலிவேய்ராவிடம் அன்பிருக்கிற மாதிரி தோன்றுகிறதே ஒழிய ஆலிவேய்ராவுக்கு அவளிடம் பிணைப்போ பந்தமோ இருப்பதில்லை. அவளுடைய அருமையையும் இனிமையையும் அவளை இழந்த பிறகே முழுமையாக உணர்பவனாக இருக்கிறான் ஆலிவேய்ரா. மகாவின் குழந்தை மகன் ரோகோமோடார் ஓர் இரவு இறந்து போயிருப்பதைத் தெரிந்தும் கூட லா மகாவிடம் தெரிவிக்காமல் இருந்து விடுகிறான்.

கிளப் அங்கத்தினர்களில் ஒருவனான ஓசிப் கிரெகொரோ வியஸுடன் லா மகா செக்ஸ் உறவு வைத்துக் கொண்டிருப்பாளோ என்று சந்தேகப்படும் ஆலிவேய்ரா மிக அவமானப்படுத்தும் தொனியில் லா மகாவை விசாரிக்கும் பொழுது கூட மிகப் பொறுமையாக அப்படி எதுவும் நடக்கவில்லை என்று கூறுகிறாள். ஒரே அபார்ட்மெண்ட்டில் வசிக்க முடிவு செய்து தங்கள் வாழ்க்கையைத் தொடங்க முடிவெடுத்தாலும் ஆலிவேய்ராவால் குழந்தை ரோகோமோடாரின் உடல்நலக் குறைவு மற்றும் கத்தல்கள் காரணமாக அந்த ஒப்பந்தத்தைக் காப்பாற்ற முடிவதில்லை. லா மகாவைச் சகித்துக் கொண்டாலும் அவள் குழந்தையைச் சகித்துக் கொண்டிருக்க முடியாத வனாக இருக்கிறான். தாய் என்ற பொறுப்பினை அதிகம் ஏற்க வேண்டி வரும் லா மகாவிடமிருந்து தனக்குத் தேவையான காதல் கிடைக்காமல் போய்விட்டது என்று குற்றம் சாட்டுகிறான். குழந்தை ரோகோமோடாரின் இறப்புக்குப் பிறகு லா மகா காணாமல் போகிறாள். இதன் பின்விளைவாக பாரிஸ் நகரிலிருந்து கிளம்பி அர்ஜன்டீனாவிற்கு திரும்பிச் செல்கிறான் ஆலிவேய்ரா.

ஹாப்ஸ்காட்ச் நாவல் இரண்டு பிரதானப் பகுதிகளாக

அமைந்திருக்கிறது. 1-36 அத்தியாயங்கள் பாரிஸ் நகரில் அமைந்திருக்கின்றன. 37-56 அத்தியாயங்கள் அர்ஜன்டீனாவில் அமைக்கப்பட்டிருக்கின்றன. ஹாப்ஸ்காட்சின் முன்னேற்றம் அத்தியாயம் 73இல் ஆரம்பிக்கிறது. இந்த வாசிப்புகளுக்காக ஆசிரியனின் வழிகாட்டுதல்களைப் பின்பற்றி நாவலின் முழுமைக்கும் முன்னும் பின்னுமாக தாவித் தாவிக் குதித்து குதித்துச் செல்ல வேண்டியிருக்கிறது. ஹாப்ஸ்காட்ச் ஒரு திறந்த முனை, எதிர் நாவல். மேற்குறிப்பிட்ட பிரதான இரண்டு விவரணைப் பகுதிகளும் மொத்த நாவலின் *349* பக்கங்களை எடுத்துக் கொள்கின்றன. மூன்றாவது விவரணைப் பகுதியான (பக்கம் *350லிருந்து 564வரை*) From Diverse Sides நாம் தேவையில்லை என்று நினைத்தால் எடுத்துவிடக் கூடிய அத்தியாயங்களால் அமைந்திருக்கிறது.

ஹாப்ஸ்காட்ச் நாவலையே ஆலிவேய்ரா என்ற எழுத்தாளன் தனித் தனிப் பக்கங்களாக எழுதி வைத்திருக்கும் ஒரு நோட்டுப் புத்தகமாகப் பார்க்கலாம். ஆலிவேய்ரா ஒரு எழுத்தாளன் என்ற தகவல் நமக்குத் தரப்பட்டிருப்பினும் அவன் என்ன எழுதுகிறான் என்ற தகவல் நமக்கு அளிக்கப்படுவதில்லை. நம் கையில் வைத்திருக்கும் பிரதி அந்த இடைவெளியை நிறைக்கலாம். இருப்பினும் கூட நாவலின் பல குறிப்புகள் உணர்த்துவது போல நாவலின் ஆசிரியர் மோரேலி என்பவனாக இருக்க முடியும். 71, 82, 94, 105, 112, 115, 137, 145, 151 ஆகிய அத்தியாயங்களுக்கு 'மோரேலியானா' (மோரேலிய புராணம்?) என்று பெயரிடப்பட்டிருக்கிறது. இந்த அத்தியாயங்கள் நாவலின் கதை ஓட்டத்தினை பாதிப்பதில்லை. நாவலில் இவை மாத்திரமே தலைப்பு தரப்பட்டிருக்கிற அத்தியாயங்கள். 107வது அத்தியாயம் "மோரேலி மருத்துவ மனையில் இருக்கும்போது எழுதியது" என்று தலைப்பிடப்பட்டிருக்கிறது. 115வது அத்தியாயம் மோரேலி எழுதியது என்று குறிப்பிடப்பட்டிருந்தாலும் மோரேலியை மூன்றாம் நபர் பார்வையிலிருந்து அணுகுகிறது. மேலும் மோரேலியே ஒரு கதாபாத்திரமாக ஹாப்ஸ்காட்ச் நாவலில் வருவது பிரச்சனைப்பாடுகளை உச்சத்திற்குக் கொண்டு சென்று விடுகிறது.

ஹாப்ஸ்காட்ச் என்ற விளையாட்டு ஒரு இலக்கிய உத்தியாக நாவலின் பிந்திய பகுதியில்தான் உருவாக்கப்படுகிறது. அர்த்தம் நிறைந்த இந்த வார்த்தை நாவலின் பிராதான பாத்திரமான ஆலிவேய்ராவின் லா மகா மீதான குழப்பமான காதலை விளக்குவதற்குப் பயன்படுகிறது. லா மகாவை "ஒரு பைத்தியக்கார ஹாப்ஸ்காட்ச்" (பக்கம்.*95*) என்கிறான் ஆலிவேய்ரா. பூமியிலிருந்து சொர்க்கத்திற்குச் செல்வதற்கான

ஒரு உருவகமாகவும் நாவலின் கதைக்கருவாகவும் மாறுகிறது. குழந்தைகள் விளையாடும் வளைவு வளைவான ஹாப்ஸ்காட்ச், கட்டம் கட்டமான ஹாப்ஸ்காட்ச், அடிக்கடி வியைாடப் படாத புனைவு ஹாப்ஸ்காட்ச் (பக்கம்.214) போன்ற வேறுபடும் ஹாப்ஸ்காட்ச் விளையாட்டுக்கள் பற்றி தகவல்கள் வருகின்றன. எனினும் கடைசியாகக் குறிப்பிடப்படும் புனைவு ஹாப்ஸ்காட்ச் பற்றி நாம் நினைவில் இறுத்திக் கொள்வது கொர்த்ஸாரைப் புரிந்து கொள்ள உதவும். வேறு எவர் ஒருவருமே பரீட்ஷார்த்தமாக கூழாங்கல்லினை சொர்க்கத்திற்கு ஏற்றுவது எப்படி எனக் கற்று முடிக்காதிருக்கும் கட்டத்திலேயே திடீரென குழந்தைப் பருவம் முடிந்து போய் எல்லோரும் நாவல் படிக்க வந்துவிடுவதாக வருத்தப் படுகிறார் கொர்த்தஸார். திடீரென நாம் குழந்தைமையிலிருந்து விலகி, அர்த்தங்கெட்ட மாறுபாதையில் சென்று வயதானவர்களாக நாவல்களின் உலகத்திற்கு வந்துவிடுகிறோம். ஆனால் இதில் நாம் சென்றடையக் கற்றுக் கொள்ள வேண்டிய வேறு ஒரு சொர்க்கம் பற்றிய சாத்தியப்பாடும் கூட இருக்கலாம்.

ஹாப்ஸ்காட்ச் நாவலின் வடிவரீதியான விநோதங்கள் இன்னும் சிலவற்றைச் சொல்லலாம். அத்தியாயம் 34இல், சீர்குலைவான நாவல் ஒன்றின் உள்ளடக்கங்களையும், அது பற்றிய ஆலிவேய்ராவின் விமர்சனக் குறிப்புகளையும் படிக்கலாம். வாசகன் முதல் வரிக்குப் பிறகு மூன்றாம் வரி என்ற வரிசைப்பாட்டில் லா மகா படிக்கும் மலிவான நாவலாகவும், இரண்டாவது வரிக்கு அடுத்தபடி 4வது வரி என்ற வரிசைப்பாட்டில் உள்ளவற்றை ஆலிவேய்ராவின் விமர்சனமாகவும் படித்தால்தான் இந்த அத்தியாயம் புரியவே வாய்ப்பிருக்கிறது. 69வது அத்தியாயம் ஒரு விநோத ஃபோனடிக் ஆங்கிலத்திலேயே முழுக்க முழுக்க எழுதப்பட்டிருக்கிறது. எடுத்துக்காட்டு: It waz a sad surprize to red. . . .” Ispamerikan மொழியிலிருந்து இந்த அத்தியாயம் மொழிபெயர்க்கப்பட்டதாக தெரிவிக்கப்படுகிறது. 96வது அத்தியாயத்தில் கதாபாத்திரங்களுக்கிடையில் நடைபெறும் விறுவிறுப்பான உரையாடல் அவர்களுடைய பெயர்கள் இடது மார்ஜினில் அச்சிடப்பட்டு, உரையாடல் வலது பக்கத்தில் தரப்பட்டு ஒரு நாடகம் போலவே அச்சிடப்பட்டிருக்கிறது. இந்த அமைப்பினை மீறியும் கூட பாத்திரங்களின் வார்த்தைகள் எல்லைகளை மீறிக் கலந்து வழிந்து விடுகின்றன. 84வது அத்தியாயம் இலைகள் பற்றிய மிக அழகிய சித்திரிப்புகள் கொண்டதாக அமைகிறது. லா மகா 4வது அத்தியாயத்தில் ஒரு உலர்ந்த இலையை எடுத்துப் பார்த்து அதன் அமைப்பினை வியப்பதிலிருந்தே கூட 84வது அத்தியாயத்திற்கான விஷயம் தொடங்கிவிடுகிறது.

பல அத்தியாயங்களைத் தம்மளவில் முழுமை பெற்ற அழகிய சிறுகதைகளாகப் படிக்கலாம். குறிப்பாக ஒரு மழைநாள் மதியம் பியானோ இசைக் கச்சேரிக்குச் சென்று அந்த பெண் பியானோ வாசிப்பாளர் 'பெட்டி த்ரிபாத்'-உடன் ஏற்படும் ஆலிவேய்ராவின் அனுபவங்கள் விசேஷமானவை. அத்தியாயம்21 ஒரு புதிய விதமான வாசித்தல் பற்றிய விவாதத்தைக் கொண்டிருக்கிறது. மோரேலி என்கிற எழுத்தாளனின் அவதானிப்புகள் மூலம் வாசிப்பவர்களை இயக்கம் மிகுந்த வாசகர்கள் என்றும் இயக்கமற்ற வாசகர்கள் என்று இரண்டு வகையாகப் பிரிக்கிறார் கொர்த்தஸார். பாரிஸ் நகரின் லத்தீன் குவார்ட்டர் பகுதியில் ஒரு காபி விடுதியில் அமர்ந்து ரெனே க்ரெவெல் என்ற பிரெஞ்சு எழுத்தாளர் 1929ஆம் ஆண்டு எழுதிய நாவலான Etes-Vous fou?வைப் படித்துக் கொண்டிருக்கிறான். அந்தப் புத்த-கத்துடன் உரையாடும் ஆலிவேய்ரா, க்ரெவல் ஏதோ அந்த கணத்தில் உயிரோடிருப்பது மாதிரி நடந்து கொள்கிறான். அ த்தியாயம் 82இல் இலக்கியம் எழுதுவது என்பது விமோசன த்திற்கான வழி என்று மோரேலி வரையறை செய்கிறான்: To write is to draw my mandala and at the same time traverse it, to invent purification purifying myself.

32வது அத்தியாயம் லா மகா அவளுடைய குழந்தை ரோகோமோடாருக்கு எழுதிய மனதை நெகிழச் செய்யும், சற்றே செண்டிமெண்டலான கடிதமாக ஆகிறது. கொர்த்தஸாரின் மிக மென்மையான எழுத்துக்கு இது ஒரு எடுத்துக்காட்டு. இந்தக் கடிதத்தை ரோகோமோடாருக்கு எழுதியதன் மூலம் தன்னை முன் நிறுத்தியே லா மகா எழுதியிருப்பதாகக் குறிப்பிடுகிறான்.

"இந்தப் பக்கத்திலிருந்து" என்ற நாவலின் இரண்டாம் பகுதி 37வது அத்தியாயத்திலிருந்து ஆரம்பிக்கிறது. பாரிஸ் நகரினை விட்டு அர்ஜன்டீனாவுக்கே திரும்பி வந்து ஆலிவேய்ரா தன் பால்யகால நண்பனைச் சந்திக்கிறான். அர்ஜன்டீனாவை விட்டு இதுவரை எங்குமே பயணம் செய்யாதிருப்பதாலோ என்னவோ எதிர்மறையான அர்த்தம் கிடைக்கும்படி ஆலிவேய்ராவின் நண்பனுக்கு 'ட்ரேவலர்' என்ற பெயர் தரப்பட்டிருக்கிறது. கணக்கு போடக்கூடிய ஒரு பூனைக்குட்டியை வைத்து வேடிக்கைக் காட்டும் சர்க்கஸ் கம்பெனியில் வேலை பார்த்துக்கொண்டு தன் மனைவியான டாலிட்டாவுடன் நிம்மதியாக வாழ்ந்து கொண்டிருக்கிறான். இவர்கள் இருவரும் வசிக்கும் வீட்டின் எதிர்ச்சாரியில் மூன்றாம் மாடியில் கெக்ரெப்டன் என்ற பெண்ணுடன் குடும்பம் நடத்தத் தொடங்கு கிறான் ஆலிவேய்ரா. சர்க்கஸ் கம்பெனியை நடத்தும் குகாவும் ஃபெராகுட்டோவும் ட்ரேவலரின் சிபாரிசினால் துணி விற்பனை

யாளனாக இருக்கும் ஆலிவேய்ராவை சர்க்கஸ் கம்பெனியில் சேர்த்துக் கொள்கிறார்கள். ஒரு கட்டத்தில் சர்க்கஸ் கம்பெனியை விற்றுவிட்டு மனநோய் நலவிடுதி ஒன்றை வாங்கத் திட்டமிடுகின்றனர் ஃபெர்ராகுட்டோ தம்பதியினர். டாலிட்டா, ஃபார்மஸி பிரிவில் ஒரு பட்டதாரி என்பதாலும் மனநல மருத்துவ விடுதியை வரவேற்கிறாள். ஆனால் தொடக்கத்திலிருந்து ஃபெர்ராகுட்டோ தம்பதியினருக்கு ஆலிவேய்ரா மீது நல்ல அபிப்ராயம் இருப்பதில்லை. அர்ஜன்டீனாவுக்கு வந்து சேர்ந்த ஆரம்ப காலங்களில் டாலிட்டா மீது எந்தவித ஈடுபாடும் காட்டாதவன் போல ஆலிவேய்ரா இருந்தாலும் நாட்கள் செல்லச் செல்ல அவளுடன் நெருங்கிப் பழக ஆரம்பித்து, அவளையும் தன் பழைய காதலியான லா மகாவையும் குழப்பிப் புரிந்து கொள்ளத் தொடங்குகிறான். டாலிட்டா இந்தக் குழப்பப்புரிதல் பற்றி தன் கணவன் ட்ரேவலரிடம் சொல்வது எவ்வித பலனும் அளிப்பதில்லை.

மனநோய் விடுதியில் வேலை பார்க்கத் தொடங்கும்போதே ஆலிவேய்ராவும் மனநோயாளியாக மாறத் தொடங்குகிறான். மனநோயாளிகளிடம் அவன் நெருங்கிப் பழகுவதும் அவர்களை அத்யந்தமாகப் புரிந்து கொள்வதும் இதற்குக் காரணங்களாக இருக்க முடியாது. ஏற்கனவே ஆலிவேய்ரா கார்ட்டீசிய இருமைவாதத்தினாலும் (dualism) அந்த இருமைத்தன்மையை மீற வேண்டும் என்ற யத்தனிப்பினாலும் பாதிக்கப் பட்டிருக்கிறான். எட்டாம் நம்பர் அறை நோயாளி தினமும் ஹாப்ஸ்காட்ச் விளையாடுவதை ஊன்றிக் கவனிக்கிறான். அவனுமே கூட மூன்றாவது மாடி அறையிலிருந்து பிடித்து மீந்த சிகரெட் துண்டுகளை முற்றத்தில் சாக் கோடுகளால் வரையப் பட்டிருக்கும் ஹாப்ஸ்காட்ச் கட்டத்தில் விழும்படி வீசிப் போடுகிறான். யதேச்சையாக ஒரு இரவு லிப்ஃப்டுக்கு வரும்போது முற்றத்தைக் கடக்கும் டாலிட்டா விளையாட்டாக ஹாப்ஸ்காட்ச் கட்டத்தில் கால் வைத்துவிட்டு வருவதைக் கவனிக்கிறான். 56வதுஅத்தியாயத்தில் மூன்றாவது மாடியிலிருந்து குதித்து தற்கொலை செய்து கொள்ள முயல்கிறான் ஆலிவேய்ரா. இந்தத் தற்கொலை முயற்சியின் மூலம் அவனுடைய நண்பன் ட்ரேவலரும் ட்ரேவலரின் மனைவி டாலிட்டாவும் எந்த அளவு அவனை நேசிக்கிறார்கள் என்பதைப் புரிந்து கொள்கிறான். இருப்பினும் நாவலின் இறுதியில் (அதாவது 56வது அத்தியாயத்தில்) ஆலிவேய்ரா தற்கொலை செய்து கொள்கிறான் என்று நினைக்கக் கூடிய வாசகர்கள் இருக்கிறார்கள் என்று ஒரு பேட்டியில் கொர்த்தஸார் குறிப்பிட்டிருக்கிறார். கொர்த்தஸாரைப் பொருத்த வரை ஹாப்ஸ்காட்ச் நம்பிக்கை நிறைந்த ஒரு நாவல்.

“பல்வேறு பக்கங்களிலிருந்து”என்கிற மூன்றாம் பாகமான நாவல் முதல் இரண்டு பாகங்களின் பின் இணைப்பாகப் படிக்கப்படலாம். முதல் பாகத்தில் ஆலிவேய்ராவின் பாரிஸ் காலத்து வாழ்க்கையில் லா மகா தவிர போலா என்றொரு காதலி இருப்பது பற்றிய மேம்போக்கான தகவல்கள் தரப்படுகின்றன. போலாவின் பாத்திரம் ஓரளவு முழுமையாக உருவாவதற்கு உதவும் அத்தியாயங்கள் மூன்றாம் பாகத்தில்தான் இருக்கின்றன. போலாவுக்கும் ஆலிவேய்ராவிற்கும் இடையே உள்ள உறவு பற்றி லா மகாவுக்குத் தெரிந்திருக்கிறது. அதே போல போலாவுக்கும் லா மகா என்றொரு காதலி ஆலிவேய்ராவுக்கு இருக்கிறாள் என்பதும் தெரிந்திருக்கிறது. ஆனால் போலாவிடம் இருக்கும் பொழுது லா மகா பற்றிப் பேசுவதை ஆலிவேய்ரா விரும்புவதில்லை என்பதைப் போலா உணர்ந்து கொள்கிறாள். லா மகாவைப் போலன்றி போலா ஒரு விதமான பெண் அறிவுஜீவியாகவும் நிறைய படிக்கின்றவளாகவும் இருக்கிறாள். La Dauphine தெருவில் போலாவுக்கு ஒரு சொந்த அபார்ட்மெண்ட் இருக்கிறது.

பாரிஸ் நகரின் விளிம்புநிலை மனிதர்களான--clochards--நகரத்து நாடோடிகள் பற்றியதொரு அற்புதச் சித்தரிப்பாக அத்தியாயம் 108விரிகிறது. பாரிஸ் நகரின் clochards பிச்சைக்காரர்கள் அல்ல என்பதும் மரியாதைக்குரிய tramps என்பதும் புரிகிறது. பாரிஸ் நகரின் அழகிய முகமூடிகளைக் கிழிக்கக் கூடியதாகவும் இந்த அத்தியாயம் அமைந்திருக்கிறது. தென் அமெரிக்காவின் linyera என்று குறிப்பிடப்படும் நாடோடிகளை எங்ஙனம் பிச்சைக்காரர்களுடன் குழப்பிக் கொள்ளக் கூடாதோ அவ்வாறே clochardsஐயும். பாரிஸ் நகரின் விளிம்பு மனிதர்களுக்கான பரிவுணர்ச்சி லா மகாவுக்கு இருக்கிறதென்றால் இதற்கு ஒரு படி மேலே போய் அந்த நாடோடிப் பெண்களில் ஒருத்தியான இம்மெனுவெலாவுடன் மிக நெருக்கமான உறவு வைத்துக் கொள்கிறான் ஆலிவேய்ரா. அவர்களின் வாழ்க்கை முறைகள் பற்றி ஒரு ஆராய்ச்சிக் கட்டுரை எழுதுமளவுக்கு தகவல்கள் சேகரித்து வைத்திருப்பவன் ஆலிவேய்ரா. 108வது அத்தியாயத்தை வாசகன் நீக்கிவிட முடியாததாகத் தெரிகிறது.

மீனவர்கள் அவர்களால் உண்ண முடியாதிருக்கிற போதிலும் பொழுதுபோக்குக்காக மீன்களைப் பிடித்து பிறகு அவை அழுகிப் போகாதிருக்க அவற்றை மணலில் புதைக்க வேண்டும் என்கிற சடங்கு பற்றிய லெவிஸ்ட்ராஸின் ஒரு சிறிய மேற்கோள் Tristes Tropiques நூலில் இருந்து எடுத்து அத்தியாயம் 59இல் போடப்பட்டிருக்கிறது. நவீன பெண் நாவாலாசிரியரான Anais Nin இன் Winter Artifice என்ற நூலிலிருந்து ஒரு மேற்கோள் அத்தியாயம்110ஆக மாறியிருக்கிறது. நவீன கனடா

நாவாலாசிரியரான மால்கம் லவ்ரியின் Under the Volcano நாவலின் ஒற்றை வரி மேற்கோள் அத்தியாயம் 118 ஆக இருக்கிறது. இவற்றை வாசகன் கழற்றிவிடக்கூடிய அத்தியாயங்களாக் கருதலாம்.

இதாலிய எழுத்தாளர்(கற்பனையான)மோரேலியைப் பார்ப்பதற்கு ஓவியன் எட்டியனுடன் மருத்துவ மனைக்குச் சென்று காத்திருக்கும் ஆலிவேய்ரா ட்டி.எஸ்.எலியட்டின் இரண்டு கவிதைகளில் இருந்து மேற்கோள்களை வீசுகிறான். எலியட்டின் ஃப்ரூஃப்ராக் கவிதையின் கீழ்க்கண்ட வரிகளை

In the room women come and go

Talking of Michael Angelo

பரிகாசமாக The nurses came and went speaking of Hippocrates என மாற்றிச் சொல்கிறான். Time present and time past are both perhaps present in time future என்கிற மேற்கோளை Four Quartets-லிருந்து ஆலிவெய்ரா வரிக்குவரி வார்த்தைக்கு வார்த்தை மாற்றாமல் மேற் காட்டுகிறான். ஆனால் இந்த அத்தியாயத்தின் இறுதிக்குள் அ வர்கள் மோரேலியைச் சந்திப்பதாக வருவதில்லை.

மருத்துவ மனையில் இருக்கும் மொரேலியை கிளப் அங்கத்தினர்கள் சந்திப்பது ஏறத்தாழ புத்தகத்தின் இறுதியில் 154வது அத்தியாயத்தில் நிகழ்கிறது. மொரேலி அவருடைய புத்தகத்தை எப்படி வேண்டுமானாலும் எந்த வரிசைப்பாட்டிலும் படிக்கலாம் என்கிறார். இந்தக் கூற்று ஹாப்ஸ்காட்ச் நாவலுக்கு முற்றிலும் பொருந்தும்.

கொர்த்தஸாரின் ஹாப்ஸ்காட்ச் ஸ்பானிய மொழியில் 1963 ஆம் ஆண்டு வெளிவந்தது. Gregory Rabassa வால் ஆங்கிலத்தில் மொழிபெயர்க்கப்பட்டு 'ரேண்டம் ஹவுஸ்' பதிப்பகத்தாரால் 1966ஆம் ஆண்டு வெளியிடப்பட்டது. தமிழில் ஹாப்ஸ்காட்ச் நாவலை மொழிபெயர்க்கத் துணிபவர்களுக்கு ஓரளவுக்காவது பிரெஞ்சுமொழி தெரிய வேண்டிய கட்டாயமிருக்கிறது.◎

கவிதையின் மரணமும் வாழ்க்கையின் சாகசமும்

Arthur Rimbaud (1854 –1891)

ஐரோப்பிய பொது வாழ்க்கையையும் அதன் கலாச்சார மதிப்பீடுகளையும் மாற்றியமைத்த மகத்தான சக்தி படைத்ததாய் அமைந்த சிம்பலிசக் கவிதை இயக்கத்தின் பிதாமகராகக் கருதப் படுபவர் சார்ல்ஸ் பாதலெர். பாதலெரிடமிருந்துதான் பிரெஞ்சுக் கவிதை இறுதியாகத் தன் தேசீய எல்லைகளைக் கடந்து விரிந்து சென்றதென்றும் அது சகல இடங்களிலும் வாசகர்களைப் பெற்று நவீன காலத்தின் பிரத்யேகக் கவிதையாகத் தன்னை ஸ்தாபித்துக் கொண்டதென்றும் பால் வெலரி ஒரு முறை குறிப்பிட்டதை இங்கு நினைவு கூறலாம். பாதலெருடன் இணைத்தே சொல்லப்படும் பிற கவிஞர்களில் ரைம்போவும் மல்லார்மேவும் சமமான முக்கியத்துவம் பெறக்கூடியவர்கள். வெர்லெய்ன் என்ற மற்றொரு கவிஞர் இதே குழுவினைச் சேர்ந்தவராயிருந்த போதிலும் தவறான

காரணங்களுக்காகப் பிரபலமானார். இருபதாம் நூற்றாண்டின் பல நவீன கவிஞர்களின் அரசியல் நிலைப்பாடுகளில் பாதலெரின் தாக்கத்தை ஊன்றிக் கவனிக்க முடிகிறது. அவர்கள் எடுத்த அரசியல் நிலைப்பாடுகள் அவர்களின் படைப்பாக்கத்தினை வேண்டிய அளவு பாதித்து மாற்றங்களை உருவாக்கின. இதற்கு இரண்டு முக்கிய இலக்கியவாதிகளை எடுத்துக் காட்டாகச் சொல்லலாம்:

1. எஸ்ரா பவுண்ட்.
பவுண்டின் பொருளாதாரக் கொள்கைகளும் அவரது நீண்ட பகுதிகள் கொண்ட கேண்ட்டோக்களும்.

2. பெர்டோல்ட் ப்ரெக்ட்.
ப்ரெக்டின் கம்யூனிசமும் அவரது செயல்படு கவிதைகளும் (functional poems).

நேரடியாகவோ அல்லது மறைமுகமாகவோ இந்த இரு பெரும் சர்வதேசக் கவிஞர்களின் மூல மாதிரியாக அமைகிறார் பாதலெர். பாதலெரின் சில தேர்ந்தெடுத்த கவிதைகள் தமிழில் மொழிபெயர்க்கப்பட்டிருக்கின்றன. (பிரமிள் என்கிற தர்மு அரூப் சிவராம் மற்றும் தேவ தேவன்). மிகவும் பிரசித்த பெற்றதும் தடை செய்யப்பட்டதுமான தீவினையின் மலர்கள் (Flowers of Evil) என்ற தலைப்பிலான கவிதைகளை எழுதியவர் சார்ல்ஸ் பாதெலர். 'கலை கலைக்காகவே' என்ற இலக்கியக் கொள்கை வலுப்பெறுவதற்கு பெரிதும் காரணமாக இருந்தவர். இந்தக் கொள்கையின் மூலம் கவிதையின் சுயாட்சியை வலுப்படுத்தி அதற்கான ஸ்தானத்தை மீட்டுப் பெற்றார் பாதலெர். மிகச் சிறந்த கலை மற்றும் ஓவிய விமர்சகராக விளங்கியவர். ஆயினும் பாதலெர் மிகவும் கலைத்துவமான சூழ்நிலைகளில் வாழ்வதாகக் குற்றம் சாட்டினார் இளைய தலை முறையைச் சேர்ந்த ஆர்தர் ரைம்போ. பாதலெர் புதிய கவிதை வடிவங்களைக் கண்டுபிடிக்கத் தவறிவிட்டார் என்று கண்டனமும் செய்தார் ரைம்போ. எனினும் ரைம்போ அளவுக்கு பாதலெரை வேறு எந்த சக கவிஞனும் போற்றிப் புகழ்ந்திருக்க முடியாது. பாதலெரைக் குறித்து ரைம்போ சொன்னது:

"the first of seers, king of poets, a true God".

தீர்க்கதரிசியாகக் கவிஞன் செயல்பட வேண்டுமென்கிற ரொமாண்டிசிசக் கோருதலை சிம்பலிஸ்டான ரைம்போ முன்வைப்பது சற்று ஆச்சரியமாகக் கூடத் தோன்றலாம். கவிஞன் தீர்க்கதரிசியாக இருக்கிறான் என்பதை வலியுறுத்திக்

கூறியவர் ஆங்கில ரொமாண்டிக் கவியான வில்லியம் வோட்ஸ்வொர்த். அவர் கவிஞனை

"a seer into the life of things"

என்று வரையறுத்தார். கவிஞனை தீர்க்கதரிசியாகக் காணும் தன்மை வேறெந்த சிம்பாலிசக் கவிஞனிடம் விடவும் ரைம்போவிடம் கூடுதலாகக் காணப்படுவதை பார்க்கலாம். இதை ரைம்போவின் வார்த்தைகளிலேயே (அவரது கவிதைகள் மற்றும் கடிதங்கள் வாயிலாக) நாம் அறிய முடியும்.

The Poet makes himself a *seer* by a long, gigantic and rational *derangement of all the senses*. All forms of love, suffering, and madness. He searches himself. He exhausts all poisons in himself and keeps only their quintessences.

(Letter to Paul Demny 15 May 1871)

Illuminations (1886) என்ற தொகுப்பில் அடங்கும் ரைம்போவின் கவிதைகளைப் படிக்கும் போதும் இந்தக் கடித வரிகளில் அவர் குறிப்பிட்டதை ஒருவர் உணர முடியும். பெரும்பாலான இலக்கிய விமர்சகர்களாலும் வரலாற்றாசிரியர்களாலும் குமரக் கவிஞன் (boy-poet) என்று குறிப்பிடப்பட்டார் ரைம்போ. இதற்குக் காரணம் இல்லாமலில்லை. பதினாறு வயதில் தொடங்கிய படைப்பு வாழ்க்கையை ரைம்போ பத்தொன்பது வயதில் முடித்துக் கொண்டார்.

அவரது குமரப் பருவத்தில் சாத்தியமாகிய கவிதைச்சாதனைகள் எவ்விதத்திலும் சாதாரணப்படுத்திவிட முடியாதவை. ஒரு சாதாரணக் கவிஞன் (முதல் தரமில்லாதவன்) இந்தக் கவிதைகளை அவனது முதுமையிலும் சாத்தியப்படுத்த வாய்ப்பில்லை. அக்கவிதைகள் அடர்த்திச் செறிவினாலும் அவற்றின் ஸர்ரியல் தன்மைகளாலும் இன்றும் மிக நவீனமாகவே விளங்குகின்றன. (இளம் சாப்பாட்டு ராமன் என்ற தலைப்பிலான ரைம்போவின் கவிதையை ஆத்மாநாம் மொழிபெயர்த்திருக்கிறார்.) பல அம்சங்களில், விதங்களில் சர்ரியலிஸ்டுகளின் முன்னோடியாகக் கருதப்படுகிறார் ரைம்போ. ரைம்போவைப் பற்றி நவீன செக்கஸ்லோவிய கவிஞரான ததயூஸ் ரோஸவிட்ச் எழுதிய கவிதையின் தமிழ் மொழிபெயர்ப்பு பின் வருமாறு. ரோஸவிட்ச்சின் கவிதை ஒரு வாழ்க்கையையே ஒரு கவிதைக்குள் அடக்கிவிடும் அளவுக்கு இறுக்கமாகவும் வார்த்தை வீணடிப்பின்றியும் அமைந்திருப்பது ரோஸவிட்ச்சின் கவித்திறனுக்கு ஒரு சாட்சியாக அமைகிறது.

தீர்வுகள்
ததயூஸ் ரோஸவிட்ச்

ஸ்திரமின்றி நாம் வாழ்கிறோம்
முகங்களின்
சொற்களின்
பெயர்களின்
மூடப்பட்ட ஒரு சுழல்வட்டப்பாதையில்

பிறர் நம்மை விவரிக்கின்றனர்
வகை பிரிக்கின்றனர்
நிலைப்படுத்துகின்றனர்

நமக்குத் தெரியும் நாம் அந்தப் பொய்யான வட்டத்தைக் கடக்க
உடைத்துக் கொண்டு
வெளியேற வேண்டுமென்று

ஆனால் நாம் இருக்கிறோம்

1880இல் ஏடன் நகரில்
ரைம்போ
பல்வேறு புத்தகங்களுக்கு ஆர்டர் கொடுத்தார்
The Perfect Metal worker
The Pocket Carpenter
இவற்றையும் சேர்த்து
அல்லது இது போன்றவற்றுக்கு
வழிகாட்டி நூல்கள்
செங்கல் சுடுவது பற்றி பீங்கான் உருக்குவது பற்றி
மெழுகுவர்த்தி செய்வது
சுரங்க வேலை
உலோகப் பற்ற வைப்பு
செங்கல் அறுப்பது
சாக்கடை அமைப்பது
ஆம் அவர் நிஜமாகவே
விடை பெற்றுக் கொண்டார்

ஆனால் அவரும் கூட
சேமித்தார்

கவிதையின் மரணத்திற்குப் பிறகு
வீடு திரும்புவதற்கு
ஒரு நிஜமான முழுக்குடும்பத்தைத்
தொடங்கத் திட்டமிட்டார்

ஒரு மகனை ஆளாக்குவதற்குத்
தன்னை அர்ப்பணித்துக் கொள்ள
(அவன் இயல்பாகவே வீரமான புதிய தலைமுறை
மனிதனாக இருப்பான்)
அவர்
ராணுவப் பணிக்குத் தன் அணுகுமுறையை
நிலைநாட்டிக் கொள்ளத் திட்டமிட்டார்
ஒரு திடமான ஸ்திதியில்
மேலும் இப்படியாக
மேலும் இப்படியாக

அது சிறப்பானதுதான்

ஆனால் எனக்குச் சொல்
ஒரு ஐம்பது அறுபது
எண்பது வயதான
ரைம்போ
செய்ய வேண்டியது
என்ன

என்ன புத்தகங்கள்
அவர் ஆர்டர் செய்ய வேண்டும்
எங்கே அவர் செல்ல வேண்டும்
எதை அவர் எரிக்க வேண்டும்
எதைக் கைவிட வேண்டும்

(Taduesz Rosewicz: Selected Poems/Solutions / [Penguin Modern European Poets] pp.115-116)

ததயூஸ் ரோஸவிட்ச்சின் கவிதை மிக இறுக்கமாகவும் மிகச் சிக்கனமாகவும் ரைம்போவின் முழு வாழ்க்கையையும் அவர் தொடராமல் போய்விட்ட கவிதைப் படைப்பாக்க இருப்பினையும் அடிப்படையாக வைத்து சில உறுத்தும் கேள்விகளை முன் வைக்கிறது. ஆனால் இவை பதில்களற்ற கேள்விகள். கவிதை இல்லாத உலகில் வாழ்க்கை எப்படி இருக்கும் என்பதை ரைம்போவின் கவிதைக் காலத்திற்குப்

பிறகான வாழ்க்கையை வாழ்ந்து பார்த்தால் புரியும். கவிதை மற்றும் இலக்கியம் பற்றிய எந்தப் பின்வருத்தங்களும் இல்லாமல் வாழ்ந்தார் ரைம்போ என்று அவர் தன்வீட்டு அங்கத்தினர்களுக்கு எழுதிய கடிதங்களிலிருந்து தெரிய வருகிறது. இந்தக் கடிதங்கள் வாயிலாக நமக்குத் தெரியவருகிற ரைம்போவிற்கும் கவிதை மூலமாக நமக்குத் தெரியவருகிற ரைம்போவிற்கும்தான் எத்தனை வேறுபாடுகள்?

அவர் வாழ்வின் ஒரு கட்டத்தில் "இலட்சிய வாழ்க்கையின் சாகசக்காரன் நிஜவாழ்க்கையின் சாகசக்காரனால் பதிலி செய்யப் பட்டான்" என்பது பிரத்யட்ஷ உண்மை. இளமையின் ஆரம்ப கட்டத்திலேயே ரைம்போவிடம் தெரிந்த நாடோடித்தன்மையின் காரணமாக அவரது சிறிய கிராமப் பகுதியிலிருந்து (Charlesville) பாரிஸ் நகருக்கு ரயிலில் வரும்போது ரயில் கட்டணம் சரிவர செலுத்தாததால் தண்டனைக்காக இரண்டு நாட்கள் காவல் நிலையத்திலிருக்க வேண்டி வந்தது. தொடக்கத்திலிருந்தே அவர் ஒரு வக்கிரத்தன்மை மிக்க கலகக்கார மேதையாக இருந்தார் என்பதை வாழ்ந்த வாழ்வும் சரி, எழுதிய எழுத்துக்களும் சரி, நிரூபிக்கின்றன. கலகத்தன்மைதான் A Season in Hell நூலின் அடிப்படையாக இருக்கிறது. கவிதைகள் எழுதாத காரணத்தால் அவரது இருபதாம் வயதிலிருந்து முப்பத்தி ஏழு வயதில் அவர் மரணம் வரையிலான வாழ்க்கையைப் படம் பிடிக்க அவர் எழுதிய கடிதங்களையே அடிப்படை ஆவணங்களாகக் கொள்ள வேண்டி இருக்கிறது. ததயூஸ் ரோஸவிட்ச்சுமே கூட மேற்காட்டிய 'தீர்வுகள்' கவிதைக்கு அடிப்படையாக ரைம்போவின் கடிதங்களைத்தான் எடுத்துக் கொண்டிருக்கிறார். இலக்கியப் புகழ் மற்றும் படைப்பு போதை ஆகியவை என்றுமே ரைம்போவின் சிந்தையை மயக்கி விடவில்லை என்று தெரிகிறது. எனினும் இலக்கியம் குறித்தும் அவர் கவிதை எழுதாமல் விட்டுவிட்டது குறித்தும் எவ்வித பின்வருத்தங்களும் அவருக்கு இருக்கவில்லை என்பதை அறிய முடிகிறது.

அவரது இலக்கிய அல்லது இலட்சிய வாழ்வு திடீரென்று ஒரு முடிவுக்கு வந்ததற்கு அவருக்கும் கவிஞர் வெர்லெய்னுக்கும் ஏற்பட்ட நட்பும் நட்பு முறிவுமே காரணமாக இருந்தன என்று சொல்லலாம். வெர்லெய்னுக்கும் ரைம்போவிற்குமிடையில் இருந்தது நட்பு என்று குறிப்பதை விட உறவு என்று குறிப்பிடுவதே சாலப் பொருந்தும். இந்த உறவு காரணமாக வெர்லெய்னின் மணவாழ்க்கையில் கசப்பு ஏற்பட்டது. ரைம்போவின் உறவு ஏற்பட்ட பிறகு வெர்லெய்ன் பெல்ஜியத்திலும் ஃபிரான்சிலும் நாடோடி வாழ்க்கை மேற்கொண்டார் சாக்கடைக்கும் மதுபான விடுதிக்கும் இடையிலாய் அலைக்கழிந்தபடி. ஏனென்றால்

அலைக்கழிப்பு என்பதே ரைம்போவின் வாழ்க்கைக்கு ஆதார ஸ்ருதியாய் இருந்தது. அலைக்கழிக்கப்படாமல் ரைம்போ சொற்ப காலம் கூட இருக்கவில்லை. பெல்ஜியத்தில் இருந்த சமயத்தில் ரைம்போவின் பிரிவைத் தாங்கவியலாத வெர்லெய்ன் இரண்டு முறை ரைம்போவைக் கொல்ல முயன்றார். இரண்டாவது முறை ஒரு மதுபான விடுதியில் ரைம்போவைக் நோக்கி துப்பாக்கியால் சுட்ட போது இடது கையில் குண்டு பாய்ந்தது. ரைம்போவைக் கொலை செய்ய முயன்றதற்காக சில காலம் வெர்லெய்ன் சிறையிலிருந்தார். இந்தக் கசப்பான அனுபவங்கள்தான் ரைம்போவின் உரைநடை எழுத்தான A Season in Hell என்ற நூலை எழுதத் தூண்டின. இந்த உறவு முறிவிற்குப் பிறகும் கூட ரைம்போ வெர்லெய்னுக்கு இரண்டு கடிதங்கள் எழுதியிருக்கிறார் பயனின்றி. இலக்கற்ற அலைதல்களும் நோக்கமற்ற பயணங்களும் ரைம்போவை எகிப்து நோக்கிப் பயணிக்க வைத்தன. இதற்கு முன் ரைம்போ ராணுவத்தில் சேர்ந்த நிகழ்ச்சி நினைவு கூறப்பட வேண்டும்.

1876ஆம் ஆண்டின் வசந்த காலத்தின் போது ரைம்போ டச்சு ராணுவத்தில் சேர்ந்து பாட்டாவியா என்ற பிரதேசம் வரை பயணம் செய்யவும் செய்தார். ஆயினும் ராணுவத்திலிருந்து ஓடிப்போய் ஐரோப்பாவை நோக்கி நடந்தே திரும்பினார். வியன்னாவில் 1877ஆம் ஆண்டின் வசந்த காலத்தில் அவரது உடைமைகள் கொள்ளையடிக்கப்பட்டு ஆஸ்திரியாவிலிருந்து வெளியேற்றப்பட்டார். ஸ்வீடன் தேசத்தையும் டென்மார்க்கையும் பயணம் செய்து கடந்த பிறகு எகிப்து செல்ல பயனின்றி முயற்சி செய்தார். 1878இல் சைப்ரஸ் தீவில் ஒரு கல் உடைக்கும் குவாரியில் சிறிது காலம் மேஸ்திரியாக பணி யாற்றினார். இத்தகைய நிலைமைகளில் வேறுவிதமான இலக்கியவாதியாக இருந்திருப்பின் கழிவிரக்கம் கொண்டிருக்கும் எண்ணற்ற சாத்தியங்கள் உள்ளன. பிறகு சைப்ரசிலிருந்து 1880ஆம் ஆண்டு எகிப்துக்குப் பயணமானார். எகிப்திலிருந்து ஏடனுக்குச் சென்றார். ஏடன் நகரில் காஃபிக் கொட்டை கொள்முதல் செய்யும் ஒரு ஏற்றுமதிக் கம்பெனியில் பணி புரிந்தார். அந்தக் கம்பெனியின் கொள்முதலாளராக சோமாலியா நாட்டிற்குச் சென்று சோமாலியாவை ஆய்வு செய்தார். இந்த ஆய்வுப் பயணங்களைப் பற்றி The Geographic Societyக்கு அறிக்கை எழுதி அனுப்பினார். ரைம்போவின் ஆய்வுப் பயணங்கள் மேன்மேலும் ஆபத்தான வையாக மாறின. 1887ஆம் ஆண்டு சோவா(Choa) நாட்டு அரசரான மெனிலிக்கிற்கு (Menelik) பழைய துப்பாக்கிகளை ஐரோப்பாவிலிருந்து கொள்முதல் செய்து விற்றார். ஆனால் மெனிலிக் பணம் தராது ஏமாற்றியதால் பெரும் பண நஷ்டம்

அடைந்தார் ரைம்போ. இது மட்டுமன்றி இந்த வியாபாரத்தில் அவரது கூட்டாளி இறந்து போனதும் அவரது நஷ்டத்திற்குக் காரணம் என்று ரைம்போ குறிப்பிட்டார்.

இந்தப் பயணக்காலங்களிலும் சரி, அரேபியப் பாலை வனங்களில் அவர் பணியாற்றிய காலத்திலும் சரி அவரது இலக்கிய மற்றும் கவிதை வாழ்க்கையைத் திரும்பிப் பார்க்கவே இல்லை. பின் வருத்தம் கொள்ளவுமில்லை. இந்த காலகட்டத்தில் அவர் எந்தவித இலக்கியப் புத்தகங்களையும் படிக்க விருப்பம் தெரிவிக்கவில்லை. தன் குடும்பத்தினர் வழியாக அவர் ஆர்டர் செய்த புத்தகங்கள் சகலமும் செய்முறைப்பயிற்சி விளக்க ஏடுகள். பெரும்பாலும் அவர் ஆர்டர் செய்த புத்தகங்கள் புதுவித அறிவியலையோ, தொழில் நுணுக்கத்தையோ கற்றுத் தரும் நூல்களாக இருந்தன. ஒரு சமயம் பாரிஸ் நகர தொலை பேசி புத்தகத்தை அனுப்பச் சொல்லி ஒரு கடிதத்தில் கேட்டிருக்கிறார். ஒரு முறை அவரது குடும்பத்தினர் அவருக்கு ஃபிரெஞ்சு அரசியல் பற்றி கடிதம் வாயிலாக ஏதோ செய்தியை எழுதியிருக்க ரைம்போ அதற்குப் பதில் எழுதுகிறார்.

"You write to me about political news. If you knew how indifferent I am all to that. For more than two years I haven't touched a newspaper. All these debates are for the present without meaning for me. Like the Moslems, I know that what happens happens, and that is all." (6 May 1883)

1888லிருந்து 1891வரையில் மீண்டும் காஃபி ஏற்றுமதி செய்யும் வேறு ஒரு நிறுவனத்திற்காக ஹாராரில் வேலை பார்த்தார். மூட்டு வாதத்தினாலும் கால் பகுதியில் வீங்கிப் பெருத்த ரத்தக் குழாய்களினாலும் பெரும் அல்லல் பட்டார். அவர் பணியாற்றிய முஸ்லிம் நாடுகளில் நீக்ரோக்கள் வசித்த பிரதேசத்தில் மருத்துவர்கள் யாரும் இருக்கவில்லை. அரேபிய மொழி கற்றுக் கொள்வதற்கு முயன்று அதற்கான துணை நூலை வாங்கி அனுப்பும்படி தன் குடும்பத்தாரிடம் வேண்டினார். ஒரு கடித்தை அனுப்பிப் பதில் பெறுவதற்கு மூன்று மாதங்களுக்கு மேலாகிறது என்று மற்றொரு கடிதத்தில் எழுதினார். தொடக்கத்தில் எகிப்தில் அவருக்குக் கிடைத்த குறை ஊதியங்களைப் பார்க்கையில் அவர் வாழ்வின் இறுதி வருடங்களில் சொல்லிக் கொள்ளும்படியான ஊதியம் கிடைத்ததால் சிறிது பணத்தை அவர் சேமிக்கவும் செய்தார். திருமணம் செய்து கொள்வது பற்றி அவரது தாயாருக்கு ஒரு தனிக்கடிதம் எழுதி இப்படி அலைக்கழிப்புக்கு ஆளாகும் ஒருவனைக் கல்யாணம் செய்து கொள்ள எந்தப் பெண்ணும் முன்வருவாளா என்றும் கேட்டார். ராணுவ சேவை பற்றியும் பிறிதொரு கடிதத்தில் குறிப்பு காணப்படுகிறது:

பன்னிரண்டிலிருந்து பதிமூன்றாயிரம் ஃபிரான்க்குகளை தங்கக் காசுகளாக அவரது இடுப்பு பெல்ட்டிலேயே வைத்து சுமந்து செல்ல வேண்டிய இக்கட்டான சூழ்நிலை. இந்த சேமிப்புப் பணமும் கூட அவருக்கு தொடர்ச்சியான இடர்களைத்தான் கொணர்கிறது என வருந்தி எழுதினார். (எட்டுக் கிலோ தங்க நாணயங்களை இடுப்பில் கட்டிச் சுமந்து வயிற்றுப் போக்கு ஏற்படுகிறது) யாரையும் நம்புவதற்கில்லை என்பது ஒரு புறம், மறுபுறம் உள்ளூர் கருவூலத்தில் வட்டி இல்லாமல் மாத்திரமே பணத்தை இட்டு வைக்க முடியும் என்கிற நிலை.

உலகிலே வேறு எந்தப் பகுதியையும் விட ஏடனில்தான் கோடை காலத்தின் கடுமை அதிகம். ஐரோப்பிய சீதோஷ்ணத்தில் வாழ்ந்து பழகிய ரைம்போ அந்தக் கோடையை எப்படி எதிர் கொண்டிருப்பார் என்று கற்பனை செய்து மாத்திரமே பார்க்க முடியும். ஒரு தீவிரமான கவிஞன் கோந்துப் பிசின், நெருப்புக் கோழியின் இறகுகள், தந்தம், பதனிடப்பட்ட தோல், கிராம்பு ஆகிய பொருள்களை ஒரு ஏற்றுமதி கம்பெனிக்காக வாங்குவதை கற்பனை செய்து பார்த்துக் கொள்ளுங்கள். உலகின் வேறு பிரதேசங்களில் ஐந்து வருடங்களில் ஏற்படும் முதுமையானது ஒரு வருடத்தில் ஒருவருக்கு வந்து விடும் அளவு மோசமான சீதோஷ்ணம் ஏடனில் நிலவியது. ஆயினும் ரைம்போ தொடர்ந்து வாழ்ந்து கொண்டிருந்தார் அங்கே. ஒரு சமயம் அவரது வாழ்க்கை நிஜமாகவே ஒரு பீதிக்கனவாய் இருப்பதாக உணர்ந்து எழுதினார். மேலும் இவ்வளவு வெப்பத்தில் (செங்கடல் பகுதியில்) இருந்து பழகிய ஒருவர் ஐரோப்பாவிற்குத் திரும்பிச் சென்றால் ஐரோப்பாவின் கடுங்குளிர் காலத்தில் நுரையீரல் வியாதி வந்து விரைவில் இறந்து விடும் ஆபத்து இருக்கிறது. வணிகவியல் அகராதியையும் கடல் பிரயாண அகராதியையும் புனித குர்ஆனையும் 1885ஆம் ஆண்டு வாக்கில் ரைம்போ படித்துக் கொண்டிருந்திருக்கிறார்.

1887ஆம் ஆண்டு வாக்கில் கெய்ரோ நகருக்கு வந்து சேர்ந்த ரைம்போ மூட்டு வாதத்தினால் மிகுந்து சிரமத்திற் குள்ளாகிறார். இடது கால் அவருக்கு பெரும் தொல்லை கொடுத்துக் கொண்டிருக்கிறது. நீக்ரோக்களின் மத்தியில் அவர்களின் அசுத்தமான உணவை சாப்பிட்டபடி, அவர்களின் விசுவாசமின்மையாலும் மடத்தனங்களாலும் உண்டாகும் அசௌகரியங்களைப் பொறுத்துக் கொண்டு ரைம்போ வாழ்ந்து கொண்டிருந்தார். அந்த நீக்ரோக்களின் நிலை மேம்பட ஏதாவது செய்ய வேண்டுமென்று நினைத்தார். ஆனால் அந்த நீக்ரோக்கள் ரைம்போவை சுரண்டப் பார்த்ததாய் எழுதினார்.

"... how wretched my life is without a family, without intellectual occupation, lost in the midst of Negroes whose fate I would like to improve, but who try to exploit you and make it impossible for you to carry out your business swiftly."   (4 August 1888)

ஆறு மாதங்கள் மழை பெய்து பாக்கி ஆறு மாதங்கள் எரிக்கும் கோடை காலமாய் இருக்கக் கூடிய பிரதேசங்களுக்கெல்லாம் எவ்வித வெளிப்படையான இலக்குமின்றி பயணித்துக் கொண்டிருந்தார். "நாம் போக விரும்பாத இடங்களுக்குத்தான் செல்கிறோம், நாம் செய்ய விரும்பாத காரியங்களைத்தான் செய்கிறோம், நாம் விரும்பிய விதத்தை விட வித்தியாசமாக, எந்த வித நம்பிக்கையுமின்றி, ஆறுதலுமின்றி இறக்கிறோம்" என்று குறிப்பிட்டார் ரைம்போ. அது அவரின் விதியைப் பொறுத்து 100 சதவீதம் நிஜமாக இருந்தது.

வலது காலில் தொடர்ந்து உபத்திரவம் கொடுத்தது மூட்டு வலி. அவருக்கு ஏடனிலோ, ஹாராரிலோ உரிய மருத்துவ உதவி கிடைக்கவில்லை. மேலும் அவரது வலதுகால் முட்டியில் ஒரு புற்றுக் கட்டி உண்டாகி அதன் காரணமாய் சொல்லொனாத் துயரத்தையும் வலியையும் அனுபவித்தார். இறுதியில் ஃபிரான்சுக்குத் திரும்பி வந்து மார்செய்லில் உள்ள கன்செப்ஷன் மருத்துவ மனையில் அவருக்கு சிகிச்சையளிக்கப்பட்டது. அறுவைச் சிகிச்சையின் போது அவரது வலது கால் வெட்டி எடுக்கப்பட வேண்டியதாயிற்று. இருப்பினும் சிறிது கால சிகிச்சைக்குப் பிறகு ரைம்போ நவம்பர் 10ஆம் தேதி 1891ஆம் ஆண்டு இறந்து போனார். அவரது முப்பத்தி ஏழாவது வயதில். சரியான உணவின்மையாலும் கால் நடையாகவும் குதிரை மீதும் தொடர்ந்து பாலைவனங்களில் பயணம் செய்ததாலும், சீதோஷ்ணத்திற்குத் தகுந்த உடைகள் இல்லாததாலும் அவரது உடல் நலம் இந்த அளவுக்குப் பாதிக்கப்பட்டிருக்கிறது.

மீண்டும் ரோஸவிட்ச்ஸின் கவிதைக்குத் திரும்புவோம். கவிதையின் முதல் பகுதி ரைம்போ தேர்ந்தெடுத்து வாழ்ந்த அலைச்சல் மிகுந்த வாழ்க்கையைச் சிலாகித்துச் சொல்வதாகத் தெரிகிறது. நாம் வாளாவிருக்கிறோம் என்று கவிதை குற்றம் சாட்டுகிறது. ரோஸவிட்ச் கவிதையின் மையப் பகுதி, கவிதையைப் புறக்கணித்து ரைம்போ வாழ்ந்த வாழ்க்கையைச் சித்தரிக்கிறது. மென்னுணர்வு மிகுந்த இலக்கியவாதி-கவிஞனுக்கு இப்படித் தலை கீழாக்கப்பட்ட ஒரு வாழ்க்கை எண்ணிப் பார்க்கவே இயலாதது. கவிதையின் மரணத்திற்குப் பின்னான வாழ்க்கை என்று ரோஸவிட்ச் இதைக் குறிப்பிடுகிறார். நிறைய விஷயங்கள் ரைம்போவின் வாழ்வில் தலைகீழான மாதிரி கவிதைக்கும் மீண்டு திரும்பியிருக்க மாட்டாரா என்ன அவரது ஐம்பது வயதில்?⊙

கவிஞர்களும் காதலர்களும் பைத்தியக்காரர்களும்

"கவிஞர்கள், காதலர்கள், மற்றும் பைத்தியக்காரர்கள்" ஆகியோரை ஷேக்ஸ்பியர் ஒரே தராதரத்தில் வைத்துப் பேசினார். நிலைப்பட்டுப்போன ஏகசிந்தனை (Monomania) இந்த மூன்று சாராரையும் ஒரு தளத்தில் வைக்கக் காரணமாயிற்று. நிஜமான படைப்பு மேதைமைக்கும் பைத்தியத்திற்கும் அவசியமானதொரு பிணைப்பு இருக்கிறது என்று கருதினார் ஆங்கில உரைநடையாளரான சார்ல்ஸ் லாம்ப். மேதை பைத்தியக்காரனாக ஆவதில்லை என்றும் அவனிடத்தில் இருக்கிற சமன்பாட்டு மனநிலை அவன்து மனத்திறன்களை கட்டுக்குள் வைக்கிறது என்றும் எழுதினார். பைத்தியத்திற்கும் படைப்புத் திறனுக்கும் இடையில் முரண்பாடு இருக்கிறது. படைப்பாற்றல் மிக்கவர்கள் தற்காலிகமாக புத்திஸ்வாதீனம் இல்லாதவர்களாக மாறும்பொழுது

அவர்களின் படைப்புகள் அளவு ரீதியிலும் தர ரீதியிலும் குறைந்து போகின்றன என்ற கருத்து நவீன மனோவியல் அறிஞர்களிடம் நிலவுகிறது. முதலாம் நூற்றாண்டு ரோமானிய நாடகாசிரியர்-தத்துவவாதி செநகா "There has never been great talent without some admixture of madness"(Seneca) என்று கூறினார். 19ஆம் நூற்றாண்டு முழுவதிலும் இக்கருத்து மேலோங்கிய ஒப்புதல் பெற்றிருந்தது. மனதின் அதீத இயக்கத்தினால் உண்டாகும் இரண்டு நிலைகளே படைப்பு மனோநிலையும் பைத்தியநிலையும். படைப்புக்கான மனஆற்றலும் உந்துதலும் கொண்டவர்களை நோய்க்கூற்றுத் தன்மையில் பிசகிப்போனவர்கள் என்று கூறினார் Eisenbaum.

மனநிலை சரிவுகள் எல்லா மனிதர்களையும் வாழ்வின் பல கட்டங்களில் பாதிக்கின்றன. ஆனால் பாதிக்கப்படுகிற எல்லோரும் பைத்தியக்காரர்களாய் ஆகிவிடுவதில்லை. சூழ்ந்தையாய்ப் பிறக்கின்ற நேரத்திலிருந்து மனிதன் தன் வாழ்விடங்களுடனும் சூழல்களுடனும் ஒத்துப்போகச் சிரமப்படுகிறான். பிறமனிதர்களுடனும் அவன் கட்டுப் பாட்டுக்குள் இல்லாத இயற்கை நிகழ்வுகளுடனும் ஒப்புறவு ஏற்படுத்திக் கொள்ள முடியாத தனிநபர் தனக்குள்ளாகச் சுருங்கி விடுகிறான். வெளிஉலகின் யதார்த்தமும் அவன் சிலாகிக்கும் உள்மன யதார்த்தமும் சம்பந்தமே இல்லாமல் முரண்படுகின்றன. இந்த சமயங்களில் அவன் சில மனோவியல் தற்காப்புகளை (Psychic Defences) மேற்கொள்கிறான். இந்த தற்காப்புகள் அவனை மனத்தொய்விலிருந்து (Depression) தப்பிக்க உதவுகின்றன. மனத்தொய்வு அவனுடைய நடத்தை முறைகளில் மாறுபாடுகளை உருவாக்கிறது. மனநிலைச் சீர்குலைவுகள் (Mood Disorders) சர்வசாதாரணமாக நிகழத் தொடங்கிவிடுகின்றன. Depression-ல் இருக்கும் ஒருவர் தன் மனநிலையை சோகமானதாகவும் நம்பிக்கையற்றுப் போனதாகவும் கடுகடுப்பூட்டக்கூடியதாகவும் உணர்கிறார். இதில் பலர் தம் சிந்தனை வடிவாக்க முறைகளில் மாறுதல் ஏற்படுவதையும் கவனிக்கின்றனர். திடீரென மனதிலிருந்து எண்ணங்கள் வடிந்துவிட்டது போன்ற உணர்வு ஏற்பட்டு சமகால வாழ்க்கையிலிருந்து துண்டிக்கப்பட்டு விடுகின்றனர். பிறருடனான சாதாரண உரையா!_ல்களைக் கூடத் தவிர்த்து விடுகின்றனர்.

Schizoidவகை மனநிலை கொண்ட தனிநபர்கள் தங்களின் உணர்ச்சி ரீதியான தனிமைப்படுத்தலினாலும் சகமனிதர்களிடமிருந்து விலகிச் செல்லுவதாலும் தனிமைப்பட்டுத் தெரிகின்றனர். இவர்கள் ஒரு விதமான முகமூடியை அணிந்தபடி பிறருடன் பழகுவது போலவும், நாடகப் பாத்திரங்கள் போல மனிதர்களில் ஒரு பங்கேற்று நடிப்பது போலவும் தெரியும். இது

மேலோட்டமான "அங்கம் வகித்தல்" என்ற நிலையில் இருக்கும் உறவு. ஸ்கிஸாய்ட் நபரின் நடத்தை முறைகள் அறிவுரீதியான தீர்மானங்களில் இருந்து தோன்றுகின்றனவே அன்றி அவை உணர்ச்சியின் மெய்யான வெளிப்பாடுகளாய் இருப்பதில்லை. இவர்களுடன் பழக நேரிடும் எவரும் அவர்களின் மன அருகாமையைக் கண்டுவிடமுடியாது. சாதாரணமாக ஒருவர் மற்றவரிடம் பழகும் போது அவர்களுக்கிடையில் சேர்ந்து உணரப்பட்ட பொதுத்தளம், நம்பிக்கைகள், மற்றும் உணர்வுகள் இருக்கும். ஸ்கிஸாய்ட் நபருக்கு பிறர் மீதான அவநம்பிக்கை எப்பொழுதும் இருப்பதால் பிறர் மீது அன்பு செலுத்துவதும் பிறரால் அன்பு செலுத்தப்படுவதும் ஒரே அளவுக்கு பதற்றத்தையும் துன்பத்தையும் தரக்கூடிய செயலாக இருக்கிறது. உணர்ச்சி ரீதியான வாழ்வுப்பிணைப்பே வாழ்தலுக்கு அர்த்தம் வழங்குவதால் ஸ்கிஸாய்ட் நபருக்கு வாழ்வு அர்த்தமற்ற தாகத் தோன்ற வாய்ப்பிருக்கிறது. ஆகவே மனிதர்களை விடுத்து பொருள்கள், மற்றும் வஸ்துக்களில் அர்த்தம் தேடும் போக்கு வந்துவிடுகிறது. இருப்பினும் குறிப்பிடத்தகுந்த எழுத்தாளர்கள், ஓவியக் கலைஞர்கள், சாகித்தியகர்த்தாக்கள் சிற்பிகள் போன்றோர் ஸ்கிஸாய்ட் மனநிலைக்காரர்களாய் இருந்திருக் கிறார்கள். ஸ்கிஸாய்ட் நபரின் வாழ்வுநோக்கு விநோதமாக இருப்பதற்குக் காரணம் தனக்குள் சுருங்கிக் கொண்டு அவர் வெளிஉலகத்தை வித்தியாசமான கோணத்தில் பார்ப்பதாகும். சர்வவல்லமை படைத்தவர்களாக தங்களைப் பற்றி அவர்களுக்கு தோன்றத்தான் செய்கிறது. முழுமுற்றான நம்பிக்கை வைப்பது எவ்வாறு இவர்களுக்கு சாத்தியம் இல்லையோ அவ்வாறே எல்லோர் மீதும் முழுமுற்றாக நம்பிக்கை இழப்பதும் முடியாத காரியம். தெக்கார்த்தே மற்றும் ஐசக் நியூட்டன் இருவருக்கும் தாயின் புறக்கணிப்பு அல்லது கிடைக்காத அன்பு அவர்களின் மனதினை உடைத்திருக்கக்கூடும் என்று நம்பப்படுகிறது. அறிவுக்கும் உணர்ச்சிக்கும் இடையில் ஏற்படும் விரிசல்களைச் சரி செய்யும் முயற்சியில் உலகினை சிந்தனையின் மூலமாக வென்றெடுக்க வேண்டுமென்ற வெறி இவர்களுக்கு ஏற்படுகிறது.

அடுத்தாக Obssesive states என்ற ஒரு மனபீடிப்பினாலும் மனிதர்கள் பாதிக்கப்படுகின்றனர். இதைப்பற்றி முதன் முதலாக 1868ஆம் ஆண்டில் தன் கண்டுபிடிப்புகளை கூறியவர் ஜெர்மன் மனோவியல் மருத்துவரான Kraft-Ebing. Obssessive Disorder கொண்டவர்களின் போக்கு மிகவும் விநோதமானது. திரும்பத்திரும்ப நினைவுக்குள் ஊடுருவக் கூடிய சிந்தனைகளால் துன்புறுத்தப்படுபவர்கள் இவர்கள். Obssessive சிந்தனைகளின் ஆக்கிரமிப்பினால் பதற்றமும் மனத்தொய்வும் உருவாகும் பொழுது குறிப்பிட்ட செயல்களை கட்டாயமாக

அவர்கள் செய்ய வேண்டி வருகிறது. வீட்டைப் பூட்டிக்கொண்டு புறப்பட்டுச் சென்றவர் மறுபடியும் வீட்டைத் திறந்து சமையல்கட்டுக்கு போய் சமையல் வாயு சரியாகத்தான் மூடப் பட்டிருக்கிறதா என்று பார்க்கிறார். சரியாக மூடிவிட்டுச் சென்றிருந்தாலும் கூட அது திறந்திருந்தால் என்ன செய்வது என்ற மனப்பதற்றம் அதிகரிப்பதே இச்செயலுக்கான தூண்டுதல். இப்படியான உறுதிப்படுத்திக் கொள்ளல் இரண்டு மூன்று முறை கூட நடக்கலாம். அர்த்தமற்ற சடங்குகளை திரும்ப திரும்ப செய்யும் நபரை Obssessional Character என்று கூறுகிறார்கள். இதில் சிலருக்கு Washing Rituals என்று அழைக்கப்படும் கழுவிக் கொள்ளும் சடங்கு கட்டாயப் பழக்கமாகிவிடுகிறது. ஒரு நாளைக்கு எண்பது தடவைக்கு மேல் கைகளைக் கழுவிக்கொண்ட பிறகும் சுத்தம் ஆன திருப்தி வராதவர்கள் உள்ளனர். ஆக்கிரமிக்கும் எண்ணங்கள் பொதுவாக அழுக்கு, தூசி பற்றியதாக இருக்கும். அசுத்தமாகி விடுவோம், நோயால் தொற்றப்படுவோம் போன்ற பயங்கள் பற்றியதாய் இருக்கும். இவர்கள் தூய்மைக்கேடு பற்றிய அதீத வெறுப்பைக் கொண்டிருக்கின்றனர். செக்ஸ் பற்றி இவர்கள் கீழ்மையான அபிப்பிராயம் வைத்திருப்பதற்குக் காரணம் விந்து, சிறுநீர் ஆகியவை தூய்மைக்கேடானவை, அசுத்தமானவை என்று நினைப்பதுதான். Jonathan Swift இன் 'கலிவரின் யாத்திரைகள்' நூலில் கலிவர் Houyhnhnms யாத்திரையிலிருந்து சொந்த நாட்டுக்கு திரும்புகிறான். கலிவரின் மனைவி அவனை முத்தமிட வருகையில் வெறுக்கிறான். அவள் அசுத்தமானவள் என்று கலிவர் நினைக் கிறான். Albert Camus வின் The Fall நாவிலின் மைய காதபாத்திரமான Jean Baptiste Clamence கதவு தாழிடப்பட்டிருக்கிறதா என்பதை திரும்பத்திரும்ப சரிபார்த்துக் கொள்கிறான். இச்செயல்கள் Obssessionality யை வெளிப்படுத்துபவை.

Obssessives விரும்புவது இறுக்கமான கட்டுப்பாடு. ஒழுங்கு, தூய்மை ஆகியவை இவர்களுக்கு வாழ்வின் ஜீவ அம்சங்களாகும். இவர்கள் வாழ்வின் எல்லாப் பகுதிகளிலிருந்தும் கச்சிதத்தன்மையை எதிர்பார்ப்பார்கள். அமெரிக்க சிறுகதை எழுத்தாளரான Dorothy Parker ஒரு பேட்டியில் இவ்வாறு கூறினார்: "ஒரு கதையை எழுதுவதற்கு ஆறு மாதம் எடுத்துக் கொள்கிறேன். மனதில் உருவாக்கிய பிறகு வாக்கியம் வாக்கியமாக எழுதுகிறேன். முதல் பிரதி கிடையாது. ஐந்து வார்த்தைகளை என்னால் எழுத முடியாவிட்டாலும் ஏழு வார்த்தைகளைத் திருத்த முடியும்." Obssessive மனநிலை கொண்ட எழுத்தாளர் ஒழுங்குக்கும் கச்சிதத்தன்மைக்கும் அபரிமிதமான முக்கியத்துவம் தருவது Dorothy Parker இடம் வெளிப்படுகிறது. கச்சிதத்தன்மை பற்றிய ஓய்வற்ற சிந்தனை எந்தக் கட்டத்தில் மனநோயாக மாறுகிறது என்று துல்லியமாகச் சொல்வதற்கு இயலாது. இருப்பினும்

முழுமையான, பரிசுத்த வாக்கியத்தை அடித்தலும் திருத்தலும் இல்லாமல் ஒரே மூச்சில் எழுத முற்படுகையில் எழுதவே முடியாமல் கூட போகலாம். ஆல்பர் காமுவின் The Plague நாவலில் இது போன்ற ஒரு பாத்திரம் வருகிறது.

ஒரு விஷயம் சரியாகத்தான் செய்யப்பட்டிருக்கிறதா என மீண்டும் மீண்டும் சோதித்துக் கொள்வதென்பது அதைச் செய்பவருக்கே அவசியமற்றது என்று தோன்றும்போதுதான் அது நோய்க்கூறுநிலை (Syndrome) ஆகிறது. குறிப்பிட்ட சடங்கு நடத்தப்படவில்லை என்றால் சம்பந்தப்பட்ட நபர் பெரும் பதற்றத்துக்கு ஆட்படுகிறார். துணிகள் உற்பத்தி செய்யும் ஆலையின் சொந்தக்காரர் அந்த நாளின் பணிகள் முடிந்து வீடு திரும்புகையில் தன் ஆலை தீப்பிடித்துவிட்டதோ என்ற பீதியில் மறுபடியும் ஆலைக்கு வந்து நிச்சயப்படுத்திக் கொண்டு செல் லும் பொழுது அவர் Obssessive Disorder உள்ளவராகிறார். குழந்தைகள், மதவாதிகள், மனநோயாளிகள் தீவிரமான சடங்குக்காரர்கள் என்று வகைப்படுத்தி Sigmund Freud ஒரு ஆய்வுக் கட்டுரையில் குறிப்பிட்டிருக்கிறார். ஆக்கரமிப்புத்தன்மை மிகுந்த சடங்கு களினால் கலைஞர்கள் படைப்பு பயனையே அடைந்திருக் கின்றனர். பல கலைஞர்கள் Obssessional நடத்தைகள் கொண்டவர்களாக இருந்திருக்கின்றனர் என்பது அவர்களின் வாழ்க்கைச்சரிதங்களில் இருந்து தெரிய வருகிறது. நவீன ரஷ்ய சாகித்யகர்த்தாவான Igor Stravinsky யின் வாழ்க்கைச் சரித்திரத்தை எழுதிய Eric Water White ஸ்ட்ராவின்ஸ்கியின் எழுதும் அறையின் தூய்மை அப்பழுக்கற்ற, மகோன்னதமாக, ஒரு அறுவை சிகிச்சை மருத்துவரின் மேஜையைப் போல இருந்தது என்று குறிப்பிடுகிறார். சாகித்யம் எழுதுவதற்கான நான்கு ரூல் போட்ட காகிதங்கள் வரிசையாக அடுக்கப்பட்டிருந்தன. ரூல் தடிகள், பேனாக்கத்திகள், அழிப்பதற்கு வேண்டிய ரப்பர்கள் அதனதன் இடத்தில் வைக்கப்பட்டிருந்தன. குறிப்புகள் எழுத நீல நிற மை, சாகித்யம் எழுத பச்சை நிற மை, தலைப்பு எழுத வேறு இரண்டு விதமான கறுப்பு மைகள். ஸ்ட்ராவின்ஸ்கி சாகித்யங்கள் எழுதிய தாள்களைப் பார்க்கிறவர்களுக்கு அவற்றின் அடித்தல் திருத்தல் இல்லாத மகா சுத்தம் பிரமிப்பூட்டும். மனித சாத்தியத்தியத்திற்கு அப்பாற்பட்டது போலத் தெரியும் என்கிறார் E. W. White

தனது 37வது வயதில் சாகித்யம் எழுதுவதில் இருந்து ஓய்வு பெற்ற Rossini யும் ஒரு Obssessional ஆன சடங்குக்காராக இருந்தி ருக்கிறார். இத்தாலிய இசைக்கலைஞரான ரோசினியின் இசை நடை 18ஆம் நூற்றாண்டு சங்கீதத்தை பின்பற்றியது. அவர் காலத்திய ரொமாண்டிக் நடையை பின்பற்றவில்லை. மிகச் சிறந்த ஓபராக்களை (Opera) எழுதிய ரோசினியின் பிரசித்த

மான சாகித்யம் William Tell. ரோசினியின் அறையின் அதீத ஒழுங்கை பற்றி வியப்புறக் கேட்ட ஓவிய நண்பர் De Sanetisக்கு ரோசினி அளித்த பதில் "Eh, my dear fellow, Order is Wealth." ரோசினியும் ஸ்ட்ராவின்ஸ்கியும் அமைத்துக் கொண்ட அதீத ஒழுங்கும், தூய்மையும் அவர்கள் தங்களுக்குள்ளாக இசையில் ஏற்படுத்த விரும்பிய ஒழுங்குக்குத் தளமாக இருந்தின்றன. அல்லது அவரவர்களின் மன உலகில் எந்த ஒழுங்கினைப் பின்பற்றினார்களோ அதையே தாம் வாழும் இடங்களிலும் விரும்பினார்கள் என்றும் கூற முடியும்.

நார்வே நாடகாசிரியரான ஹென்ரிக் இப்ஸன் Obssessional வகைப்பட்ட மனிதர்களிடம் காணப்படும் சகல அறிகுறிகளையும் கொண்டிருந்தார் என்று தெரிகிறது. இப்ஸனின் வாழ்க்கையை எழுதிய Michael Meyer ன் கூற்றுப்படி அவர் உடை அணிந்து கொள்ள அதிகபட்ச நேரம் எடுத்துக் கொண்டார். தெருவில் நடக்கும் பொழுது கடந்து செல்லும் வாகனங்களால் தெரித்துப் படியும் சேற்றினைத் தவிர்க்க வேண்டி வேலிச் செடிகளின் பின்புறம் பதுங்கிக் கொள்வார். அவர் அமர்ந்து எழுதும் அறையின் தூய்மை அப்பழுக்கற்றதாக இருக்கும். ஒழுங்கு, கிரமம், சுத்தம் மீதாக அவருக்கு இருந்த ஈடுபாடு அலாதியானது. அவருடைய கைப்பிரதிகளில் அடித்துத் திருத்தி எழுதுவார். ஆனால் இப்ஸனின் வெளியீட்டாளர்களுக்கு அனுப்பப்படும் இறுதிப் பிரதி மிகவும் தூய்மையாய் இருக்கும். நேரம் தவறி வருபவர்களைப் பொருத்துக் கொள்ளாத அவர் ரயில் நிலையங்களுக்கு குறிப்பிட்ட நேரத்திற்கு முன்னதாகவே சென்றுவிடும் வழக்கம் உள்ளவர். பணத்தைக் கையாள்வதிலும் கணக்கு வைப்பதிலும் மிகவும் கறாரான ஆளாக இருந்திருக்கிறார். அவரது ஆளுமை அவருக்குப் போட்டிருந்த கடுமையான கட்டுக்களில் இருந்து தப்பிக்க அவரது நாடகங்களை எழுதினார் என்று சொல்லலாம்.

மனத்தொய்வு (Depression), மனவிரிசல்கள் (Schizophrenia), ஏக சிந்தனையின் ஆட்சிக்கு ஆட்படுதல் (Obssession) இவற்றால் பாதிக்கப்பட்டவர்கள் ஒரு உள்உலகத்தினை உருவாக்கி அந்த உலகின் மூலமாக யதார்த்த உலகிற்கு ஒரு பாலத்தொடர்பினை ஏற்படுத்துகின்றனர். உள்மனப் போராட்டங்களை திசைப் படுத்துவதற்கான வழிமுறையாக படைப்பு ஒன்றுதான் இருக்கிறது என்று கூறிவிட முடியாது. அளவுக்கு மிஞ்சிய Manic சக்தியை வியாபாரத்தில் ஈடுபடுத்தி பணம் பெருக்குவதில் ஒருவர் பயன்படுத்தலாம். மனவிரிசல்கள் உள்ளவர் தன் விபரீதமான கனவுகளை யாரிடமும் பகிர்ந்து விடாமல் தனிமைவாதி ஆகலாம். ஒரு Obssession நபர் வங்கியில் கணக்காளராக ஆகி தனது பிசகாத

தன்மையை நாட்டலாம். ஆனால் இவர்களின் காரியங்கள் எதிலும் தனித்துவம் இருக்க வாய்ப்பில்லை. புத்தம் புதுத்தன்மை அவற்றில் பரிணமிக்காது.

படைப்பளார்களாக இல்லாத மனநோயாளிகளுக்கும், நோய்க்கூறுகள் தென்படும் ஆளுமைமிக்க படைப்பாளர் களுக்குமிடையே உள்ள வித்தியாசங்களை தெளிவாக அறிந்து கொள்ள வேண்டும். மனநோய்க்கூறுகளினால் ஏற்படும் உந்தல்கள், உள்வயமான மறுப்புகள், வக்கிரங்கள் ஆகியவற்றை அனுசரித்து ஒழுங்கமைக்க, பிரக்ஞை ரீதியான சக்தி கலைஞர்களிடம் இயங்குகிறது. மனிதன் சர்வ சலனங்களையும் நிறுத்தி இசைத்து, நடத்திச் செல்லும் ஆக்கப்பகுதி அவர்களிடம் உண்டு. இது ஈகோ வலிமை (ego strength) என்று அழைக்கப்படுகிறது. தனித்துத் தெரியும்படியான பிரத்யேகமான முனைப்பின் உணர்ச்சிகளால் கலைஞர்கள் ஆளப்படுவது மட்டுமின்றி அளவற்ற ஒரு இருப்புக்குள் வைக்கும் மேலான சக்தியையும் தம்மிடம் கொண்டுள்ளனர் என்கிறார் லிக்மண்ட் பிராய்டின் சரித்திரத்தை எழுதிய Ernest Jones. இதையே "Intactness of the ego" என்கிறார் Kris. ஒன்றுக்கொன்று எதிர்ப்பட்டும் முரண்பட்டும் நிற்கிற வாழ்வின் அம்சங்களை பற்றிய ஆழ்ந்த பிரக்ஞை எப்போதும் படைப்பாளனிடம் நீங்காதிருக்கிறது.

படைப்பாற்றல் bisexual தன்மை உடையது என்று கூறுபவர்களும் மனோவியல் அறிஞர்கள்தான். ஆணின் குணங்களையும் பெண்ணின் குணங்களையும் ஒரு சேரப் பார்க்கவேண்டுமனால் அது படைப்பாளனிடத்தில்தான் முடியும். இயக்கவியல் மனஅறிஞர்கள் கருத்துப்படி பெண்கள் ஆணின் மனதில் உள்ள பெண்தன்மையை, மென்மையை, மிருதுவை ஞாபகப்படுத்தும் போதே ஆணின் நினைவிலி (Unconscious)யையும் ஞாபகமூட்டுகின்றனர். தனது நினைவிலியை கட்டுப்பாட்டில் வைக்க யத்தனிக்கும் ஆண், பெண்ணையும் கட்டுப்படுத்த விரும்புகிறான். காரணம் அவனது பலவீனமான ஒரு பக்கத்தை பெண்கள் நினைவூட்டியபடி இருக்கின்றனர். கார்ல் யூங் (Carl Jung) சொல்வது போல ஒரு ஆண் தனக்குள் இருக்கும் பெண்தன்மையை அறிந்துக் கொண்டு அதற்கான அங்கீகாரத்தையும் இருப்பினையும் அளிக்கும்போதுதான் அவனால் நிஜவாழ்க்கையில் உள்ள பெண்களை சரியாக நடத்த முடியும். மோதிக்கொள்ளும் எதிரெதிர் நிலைகளை ஒருங்கிணைக்கும் செயல் பெரும்பாலும் படைப்பாக்கத்தில் மட்டுமே நடக்கிறது. எதிரிடைகளைப் பற்றிய பிரக்ஞைமிக்க ஆங்கில நாவலாசிரியை Emily Bronte அவரது Wulthering Hieghts எனும் நாவலில் Heathcliff என்கிற இருண்ட மனம் கொண்ட,

அசுரத்தனமான, வஞ்சம் தீர்ப்பதில் பிடிவாதமான ஒரு பாத்திரத்தை படைத்திருக்கிறார். Italo Calvino வின் Adventures of a Swimmer, Garcia Marques இன். I came to use the Phone, Milan Kundera வின் Hitchhiking Game போன்ற சிறுகதைகளில் வரும் பெண்களின் ஆழ்ந்த மன ஓட்டங்களை அபாரமான புரிந்துகொள்ளலுடன் ஆண் எழுத்தாளர்கள் சித்தரித் துள்ளனர். விக்டோரிய பெண் நாவலாசிரியரான George Eliot தன் நாவலான Silas Marner இன் மையகதாப்பாத்திரமான Silas Marner மனித வெறுப்பாளனாக எப்படி மாறுகிறான் என்பதை நுணுக்கமாகப் பதிவு செய்துள்ளார். நண்பர்களை வெறுத்து, மதத்தை நிராகரித்து, கடவுளை மறுத்து, குடும்ப அமைப்பை தூக்கி எறிந்து விட்டு தனிமையாளாக மாறுவதை அடுத்தடுத்தக் கட்டங்களில் படைத்திருக்கிறார்.

படைப்பாக்கத்தின் இருபால் பண்புகள் ஒன்றாய் இணைந்த தன்மை குறித்து மேலும் சில வரிகள். இருபதாம் நூற்றாண்டின் மத்தியில் யூதர்களுக்கு எதிராக பயன்படுத்தப்பட்ட யூத சிந்தனை யாளர் Otto weininger. நடத்தைமுறை மனோவியல் (Behaviourial Psychology) ஆகியவற்றில் மிகுந்த ஈடுபாடு கொண்டிருந்தவர். அவரின் புத்தகமான Sex and Character இல் பிரதானமாக சர்ச்சிக்கப்படுவது ஆணுக்கும் பெண்ணுக்கும் இடையிலான ஒற்றுமைகளும் வேற்றுமைகளும். ஆணும் பெண்ணும் தனித்தனியான உயிரியல் இருப்புகளாக இருந்தபோதிலும் ஆணில் பெண்ணும் பெண்ணில் ஆணும் கலந்தே இருக்கின்றனர் என்பது Weininger ன் வாதம். தன து 23 வது வயதில் துப்பாக்கியால் சுட்டுக்கொண்டு தற்கொலை செய்து கொண்ட weininger. இன் சர்ச்சைகளை மேலும் இங்கு விவரிக்க இயலாது. இருந்தபேதிலும் இந்த நூற்றாண்டின் தலை சிறந்த லாஜிக்கல் பாசிடிவிச (Logical Positivism) தத்துவவாதியான Wittgenstein ஐ weiningerஇன் Sex and Character என்ற புத்தகம் மிகவும் பாதித்தது என்பதை குறிப்பிட வேண்டும்.

பதற்றத்தை பொறுத்துக் கொள்ளும் தன்மையும் புறயதார்த்தம் குறித்தான கெட்டியான பிடிப்புத்தன்மையும் ஈகோ வலிமையின் பிற அம்சங்கள். ஈகோ வலிமை வெறும் மனநோயாளிகளிடம் மிகக் குறைவாகக் காணப்படுகிறது.

படைப்பு மேதமைக்கும் பைத்தியத்திற்கும் பொதுவான சில அறிகுறிகள் உள்ளன. இப்படிப்பட்ட விநோத மனநிலைகளில் தோன்றும் அழகியல் கோணங்களை புத்திக்கட்டுப்பாட்டில் உள்ள சாதாரண மனிதர்களால் பகிர்ந்துக் கொள்ள முடிவதில்லை. புரிந்து கொள்ளவும் முடிவதில்லை. படைப்புக்கான உருவாக்கத் தூண்டுதல் (Inspiration) வேறு சக்தியாலும், காரணி களாலும் கட்டுப்படுத்தப்படுவதாக பல படைப்பாளர்களுக்கு

தோன்றி இருக்கிறது. Otto Feninchel தன் Psychoanalytic Theory of Neurosis (1947) என்ற நூலில் எழுதியிருக்கிறார்:

"ஆளுமையின் மீது, இனம் தெரியாத தோற்றுவாயிலிருந்து ஏதோ ஒன்று உடைந்து வந்து மோதுவது போன்ற மனப்பதிவு உண்டாகிறது. இந்த ஏதோ ஒன்று ஆளுமையின் நீடிப்புத் தொடர்ச்சியை இடையூறு செய்கிறது. இது பிரக்ஞைபூர்வமான மனவிருப்பத்தின் பிராந்தியத்திற்கு வெளியில் இருப்பதாகிறது."

படைப்பாளர்கள் மற்றும் நோயாளிகளின் மனம் ஒன்றுக்கும் மேற்பட்ட "பிரிவுபட்ட சுயங்களாய்"(Divided Selves) இருக்கிற தென்று கூறினார் R.D.Laing. சாதாரண புத்திக்கட்டுப்பாட்டில் உள்ளவர்களுக்கும் மனம் உடைபட்டிருக்கும்தான். சாதாரண மனிதன் புறஉலகத்திற்கு அவனை வெளிப்படுத்தும் மேலோட்டமான முன்புற ஆளுமையை அவனுடைய முழுசுயத்துடன் (Total Self) ஒன்றாக்கிப் பார்க்கிறான். அவனுக்குள் இருக்கும் பிளவுகளை அவன் உணர்வதில்லை.

படைப்பு சக்தி வேறு ஒரு நன்மையையும் படைப்பளானுக்குச் செய்கிறது. மனநோயாளியாக சீரழிந்து விடுவதைத் தடுக்கிறது அது. Experimental Psychologyயில் இந்த கருதுகோளுக்கு நிறை நிரூபணங்கள் இருக்கின்றன. சாதாரண மனிதனை விட அதிக மனநோய்க் கூறுகளை வெளிப்படுத்திய போதிலும் அவற்றைக் கட்டுப்படுத்திக் கொள்ளும் சக்தியை படைப்பாளன் தனக்குள் கொண்டிருக்கிறான். மனத் தொய்வினால் பாதிக்கப்படுபவர்கள் தம் மனமே வெறிச்சோடிப் போய்விட்ட உணர்வு கொள்கின்றனர். அவர்களது சுயமதிப்பீடு (Self-esteem) மிகவும் குறைந்து போய்விடுகிறது. சுய மதிப்பீடு குறைகையில் அதனை உயர்த்திக் கொள்ளத் தேவையான மனஆதாரங்கள் (Sources) இவர்களிடம் இருப்பதில்லை. கணவன் மனைவிக்கு இடையில் சச்சரவுகள் காரணமாக மீளுதலற்ற மனச்சஞ்சலத்தில் ஒருவர் மூழ்கிவிட வாய்ப்பிருக்கிறது. இச்சமயங்களில் குறிப்பிட்ட நிலைமைகளைத் தவிர்க்கவே பெரும்பாலோனோர் விரும்புகின்றனர். சோகத்திலிருந்தும் சஞ்சலத்திலிருந்தும் தப்பிப்பதற்கு புறவயமான ஏற்புகளும் ஆறுதல்களும் அவசியமாகின்றன.

மனிதனின் இலக்குகளில் Pleasure Principleதான் தலையாயது என்றார் ஸிக்மண்ட் ஃப்ராய்ட். குழந்தைப் பருவத்திலிருந்தே மனிதன் உடலுக்கும் மனதிற்கும் இன்பமூட்டும் காரியங்களையே நாடுகிறான் என்று தெரிவித்தார். இது(Will to pleasure) ''இன்பத்திற்கான விழைவு'' என்று அழைக்கப்படுகிறது. ஃபிராய்டின் சக ஆய்வாளரான Alfred Adler, ஃபிராய்டின்

கருத்தை மறுத்தார். மனதனின் உந்துவிழைவுகளிலேயே பிரதான மாக இருப்பது சக்தி ஆதாரம் என்பது Adler இன் வாதம். ஆனால் அதிகாரத்திற்கான விழைவு (Will to Power) கொள்கையை எல்லா மனதர்களுக்கும் பொதுப்படுத்தி பொருத்திச் சொல்வது கடினம். ஃபிராய்டுக்குப் பிற்பட்ட (Post-Freudians) மனோவியல் அறிஞர்கள் மனிதனை உந்தும் கொள்கை பற்றி மறுபரிசீலனை செய்து "அர்த்தத்திற்கான விழைவு" (Will to Meaning) என்ற புதிய கொள்கையை முன் வைத்தனர். Ernst Frankl போன்ற எக்ஸிஸ்டென்ஷியலிச மனோவியல் அறிஞர்களும் அர்த்தத்திற்கான விழைவே பொது மனித சமுதாயத்திற்கும், அதிலும் குறிப்பாக இரண்டாவது உலகப் போரையும் சித்ரவதை முகாம்களையும் தாண்டி வந்திருக்கிற மனிதர்களுக்கும் பொருந்தும்படியாக இருக்கிறது என்கின்றனர்.

வாழ்தலின் சந்தோஷத்தையும் அர்த்தத்தையும் கண்டுபிடித்துக் கொள்ள சாதாரண மனிதர்களுக்கு புறஉறவுகள் (Object-Relations) அவசியமாகின்றன. சக மனிதர்களுடன் ஒருவர் "எல்லோருடனும் ஒருவனாக'' அடையாளம் காண்பதே Object-Relations ஆகும். ஆனால் ஸ்கிஸாய்ட் நபருக்கு புற உறவுகள் ஏற்புடையதாய் இருப்பதில்லை. வாழ்வின் அர்த்தமிழந்த தன்மையிலிருந்து தப்பிக்க மனித உறவுகளால் ஏற்படும் சந்தோஷத்தை ஒப்புக் கொள்ளாமல் படைப்பின் வழியாக கிடைக்கும் நிறைவை விரும்புகிறார் அவர். சாதாரண மனிதனின் பரஸ்பர உறவுகளை ஸ்கிஸாய்ட் நபர் நம்பத் தகுதியற்றது என எண்ணுகிறார். உள்மன யதார்த்தம் புறஉலகின் யதார்த்தத்தை விட உயர்வானதென ஸ்கிஸாய்ட் நபர் கருதுவதுதான் இதற்குக் காரணம்.

ஸ்கிஸாய்ட் நபரின் உள்மன உலகத்தினை ஏற்றுக் கொள்ளாத சகஜ உலகத்து மனிதர்கள், அதையே அவர் கலகப் படைப்பாக வடிவமாற்றம் செய்து அளிக்கும் பொழுது ஏற்றுக் கொள்கின்றனர். படைப்பாளர்களுக்கு, குறிப்பாக ஸ்கிஸாய்டாக இருப்போருக்கு படைப்பு உருவாகும் போது சந்தோஷம் உண்டாகிறது. புற உலகத்துடன் நேரடியான செய்திப்பரிவர்த்தனை செய்ய விருப்பமில்லாத ஸ்கிஸாய்ட் படைப்பாளிக்கு படைப்பானது மறைமுகமான செய்திப் பரிமாற்றமாக அமைவதால் பிறரை விட அவர்தான் உயர்வானவர் என்ற எண்ணம் அவருக்குக் கிடைக்கிறது. வின்சென்ட் வான்கோ (Vincent Vangogh)வை தனிப்பட்ட நபராக ஏற்க முடியாதவர்களும் கூட வான்கோவின் பைத்தியத்தை மிஞ்சி விகசித்த ஓவியங்களுடன் தங்களைப் பிணைத்துக் கொண்டனர். வான்கோவின் பதற்றமான நடத்தை முறைகள் அவருடன் வாழ்ந்தவர்களுக்கு சகித்துக் கொள்ள முடியாமல் போயிருக்கின்றன.

புராட்டஸ்டன்ட் பாதிரியாரின் மகனாக 1853 ஆம் ஆண்டு

பிறந்த வின்சென்ட் வான்கோ 21ஆம் வயதில் ஓவியம் தீட்ட ஆரம்பித்தார். 1889ஆம் ஆண்டு தன்னைத் தானே சுட்டுக் கொண்டு தற்கொலை செய்து கொண்டார். அவருடைய முழுவாழ்க்கையையும் மனக்கொந்தளிப்பிலும் பைத்தியத்தின் விளிம்பிலும் வாழ்ந்தவர். மிகச்சிறந்த கடிதங்களை எழுதுபவரா கவும் அறியப்பட்டிருந்தார். ஆயினும் அவருடைய முழுமை யான ஆளுமை ஓவியம் தீட்டுவதில்தான் வெளிப்பாடு கண்டது. உடனிருந்து வாழ்வதற்கு உகந்த மனிதர் என்று வான்கோவைச் சொல்லமுடியாது. ஓய்வற்ற பதற்றத்தின் காரணமாக ஓரிடத்தில் நிலையாகத் தங்குதல் கொண்டிராதவர். 16ஆம் வயதில் ஆர்ட் காலரி ஒன்றில் வேலை பார்த்தார். நான்கு வருடங்களுக்குப் பின் லண்டனுக்குச் சென்றவர் பெண் ஒருத்தியைக் காதலித்து மனம் முறிந்து போனார். லண்டனிலிருந்து ஹாலந்துக்கு வந்தார். ஒரு வருடம் கூட அவரால் வீட்டில் இருக்க முடியவில்லை. மீண்டும் லண்டன் திரும்பியவுடன் மற்றொரு காதல் தோல்வி. அதற்கடுத்து பாரிசுக்குச் சென்று பைபிள் விளக்கங்கள் கொடுத்துக் கொண்டிருந்தார்.

பெல்ஜியம் நகரத்து நிலக்கரித் தொழிலாளர்களிடம் பிரச்-சாரகராகப் பணிபுரிந்தார். இத்தனை மனமுறிவுகளுக்கும் ஏமாற்றங்களுக்கும் பின்னரே ஓவியம் தீட்டுவதில் தீவிரமாக ஈடுபட்டார். இந்தக் கட்டத்தில் வான்கோ, கர்ப்பமாக இருந்த ஒரு வேசியை முன் அறிவிப்பின்றி அறைக்குக் கூட்டி வந்து விட, இதனால் அதிர்ச்சி அடைந்த நண்பர்கள் அவரைக் கைவிட்டனர். அந்தப் பெண்ணும் வான்கோவை கைவிட்டுச் சென்றாள். ஆனால் அப்போது அவருடைய மனநிலைச் சரிவுகளை சமன்படுத்த ஓவியம் இருந்தது. பாரிசில் இருக்கும் போது இம்ப்ரஷனிச ஓவியர்களின் உத்திகளில் வான்கோ நிறையக் கற்றுக் கொண்டார். வான்கோவின் இளைய சகோதரன் தியோ அவர் ஓவியம் தீட்டியபொழுது கான்வாசுக்குப் பணம் அனுப்பியும், இடையிடையே மனநோய் விடுதிகளில் தங்கியபொழுது ஆறுதலான கடிதங்கள் எழுதியும் உதவினார். தியோவால்கூட முரட்டு மேதையான வான்கோவைப் பொறுத்துக் கொள்ள முடியவில்லை.

ஒருவித சிதைத்தல் உத்தியைப் பயன்படுத்தி மரங்களும், கோதுமை வயல்களும், நட்சத்திரங்களும், காற்றாலைகளும் வான்நோக்கி நடுங்கும் ஜ்வாலைகளாக எரியும்படி தெரியச் செய்தார் வான்கோ. நிச்சலன வாழ்க்கைப் பொருள்களை (Still Life) தீட்டுவதிலும், போர்ட்ரெய்ட்டுகள் தீட்டுவதிலும் தனித்துவம் காட்டினார். வான்கோவின் Yellow Chair மற்றொரு முக்கிய இம்பரஷனிஸ்டான Gauguinனிடமிருந்து பாராட்டுப்

பெற்றது. நாற்பது வருடங்கள், (1853-1889) வாழ்ந்த போதிலும் அவர் தன்னை ஓவியனாக உணர்ந்து கொண்டது கடைசி எட்டு ஆண்டுகளில்தான்.◎

ஃபிரான்ஸ் காஃப்கா

France Kafka (1883-1924)

பிரான்ஸ் காஃப்காவின் பெயர் ஆஸ்திரிய-ஐரோப்பிய நவீனத்துவத்தில், குறிப்பாக நாவல் இலக்கியத்தில் ஸ்திரமாக நிலைபெற்றிருக்கிறது. ராபர்ட் மியூசில், தாமஸ் மன், ஸ்ஃடெபன் ஸ்வெய்க், ஹெர்மன் ப்ரோக் ஆகிய எழுத்தாளர்களுக்கு மத்தியில் காஃப்காவின் எழுத்து தனித்து தெரிகிறது. நீட்ஷேவுக்குப் பிறகு வந்த எழுத்தாளர்களில்-குறிப்பாக புனைகதை எழுதியவர்களில்-தனித்த இடத்தைப் பெறக்கூடியவராக இருப்பவர் ஃபிரான்ஸ் காஃப்கா. காஃப்காவின் நம்பிக்கை இழப்பை மட்டும் இங்கு நாம் தனிப்படுத்திச் சொல்லவில்லை. காஃப்காவின் வாழ்வியல் பார்வை அவரது நாவல்களிலும் சிறுகதைகளிலும் வெளிப்படும் விதம் பீதிக் கனவுத்தன்மையானது. பொறுத்துக் கொள்ளமுடியாத மனிதச் சூழ்நிலைகளை உருவாக்கி

அதில் வாசகனைச் சிக்கவைப்பவர் காஃப்கா. ஷோப்பன்ஹவர் மற்றும் நீட்ஷே ஆகிய ஜெர்மானிய தத்துவவாதிகள் அவர் மீது தனித்த ஆளுமை செலுத்தியிருக்கின்றனர். ஆனால் காஃப்கா அதிகம் சுயசரிதைத்தன்மை உடைய புதினங்களை விரும்பிப் படித்தார். இந்தப் பட்டியலில் வருபவர்கள் Goethe, Dostoyevsky, August Strindberg, Grillparzer, Kleist மற்றும் Kierkegaard ஆவர். ஸெக் நாவலாசிரியரான Knut Hamsen இன் நூல்கள் மீது காஃப்காவுக்கு தனிப்பட்ட விருப்பம் இருந்தது.

ஃபிரான்ஸ் காஃப்காவின் பிரதான படைப்புகள் எதுவும் அவருடைய இறப்புவரை வாசகர்களுக்குக் கிடைக்கவில்லை. அவருடைய ஆரம்ப கதைகளான The Judgement *(1912)*, Metamorphosis *(1916)*, In the Penal Colony *(1919)* மூன்றினையும் Punishments என்ற தலைப்பில் அவர் வாழ்நாளுக்குள் ஒரு தொகுதியாக ஆக்கிப்பார்க்க விரும்பினார். ஆனால் விருப்பம் நிறைவேறவில்லை. அவருக்குப் புகழ் தேடித்தந்த The Trial மற்றும் The Castle ஆகிய நாவல்கள் அவர் இறந்த பிறகே நூல் வடிவம் பெற்றன. தனது நண்பரும் இலக்கியவாதியுமான Max Brod என்பவரிடம் காஃப்கா எழுதிய எல்லா சிறுகதை, நாவல்கள் மற்றும் அனைத்துக் கையெழுத்துப் பிரதிகளையும் தீயிட்டு எரித்துவிட வேண்டும் என்கிற கடைசி விருப்பத்தினை தெரிவித்துச் சென்றார். 1921ல் காஃப்கா எழுதிய உயிலிலும் இதை அழுத்தமாக எழுதி யிருக்கிறார். Max Brod அவரது நண்பரின் கடைசி விருப்பத்தைப் பூர்த்தி செய்திருந்தால் இன்று எவருக்கும் காஃப்கா என்ற முதல்தர நவீனத்துவ எழுத்தாளனைத் தெரியாமலேயே போயிருக்கும். அவரே குறிப்பிட்டது போல இந்த வாழ்க்கையை "borderland between loneliness and fellowship" என்ற அளவிலேயே வாழ்ந்துவிட்டுப் போன காஃப்கா இலக்கியத்தை ஒரு நிறுவனமாகப் பார்க்க விரும்பவில்லை. அவர் அந்தக் கருத்தை நம்ப மறுத்தார்.

இந்த வாழ்உலகினை மீறிச் சென்றுவிட வேண்டுமென்ற மனிதனின் அடக்க முடியாத ஆன்மீகத் தூண்டல் காஃப்காவின் எழுத்துக்களில் காணப்படுகிறது. பெரும்பாலோரால் ஏற்றுக் கொள்ளப்பட்ட, மதவியல் தேடல்களை நோக்கிப் பயணங்களை மேற்கொள்பவர்கள் போல காஃப்காவின் பாத்திரங்கள் தோன்றினாலும் கூட 'ஆஸ்திரிய மனதின் நோயுற்றதன்மை'யையும் 'ஆன்மீகக் குழப்பத்தையும்' வெளிக்காட்டுபவர்களாகவும் இருக்கின்றனர். விசாரணை என்கிற தாட்சண்ய மற்ற செயல்பாடு பெரும்பான்மையான சமயங்களில் முக்கிய கதாபாத்திரங்களை மௌனமாக்குவதற்கே பயன்பட்டது. காஃப்காவின் The Trial நாவலில் வரும் Joseph.K இதற்கு ஒரு எடுத்துக் காட்டு. பிற நாவலாசிரியர்களான Musil, Schnitzler, Broch ஆகியோர்

சமூகத்தின் கூட்டு நோய்க்கூற்றுத் தன்மையை குவிமையப்படுத்த விரும்பியபோது காஃப்கா ஒரு தனிநபரிடம் இத்தன்மை இயங்கும் விதத்தை மிகுந்த உக்கிரத்துடன் தனது நாவல்களில் பதிவு செய்தார்.

காஃப்கா எழுதியவற்றிலேயே America *(1927)* என்ற நாவல் மாத்திரம் வெளிச்சம் நிரம்பியதாயும், மகிழ்ச்சி நிரம்பியதாயும் இருக்கிறது. காரணம் இதில் தனிநபரை வதைக்க வரும் நிறுவனங்களின் பிரதிநிதிகள் இடம் பெறுவதில்லை. மேலும் முதல் இரண்டு நாவல்களின் (விசாரணை, கோட்டை) இடம்பெறும் நாயகர்களின் பெயர்களுக்குப் பதிலாக சுருக்கப்பட்ட முதல் எழுத்துக்களே பெயர்களாய்த் தரப்பட்டுள்ளன. இதற்கு மாறாக 'அமெரிக்கா' நாவலில் வரும் நாயகனின் பெயர் Karl Rossman.

ஒரு ஆன்மீகத் தேடலில் ஈடுபடக்கூடிய அருகதை மனிதனுக்கு உண்டா என்ற கேள்வியையும் காஃப்காவின் நாயகர்கள் எழுப்பத்தான் செய்கின்றனர். மனிதத்தோல்வியும் மனித நிராசையும் காஃப்காவின் கதைகளிலும் நாவல்களிலும் சகஜ மாகக் காணப்படுபவை. வாழ்தலின் பயங்கரங்களை மிக எளிமையான மொழியில் மிகவும் பரிச்சயமான சூழ்நிலைகளில் சாதாரண நபர்களைக் கொண்டு காஃப்கா சித்தரிக்கிறார். நிறுவனங்களிடமிருந்து இவர்கள் அந்நியமாகிப் போவது மட்டுமன்றி, அவை இயங்கும் விதத்தினை எந்த அறிவார்த்தக் கருவிகளைக் கொண்டும் இந்தக் கதாபாத்திரங்களால் புரிந்து கொள்ளவும் முடிவதில்லை. வாழ்வின் நச்சரிப்பும், இருத்தல் பற்றிய அர்த்தக்குழப்பங்களும் நெட்டித் தள்ளும்போது இவர்களில் சிலர் (கிரெகர் ஸாம்ஸாவைப் போல) திடீரென்று ஒரு நாள் காலையில் பூச்சியாக மாறிவிடுகின்றனர்.

ஃபிரான்ஸ் காஃப்கா 1883ஆம் ஆண்டு ஜூலை மாதம் 3ஆம் தேதி ப்ராக் நகரில் ஒரு நடுத்தர யூதக் குடும்பத்தில் பிறந்தார். சட்டம் படித்துப் பட்டம் பெற்று பல ஆண்டுகள் (அவரது காச நோய் முற்றிய நிலையில் அவர் வேலையை விட வேண்டி வந்தது) Workers Accident Insurance Companyயில் தொடர்ந்து பணியாற்றினார். ஆனால் அவரது நிஜமான விருப்பம் எழுதுவதற்காக கூடுதலான நேரத்தை கண்டுபிடித்துக் கொள்வதற்காகவோ அல்லது உண்டாக்கிக் கொள்வதற்காகவோ இருந்தது. ஒரு வேலையில் இருந்து பணம் சம்பாதித்தல்-என்பது போன்ற புறவயமான கட்டாயங்கள் மிக அகவயமான எழுதுதலுடன் முரண்பட்டு ஒருவித முடிவற்ற மன உளைச்சலை காஃப்காவுக்கு உண்டாக்கின. இந்த முரண்பாடுகளுக்கிடையிலும், பிறகு அவருக்கு ஏற்பட்ட காசநோயின் துன்புறுத்தல்களுக்கு இடையிலும்தான் அவரது

எழுத்துச் சாதனைகளை அவர் மேற்கொள்ள வேண்டியிருந்தது. இதைவிடக் கடுமையான முரண்பாடாய் இருந்தது காஃப்காவின் தந்தைக்கு இலக்கியத்தின் மீதும் எழுத்தின் மீதும் இருந்த வெறுப்பு. மிக வெளிப்படையாகவே காஃப்காவின் தந்தை, காஃப்கா எழுதக் கூடாது என்று தடை விதித்தார். ஒரு முறை அவர் காஃப்காவை ஒரு 'பூச்சி' என்று வைதுவிட்டார். இதன் விளைவாக, ஒரு மௌன எதிர்வினையாக உருவானதுதான் காஃப்காவின் Metamorphosis என்று கருதுபவர்களும் உண்டு.(Franz Kuna : Vienna and Prague 1890-1928)

அக மற்றும் புறஉலக முரண்பாடுகளுடன் வாழ்வில் ஈடுபடும் கலைஞர்களுக்கு, இருத்தலின் சிதைமானம் மிக நெருக்கமான அர்த்தத்துடன் புரிந்து விடுகிறது. காஃப்காவின் புதினம் சாராத எழுத்துக்களும் அவருடைய நாவல்கள் அளவுக்கே முக்கியத்துவம் உடையவை. அவற்றில் காஃப்காவின் டயரிகளும், அவருடைய காதலிகளுக்கும் பெண்நண்பிகளுக்கும் எழுதிய கடிதங்களும் அதிக முக்கியத்துவம் பெறுகின்றன. ஆயினும் அவர் பிற ஐரோப்பிய எழுத்தாளர்களைப் போல விமர்சனக் கட்டுரைகள் ஏதும் எழுதியதாகத் தெரியவில்லை. காஃப்கா அவருடைய தந்தைக்கு எழுதிய Letter to His Father மிக விஷேசமானது. இந்தக் கடிதத்திற்கு நிறைய மனோவியல் விளக்கங்கள் அளிக்கப்பட்டிருக்கின்றன. எனினும் காஃப்கா மனோவியல் விளக்க முறைகள் பற்றி நம்பிக்கையின்மையையும் சந்தேகத்தையும் கொண்டிருந்தார். காஃப்காவின் எழுத்துக்களின் மூலமாக விளக்கமுறும் மதரீதியான வடிவாக்கம் குறித்து Max Brod காஃப்காவின் வாழ்க்கை வரலாற்று நூலில் வியாக்கியானம் தந்திருக்கிறார். Max Brodஇன் கூற்றுப்படி ஒரு முழுமுற்றான உலகத்தில் காஃப்காவுக்கு நம்பிக்கை இருந்தது. ஆனால் இந்த முழுமை புரிந்து கொள்ளப்படாத அளவுக்கு மனிதனும் கடவுளும் ஒரு முடிவற்ற தவறான புரிந்து கொள்ளலில் ஈடுபட்டுக் கொண்டே இருக்கின்றனர்.

காஃப்காவுக்கு யூத மதத்தில் முழுமையான நம்பிக்கை இருந்தது என்பதையும் மதக்கூட்டங்களில் இறுதிவரை அவர் பங்கேற்றுக் கொண்டார் என்ற தகவலையும் இங்கு குறிப்பிட்டாக வேண்டிய அவசியம் இருக்கிறது. எனினும் யூத மதத்தின் மீதாக தனக்கிருந்த நம்பிக்கை குறித்தும் காப்ஃகாவுக்கு ஐயங்கள் தோன்றிக் கொண்டிருந்தானிருந்தன என்பது அவர் மேக்ஸ் பிராடுக்கு எழுதிய கடிதத்திலிருந்து தெரிகிறது.

எக்சிஸ்டென்ஷியலிஸ்டுகள் காஃப்காவை தமக்கு உகந்த வகையில் விளக்கமளித்துப் புரிந்து கொண்டனர். தனி மனிதன் தனக்கு உவப்பில்லாத ஒரு உலகில் யதேச்சைத்தன்மையுடன் தள்ளப்பட்டிருக்கிறான் என்கிற கருத்து ஓரளவுக்கு The Trial

மற்றும் The Castle நாவல்களில் வெளிப்பட்டாலும், இந்த நாவல்களின் அர்த்தப்பாடுகள் இங்கு முடிந்துவிடுவதில்லை. ஸர்ரியலிஸ்டுகளும் தம் பங்குக்கான விளக்கத்தைத் தந்தனர். ஸர்ரியலிஸ்டுகள் கொடுத்த விளக்கங்களுக்கும் காஃப்காவின் எழுத்துக்களுக்கும் எந்த உறவும் இருக்கவில்லை.

மார்க்சிஸ்டுகளும் தங்களுக்கு ஏற்றவாறு காஃப்காவை விளக்கம் தந்து பயன்படுத்திக்கொண்டனர். நிறுவனங்களின் மனித விரோதத்தன்மை பற்றிக் கூறும்போது ஒற்றை எழுத்து மட்டுமே பெயராகக் கொண்ட காஃப்காவின் நாயகர்களை வதைத்த அதிகார வர்க்கம் பற்றிய சாடல்களாக மார்க்சிஸ்டுகள் காஃகாவின் புதினங்களை அர்த்தப்படுத்திக் கொண்டனர். தன் மீது சுமத்தப்பட்ட குற்றம் இன்னதென்று அறியாமல், நிரூபணம் ஆகாமல் கத்தியால் குத்தப்பட்டு ஒரு நாய்போல இறந்து போகிறான் Joseph.K. இவன் ஒரு நிஜமான மனிதனின் அரூப வடிவமாக இருப்பவன். Joseph.Kவுக்கு ஏற்பட்டது போன்ற விதிவசமான நடப்புகள் எந்த சாதாரண மனிதனுக்கும் ஏற்படலாம். அதிகார வர்க்கத்தின் மீதான கிண்டல்களாகவும் காஃப்காவின் நாவல்கள் பார்க்கப்பட்டன. The Castle நாவலில் இடம் பெறும் கோட்டையின் அதிகாரிகள் தங்களது கோப்புகளுக்குத் தேவையற்ற முக்கியத்துவம் தருகிறார்களே ஒழிய அந்தக் கோப்புகளில் என்ன தகவல்கள் இருக்கின்றன என்று அவர்களுக்கே தெரிவதில்லை. யாரால் ஆணைகள் பிறப்பிக்கப்பட்டன என்றும் எப்பொழுது என்றும் எவருக்கும் தெளிவாகத் தெரிவதில்லை.

காஃப்காவின் அப்பா, காஃப்காவின் காதலிகள், காஃப்காவின் உடல்நலக் கோளாறு, காஃப்காவின் எழுத்து ஆகிய நான்கு அம்சங்களும் ஒன்றுக்குள் ஒன்றாய்ப் பிணைந்தவை. இருப்பினும் இதில் நடுநாயகமாக நிற்பவர் அவரின் தந்தை. அவருடைய தந்தை காஃப்காவுக்கு ஒரு சர்வாதிகாரியாகவே தோற்ற மளித்தார். வெல்ல முடியாத வலிமைமிக்க வெண்கல மனிதன் ஒருவனைப் பற்றியும் காஃப்கா தனது டையரியில் குறிப்பிடுகிறார். அவருடைய தந்தையின் மற்றொரு வடிவமாக இந்த வெண்கல மனிதனைக் கூறலாம். எழுத்து இல்லை என்றால் அவரது இருப்புக்கே அர்த்தமில்லை என்று நினைத்தவர் காஃப்கா. ஆனால் அவருடைய அப்பா காஃப்காவை எழுதக் கூடாது என்று சொன்னவர். காஃப்காவின் அப்பாவுக்கும் காஃப்காவின் நாவலில் இடம் பெறும் பலரின் விதிகளைத் ஒரு கோப்பின் இறுதியில் இடும் கையெழுத்தில் வைத்திருக்கிற, மனிதமையற்ற அதிகாரிகளுக்கும் நிறைய ஒற்றுமைகள் காணப்படுகின்றன. காஃப்காவின் புனை கதைகளில் இடம் பெறும் உதவியாளர்கள் மற்றும் தகவலாளர்கள்

படைப்பில் முழுமையடையாது கந்தர்வர்களை ஒத்திருப்பதாக அபிப்பிராயப்படுகிறார் வால்ட்டர் பெஞ்சமின் என்ற விமர்சகர்.

Felice Bauer, Julie Wohryzeck, Milena Jeseneska, Grete Bloch, Dora Dymant ஆகிய பெண்கள் காஃப்காவின் வாழ்க்கையில் மிக நெருக்கமாக இருந்தவர்கள். இவர்களில் இருவர் Felice Bauer, Milena Jeseneska-Pollock-காஃப்காவைத் திருமணம் செய்து கொள்ளும் அளவுக்கு நெருங்கி வந்திருக்கின்றனர். திருமண ஒப்பந்தம் செய்யப்பட்டு பிறகு அந்த ஒப்பந்தம் இரண்டு முறை முறிந்து போயிற்று. Grete Bloch என்ற பெண் Milenaவின் போலந்துத் தோழியாவார். இவ்விருவரும் நாஜிகளின் சித்திரவதை முகாம்களில் இறந்து போனார்கள். இதில் Milena ஒரு எழுத்தாளர். Dora Dymant காஃப்கா நோயின் பிடியில் கிடந்த இறுதி வருடங்களில் அர்ப்பணிப்புடன் அவரைக் கவனித்துக் கொண்டவர். இறப்பதற்கு ஒரு வருடத்திற்கு முன் நோராவைத் திருமணம் செய்து கொள்ள அந்தப் பெண்ணின் தந்தையிடம் காஃப்கா அனுமதி கேட்டதாகவும் அறிகிறோம். தன் தந்தையைப் கண்டு பயப்பட்டதைப் போலவே காஃப்கா திருமணம் பற்றியும் பயப்பட்டார். திருமணம் என்கிற நிறுவனம் அவருடைய எழுத்துச் சுதந்திரத்தைப் பறித்துக் கொண்டு விடும் என்று அஞ்சினார்.

எழுதுவது என்பதே 'இயற்கையான வகையில் வயோதிகத்தை அடைவதாகும்' என்று காஃப்கா தனது டயரிகளில் குறிப்பிடு கிறார். ஒருவகையில் தன் அப்பாவை ஜெயிக்க வேண்டு மானால் காஃப்கா கல்யாணம் செய்து கொண்டு தான் சுதந்திரமானவன், தன்னால் தனியாக ஒரு குடும்பத்தை இயக்க முடியும் என்பதை நிரூபிக்க வேண்டும். ஆனால் கல்யாணம் என்கிற ஏற்பாட்டிற்கு ஒத்துப்போவதென்பது அவரது அப்பாவைப் போலவே காஃப்காவும் ஆகிவிடுவதற்கு சமமாகிவிடும்.

காஃப்காவின் எழுத்துவாழ்க்கையில் குறுக்கிட்டு இறுதிவரை துன்புறுத்தியது அவரது காசநோய். அவரைப் பொறுத்தவரை இரவு என்பது எழுதுவதற்காகவே ஒதுக்கப்பட்ட பிரத்தியேகக் காலம். மேலும் சர்வசகஜமாக கல்யாணம் செய்து கொண்டு பிள்ளைகளைப் பெற்று, குடும்பம் அமைத்துக் கொள்வதை, ஏதோ பிறப்புரிமை மாதிரி பலர் செய்து கொண்டிருக்கும் காரணத்தால் தான் அதை பின்பற்ற வேண்டாம் என்றும் நினைத்தார். மேலும் அவர் ஒரு தந்தையாக ஆவது அவருக்கு ஒரு பீதியூட்டும் செயலாகப்பட்டது. எழுதுவதற்கு அவர் தேர்ந்தெடுத்துக் கொண்ட உக்கிரத்தனிமையுடன் கல்யாணம்-குடும்பம் என்கிற நிறுவனம் என்றைக்கும் ஒத்துப்போகாது என்று காஃப்கா நம்பினார். இரவில் மட்டும் எழுதிக்கொண்டு, தீவிரத் தனிமையில்

இருந்து கொண்டு, மிக லேசான சப்தங்களைக் கூடப் பொறுத்துக் கொள்ள இயலாத காஃப்காவை மணந்து கொள்வது தனது கடமையுடன் பிணைக்கப்பட்ட ஒரு சமய பிக்குவை கல்யாணம் செய்து கொள்வதற்குச் சமமாகிவிடும் என Felice க்கு எழுதிய கடிதம் ஒன்றில் குறிப்பிடுகிறார்.[Letters to Felice]. ஒவ்வொரு படைப்பாளியிலும் ஒருவித கவிஞனும் ஒரு பலிகடாவும் இருக்கிறான் என்று நவீன ஆங்கில நாவலாசிரியரான Graham Greene குறிப்பிட்டார். இந்தப் படைப்பாளன்-பலிகடா தீராத Obession கொண்டவனாய் இருக்கிறான். காப்ஃகாவைப் பொறுத்தவரை இந்த Obession, குறைபாடு, தோல்வி மற்றும் பாவம் செய்த உணர்வு ஆகியவற்றின் தொகுப்பாக அவரை அலைக்கழித்திருக்கிறது. காஃப்கா தன் மெலிந்த உடல் அமைப்பைப் பற்றி எப்போதும் தாழ்வு மனப்பான்மை கொண்டிருந்தார். இதையும் தன் அப்பாவுடன் அவர் ஒப்புமைப்படுத்தி தன்னைப் பலவீனனாக உணர்ந்தார். ஒரே இரவில் எழுதி முடிக்கப்பட்ட கதைதான் The Judgement (1912). ஆஸ்கார் பொலாக் என்ற மற்றொரு நண்பருக்கு எழுதிய கடிதத்தில் காஃப்கா எழுதுகிறார்:

"நமக்கு அவசியமான புத்தகங்கள், நம் மீது ஒரு துரதிர்ஷ்டத்தினை போலவோ, நம்மை விட நாம் அதிகம் நேசிக்கும் ஒருவரின் மரணத்தைப் போலவோ, தற்கொலையின் விளிம்பில் நாம் இருப்பதைப் போலவோ, மனித சஞ்சாரமே இல்லாத ஒரு தூரத்துக் காட்டில் இருப்பதைப் போலவோ நம் மீது இயங்க வேண்டும்; நமக்குள் உறைந்து கிடக்கும் ஒரு சமுத்திரத்தினை வெட்டிப் பிளக்கக் கூடிய ஒரு கோடறி போலவோ பயன்பட வேண்டும்." Metamorphosis, The Hunger Artist, Letter to an Academy, Investigations of a Dog, Josephine the Singer or The Mouse people ஆகிய கதைகளில் விலங்குத்தன்மை, அல்லது விலங்குகள் பற்றிய அணுகுமுறைகள் முழுமையாக இடம் பெறுகின்றன. இந்த விலங்குத்தன்மை காஃப்காவின் எழுத்துக்களில் தலையாய முக்கியத்துவம் பெறுகிறது. ஒரு மனிதன் தன்னை விலங்காகவோ பூச்சியாகவோ பார்க்க வேண்டிய கட்டாயம் எப்போது வருகிறது? Milena வுக்கு எழுதிய கடிதம் ஒன்றில் காஃப்கா எழுதுகிறார்:

"நான் காட்டில் வாழ்ந்திராத காட்டு விலங்கு. என் பயத்தை மிஞ்சியும் கூட உன் இருப்பிற்குள் வந்தேன். நீ எவ்வளவு நல்லவளாக இருந்தாய். நான் உன் காலடியில் கிடந்து உன் கைகளுக்குள் என் முகத்தை வைத்துக் கொண்டு மகிழ்ச்சியாக உணர்ந்தேன். பெருமிதப்பட்டேன். சுதந்திரமாய், சக்திவாய்ந்து, இயல்பாய் இருந்தேன் ஆனால் இது எல்லாவற்றுக்கும் அடியில் நான் ஒரு விலங்காகவே இருந்தேன். நான் காட்டுக்குச் சொந்தமானவன். நான் இங்கே வாழ்ந்ததெல்லாம் உன் கருணை என்னும் சூர்ய ஒளியில். ஆனால் அது நீடிக்காமல் போய் விட்டது."

Letter to an Academy என்ற சிறுகதைகயில் ஒரு மனிதக் குரங்கு விஞ்ஞானிகளின் குழு ஒன்றுக்கு உரையாற்றுகிறது--விலங்கு உலகிலிருந்து மனித உலகத்திற்கு வந்த பாதையைப் பற்றி. அது பிடிக்கப்படும் நாள் வரை பலவிதமான வெளியேறும் வழிகள் இருந்ததாகவும் திடீரென இப்போது ஒரு கூண்டிலிருப்பதால் எந்த வழியும் தெரியவில்லை என்கிறது அந்தக் குரங்கு. இப்போது அதற்கு வேண்டியது 'சுதந்திரம்' அல்ல. மாறாக வெளியேறுவதற்கான ஒரு வழி மாத்திரமே. தன் கூண்டுக்கு வெளியே மனிதர்கள் நடந்து செல்வதைப் பார்த்த பிறகு மனிதர்களைப் போல் நடந்து கொள்வது நல்லதென அதற்குத் தோன்றுகிறது. மனிதரின் அங்க அசைவுகளை பிரயத்தனத்துடன் கற்றுக் கொண்டு இறுதியில் பேச்சையும் கற்றுக் கொள்கிறது.

எழுதுவதற்கான உந்தம் குறித்தும் காஃப்கா அவரது காதலிகளில் ஒருத்தியான ஃபெலிஸ்-க்கு எழுதும்போது குறிப்பிடுகிறார்: எழுதுதல் என்பது விநோதமானது, மர்மமானது, ஆபத்தானது. அது கொலைகாரர்களின் வரிசையிலிருந்து தாவித் தப்புவது. மெய்யாக நடப்பதை நிஜமாகப் பார்ப்பது. ஒரு வித உயர்நிலை நுட்பக் கவனம். இந்த கவனம் எவ்வளவு உயர்வாய் இருக்கிறதோ அந்த அளவு குறிப்பிட்ட வரிசையின் பிடியிலிருந்து தப்பி சுதந்திரமாய் இருக்கலாம்:

The strange, mysterious, perhaps dangerous, perhaps saving comfort that there is writing: it is the leap out of murderers' row; it is a seeing of what is really taking place. This occurs by a higher type of observation, a higher, not a keener type, and the higher it is and the less within reach of the row, the more independent it becomes, the more obedient to its own laws of motion, the more incalculabe, the more joyful, the ascendent its course.

(Letters to Felice)

பெரும்பாலானவர்கள் படிக்கக் கூடிய காஃப்காவின் புதினங்களை மொழிபெயர்த்தவர்கள் Edwin Muir மற்றும் Willa Muir ஆகிய ஆங்கிலேயத் தம்பதிகள். எட்வின் ம்யூர் அவரது தனிப்பட்ட திறன்களிலேயே ஒரு நவீன ஆங்கிலக் கவிஞராவார். இந்தத் தம்பதிகள் அவர்கள் பார்த்துக் கொண்டிருந்த வேலையை ராஜினாமா செய்து விட்டு ஐரோப்பாவுக்கு சென்று ஜெர்மன் மொழி கற்றுக் கொண்டு முழுநேர மொழிபெயர்ப்புப் பணியில் ஈடுபட்டவர்கள். ஆங்கிலம் பேசும் உலகிற்கு காஃப்காவை அறிமுகம் செய்தவர்கள். இருப்பினும் இவர்கள் செய்திருக்கும் மொழிபெயர்ப்பின் குறைகள் சமீபமாக சுட்டிக் காட்டப்பட்டுள்ளன. Mark Harmann என்பவர் 'கோட்டை' நாவலை முழுமையாக புதிய மொழிபெயர்ப்பு செய்துள்ளார். இவர்

அடிப்படையாகக் கொண்டு மொழிபெயர்த்த மூல ஜெர்மன் வடிவம் 1982ஆம் ஆண்டு ஜெர்மன்இயல்வாதியான மால்கம் பாஸ்லி என்பவர் காஃப்காவின் கையெழுத்துப் பிரதிகளை எடிட் செய்து வெளியிட்டது. ம்யூர் தம்பதிகள் அடிப்படையாக எடுத்துக் கொண்டது காஃப்காவின் நண்பர் மேக்ஸ் பிராட் 1924ஆம் ஆண்டு எடிட் செய்து வெளியிட்டது.

காஃப்காவின் மொழி தெளிவானது அலங்காரங்கள் அற்றது. ஆஸ்திய-ஜெர்மானிய சட்டவியல் பிரயோகங்களைக் கொண்டது. ஓரளவு தட்டையாகவும் பல இடங்களில் சலிப்பேற்படுத்தும் வகையிலும் அமைந்திருப்பது. எனவே மொழிரீதியான வான வேடிக்கைகளுக்காக காஃப்காவைப் படிப்பவர்கள் ஏமாறுவது உறுதி.௦

ஹோஸே சாரமாகவோவின் ரெக்கார்டோ ரெய்ஸ்

Jose Saramago (1922-2010)

நாலு வருடம் பதினோரு மாதங்கள் இரண்டு நாட்கள் தொடர்ந்து மழை பெய்து கொண்டிருந்ததாக ஒரு நூறு வருடத் தனிமை நாவலின் விவரணையாளர் தெரிவிக்கிறார் (மார்க்வெஸ்?) இதற்கு முன்னரே இத்தகையதொரு மழையனுபவத்தை Monologue of Isabel Watching it Rain in Macondo என்ற சிறுகதையில் சற்று சுருக்கமாக விவரித்திருக்கிறார். இதற்கு ஒப்பானதொரு மனோநிலையையும் புறச்சூழ்நிலைகளையும் மற்றொரு நவீன நாவலில் பார்க்க முடியுமென்றால் அது ஹோஸே சாரமாகோவின் ரிக்கார்டோ ரெய்ஸ் இறந்த வருடம் The year of the death of Ricardo Reis (1984) என்ற நாவலாகத்தான் இருக்க முடியும். இயற்கைச் சூழ்நிலைகள் மற்றும் மனோநிலையில் மட்டுமன்றி இலக்கியத் தொடர்புகள்

என்று பார்க்கும் போதும் கூட லத்தீன் அமெரிக்காவிற்கும் சாரமாகோவின் 'ரிக்கார்டோ ரெய்ஸ்' நாவலுக்கும் நிறையவே தொடர்புகள் தென்படுகின்றன. எடுத்துக் காட்டாக, நாவலின் நாயகனான ரிக்கார்டோ ரெய்ஸ், லிஸ்பனுக்கு எடுத்துவரும் மிக முக்கியமான புத்தகம் போர்ஹெஸ் சம்மந்தப்பட்டது. அதாவது போர்ஹெஸ் எழுதாத பல நாவல்களில் அதுவும் ஒன்று. அது இடம் பெறும் போர்ஹெஸ்ஸின் சிறுகதை A survey of the works of Herbert Quain (Fictions[1941]). நாவலின் பெயர் The God of the Labyrinth. ஹெர்பர்ட் க்வெய்னின் புத்தகத்தை அவர் ரியோ டி ஜெனிரோவிலிருந்து லிஸ்பனுக்குப் பயணம் செய்த ஹைலேண்ட் பிரிகாண்ட் என்ற கப்பலின் நூல் நிலையத்திலிருந்து கடன் பெற்று திருப்ப மறந்து விடுகிறார் என்று தெரிகிறது. அது கடைசியாக மிச்சமிருந்த ஒற்றைப் பிரதியாகக் கூட இருக்கலாம். போர்ஹெஸ் அவருடைய ஹெர்பர்ட் க்வெய்ன் நாவல் பிரதியை அவருக்குத் தெரிந்த பெண் ஒருத்தியிடம் கடன் கொடுத்து திரும்பப் பெறமுடியாதபடி தொலைத்துவிட்டதாக எழுதுகிறார். நிறைய முறைகள் ரிக்கார்டோ ரெய்ஸ் The God of the Labyrinth நூலைப் படிக்க முயன்றாலும் முதல் சில பக்கங்களில் அல்லது வரிகளில் வந்து தடங்கிப் போய் விடுகிறார். இரண்டு சதுரங்க ஆட்டக்காரர்களைப் பற்றிய ஒரு துப்பறியும் கதைதான் அது என்றபோதிலும் அவரால் கவனம் கொடுத்துப் படிக்க முடியவில்லை. ஹெர்பர்ட் க்வெய்ன் ஒரு ஐரிஷ் எழுத்தாளர். கப்பலின் நூலகத்தில் பொறுப்பிலிருந்த நூலகரும் ஒரு ஐரிஷ்காரர் (ஓப்ரியன்) என்பது மிக யதேச்சையான, ஒன்றினையும் தகவல்கள். ஹெர்பர்ட் க்வெய்ன் போர்ஹெஸ்ஸின் Monsieur Teste வாக இருக்கக் கூடும் சாத்தியம் இல்லாமலில்லை. கூர்மையான போர்ஹெஸ் வாசகன் 'வட்டச் சிதிலங்கள்' என்ற சிறுகதையின் ஆசிரியரே ஹெர்பர்ட் க்வெய்ன்தான் என்று போர்ஹெஸ் ஒப்புதல் செய்திருப்பதையும் அறிந்திருத்தல் வேண்டும்.

மேலும் கதாபாத்திரங்களின் உணர்ச்சிகளும் மனப்பதிவுகளும் இயற்கையின் சீற்றத்தினால் பாதிக்கப்படுவதாகத் தெரிகின்றன. The dense roar of the rain fills my mind என்ற வரி ரிக்கார்டோ ரெய்ஸின் கவிதை வரி. நாவலின் முக்கால் பாகம் வரை மழை நிற்காமல் பெய்து கொண்டயிருக்கிறது. மீதி பாகத்தில் முதுகு பிளக்கும் வெய்யில் அடிக்கிறது. 1935ஆம் ஆண்டில்தான் கீர்க்கெகார்டின் Human Despair என்ற நூலும் வெளிவந்தது. டோனிஜெட்டியின் குறிப்பிடத்தகுந்த இசை சாகித்யமும் நிகழ்த்தப்பட்டது.

ஹோஸே சாரமாகோ நவீன போர்ச்சுகலின் மிக முக்கிய நாவலாசிரியர் மட்டுமல்லாது 1998ஆம் ஆண்டுக்கான இலக்கியத்திற்கான நோபல் பரிசையும் பெற்றவர். Manual of Painting and Calligraphy (1977), The History of the Siege of Lisbon (1989), Baltazar and Blimunda (1982), The Gospel According to Jesus Christ (1991), A stone raft (1986), All the names (1997), Blindness போன்றவை அவருடைய பிற நாவல்கள். ஹோஸே சாரமாகோ ரிபாடெஜோ பிராந்தியத்தில், ஒரு சிறிய கிராமத்தில், நிலமற்ற விவசாயிகளின் குடும்பத்தில் 1922 ஆம் ஆண்டு நவம்பர் மாதம் 16ஆம் தேதி பிறந்தவர். ஐந்து வருடங்கள் பொறியியல் படிப்பு முடிந்து அவர் நிறைய வேலைகளில் இருந்து மாறிக் கொண்டேயிருந்தார். பிறகு சமூக நலத்துறையில் ஒரு சிவில் அதிகாரியாகப் பணிபுரிந்தார். 1950களில் எஸ்டுடியோஸ் கோர்(Estudios Cor)என்ற வெளியீட்டு நிறுவனத்தில் தயாரிப்பு நிர்வாகியாகப் பணியாற்றினார். அவருக்குப் பிடித்திருந்ததாலும் குடும்ப நிதிநிலவரத்தை சீராக்கும் நோக்கத்துடனும் தனது சுதந்திரமான நேரத்தில் மொழிபெயர்ப்பில் ஈடுபட்டார். பார் லெகர் க்வெஸ்ட், தால்ஸ்தாய், பாதலெர், ஹெகல் போன்ற ஆசிரியர்களை போர்ச்சுகீசிய மொழியில் மொழிபெயர்த்தார். இதற்கிணையானதொரு இன்னொரு இலக்கியப் பணி அவர் பத்திரிகைகளில் விமர்சனங்கள் எழுதியதாகும். 1969ஆம் ஆண்டு, அப்பொழுது போர்ச்சுகலில் தடை செய்யப்பட்டிருந்த கம்யூனிஸ்ட் கட்சியில் சேர்ந்தபொழுதும் கூட தேவையான அளவு விமர்சனத்துடன்தான் அதில் பங்கேற்றிருந்தார். 1970ஆம் ஆண்டு அவருடைய முதல் திருமண முறிவிற்குப் பிறகு போர்ச்சுகீசிய பெண் எழுத்தாளரான இஸபெல் தா நோப்ரேகாவுடன் ஒரு உறவினை ஸ்தாபித்துக் கொண்டார். இது 1986ஆம் ஆண்டு வரை நீடித்தது.

What Shall I do with this Book?(1970),Risen from the Ground(1979),The Second Life of Francis of Assisi(1987) போன்றவை சாரமாகோவின் நாடகங்கள். அவர் எழுதிய அரசியல் கட்டுரைகள் The Opinions the DL Had என்ற பெயரில் வெளிவந்தன. 1975ஆம் ஆண்டு போர்ச்சுகீசிய காலை தினசரியான Diario de Noticias இன் துணை இயக்குநராகப் பணியாற்றினார். ஆனால் அந்த வருட நவம்பரில் நடந்த அரசியல்-ராணுவ கிளர்ச்சியின் காரணமாக அவர் பதவியிலிருந்து நீக்கப்பட்டார். 1979இல் வெளிவந்த நூலான Quasi Subject அவருடைய சிறுகதைத் தொகுதியாகும். Baltazar and Blimunda (1982)என்ற நாவலிலிருந்து ஒரு ஓபரா எழுதியபோதும் அஸியோ கோர்ஹி என்ற நவீன இதாலிய சாகித்யகர்த்தா அதற்கு இசை எழுதினார். In Nomine Dei என்ற நூலிலிருந்து ஏற்கனவே எழுதிய ஒரு லிப்ரட்டோவிற்கு கோர்ஹி முன்னரே இசை எழுதியிருந்தார். சாரமாகோவிற்கு 1995ஆம் ஆண்டு கேமோஸ் விருது வழங்கப்பட்டது. 1986 ஆம் ஆண்டு போர்ச்சுகீசியப் பெண் பத்திரிகையாளரான பிலார் தல் ரியோவைச் சந்தித்து 1988இல் திருமணம் செய்து கொண்டார். Baltazar and Blimunda (1982) நாவலின் வருகைக்குப் பிறகுதான் ஒரு இலக்கியாசிரியர் என்ற அந்தஸ்து கிடைத்தது.

அதுவரை அவர் முழு நேர மொழிபெயர்ப்பாளர் என்று மட்டுமே அறியப்பட்டிருந்தார். Lanzorote Diaries என அவர் எழுதி வரும் டயரிக் குறிப்புகள் இதுவரை 5 தொகுதிகளாக வெளிவந்திருக்கின்றன. ஐபீரிய தீபகற்பம் ஐரோப்பாவிலிருந்து பிரிந்து அட்லாண்டிக் சமுத்திரத்தில் செல்வதான ஒரு மந்திர யதார்த்தக் கதையை 'கல் தோணி' என்ற நாவலில் பயன்படுத்தி இருக்கிறார். ஐரோப்பிய கண்டத்திலிருந்து அவர்கள் பிரிந்ததை எங்ஙனம் மூன்று ஆண்களும் இரண்டு பெண்களும் எதிர் கொள்கிறார்கள் என்பதுதான் மீதிக் கதை. வெறும் மந்திர யதார்த்தம் என்ற அம்சம் அரசியல் அங்கதக் கதைப் பொருளுடன் இணைவதால் கூடுதல் அடர்த்தி பெறுகிறது நாவல்

1935ஆம் ஆண்டு போர்ச்சுகலில் இருந்த அரசியல் பொருளாதார மற்றும் ராணுவ கலாச்சார சூழ்நிலைகளைத் தெரிந்து வைத்திருப்பது சாரமாகோவின் 'ரிக்கார்டோ ரெய்ஸ்' நாவலைப் புரிந்து கொள்வதற்கு உதவிகரமாக இருக்கும். ஒரு போர்ச்சுகீசியரால் மட்டுமே முழுமையாக இந்த நாவலை ரசித்து அனுபவிக்க முடியும் என்று சாரமாகோவும் ஒரு பேட்டியில் குறிப்பிட்டிருக்கிறார். மேலும் நவீன போர்ச்சுகீசிய கவிஞரான ஃபெர்னான்டோ பெசோவா (1888-1935) இறந்த ஆண்டும் 1935தான் என்பதை நினைவில் கொள்ள வேண்டும். நவீன போர்ச்சுகலின் மிகப் பிரதான கவிஞராகக் கருதப்படும் ஃபெர்னான்டோ பெசோவா குறைந்தபட்சம் நான்கு வேறுபட்ட பெயர்களில் கவிதைகளை எழுதி வெளியிட்டார். அவருடைய நான்கு பெயர்களில் ஒன்றுதான் ரிக்கார்டோ ரெய்ஸ். (ஆல்பர்ட்டோ கெய்ரோ, ஆல்வரோ த கேம்ப்போஸ் ஆகியவை பிற பெயர்களாகும்) பெசோவாவின் இந்த ஆளுமைகள் குறித்து மெக்ஸிக கவிஞரும் நோபல் பரிசு பெற்றவருமான ஆக்டேவியோ பாஸ் சொன்னதை இங்கே மேற்காட்டுவது உபயோகமாக இருக்கும்:

Caeiro, Reis, and Campos are the heroes of a novel Pessova never wrote"

Octavio Paz [in Cuadrivio (Mexico City: Editorial Joaquin Mortiz, 1965]

பெசோவா இவர்களைப் புனைப் பெயர்கள் (pseudonyms) என்று கருதவில்லை. மாறாக ஒவ்வொருவரும் தனித் தனி ஆளுமைகள் (heteronyms) என்று வற்புறுத்தினார். ஒவ்வொருவருக்கும் தனித்தனி வாழ்க்கைகளையும் வேலைகளையும் கண்டுபிடித்துச் சொன்னார். மெய்யாகவே அவருக்குள் எண்ணற்ற ஆளுமைகள் இருப்பதாக நேர்மையாக நம்பியவர் பெசோவா. ஸிக்மண்ட் ஃபிராய்ட் போன்றவர்களின் பாதிப்புக்கு முன்னரே அவருக்கு இந்தக் கருத்து இருந்தது என்பதை எவரும் மறுக்க முடியாது. ஃபிராய்டுக்குப் பின் வந்த மனோவியல் அறிஞர்கள் இவற்றை பிளவுற்ற சுயங்கள் (Divided Selves) என்று குறிப்பிட்டதையும் கவனிக்க வே-

ண்டும். பிளவுபட்ட சுயம் என்பது மனநோயாளிக்குத்தானே ஒழிய படைப்பாளிக்கு அல்ல. நவீன பிரெஞ்சுக் கவிஞர் பாதெலெர் ஒரு கட்டுரையில் கலைஞனைப் பற்றிப் பின் வருமாறு குறிப்பிட்டார்:

The artist is an artist only on condition. . . that he is ignorant of none of the phenomenon of his dual nature. [Of the Essence of Laughter]

நிறைய இருபதாம் நூற்றாண்டுக் கவிஞர்கள் இரண்டுக்கு மேற்பட்ட ஆளுமைகளைக் கொண்டவர்கள். Antonio Machado (இறப்புக்குப் பின் நோபல் பரிசு வழங்கப்பட்ட ஒரே கவிஞர் ஸ்பெயினைச் சேர்ந்த இவராகத்தான் இருக்க முடியும்) இப்படி ஒரு கேள்வியை எழுப்பினார்:

Would you say that a man may carry no more than one poet within himself? The opposite would be much more unlikely: that he carried within himself only one. [Juan de Mairena]

பெசோவா இந்த ஆளுமைகளை Multiple Personalities என்று உரிய மரியாதையுடன் குறிப்பிட்டார். இது ட்டி.எஸ். எலியட்டின் சுயம் நசித்தல் கோட்பாட்டுக்கு மிகவும் பொருந்திப் போகக் கூடியதாகவுமிருக்கிறது. பெசோவின் சொற்களிலேயே சொல்வதானால்: "a constant and organic tendency towards depersonalization and make believe". பெசோவாவின் வார்த்தைகளிலேயே ரிக்கார்டோ ரெய்ஸின் வாழ்க்கைக் குறிப்பு பின்வருமாறு:

Ricardo Reis. Born in Oporto in 1887. A doctor by profession. Educated by Jesuits. Was taught Latin properly and half taught himself Greek. A little below average height, strong and wiry in build with rather dark complexion. Has lived in Brazil since 1919,in self imposed exile because of monarchist sympathies.

அடர்த்திச் சிக்கல் மற்றும் பெசோவாவின் ஆளுமையின் மர்மத்தன்மை ஆகியவற்றை சாரமாகோ இந்த நாவலில் சிறப்பாகப் பதிந்து வைத்திருக்கிறார். இந்த இரு அம்சங்களுமே பெசோவாவை அவரது சமகாலத்தில் கவனிப்பாரற்றுப் போகச் செய்தன. ஆனால் இன்று பெசோவாவின் முக்கியத்துவம் வெகுவாக உணரப்பட்டிருக்கிறது. பெசோவாவின் ஈடுபாடுகள் என்சைக்குளோபீடியத்தன்மைகள் மிக்கவை. கவிதை, துப்பறியும் நாவல்கள், அரசியல், ஜோதிடம், இறையியல், மந்திரம் போன்ற பல்வேறுபட்ட துறைகளில் அவருக்கு ஈடுபாடிருந்தது. பெசோவா ஒரு சுதந்திரச் சிந்தனையாளர். அவர் கொண்டிருந்த அரசியல் கருத்துக்கள் முரண்பாடுகள் மிகுந்தவையாயிருந்தன. அவருடைய இலக்கியக் கருத்துக்கள் க்யூபிஸ்ட்டுகளாலும், ஃபியூச்சரிஸ்டுகளாலும் பாதிக்கப்பட்டிருந்தன. பெசோவா தன் கவிதைக் கோட்பாடுகளை தொகுத்து பாலிஸ்மோ (Paulismo)

என்ற கொள்கையாக வெளியிட்டார். பெசோவா நிலையான வேலை பார்க்காமல் பல தற்காலிக வேலைகள் பார்த்தார். பல வணிக நிறுவனங்களுக்கு மொழிபெயர்ப்பு வேலைகள் செய்தார். தனக்குப் பிடித்த காரியங்களைச் செய்து கொள்வதற்கு ஒரு நிலையான வேலை இடையூறாக இருக்கும் என்று அவர் எண்ணியிருக்கலாம். பிரெஞ்சு, ஆங்கிலம் மற்றும் போர்ச்சுகீசிய மொழிகளில் கவிதைகள் எழுதினார். ஆனால் அவர் உயிரோடிருந்த காலத்தில் ஒரே ஒரு கவிதைத் தொகுதி (Mensagem) மாத்திரமே வெளியிடப்பட்டு அது போர்ச்சுகீசிய அரசின் பரிசையும் பெற்றது. இந்த நாவலில் நிலைப்பாக இடம் பெறும் பெசோவாவின் சித்திரம் ஒரு பாதுகாக்கப்பட்ட தனிமையுடையதாக, மனதின் தீர்க்கப்படாத முரண்பாடுகள் கொண்டதாக, உள்ளார்ந்த ஒரு வெறுமை உணர்வுடையதாக சாரமாகோவால் சித்தரிக்கப்பட்டுள்ளது. பெசோவா தன் நண்பர்களிடம் கூறியதாகக் கூறப்படும் ஒரு மேற்கோள் இங்கே உதவிகரமாக இருக்கும்:

"I do not know who I am, nor what soul I possess"

காரண அறிவின் தெள்ளிய தன்மையையும், கனவுலகின் மறைநிலையையும் சமரசப்படுத்த முயன்ற ஒரு அழகியல்வாதி ஃபெர்னான்டோ பெசோவா. ஊழ்வினைக் கொள்கையில் நம்பிக்கை கொண்டிருந்த சுதந்திரச் சிந்தனையாளரான அவர் வைதீக கிறித்துவ மதத்தை எதிர்ப்பவராக இருந்தார். ரெய்ஸ் வேறெல்லாக் கடவுள்களிடம் எந்த அளவு நம்பிக்கை வைத்திருந்தாரோ அந்த அளவு நம்பிக்கையைத்தான் யேசு கிறிஸ்துவின் மீதும் வைத்தார். ஏறத்தாழ பெசோவாவின் கிறித்தவ மதம் பற்றிய கருத்துக்களுடன் ஒத்துப் போகும்படியான கருத்துக்களையே சாரமாகோவும் கொண்டிருந்தார் என்றால் அது அதிக அதிகபட்ச கோருதலாக இருக்க முடியாது. சாரமாகோவின் இரண்டு நாவல்கள் கிறித்தவ மதம் பற்றியவை. இரண்டுமே பிரச்சனைப்பாடுகள் மிக்கவை. Baltazar and Blimunda (1982), The Gospel According to Jesus Christ (1991) கிறிஸ்துவை சாரமாகோவின் பார்வையில், தற்கால விமர்சன நோக்கில் சித்தரிக்கிறது. இந்த நாவல் பற்றி சாரமாகோவின் எண்ணங்களை இங்கு தருவது பயனுள்ளதாக இருக்கும்:

"My Gospel tries to fill the blank spaces between the various episodes of Jesus's life as narrated in the other gospels--with some interpretations of my own.

The Gospel According to Jesus Christபழைய வேதாகமத்தின் கடவுளை தன்னுடைய ராஜ்ஜியத்தின் எல்லையை விஸ்தரிக்கும் ஒருவராக, கொடுங்கோன்மை நிறைந்தவராக, அதிகாரத்திற்கும் மனிதக் குருதிக்கும் ஆசைப்படுபவராக சித்தரிக்கிறது. யூதர்களின்

குறுநில மன்னர் போலத்தான் இந்த நாவலில் யேசுவின் வழியாக நமக்குக் கடவுள் காட்சி தருகிறார். விதியின் சர்வ வல்லமை பற்றி பைபிள் பாத்திரங்கள் பேசுவது சற்றே ஆச்சர்யமாகத்தான் இருக்கிறது. மேலும் சாரமாகோவின் யேசு கிறிஸ்துவின் பார்வையில் வேதாகமம் என்ற நாவலின் நாயகி மேரி மேக்தலீனா. மேரி மேக்தலீனாவுடனான யேசு கிறிஸ்துவின் செக்ஸ் உறவு மிக நுண்மையாகவும் அழகாகவும் விவரிக்கப்பட்டிருக்கிறது. நோபல் பரிசு அறிவிக்கப்பட்டவுடன் வாட்டிகனிலிருந்து நோபல் கமிட்டிக்கு ஆட்சேபனைக் கடிதம் பறந்தது.

சுதந்திரம் என்பது ரெய்சைப் பொறுத்தவரை சுதந்திரத்தைப் பற்றிய ஒரு மாயைதானே ஒழிய வேறில்லை, அவ்வாறே சந்தோஷம் என்பதும் சந்தோஷத்தைப் பற்றிய ஒரு மாயைதான். ரெய்ஸ் அறிவிப்பு செய்கிறார்: நிஜம் என்பது அறியப்பட முடியாதது, ஏன் கடவுளர்களாலும் முடியாதது. ரெய்ஸின் ஆழ்ந்த நம்பிக்கை என்பது ஊழ்வினையின் சர்வ வல்லமையில்தான். விதிவசமான வாழ்வின் நடப்புகளில் சாரமாகோவுக்கும் சரி, ரிக்கார்டோ ரெய்ஸுக்கும் சரி, சமமான நம்பிக்கை இருந்திருக்கிறது. எடுத்துக்காட்டாக ரிக்கார்டோ ரெய்ஸ் இறந்த வருடம் நாவலில் இருந்து ஒரு சில வரிகள்:

"If fate decrees that we meet, then we will meet, even if we attempt to hide from each other" [The Year of the Death of Ricardo Reis, p.240]

மதிநிறைந்த ஒருவன் தன் ஒவ்வொரு கணத்தையும் அது ஏதோ அவனுடைய கடைசிக் கணம் என்பது போல அனுபவிக்கிறான். அவனுக்கிருப்பது பங்கேற்பு மிக்க சந்தோஷித்தல் அல்ல. ஒரு அமைதியான ஏற்றுக்கொள்ளும் மனோபாவமே. இந்த இடத்தில் நாவலின் தியானம் ஜென்னுக்கு மிக நெருக்கமாக வந்துவிடுகிறது.

1930களில் நிகழ்ந்த அரசியல் நிகழ்ச்சிகள் நாடகீயமான முறையில் ஐரோப்பாவை மாற்றியமைத்துக் கொண்டிருந்தன. ஸ்பெயின் தேசத்தில் வெடித்த உள்நாட்டுப் போர் பற்றி போர்ச்சுகல் கவலைப்படாதிருக்க முடியாத நிலையில் இருந்தது. இதாலியிலும் ஜெர்மனியிலும் ஃபாசிசம் துரித கதியை அடைந்திருந்தது. சாரமாகோ தனது விவரணையை 1935-36க்குள் உட்படுத்தி, அந்த காலகட்டத்தில் நிலவிய சூழ்நிலைகளை செய்தித் தொகுப்புகளின் சேகரங்களிலிருந்து மறுகட்டுமானம் செய்கிறார். அப்பொழுதிருந்த போர்ச்சுகலின் அரசியல் நிலவரம் எவ்வகையில் சாலாஸார் (Antonio Oliveira Salazar) என்ற போர்ச்சுகலின் சர்வாதிகாரியின் பேராசைகளுக்கு தீனி போட்டது என்பதையும் வாசகன் உணரச் செய்கிறார் சாரமாகோ. நம்ப முடியாத நேச நாடுகளாலும் மிரட்டும் எதிரி நாடுகளாலும் சூழப்பட்டிருந்தது போர்ச்சுகல். போர்ச்சுகலின்

தயக்கமான குரல் என்று சாரமாகோ குறிப்பிடுவதற்குக் காரணம் 1930களில் ஐரோப்பாவில் அதன் முக்கியத்துவம் வெகுவாக குறைவுற்றிருந்தது. பழைய காலனி நாடுகளை ஏற்கனவே இழந்திருந்தது. பிற ஐரோப்பிய நாடுகளிலிருந்து அது தனிமைப்பட்டிருந்தது. இந்த சமயத்தில் அதை ஆரோக்கியமான தேசீயவாதத்துடன் உருவாக்குவதை விட்டு ஸாலஸாரின் புதிய அரசு அந்நிய துவேஷத்திலும் உள்நாட்டு அடக்கு முறையிலும் இறங்கியது. கம்யூனிசத்தை வெறுத்து எதிர்த்த வகையில் அவர் ஹட்லர் மற்றும் முசோலினி ஆகியோருடன் ஒற்றுமைப்படுகிறார்.

ஃபெர்னான்டோ பெசோவாவின் Alter Egoவான ரிக்கார்டோ ரெய்ஸை, பெசோவா இறந்த 9மாதங்களுக்கு பிறகு லிஸ்பன் நகரில் உலவவிடுகிறார் சாரமாகோ. லிஸ்பனுக்கு ரிக்கார்டோ ரெய்ஸ் பதினாறு வருடங்கள் கழித்துத் திரும்பு கிறார்--சுயேச்சையாய் நாட்டை விட்டு வெளியேறிய பிறகு. ஒரு புரட்சியைத் தவிர்க்கும் பொருட்டு லிஸ்பனை விட்டுச் சென்றவர் இன்னொரு புரட்சியை அர்ஜன்டீனாவில் தவிர்க்க விரும்பி லிஸ்பன் திரும்புகிறார். இந்தக் காரணம் கூட ஸாலஸாரின் போலீஸ் அதிகாரிகளுக்கு ரெய்ஸின் மீது சந்தேகம் ஏற்பட வைத்திருக்கும். பதினாறு வருடங்களில் லிஸ்பன் நகரம் பெரிய மாற்றங்கள் எதுவும் அடைந்ததாக டாக்டர் ரிக்கார்டோ ரெய்ஸ் நினைப்பதில்லை. வெளிப்படையான தோற்றத்தில் அவருடைய இளமைக் காலத்தில் தெரிந்ததைப் போலத்தான் இன்றும் தெரிகிறது லிஸ்பன்: நதிகள், வரலாற்று நினைவுச் சின்னங்கள், துறைமுகங்கள், மாதாகோயில்கள், திரை மற்றும் நாடக அரங்குகள், ரெஸ்டாரன்ட்டுகள் நிறைந்த லிஸ்பனை நாம் ஆராய்ந்து பார்க்க முடிவது ரிக்கார்டோ ரெய்ஸின் பார்வையில். பிரமிக்கத் தக்க காட்சிப்பாடுகள் நிறைந்ததாகவும் களியாட்டங்கள் கொண்டாடும் நகரமாகவும் விளங்கும் லிஸ்பனில் ஊர்வலங்கள் நடந்தவாறே இருக்கின்றன. நாடகத்தன்மைகள் நாடகம் மற்றும் திரையரங்குளில்தானன்றி தெருக்களிலும் சரிசமமாகக் காணக்கிடைக்கின்றன. சில நேரங்களில் பிச்சைக் காரர்களுக்குத் தர்மம் வழங்கும் ஒரு நிகழ்ச்சியே கூட லிஸ்பன் நகரில் கொண்டாட்டமாக ஆக்கப்படுகிறது. ஒரு சவ ஊர்வலம் கூட கேளிக்கை விழாவாக மாறக் கூடிய வாய்ப்பு கொண்டதாய் ஸிஸ்பன் நகரில் நடக்க முடியும் என்பதற்கு ரெய்ஸ் பங்கேற்கும் ஓ மௌரேரியா (O Mouraria) என்ற கிரிமினல் குற்றவாளியின் இறுதி ஊர்வலம் ஒரு எடுத்துக்காட்டு. ஓ மௌரேரியா மற்றொரு அடியாள் தலைவனால் சுட்டுக் கொல்லப்படுகிறான். ஓ மௌரேரியாவின் சவ ஊர்வலத்தில் கலந்து கொள்ளும் ரிக்கார்டோ ரெய்ஸ் அதில் ஏதும் கலவரம் கூட நடக்கலாம் என்று எச்சரிக்கப்படுகிறார். சவ ஊர்வலம் ஏதோ பெரும் திருவிழா போன்ற கோலாகலத்துடன்

நடைபெறுகிறது. இவ்வாறே ஓ செக்யூலோ (O Seculo) என்ற தினசரிப் பத்திரிகை நடத்தும், பிச்சைக்காரர்களுக்கான தர்ம விநியோக விழாவிலும் யதேச்சையாகக் கலந்து கொள்ள வேண்டி வருகிறது ரெய்ஸுக்கு. வெள்ளத்தினால் ஏற்பட்ட பேரழிவினால் கூட சில களியாட்டங்கள் லிஸ்பனில் ஒத்திப் போடப்படுவதில்லை. மாறுவேடமணிந்தும் முகமூடிகளணிந்தும் லிஸ்பன் நகர மக்கள் பங்கேற்கும் கேளிக்கை விழாவொன்றிலும் ரெய்ஸ் பார்வையாளராகச் செல்கிறார். மழை பெய்வதால் இந்த கேளிக்கை விழாவின் உற்சாகம் எந்த வகையிலும் குறை வதில்லை. மாறுவேடங்கள் அணிந்து கொள்வது இதில் மிக முக்கியமான ஒரு அம்சமாகும். எலும்புக்கூடு வரையைப்பட்ட, இறுக்கமான உடையில், மரண மாறுவேடத்தில் ஒருவர் இதில் இடம் பெறுகிறார். அந்த உருவம் பெசோவாவாக இருக்கக் கூடுமோ என்ற நம்பிக்கையில் பின்தொடர்ந்து ஏமாற்றமடைகிறார்.

ஓயாத மழையிலும், ரிக்கார்டோ ரெய்ஸ் சொதசொதக்கும் சேறு நிறைந்த நகரத்தின் தெருக்களில் மழைக்கோட் அணிந்து, நடந்து ஆங்காங்கே உள்ள உணவு விடுதிகளில் உணவருந்தி நாடகம் மற்றும் திரைப்படங்கள் பார்த்து தன் ஆரம்ப நாட்களைக் கழிக்கிறார். ஃபெர்னான்டோ பெசோவாவின் இறப்பைப் பற்றிக் கேள்விப்பட்டுத்தான் அவர் லிஸ்பனுக்கு வந்ததாகத் தெரிவிக்கிறார். முடிவெடுக்க முடியாத ஒரு அலைபாயும் மனநிலையில் அவர் முதலில் வந்து அறை எடுக்கும் ஹோட்டலிலேயே ஏறத்தாழ இரண்டு மாதங்களுக்கு மேல் தங்கிவிடுகிறார். இடையிடையே ரியோ டி ஜெனிரோவுக்குத் திரும்பி விடலாம் என்றும் அவருக்குத் தோன்றிக் கொண்டேயிருக்கிறது. இந்த ஹோட்டல் வாசம் சில நட்புகளையும், தொடர்புகளையும், உறவுகளையும், மாறுதலுக்கான உந்துதல்களையும் ஏற்படுத்துகிறது. இந்த காலகட்டத்தில் மார்சென்டா என்ற இளம்பெண்ணையும் அவள் தந்தையான வழக்கறிஞர் சேம்ப்பையோவையும் (Sampaio) சந்திக்கிறார். இதற்கு முன்பாகவே ரெக்கார்டோ ரெய்ஸுக்கு விடுதிப் பணிப்பெண்ணான லிடியாவுடன் மிக நெருக்கமான அந்தரங்கத் தொடர்பு ஏற்பட்டுவிடுகிறது. (அன்னா கரினினாவின் வேலைக்காரியும் லிடியாதான்) ரெய்ஸ் இதுவரை திருமணம் செய்து கொள்ளாமலேயே தனது நாற்பத்து ஏழு வயதைக் கடந்து வந்துவிட்டார். ஓரளவுக்கு தேவையான பணத்துடன் ரியோ டி ஜெனிரோவிலிருந்து வந்ததால் மருத்துவத் தொழிலை லிஸ்பனில் தொடங்கத் தயங்கிக் கொண்டிருக்கிறார்.

இதற்கிடையில் காஃப்காத்தன்மையான ஒரு விசாரணை அனுபவத்தில் சிக்கிக் கொள்கிறார். ஒரு அறிவிப்புமின்றி திடீரென ஒரு நாள் ஒரு போலீஸ்காரன் ஹோட்டலுக்கு வந்து,

விசாரணை செய்யப்பட டாக்டர் ரிக்கார்டோ ரெய்ஸ் தலைமைக் காவல்துறை அலுவலகத்திற்கு வரவேண்டுமென்று கூறிவிட்டுச் செல்கிறான். இந்த நிகழ்ச்சி சில விதமான எதிர்ப்பு அலைகளையும் ரெய்ஸ் பற்றி நம்பிக்கை குறையும்படியான தாக்கத்தினையும் ஹோட்டல் பணியாளர்கள் மத்தியிலும் லிடியாவின் மத்தியிலும் ஏற்படுத்துகிறது. குற்றங்கள் எதையும் அவர் புரியவில்லை என்பது நிச்சயமானாலும் கூட போலீஸ் விசாரணை சில தப்பெண்ணங்களை தேவையில்லாமல் பிறரின் மனதில் ரெய்ஸ் பற்றி உண்டாக்குகிறது. மார்செண்டாவின் தந்தை, வழக்கறிஞர் சாம்ப்பையோ, ரிக்கார்டோவின் உடனிருப்பையோ தவிர்க்க விரும்புவதாக மார்செண்டா மூலம் ரெய்ஸ் அறிகிறார். அதற்காக அவர் தந்தையின் சார்பில் மார்செண்டா மன்னிப்புக் கோருகிறாள். மிக எளிய தகவல்களை மட்டுமே தந்துவிட்டு ஏதும் உபத்திரவமின்றி ரெய்ஸ் போலீஸ் அலுவலகத்திலிருந்து மீண்டு வந்துவிடுகிறார். இருப்பினும் விக்டர் என்ற ஒரு போலீஸ்-காரன் ஒரு நிழல் போல ரெய்ஸைத் தொடர்கிறான். இந்த விசாரணையே அவரை ஹோட்டலில் இருந்து தனி வாடகை வீட்டுக்கு மாறுவதற்குத் தூண்டுதலாக அமைகிறது. தனக்கான ஒரு வாடகை வீட்டினை தேடியபடி லிஸ்பன் நகரில் ரெய்ஸ் அலையும் பொழுதும் லிஸ்பனின் வேறு வேறு காட்சிகள் பதிவாகின்றன. இதற்கிணையான முந்தைய சித்திரங்களாக நாம் குஸ்தாவ் ஃபிளாபரின் 1848ஆம் வருடத்திய பாரிஸ் நகரினையும் ஜேம்ஸ் ஜாய்சின் 1904ஆம் ஆண்டின் டப்ளின் நகரத்தையும் சொல்லலாம். லிடியாவுக்கு 23 வயதே ஆகிறது. இயக்கமற்ற இடது கைக்கு மருத்துவம் பார்க்கும் பொருட்டு கோயிம்ரா பிரதேசத்திலிருந்து ஒவ்வொரு மாதமும் மூன்று நாட்கள் லிஸ்பனுக்கு வந்து ரிக்கார்டோ ரெய்ஸ் தங்கும் அதே விடுதியில் அவளுடைய தந்தையுடன் தங்குகிறாள். அவளுடைய ரோகத்திற்கு மருந்தில்லை என்று தெரிந்தும் ஒவ்வொரு மாதமும் வந்து கொண்டிருக்கிறாள். அவளுடைய தந்தை சாம்ப்பையோவுக்கு லிஸ்பனில் ஒரு வைப்பாட்டி இருப்பதாலும் அவர் தன் மகளை வரச் சொல்லிக் கட்டாயப் படுத்துகிறார். லிடியாவும் மார்செண்டாவும் மனிதனின் உடல் ரீதியான இச்சைகளுக்கும், அடையவே முடியாத கருத்தியல் ரீதியான பெண் தொடர்பான ஒரு இலக்குக்கும் இடையே நிலவும் பெரும் இடைவெளியை நினைவூட்டும் பிரதிநிதிகளாக இருக்கின்றனர். ரெய்ஸுக்கு உண்டாகும் முரண்பாடுகள் எந்த ஒரு பெண்ணாலும் தீர்த்து வைக்க முடியாதவை என்பது வேறு பக்கத்து உண்மை. இந்த முரண்பாடுகள் சமூக ஒழுங்குநிலைகளுக்கும் தனிநபர் சார்ந்த விருப்பு வெறுப்புகளுக்கும் தொடர்புள்ளவை. இவை ரெய்ஸ் மிகவும் ஜாக்கிரதையான, சுயநலமான காதலனாக

இருப்பதால் கூர்மையடைகின்றன. அவருடைய மகள் வயதுதான் மார்சென்டாவுக்கு ஆகிற போதிலும் மார்சென்டாவுக்கு டாக்டர் ரிக்கார்டோ ரெய்ஸிடம் காதல் ஏற்படுகிறது. ஒரு முத்தத்துடன் இது சடக்கென்று முடிந்து விடுகிறது. ஆனால் அந்த முத்தத்தைப் பெற மார்சென்டா எல்லாவற்றையும் விட்டு விட்டு தனியாக ரெய்ஸின் வீட்டுக்கு வரவேண்டியிருக்கிறது. ஆனால் மார்சென்டாவுடனான உறவு முழுமையடைவதில்லை. மார்சென்டாவின் மீதான ரெய்ஸின் ஈர்ப்பு பற்றி அறிந்திருந்தும் அவரை முழுமனதுடன் காதலிப்பது லிடியா மட்டுமே. லிடியா இருக்கும்போதே அவருடைய சிந்தனை மார்சென்டாவிடம் செல்வதை அவரால் தவிர்க்க முடிவதில்லை. இதனால் உள்ளொன்று வைத்து புறமொன்று பேசுபவராகக் கூட சீரழிகிறார் ரெய்ஸ்.

ஒரு கட்டத்தில் லிஸ்பனுக்கு வருகை தருவதை மார்சென்டா நிறுத்திக் கொண்டு இனி அவள் பாத்திமா ஆலயத்திற்கு புனித யாத்திரை செய்து நம்பிக்கையின் மூலம் ஊனமான கையை சரி செய்து கொள்ள நினைக்கிறாள். இதுவும் கூட அவள் எடுக்கும் தனிப்பட்ட முடிவல்ல. அவளுடைய தந்தையின் அறிவுரையின் பேரில் எடுக்கப்பட்டதாகும். ஆனால் மார்சென்டா வரக்கூடுமென்ற நம்பிக்கையில் நாத்திகரான, அற்புதங்களில் நம்பிக்கையில்லாத டாக்டர் ரிக்கார்டோ ரெய்ஸ் புனிதப் பயணம் மேற்கொள்வது மிகவும் பரிதாபமான, சோகமான அனுபவம். ரோகிகள், பிச்சைக்காரர்கள், லாட்டரி சீட்டு வியாபாரிகள், மெடல்களையும் சிலுவைகளையும் கூவி விற்கும் விற்பனையாளர்கள், பிச்சை கேட்கும் வேலையில்லாதவர்கள், கம்பளி விற்பவர்கள் இவர்களுக்கு மத்தியில் நாம் கவிஞரும் டாக்டருமான ரெய்ஸை பார்க்கிறோம். புழுதி, சுள்ளென்றடிக்கும் வெய்யில், வியர்வை ஆகியவைதான் இந்தப் புனிதப் பயணத்தின் மிகப் பிரதான அடையாளங்களாக இருக்கின்றன. பாத்திமாவை நோக்கிய யாத்திரைப் பெண்களின் இறைஞ்சுதல் இழவு ஓலம் போலிருக்கிறது-கண்ணீர் மட்டும் இல்லை. இதில் முக்கியமான சொற்களை மறந்துவிட்டு, சுருதி சேராமல் கத்திக் கொண்டு வருகின்றனர் ஆண்கள். பெண்கள் தலையில் சோற்றுப் பார்சல்களைச் சுமந்தபடியும், பால்குடி மறக்காத குழந்தைகளுக்கு நடந்தபடி பால்கொடுத்துக் கொண்டும் செல்வதை ரெய்ஸ் பார்க்கிறார். லிடியா எச்சரித்த மாதிரியே அங்கே தங்குவதற்கு தங்கு மனைகளோ ஹோட்டல்களோ இருப்பதில்லை. யாரோ முன்பின் தெரியாதவர்களின் டென்ட்டில் அந்த இரவு தங்கிவிட்டு அடுத்த நாள் திரும்பி விடுகிறார் ரெய்ஸ். பாத்திமா ஆலயத்திற்குச் சென்று அத்தனை ரோகிகள் மத்தியில் மார்சென்டாவைக் கண்டு பிடிக்க முடிவதில்லை அவரால். உறுத்துகிற நிஜம் என்ன வென்றால், பாத்திமா யாத்திரைக்கு மார்சென்டா வரவே

இல்லை என்பதை அவள் பின்னர் எழுதும் ஒரு கடிதத்தின் மூலம் தெளிவுபடுத்திக் கொள்கிறார். புனிதப் பயணமும் ஒருவித கேளிக்கை உணர்வினையே தருவதாக ரெய்ஸுக்குத் தோன்றுகிறது. புனிதப்பயணிகளுக்கிடையே வணிக விற்பனைப் பொருள்-களுக்கான துண்டுப் பிரசுரங்களை வண்ணக் காகிதங்களில் அச்சிட்டு வானிலிருந்து வீசும் ஒரு விமானத்தைப் பார்க்க முடிகிறது. அவளைச் சந்திக்கும் நம்பிக்கை அறவே அற்றுப் போனாலும் கூட அவளுக்குக் கடிதங்கள் எழுதிக் கொண்டுதானிருக்கிறார் ரெய்ஸ். கடைசியாக மார்சென்டாவை மையமாக வைத்து ஒரு கவிதையையும் எழுதி அனுப்புகிறார்-சென்று சேருமென்ற உறுதியில்லாது போனாலும். பிரயத்தனப்பட்டு லிடியாவுக்குத் தெரியாமல் மார்சென்டாவின் கடிதத்தை மறைத்து வைக்கிறார்.

இந்த சகல நிகழ்வுகளையும் ஊடுருவிப் பார்த்துக் கொண்டிருப்பது மட்டுமன்றி நகைச்சுவையுணர்வுடன் கருத்துக்கள் சொல்வது ஃபெர்னான்டோ பெசோவாவின் ஆவி. பெசோவாவுக்கும் ரெய்ஸுக்குமிடையில் நடக்கும் வாக்குவாதங்கள், கருத்து மோதல்கள் மிகச் சிறப்பாகவும் இயல்பாகவும் சித்தரிக்கப்பட்டுள்ளன. லிஸ்பனுக்குத் திரும்பிய பிறகு ஒரு நாள் பெசோவாவின் கல்லறையைத் தேடிச் செல்கிறார் ரிக்கார்டோ ரெய்ஸ். இதற்குப் பிறகு ரெய்ஸ் தங்கியிருக்கும் ஹோட்டலுக்கு பெசோவாவின் வருகை அடிக்கடி நிகழ்கிறது. பெசோவாவின் இருப்பை ரிக்கார்டோ ரெய்ஸ் தவிர வேறு யாரும் அறிய முடிவதில்லை. பெசோவா இறந்த அன்று எந்த உடையிலிருந்தாரோ அதே உடையில் ரெய்ஸின் அறையிலும், சில ரெஸ்டாரென்ட்டுகளிலும் தென்படுகிறார். அலாதியான கிண்டல் தொனியில் அமைந்திருக்கிறது பெசோவாவின் கருத்துக்களும் உரையாடல்களும். அரசியல் நிகழ்வுகள், தனிநபர் உறவுச் சிக்கல்கள், கலாச்சாரப் போக்குகள், கம்யூனிசம், சர்வாதிகாரம், கவிதை என அவர்களின் விவாதத் தளம் விரிந்து செல்கிறது. கதைசொல்லி ஒரு ரெஸ்டாரென்ட்டின் பணியாளிடம் விசாரிக்கும் பொழுது ரெய்ஸ் எப்படி எப்பொழுதும் இரண்டு கோப்பை மதுவுக்கு ஆர்டர் செய்யும் விநோத வழக்கத்திலிருந்தார் என்ற தகவலை நமக்குத் தருகிறார். பெசோவா, அவரின் வாழ்நாளிறுதியில், அதிகம் குடித்து கல்லீரல் நோயினால் இறந்தார் என்பது கவனிக்கப்பட வேண்டிய செய்தி. மருத்துவத் தொழிலைத் தொடரலாம் என்பதை விட ஹோட்டலின் சூழ்நிலையிலிருந்து தப்ப விரும்பியே ரெய்ஸ் தனக்கான வாடகை வீட்டைத் தேடுகிறார். பிரபல தினசரிகளில் ‘வீடு வாடகைக்கு’ பகுதிகளில் தேடத் தொடங்குகிறார். சிறிது முயற்சிக்குப் பிறகு வீடு கிடைத்து மாறியும்

செல்கிறார். ஆனால் ஹோட்டலை விட்டு மாறிய பின்னும் தொடரும் உறவு லிடியாவுடையதுதான். அவள் டாக்டர் ரெய்ஸின் காதலி என்று சொல்லிக் கொண்டு மரியாதைக்குரிய கனவான்களும் கனவதிகளும் வாழும் அபார்ட் மெண்ட்டுக்கு வந்து போக முடியாது. எனவே லிடியா தன்னை வீடு பெருக்கும் பணிப்பெண் என்றுதான் அறிமுகப்படுத்திக் கொண்டு ரெய்ஸின் மூன்றாவது மாடியில் இருக்கும் வீட்டிற்கு வாரம் ஒரு முறை வந்து போகிறாள். காதலி என்ற வகையில் சரிநிகராகப் பழக முடியாவிட்டாலும் ரெய்ஸின் உடல்ரீதியான தேவைகளைப் புரிந்து கொண்டு பூர்த்தி செய்பவளாகவும் நல்ல வீட்டு நிர்வாகியாகவும் இருக்கிறாள். ரெய்ஸின் அண்டை வீட்டில் வசிக்கும் பெண்கள் இன்னும் சந்தேகத்துடன்தான் பார்க்கிறார்கள் அவளை. ஒரு கட்டத்தில் தான் கர்ப்பவதியாகிவிட்டதை லிடியா தெரிவித்தவுடன் அதிர்ந்து போகிறார் ரெய்ஸ். ஆனால் பிடிவாதமாக லிடியா கருச்சிதைவு செய்து கொள்வதற்கு ஒப்புவதில்லை. டாக்டர் ரெய்ஸ் கருவிலிருக்கும் குழந்தைக்குத் தந்தை என்று ஒப்புக் கொள்ள மறுத்தாலும் கூடப் பரவாயில்லை என்று சொல்லுமளவுக்கு மிகப் பெருந்தன்மையாக நடந்து கொள்கிறாள் லிடியா.

சிறிது காலம் டாக்டர் தொழிலும் பார்க்கிறார் ரெய்ஸ். இந்த சமயத்தில் ஒரே ஒரு முறை மார்சென்டா அவரை மருத்துவ மனையில் சந்தித்து விட்டுச் செல்வதோடு சரி. கடிதங்களும் அவளிடமிருந்து வருவது நின்று விடுகிறது. அவளைப் பார்க்கும் வாய்ப்பினை அறவே இழந்து விடுகிறார். உள்நாட்டுப் போர் ஒன்றில் கப்பல் படைப்பிரிவில் பணியாற்றும் லிடியாவின் சகோதரன் இறக்கிறான். லிடியாவை ஹோட்டலுக்குத் தேடிச் சென்றும் அவளை ரெய்ஸ் பார்க்க முடிவதில்லை. இதற்கிடையில் அந்த ஒன்பது மாதங்கள் முடியவே பெசோவா வந்து தன்னுடன் ரெய்ஸை அழைத்துச் செல்கிறார். ஹோட்டல் மேனேஜரான சால்வடாரின் பாத்திரம் நினைவில் நிற்கும்படி படைக்கப்பட்டிருக்கிறது. ஹோட்டலில் உணவு பரிமாறும் இரண்டு ஆண்கள் (Ramon, Felipe), மற்றும் வேலையிலிருந்து ஓய்வு பெற்று பொழுது போக்க முடியாமல் கடலையும் நதியையும் பார்த்தும் தினசரிகளை இரவல் வாங்கிப் படித்துக் கொண்டுமிருக்கும் இரண்டு வயோதிகர்கள் (பெயர் தரப்படவில்லை) ஆகியோர் நினைவில் நிற்கும்படியாகப் படைக்கப்பட்டிருக்கிறார்கள். ஏன், சிறிது நேரமே வரும் டாக்ஸி ஓட்டி எவ்வளவு துல்லியமாக நினைவில் நிற்கிறான் பல் குத்தும் குச்சியை வாயில் மென்றபடி. மேலும் தொடர்ந்து பெய்யும் மழையே ஒரு பாத்திரம் என்று சொல்லுமளவுக்கு சித்திரிக்கப்பட்டிருக்கிறது. இந்த நாவலில் மட்டுமல்லாது லிஸ்பன்

நகரம் தனித்துவமான இடத்தைப் பெறுகிறது சாரமாகோவின் மற்றொரு முக்கியமான நாவலான History of the Siege of Lisbonஇல்.

புதின உத்திகளில் சாரமாகோ சம்பிரதாயமாவற்றையும் மிக நவீனமானவற்றையும் கலந்தே பயன் படுத்துகிறார். நாவலின் கால எல்லை வரையறுக்கப்பட்டிருக்கிறது. பாத்திரங்கள் முழுமையான அளவுக்கு நிஜ மனிதர்களைப் போல் இருக்கிறார்கள். லிஸ்பன் நகரம் அடையாளப்படுத்தப்படும்படியாக அதன் நினைவுச் சின்னங்களுடன் மறு விவரணை பெறுகின்றது. ஒரு வகையில் மேலோட்டமாகப் பார்த்தால் இதை வரலாற்று நாவல் என்று கூட சொல்லிவிடலாம்தான். அப்படிப் பார்த்தால் Thomas Pynchon இன் Gravity's Rainbow கூட வரலாற்று நாவல் என்ற வகைப்பாட்டில் வந்துவிடும். ஆயினும் அப்படிச் சொல்ல முடியாதபடிக்கு நவீனத்தன்மைகள் மிக்கதாய் இருக்கிறது சாரமாகோவின் நாவல். சலிப்பே வராத வாசிப்பனுபவம் தரக்கூடயதாய் இருக்கிறது. சித்தரிப்புகளில் எந்த இடத்திலும் தொய்வு வந்துவிடாமல் எழுதும் மொழிநடை சாரமாகோவினுடையது.

மேற்கோள்குறிகள், அரைப்புள்ளிகள், கேள்விக்குறிகள், வியப்புக்குறிகள் மற்றும் சில வாக்கிய இணைப்புத் தொடர்களை சாரமாகோ தவிர்த்து விடுகிறார். கவனக்குறைவாக வாசிக்கிறவர்களும் அவசரமாக வாசிக்கிறவர்களும் உரையாடல் யாருடையது என்று அறிந்து கொள்ள முடியாமல் குழம்பிப் போக வாய்ப்பிருக்கிறது. ஃபிளாஷ் ஃபார்வார்ட் உத்தியை மிகச் சிக்கனமாகப் பயன்படுத்தி நாவலின் காலத்தை சுழற்சி மிக்கதாய் ஆக்கிவிடுகிறார் சாரமாகோ. நகரத்தின் கேளிக்கை விழா முடியும் தருவாயில் அதில் பங்கேற்கும் மாறுவேடமணிந்த குழந்தைகளின் புகைப்படங்கள் சில நாளிதழ்களினால் எடுக்கப்படுகின்றன. இந்த நிகழ்ச்சி நடப்பது நாவலின் 120 பக்கங்களைத் தாண்டிய பிறகு. ஆனால் இந்த புகைப்படக் குழந்தைகளில் ஒன்றினுடைய பாட்டி இந்தக் குழந்தையின் புகைப்படத்தை பத்திரமாக தனது சிறிய பச்சை நிறப் பெட்டியில் வைத்துக் கொள்வாள் என்று கதைசொல்லி அனுமானிக்கிறார். ஆனால் இதே பச்சை நிறப் பெட்டி டாக்டர் ரெய்ஸ், ரியோ டி ஜெனிரோவிலிருந்து வந்திறங்கும் Highland Brigand கப்பலில் வந்த வயதான மூன்றாம் வகுப்புப் பெண்மணியின் பையிலிருந்து ஏற்கனவே தவறி விழுந்து உடைந்து விடுகிறது. இதே போல நாவலின் இறுதியில் டாக்டர் ரெய்ஸ் பற்றி அவர்கள் கொண்டிருக்கும் அந்தரங்கத்தின் நெருக்கத்தைப் பற்றி லிடியாவும் மார்சென்டாவும் பரிமாறிக் கொள்வதாக வரும் உரையாடல்கள் எதிர்காலத்தில் நடக்கின்றன அல்லது நடக்க வாய்ப்பில்லாத வெறும் யூகத்தின்

காட்சிப்பாடுகள். ஆயினும் அது யதார்த்தமாக நடக்கிறதென்கிற மாதிரிதான் கதைசொல்லி சொல்லிச் செல்கிறார். டாக்டர் ரெய்ஸ் மார்சென்டாவுக்காக எழுதிய ஒரு கவிதையை மார்சென்டாவின் தந்தை அவளிடம் குறிப்பிடுவதாக வரும் உரையாடலும் கூட எதிர்காலத்தில் நடப்பதாக அல்லது கற்பனை செய்யப் பட்டதாகக் கருதப்பட வேண்டியிருக்கிறது. ஒரே வாக்கியத்தில் இரண்டு அல்லது மூவரின் பார்வைகள் பிரதிபலிக்கும்படியான உரையாடல்கள் கோர்க்கப்பட்டுள்ளன. சீர்தன்மைகளும் சம அமைப்புகளும் நாவலின் எண்கள் வழியாக வலியுறுத்தப்படுகின்றன. ஒன்பதாம் எண் மிக முக்கியத்துவம் வாய்ந்ததாக ஆகிறது. இங்கு கடல் முடிந்து பூமி தொடங்குகிறது என்ற வாக்கியத்தில் நாவல் தொடங்கி இங்கே கடல் முடிந்து பூமி காத்துக் கொண்டிருக்கிறது என்ற வாக்கியத்தில் முடிகிறது.

மொழி பற்றிய அதீதப் பிரக்ஞை மிகுந்த நாவலாசிரியர் சாரமாகோ என்பதை நாவலில் பல இடங்களில் தெரிவித்துச் செல்கிறார். சிந்தனைகளை மறைத்துக் கொள்வதற்காகத்தான் மனிதனுக்கு மொழி கொடுக்கப்பட்டிருப்பதாக ரெய்ஸ் கருதுகிறார். வார்த்தைகளின் பொய்மை அவரை வதைக்கிறது. மனிதத் தொடர்பு இல்லாது போனால் பெயர்களே கூட அர்த்தமற்றவையாகிவிடும்:

...these words are spoken casually, they hover in midair, waiting for someone to pay attention. But what kind of attention, he could be telling the truth, he could be telling a lie, such is the inadeqacy, the built-in duplicity of words. A word lies, with the same word one can speak the truth, we are not what we say, we are true only if others believe us.

(The Year of the Death of Ricardo Reis, pp.282-83)

தேவாலயப் பூஜை தொடர்பானவை, போர் முறை சம்மந்தப்பட்டவை, மல்யுத்தம் பற்றியவை என வாழ்க்கையின் பல தளங்களிலிருந்து சொற்களை எடுத்துப் பயன் படுத்துகிறார் சாரமாகோ. நனவோடை உத்தியையும் கதைசொல்லி பயன்படுத்தினாலும் விவரணைப் பொருளிலிருந்து மிகவும் விலகிச் செல்லும் போது தன்னைத் தானே நினை வூட்டிக் கொள்கிறார். நாவலின் தொடக்கத்திலிருந்து இறுதி வரை மிக முக்கியமான கட்டங்களில் ஃபெர்னான்டோ பெசோவாவின் கவிதை வரிகள் உரையாடல்களுக்கு இடையிலும் விவரணைக்கு இடையிலும் விரவி வருகின்றன. மேற்காட்டப்பட்ட வரிகள் மிகக் கச்சிதமான இடப்பொருத்தம் கொண்டவையாகத் தேர்ந்தெடுக்கப்பட்டிருக்கின்றன. சில வரிகள் மாத்திரமே கீழே மேற்கோள் காட்டப்பட்டுள்ளன:

I stand firmly on the foundations of the poems I fashioned.

All I ask of the gods is that I should ask nothing of them.

இந்த நாவலின் ஊடிழைப் பிரதிகள் (inter-texts) அல்லது இடைவெட்டுப் பிரதிகள் பற்றி சில விஷயங்களைச் சொல்லியே ஆக வேண்டும். மார்சென்டாவின் பெயர் தொடர்பான விவாதத்தில் அதன் விநோதப் பயன்பாடு பற்றி கதைசொல்லி தெரிவிக்கிறார். அது பிலிமுண்டா என்கிற பெயரைப் போலவே விநோதமானது என்றும் நடைமுறையில் பெண்களுக்கு சூட்டப்படாதது என்கிறார். பிலிமுண்டா என்கிற பெண் பாத்திரம் சாரமாகோவின் மற்றொரு நாவலான பால்த்தஸாரும் பிலிமுண்டாவும் என்கிற நாவலில் இடம் பெறுவது. The Moor's Last Sigh (1995) என்ற நாவலுக்காக பிலிமுண்டா என்ற கதாபாத்திரத்தின் பெயரை சாரமாகோவிடமிருந்து திருடியதாக ஒரு பேட்டியில் ஒப்புக் கொண்டிருக்கிறார் Salman Rushdie.

("I stole Blimunda from him [Saramago]"— interview with Clara Ferreira Alves in the Lisbon weekly Expresso, 4 Nov 1995, magazine section, p. 96).

The Convent of Mafra என்ற தலைப்பிலான சாரமாகோவின் நாவலின் நிழலை கேப்ரியல் கார்சியா மார்க்வெஸ்ஸின் Of Love and Other Demons நாவலில் பார்க்க முடியும். மார்க்வெஸ்ஸின் நாவலில் இடம் பெறும் வால்டேரின் மேற்கோளை லத்தீன் மொழியில் மொழிபெயர்த்த கிறித்தவ பிக்கு கோயிம்ராவைச் சேர்ந்த, சாரமாகோ உருவாக்கிய Bartolomeu de Gusmão ஆவார்.

பாதிரி Bartolomeu Gusmãoவின் நகரான கோயிம்ராவைச் சேர்ந்தவள்தான் மார்சென்டா. பால்த்தஸாரும் கோயிம்ராவைச் சேர்ந்தவன். வேறு ஒரு தளத்தில், நாவலில் கற்பனையான ரிக்கார்டோ ரெய்ஸ், லிஸ்பனின் நிஜமான செய்தி நாளேடான Diário de Notícias ஐ படிப்பதாக வருகிறது. இந்த செய்தி ஏட்டில் நிஜ வாழ்க்கையில் சாரமாகோ துணையாசிரியராகப் பணியாற்றினார்.

படைப்பாக்கத்தின் மொழியியல் மற்றும் இலக்கியப் பரிமாணங்கள் இந்த நாவலின் பிரக்ஞைமிக்க கதைசொல்லலில் (self-conscious narrative) அதிக முக்கியத்துவம் கொடுக்கப்பட்டுள்ளன. மேலும் நாவல் பலகுரல் நிறைந்ததாக அதன் பாத்திரங்களாலும் கதைசொல்லியின் விவரணை முறையாலும் ஆகிறது.

'ரிக்கார்டோ ரெய்ஸ் இறந்த வருடம்', 1984 ஆம் ஆண்டு வெளிவந்தது. ஆங்கிலத்தில் மொழி பெயர்க்கப் பட்டவுடன் Independent Foreign Fiction Award பரிசு இந்த நாவலுக்கு வழங்கப்பட்டது. போர்ச்சுகீசிய மொழியிலிருந்து ஆங்கிலத்தில் மொழி பெயர்த்தவர் Giovanni Pontiero.

ஜாஸ் இசை-சில குறிப்புகள்

Louis Armstrong

முதல் உலகப் போருக்கு முந்தைய வருடங்களில் நடந்த இசைத் துறையின் வளர்ச்சியில் ஒரு வித அவசரமும் மாற்றங்கள் குறித்த பதற்றமும் காணப்பட்டது. காலமே முடிந்துவிடப்பபோகிறது என்பது போன்ற பிரக்ஞையுடன் சாகித்தயகர்த்தாக்கள் செயல் பட்டனர். இரண்டாம் உலகப் போருக்குப் பிறகு கலைத் துறைகள் அனைத்துமே தொழில்நுட்பத் துறையின் கண்டுபிடிப்புகளால் பாதிப்புக்கு உள்ளாயின. தொலைக்காட்சி, கம்ப்யூட்டர், ஜெட் விமானங்கள், டிடிட்டி பூச்சிக்கொல்லி, ஜெராக்ஸ் என தினசரி வாழ்வின் எல்லாப் பக்கங்களும் தொழில்நுட்பத்தினால் பாதிப்புக்கு உள்ளாகிக் கொண்டிருந்தன. எல்லாவற்றுக்கும் மேலாக இசை வடிவத்தின் பொதுவான களத்தில் புதிய உருவாக்கங்கள் நடந்துகொண்டிருந்தன. ஒரு ட்யூனின் ஒரு பகுதியிலிருந்து அடுத்த பக்கத்திற்கான அ ர்த்தமுள்ள நகர்வு மற்றும் தொடக்கங்கள்-மத்திமங்கள்-உச்சங்கள் ஆகியவை கேள்விக்கு உட்படுத்தப்பட்டன.

ஒரு ஒலி மற்றொன்றைத் தொடரும் விதம், மற்றொன்று பிற வற்றிற்கு முன்பாய் இடம்பெறும் விதம் போன்றவை எந்த காரண ரீதியான அடிப்படையிலும் இயங்கவில்லை என்ற வாதங்களை இசைக் கோட்பாடுகளை உருவாக்கிய இந்நாள் இசைக்கலைஞர்கள் கேட்கத் தொடங்கினர். ஒரு இசை ஏன் இசையாக இருப்பதற்குப் பதிலாக மௌனமாய் இருக்கக்கூடாது என்று கேட்டார் ஜான் கேஜ் என்ற அமெரிக்க சாகித்யகர்த்தா.

விநோதமான படைப்புகளில் ஈடுபடுவதை விட்டுவிட்டு ஒரு இசைக்கலைஞன் ஏன் சாதாரணமான ஒரு ட்யூனை-எல்லோரும் ஏற்றுக்கொள்ளத்தக்கதும் ரசிக்கக்கூடியதுமான-எழுதக்கூடாது? இந்தக் கேள்விக்குப்பின்னால் கலைக்கும் தப்பித்தலுக்கும் இடையே உள்ள குழப்பம் தெளிவாக்கப்படாமல் நிலவிநின்றது. யதார்த்தங்களின் ஈர்ப்பற்ற, உறுத்தலான தன்மையிலிருந்து தப்பிக்காமல் அவற்றின் மீதான அவசியமான விமர்சனமாகவே இசை இருக்க வேண்டுமென கலைஞர்கள் விரும்பினர். சரி. வாழ்வு அவ்வளவு உவப்பற்ற தாய் இருக்குமானால் யாருக்கு வேண்டும் அதே உவப்பில்லாத வாழ்வைப் பிரதிபலிக்கும் இசை? இந்தக் கேள்விக்கு இரண்டுவிதமான பதில்கள் உண்டு.

1. மனிதப் பிரக்ஞையின் ஆழமானதும், அத்தியாவசியமானதுமான தேவைகளை இசை பூர்த்தி செய்கிறது என்ற அடிப்படையான உண்மை--மனிதன் கலையை உருவாக்கவும், நுகரவும் வேண்டும். விளையாடவும் காதல் செய்யவும் விரும்புதல் போல.

2. கலை எந்தவித சிக்கலான காலகட்டத்திலும் வியக்கத்தகுந்த அளவுக்குத் தன்னைத்தானே புதுப்பித்துக் கொள்கிறது. கலைரீதியான ஒவ்வொரு புரட்சிக்குப் பிறகும் எதிர்பார்க்க முடியாத கலா நிகழ் முறைகளும் அசிங்கத்திலிருந்து புறப்படும் அழகுகளும் தோன்றுகின்றன. ஒரு சைக்கிள் சீட்டையும் ஹாண்டில் பாரையும் வைத்து பிக்காஸோ உருவாக்கிய சிற்பம் நமக்கு ஞாபகம் வரக்கூடும்.

இருபதாம் நூற்றாண்டு இசையின் மிக முக்கியமான புரட்சி என்பது உருவச்சிதைப்புக்கும் அப்பாற்பட்டு உருவான புதிய இசைமொழி. எலக்ட்ரானிக் இசை சகாப்தத்தைத் தொடங்கி வைத்த ஸ்டாக்ஹாஸனும் ஜான் கேஜூம் தொழில் நுணுக்கரீதியிலும் உணர்ச்சி ரீதியிலும் ரொமாண்ட்டிசிஸம் பயன்பட்டுத் தீர்ந்துவிட்டது என்பதை உலகுக்குத் தம் புதிய இசை சாகித்தியங்கள் மூலம் அறிவித்தனர். மேலும் யதேச்சை இசை (ரேண்டம் மியூசிக்) என்ற ஒரு தீவிர எல்லையில் ஜென் புத்த தத்துவத்தை இணைத்து சம்பிரதாய இசை விமர்சகர்களை சவாலுக்கு இழுத்தவர் ஜான் கேஜ். 'யதேச்சை இசை' யை நடத்தும்போது அது மாறி ஒலிக்க வேண்டும். இந்த யதேச்சைத்தன்மை மிக அதிக அளவில் ஜாஸ்

இசையில் இருக்கிறது.

1910களில் பாப்புலர் இசையாகத் தொடங்கியதுதான் ஜாஸ் இசை. ஜாஸின் மறுபெயர் எல்லையற்ற சுதந்திரம் என்று சொல்லக்கூடிய அளவுக்கு அதனுடன் இணையும் எதையும் தனது அங்கமாய் மாற்றிக் கொண்டுவிடும். குறிப்பாக கருப்பு இசைக்கலைஞர்களிடையே வளர்ந்து பிரபலமாகிய ஒரு இசை நிகழ்த்து முறையிலிருந்து ஆரம்பம் கண்டது. ஜாஸின் லயம் (ரிதம்) 'ரேக் டைம்' என்ற பியானோ இசையிலிருந்து பெறப்பட்டிருக்கிறது. ஸ்காட் ஜோப்லின் என்ற இசைக்கலைஞரால் பிரபலமாக்கப்பட்டது 'ரேக் டைம்'. இதற்கு ஜாஸ் கொடுத்த முக்கியப் பங்களிப்பு 'ஸ்விங்'ம் 'இம்ப்ரோவைசேஷனும்' ஆகும். ஜாஸ் குழுவின் தனி இசைக்கலைஞர் ஒரு பாடலை அவருக்கு எழுதித்தரப்பட்ட மாதிரி வாசிப்பதில்லை. பாடலைச் சுற்றி அந்த கணத்தில் தோன்றும் கற்பனைகளை வைத்து இம்ப்ரோவைஸ் செய்து பாடலின் பிரதான ஸ்வரங்கைள பளிச்சிடச் செய்து அதே சமயம் தனது சொந்த சேர்ப்புகளையும் பாடலுடன் இணைத்து விடுகிறார். அவருக்குத் தரப்பட்ட இசைக்குறிப்பின் மாறுபாடுகளை (வேரியேஷன்ஸ்) சுயஎழுச்சியுடன் அவர் வாசிக்கிறார்.

ஜாஸ் இசையில் பியானோ, ஆர்கன், வைப்ராஃபோன், கித்தார் மற்றும் கீழ்ஸ்தாயி நரம்பிசைக் கருவிகள்(ஸ்ட்ரிங் பாஸ்) ஒரு பாடலின் அடிப்படை ஹார்மனியை பின்னணியில் வாசிக்கின்றன. ஜாஸ் பிரத்யேகமான நிகழ்த்துமுறை என்று முன்பே குறிப்பிட்டோம். இந்த நிகழ்த்துமுறை பிரதானமாய் வாத்தியக் கருவிகளுக்கானது. இரண்டாம்பட்சமாய்த்தான் குரல்களுக்கு முக்கியத்துவம் அளிக்கப்படுகிறது. ஆயினும் வியப்பாக இருப்பது என்னவெனில் ஜாஸின் அடிப்படை இசைப்பொருள் குரலிசையிலிருந்து ஸ்வீகரிக்கப்பட்டிருக்கிறது என்பதுதான். ஜாஸ் கலைஞர்கள் தமது அடிப்படை இசைப்பொருளை கருப்பு மற்றும் வெள்ளை இசைக்கலைஞர்களால் பாடப்பட்ட இசை ஆதாரங்களிலிருந்து எடுத்தாளுகின்றனர். ஜாஸின் பிரதான தோற்றுவாய்களாக இருப்பவை 'பாப்புலர் சாங்' மற்றும் 'ப்ளூஸ்'. ப்ளூஸ் என்பது தனிவகையான கருப்பு நாடோடிப்பாடல் ஆகும். இது தனிமையை, கைவிடப்படுதலை, இன்னல்கள் மற்றும் சோகங்களை வெளிப்படுத்திய இசை. மனதைக் கரைக்கக்கூடிய சக்தி வாய்ந்த ஜாஸ் இசைத்தட்டுக்கள் ப்ளூஸ் -ஐ வைத்து உருவாக்கப்பட்டவைதான்.◎